കണ്ണുകൾ കായ്ക്കുന്ന മരം

INSIGHT PUBLICA

Nadakkavu, Kozhikode, Kerala, 673011
www.insightpublica.com
e-mail: insightpublica@gmail.com
Title: **Kannukal Kaykkunna Maram**
(Malayalam Novel)
Author: **MP Abdurahman**
First Edition: April 2022
Cover Design: Soman Kadalur & Suneer P
Layout: kjvj@insight

Printed and Published by
InsightinPublica Printers & Publishers Pvt. Ltd.
ISBN 978-93-5517-227-3
₹ 269

കണ്ണുകൾ കായ്ക്കുന്ന മരം

എം പി അബ്ദുറഹിമാൻ

INSIGHT PUBLICA®

മേൽവിലാസം

എം പി അബ്ദുറഹിമാൻ
മാവുള്ളപറമ്പിൽ ഹൗസ്
നരക്കോട്
കീഴരിയൂർ പി ഒ
കൊയിലാണ്ടി വഴി
കോഴിക്കോട് 673307
ഫോൺ: 9446886302

മുഖക്കുറിപ്പ്

ഏതാണ്ട് പത്ത് വർഷം മുമ്പാണ് ഞാൻ ഈ നോവൽ എഴുതുന്നത്. കർണ്ണാടകയിൽ BJP സർക്കാർ അധികാരത്തിൽ വരുന്നതിന് മുമ്പാണ് ഇത് എഴുതപ്പെട്ടത്. അതുമായി ഈ നോവലിനെന്ത് ബന്ധമാണുള്ളതെന്ന ചോദ്യത്തിന് കർണ്ണാടകയിൽ BJP ശക്തി പ്രാപിക്കുന്നതിനെപ്പറ്റി പരോക്ഷമായി ഈ കൃതിയിൽ സൂചന നൽകുന്നുണ്ട് എന്നുള്ളതാണ്. ഇത് രാഷ്ട്രീയം ചർച്ച ചെയ്യാൻ എഴുതപ്പെട്ട ഒരു നോവലല്ലെങ്കിലും രാഷ്ട്രീയം ചില അന്തർധാരയായി ഇതിൽ വർത്തിക്കുന്നുണ്ട്.

വർഷങ്ങൾക്ക് മുമ്പ് എഴുതപ്പെട്ടിട്ടും പ്രസിദ്ധീകരിക്കാനുള്ള ധൈര്യമില്ലാതിരുന്നത് കൊണ്ട് മാത്രം എന്റെ ഷെൽഫിൽ പൊടിപിടിച്ച് കിടക്കുകയായിരുന്നു ഈ കൃതി. ഇതിനെ പൊടി തട്ടി പ്രസിദ്ധീകരിക്കാൻ എന്നെ സഹായിച്ച എന്റെ സഹപ്രവർത്തകൻ നിഷാദ് മാസ്റ്ററോടുള്ള നന്ദി ഈയവസരത്തിൽ ഞാൻ രേഖപ്പെടുത്തുന്നു.

എന്റെ ആദ്യസംരംഭമായ ഈ നോവൽ വായനക്കാർ ഇഷ്ടപ്പെടുമെന്ന് ഞാൻ പ്രതീക്ഷിക്കുന്നു. എഴുത്തിൽ മിതത്വവും അച്ചടക്കവും പുലർത്താൻ പരമാവധി ശ്രമിച്ചിട്ടുണ്ട്. എഴുത്ത് അതീവ ഗൗരവമായ ഒരു പ്രക്രിയയാണെന്ന ബോധ്യത്തോടെയാണ് ഇത് എഴുതിയിട്ടുള്ളത്. ഇതിൽ പരാമർശിക്കുന്ന കലാപവുമായി ബന്ധപ്പെട്ട വസ്തുതകളെ എഴുത്തുകാരന്റെ ഭാവനയായി മാത്രം കാണണമെന്ന് അപേക്ഷിച്ചുകൊണ്ട് നിങ്ങൾക്ക് മുമ്പിൽ സമർപ്പിക്കുന്നു.

1
മൈതാനത്തിലെ സായാഹ്നങ്ങൾ

വെളുത്ത ആകാശത്തിനു താഴെ ഉഷ്ണം പെറ്റുകിടന്ന മൈതാനത്തിനു മുകളിൽ വെയിൽ തളർന്ന് മയങ്ങിയപ്പോൾ, ചുറ്റ് പഴുത്ത് കിടന്നിരുന്ന നഗരത്തിന്റെ ഏതെല്ലാമോ മാളങ്ങളിൽ നിന്ന് കുട്ടികളും മുതിർന്നവരും, കുറ്റൻ വേപ്പമരങ്ങൾ അതിരിട്ട വിശാലമായ മൈതാനിയിലേക്ക് ഒറ്റയായും കൂട്ടമായും വന്നുകൊണ്ടിരുന്നു. എല്ലാം പതിവ് മുഖങ്ങൾ. പകലിന്റെ വിരസതകളത്രയും മൈതാനിയിൽ കളിച്ച് തീർത്ത് സന്ധ്യമയങ്ങുമ്പോൾ അവർ മടങ്ങും. തിരക്കുപിടിച്ച നഗരത്തിന്റെ സ്വകാര്യ സുരക്ഷിതത്വത്തിലേയ്ക്ക്, നാളത്തെ വിജയപ്രതീക്ഷയുമായി.

നഗരത്തിന്റെ തിരക്കിൽ സ്വയം നഷ്ടപ്പെട്ട ചിലരെങ്കിലുമുണ്ടാകും കാണികളായി. ഇലകൾ കൊഴിഞ്ഞുതുടങ്ങിയ വേപ്പമരത്തിന്റെ കുറ്റൻ വേരുകൾക്ക് മുകളിലായി അവർ ഇരിക്കും. ഇരുട്ട് വീഴുമ്പോൾ കളിക്കാർക്കൊപ്പം അവരും മടങ്ങും. എന്നത്തേയും പോലെ അരുൺ കുമാറും കവിതയും വന്നു. മണ്ണിനുമീതെ അടിയുറച്ച വേപ്പമരത്തിന്റെ കുറ്റൻ ഉരഗവേരുകളിലൊന്നിൽ അവർ ഇരുന്നു, വെറും കാണികളായി. ഒന്നും കാണാതെ, അവർക്ക് ഒന്നും കാണാൻ കഴിയുമായിരുന്നില്ല. അവരുടെ പ്രിയപ്പെട്ട സക്കീർ ഭായ് ആത്മഹത്യ ചെയ്തു. തലേദിവസം രാത്രിയിലെപ്പോഴോ അയാൾ മരണത്തിന്റെ കുരുക്ക് കഴുത്തിലണിഞ്ഞു.

സജീവമായ മൈതാനത്തിലെ ബഹളങ്ങൾക്കിടയിൽ അവർ മൗനത്തിന്റെ കൂടാരം പണിത്, അതിനുള്ളിൽ പരസ്പരം പങ്കുവെക്കാൻ

സക്കീർ ഭായിയുടെ ഓർമ്മകളല്ലാതെ, മഹാ നഗരത്തിൽ സ്വയം നഷ്ടപ്പെട്ടതറിയാതെ, പെട്ടെന്ന് മുറിഞ്ഞുപോയ ഒരു സൗഹൃദത്തിന്റെ നഷ്ടബോധത്തിൽ, സ്വയം ഉൾവലിഞ്ഞ് ഏകാന്തമായ ഒരിടം ഒരുക്കിയെടുക്കുകയായിരുന്നു അവർ.

കവിതയുടെ മനസ്സ് ചുരിദാർ ഷാളിനുള്ളിൽ കടലായി വിങ്ങി. അവൾക്ക് കരയണമെന്ന് തോന്നി. അവൾ കരഞ്ഞു. മറ്റാരും കാണാതെ, കാൽ മുട്ടുകൾക്കിടയിൽ തല ഒതുക്കിവെച്ച് സക്കീർ ഭായിയുടെ ഓർമ്മകൾക്ക് മുകളിൽ അവളുടെ കണ്ണുകൾ പെയ്തു. സങ്കടങ്ങളുടെ വിങ്ങലിൽ അരുൺ കുമാറിന്റെ കൈ തലോടുന്നതായി അവൾ അറിഞ്ഞു. ആശ്വാസത്തിന്റെ ഒരു തണുത്ത കാറ്റ് അവളെ തൊട്ട് കടന്നുപോയി. നിലാവുള്ള രാത്രിയിലെന്നപോലെ ആകാശം വെളുത്തു കിടന്നു. ഒറ്റപ്പെട്ട കറുത്ത കാർമേഘത്തുണ്ടുകൾ അങ്ങിങ്ങായി അലഞ്ഞ് അവൾക്ക് മീതെ തരിച്ചുനിന്നു. അവൾ ഒന്നുമറിഞ്ഞില്ല. മൈതാനത്തിലെ ആരവങ്ങൾക്കുമപ്പുറം വാഹനങ്ങളുടെ നിർത്താതെയുള്ള ഹോണടി ശബ്ദങ്ങൾക്കിടയിൽ അരുൺ കുമാറിനെ പോലും അവൾ മറന്നു. ജീവിതത്തിലെ കഷ്ടപ്പാടുകൾക്കിടയിൽ ഒരിക്കലും എത്തിപ്പെടുമെന്ന് വിചാരിക്കാത്തൊരിടത്ത് സൗഹൃദത്തിന്റെ രണ്ട് കണ്ണുകളായിരുന്നു സക്കീർ ഭായിയും അരുൺ കുമാറും. അതിൽ ഒരാൾ പോയി. ദൈവം തന്ന ജീവന് ഒരു വിലയും കൽപ്പിക്കാതെ. അവൾക്ക് സങ്കടത്തോടൊപ്പം ദേഷ്യവും തോന്നി. അദ്ദേഹം എന്തിനിത് ചെയ്തു? അവൾക്കൊന്നും ഊഹിക്കാൻ കഴിഞ്ഞില്ല. ഓരോരുത്തരുടേയും മനസ്സ് ഓരോ ലോകമാണ്. അവിടെ എന്താണ് നടക്കുന്നതെന്ന് ആർക്കറിയാം. അവിടേയ്ക്ക് ഇറങ്ങിച്ചെല്ലാൻ നമുക്ക് കഴിയില്ലല്ലോ? അവൾ പരിതപിച്ചു.

അയാൾ മനസ്സ് തുറന്നില്ല. അവർ ഒന്നുമറിഞ്ഞതുമില്ല. ദുരൂഹമായിരുന്നു അയാളുടെ ജീവിതമെന്ന് അവർക്ക് തോന്നി. ഇക്കാലമത്രയും അയാളെ കുറിച്ചറിയാതെ അവർ ഒപ്പം കൂടി. അവരുടെ മാത്രം സക്കീർ ഭായിയായി.

"നോക്കൂ... നിങ്ങൾ എന്നെ സാറേന്ന് വിളിക്കരുത്. പേര് വിളിക്കാൻ ബുദ്ധിമുട്ടാണെങ്കിൽ സക്കീർ ഭായ് എന്ന് വിളിച്ചോളൂ." എപ്പോഴായിരുന്നു അദ്ദേഹം അങ്ങനെ പറഞ്ഞത്, അവർ ഓർക്കാൻ ശ്രമിച്ചു.

ചാറ്റൽ മഴയുള്ള ഒരു ഞായറാഴ്ച. എവിടേയ്ക്കെക്കന്നറിയാതെ ഒരു കുടക്കീഴിൽ അരുൺ കുമാറോടൊത്ത് ചേർന്ന് നടന്നത് അവൾ ഓർത്തെടുത്തു. തുംകൂറിലെ ചാറ്റൽ മഴ ഏറെ നേരം നീണ്ടുനിൽക്കും. എപ്പോൾ അവസാനിക്കുമെന്ന് പറയാൻ കഴിയില്ല. ഒക്ടോബർ

നവംബർ മാസങ്ങളിൽ ഇത്തരം മഴകൾ സാധാരണമാണ്. അരുൺ കുമാർ നല്ല ആവേശത്തിലായിരുന്നു. ആകാശത്തിന് താഴേയ്ക്ക് തൂങ്ങി ആടിക്കൊണ്ടിരുന്ന മഴനാരുകളെ വകവെക്കാതെ അവൻ നടന്നു. മഴ നനയാതെ അവനൊപ്പമെത്താൻ അവളും വേഗത്തിൽ നടന്നു. ഒഴിവുള്ള ദിവസങ്ങളിൽ അരുൺ കുമാർ വിളിക്കുന്നിടത്തെല്ലാം അവൾ പോകുമായിരുന്നു. അവനുമായി കൂട്ടുകൂടിയതിൽ പിന്നെ ലക്ഷ്യങ്ങളും തീരുമാനങ്ങളുമെല്ലാം അവന്റേതായിരുന്നു. തുംകൂറിലെ ജോലിത്തിര ക്കിനിടയിൽ അവനുമായുള്ള കൂട്ട് അവൾക്കൊരാശ്വാസമായിരുന്നു. അതുകൊണ്ട് തന്നെ എവിടേക്കെന്ന് അവൾ അവനോട് ചോദിച്ചില്ല.

ചാറ്റൽ മഴയിൽ കാൽമുട്ടിനു താഴെ ജീൻസ് നനയുന്നുണ്ട്. നീല ജീൻസും വെള്ള കുർത്തയുമായിരുന്നു അവളുടെ വേഷം. വെളുപ്പിൽ കറുത്ത പുള്ളികളുള്ള ഒരു ഷാളും അവൾ അണിഞ്ഞിരുന്നു. അരുൺ കുമാർ കറുത്ത് ജീൻസും ക്രീം കളർ ടീ ഷർട്ടുമാണ് ധരിച്ചിരുന്നത്. മഴയിൽ അവനും ചെറിയ തോതിൽ നനയുന്നുണ്ടായിരുന്നു. വാഹനങ്ങൾ നിറഞ്ഞ റോഡിനരികിലൂടെ ഇതുപോലെ നടക്കുന്നതിൽ വലിയ രസമൊന്നുമുള്ളതായി അവൾക്ക് തോന്നിയില്ല. ഒരു ഓട്ടോറിക്ഷ വിളിക്കാൻ പറയാമെന്ന് തോന്നി, പിന്നെ വേണ്ടെന്ന് വെച്ചു. അരുൺ കുമാറിനെപ്പോഴും നടക്കുന്നതാണിഷ്ടം. ഒന്നും രണ്ടും കിലോമീറ്ററി ലധികം പലപ്പോഴും അവനൊപ്പം നടന്നിട്ടുണ്ട്. അവന്റെ ഇഷ്ടങ്ങൾ ക്കിടയിൽ അവളുടെ ഇഷ്ടങ്ങൾ അലിഞ്ഞില്ലാതായി. അവന്റെ ഇഷ്ടാനിഷ്ടങ്ങൾ ഏറെക്കുറെ അവൾക്കറിയാമായിരുന്നു. കഴിഞ്ഞ ഒരുവർഷത്തിലധികമായി അവന്റെയിടങ്ങളിലെല്ലാം അവൾ ഉണ്ടാ യിരുന്നു. ഔദ്യോഗിക ആവശ്യങ്ങൾക്കല്ലാതെ അവൻ എവിടെയെല്ലാം പോകുന്നുവോ അവിടെയെല്ലാം അവളുമുണ്ടാകും ഒപ്പം.

അവളിൽ അവൻ ശ്രദ്ധാലുവായിരുന്നു. തിരികെ അവളുടെ വില്ലയിൽ എത്തിച്ചേ അവൻ മടങ്ങുമായിരുന്നുള്ളൂ. മഹാനഗരത്തിൽ ഒരു കൊച്ചു കുട്ടിയെ കൈ പിടിച്ചു നടക്കുന്നതുപോലെ അവളെ ചേർത്തു പിടിച്ച് അവൻ നടന്നു. കുട്ടിക്കാലത്ത് അച്ഛനൊപ്പം കോഴിക്കോട് നഗരത്തി ലൂടെ ഒന്ന് രണ്ട് പ്രാവശ്യം നടന്നത് അവൾ ഓർത്തു. അച്ഛന്റെ തഴമ്പ് വീണ കൈപ്പത്തിക്കുള്ളിൽ തന്റെ കൈ ഞെരിഞ്ഞമർന്ന് വേദനി ച്ചപ്പോഴും സുരക്ഷിതമായ ഒരു നടപ്പാതയിലൂടെയാണ് താൻ നടക്കു ന്നതെന്ന് അവൾക്ക് തോന്നിയിരുന്നു. ഇന്നിപ്പോൾ കാലം ഒരുപാട് മാറിയിരിക്കുന്നു. നഗരങ്ങൾ എല്ലാം മഹാനഗരങ്ങളായി. കൈ പിടിച്ചു നടത്താൻ ആരുമില്ലെങ്കിലും സ്വയം നടക്കാമെന്ന നിലയിലെത്തിയി രിക്കുന്നു. അതിൽ അവൾക്കഭിമാനം തോന്നി.

മഴയുടെ ശക്തി കുറഞ്ഞു. മഴനാരുകൾ പൊടികളായി ചെറിയ പ്രാണികളെ പോലെ മിന്നിക്കളിച്ചു. കവിത കുട മടക്കി. അരുൺ കുമാർ അവൾക്കൊപ്പം ചേർന്നുതന്നെ നടന്നു. വിശാലമായ മുറ്റമുള്ള ഒരു വലിയ കെട്ടിടത്തിനു മുന്നിൽ അവൻ ചെന്ന് നിന്നു. കവിത മുകളിലേക്ക് നോക്കി.

"റെയിൻബോ ലോഡ്ജ്". ഇംഗ്ലീഷിൽ എഴുതിയത് അവൾ വായിച്ചു. അടിയിൽ കന്നട ഭാഷയിൽ എഴുതിയത് അവൾക്ക് മനസ്സിലായില്ല.

"നമ്മളെന്തിനാണ് ഇവിടെ വന്നത്"? അവൾ ചോദിച്ചു. ഇവിടെ നിനക്കൊരാളെ പരിചയപ്പെടുത്തിത്തരാം.

"വാ നമുക്ക് മുകളിലേക്ക് പോകാം". അവൻ ക്ഷണിച്ചു.

ഒന്നാം നിലയിൽ പതിമൂന്നാം നമ്പർ മുറിയുടെ വാതിലിനരികെ നിൽക്കുമ്പോൾ അകത്താരായിരിക്കുമെന്ന് ഊഹിക്കാൻ പോലും അവൾക്ക് കഴിഞ്ഞില്ല. അദ്യമായി ലോഡ്ജ് കാണുകയാണ്. മുമ്പൊരിക്കലും ഒരു ലോഡ്ജിൽ പോകേണ്ടി വന്നിട്ടില്ല. അവളുടെ മുഖത്ത് ആകാംക്ഷ പ്രകടമായിരുന്നു. അവൾ ചുറ്റും നോക്കി താഴെ വാഹനങ്ങൾ പാർക്ക് ചെയ്ത വിശാലമായ മുറ്റം. അതിനപ്പുറത്ത് ഹൈവെ. ഗേറ്റിന് ഇടതു വശത്ത് പടർന്ന് പന്തലിച്ച് ഒരു മാവ്. അതിനു താഴെ തണൽ ഇരുണ്ട നിറമാർന്നതുപോലെ തോന്നി. ഇംഗ്ലീഷിലെ വലിയ അക്ഷരമായ "എൽ" ആകൃതിയിലുള്ള ലോഡ്ജിന്റെ വരാന്തയ്ക്കും നല്ല വീതിയുണ്ടായിരുന്നു. ആരെല്ലാമോ വരാന്തയിലൂടെ തലങ്ങും വിലങ്ങും നടന്നു പോകുന്നുണ്ട്. അവൾ അതൊന്നും ശ്രദ്ധിച്ചില്ല. മുറിക്കുള്ളിലെ ആളെ കുറിച്ചായിരുന്നു അവളുടെ ചിന്ത. അരുൺ കുമാർ ഒരു സൂചനയും നൽകിയിരുന്നില്ല.

അവന്റെ രീതി എപ്പോഴും അങ്ങനെ ആയിരുന്നല്ലോ.അവർ കാത്തിരുന്നു വാതിൽ തുറക്കാൻ വേണ്ടി. ചെറിയ ഒരു കാത്തിരിപ്പിന്നൊടുവിൽ വാതിൽ തുറക്കപ്പെട്ടു. കുപ്പായമിടാതെ, ലുങ്കിയുടുത്ത് ഉറക്കം വിട്ടുമാറാത്ത ഇറുകിയ കണ്ണുകളുമായി ഒരാൾ. ഇരുകൈകളും വാതിൽപടിയിൽ പിടിച്ച് അയാൾ അരുൺ കുമാറിനേയും പിന്നെ കവിതയേയും നോക്കി. ആകാംക്ഷ നിറഞ്ഞ അയാളുടെ മുഖത്ത് പെട്ടെന്നുതന്നെ ഒരു പുഞ്ചിരി വിടരുന്നതായി അവർ കണ്ടു.

"വരൂ..." അയാൾ ക്ഷണിച്ചു. അവർ അകത്ത് കടന്നു. അധികം വലിപ്പമില്ലാത്ത ഒരു മുറി. കട്ടിലും മേശയും ഒരു കസേരയുമല്ലാതെ മുറിയിൽ ഒന്നുമുണ്ടായിരുന്നില്ല. കട്ടിലിനോടു ചേർന്നുള്ള ചുമരിന്റെ ഒരു ഭാഗം ഷെൽഫാക്കി മാറ്റിയിരുന്നു. അതിൽ കുറേയധികം പുസ്തകങ്ങളും,

പത്രമാസികകളും ഏതാനും മടക്കിവെച്ച തുണിയും ഉണ്ടായിരുന്നു. അകത്ത് കയറിയപ്പോൾ പുറത്തെ ചാറ്റൽ മഴയുടെ തണുപ്പ് എങ്ങോ പോയ്മറഞ്ഞതായി കവിതയ്ക്ക് തോന്നി. ശരീരം വിയർക്കുന്നുണ്ട്. ചെറിയ ഒരു ശബ്ദത്തോടെ ഫാൻ കറങ്ങുന്നുണ്ട്. കാറ്റിൽ അവളുടെ ഷാൾ തലയൽ നിന്നും താഴേക്ക് വഴുതി.

"നിങ്ങളിരിക്കു ഞാനിപ്പ വരാം...". അയാൾ ബാത്ത് റൂമിനകത്തേക്ക് കയറി. അരുൺ കുമാർ കിടക്കയുടെ ഒരു മൂലയിലിരുന്നു. കസേരയിലേക്ക് വിരൽ ചൂണ്ടി കവിതയോട് അവിടെയിരിക്കാൻ പറഞ്ഞു. അപരിചിതമായ ഒരു സ്ഥലത്ത് എത്തിപ്പെട്ടതുപോലെ അവൾ പരുങ്ങിനിന്നു. അവൾക്ക് വേഗം തന്നെ തിരിച്ചുപോകണമെന്നുണ്ടായിരുന്നു. അരുൺ കുമാറിനോട് എങ്ങിനെയതു പറയുമെന്നറിയാതെ അവൾ കുഴങ്ങി.

അകത്ത് ബക്കറ്റിൽ വെള്ളം വീഴുന്ന ശബ്ദം കേൾക്കാമായിരുന്നു. അയാൾ പ്രാഥമിക കർമ്മങ്ങൾ ഒന്നും നിവഹിച്ചിരുന്നില്ല. ഉറക്കത്തിൽ നിന്നെഴുന്നേറ്റ് വാതിൽ തുറക്കുകയായിരുന്നു. അയാളുടെ ദിനചര്യയ്ക്ക് പ്രത്യേക അളവുകോലൊന്നും ഉണ്ടായിരുന്നില്ല. നേരം വെളുക്കുന്നതും രാത്രിയാകുന്നതും അയാളെ ബാധിക്കുന്ന സംഗതികളായിരുന്നില്ല. നേരത്തെയുണർന്നാലും വൈകിയുണർന്നാലും അയാൾക്ക് ഒരുപോലെയായിരുന്നു. കാരണം അയാൾക്കൊന്നും ചെയ്യാനുണ്ടായിരുന്നില്ല. രാത്രി വരുന്നതും കൊഴിഞ്ഞുപോകുന്നതും നോക്കിനിൽക്കാനല്ലാതെ.

"നിനക്കാളെ മനസ്സിലായോ..." അരുൺ കുമാർ ചോദിച്ചു.

"ഇല്ല..." അവൾ പറഞ്ഞു.

"ഇതാണ് സക്കീർ. ഞാൻ പറയാറുള്ള ചിത്രകാരൻ. തലശ്ശേരിക്കാരനാണ്". അവൻ പറഞ്ഞു നിറുത്തി. അവൾക്കാളെ മനസ്സിലായി. ഈയിടെയായി മലയാളി ചിത്രകാരനായ ഒരു സക്കീറിനെ കുറിച്ച് അവൻ ഇടയ്ക്കിടയ്ക്ക് പറയുമായിരുന്നു. പറഞ്ഞുകേട്ടതല്ലാതെ ഇതുവരെ ആളെ കണ്ടിരുന്നില്ല. ഇന്നാദ്യമായി കാണുകയാണ്. അയാളുടെ രൂപം അവൾ ഒരിക്കൽ കൂടി ഓർത്തു. ഒരു മധ്യവയസ്കൻ. ഏകദേശം അച്ഛനോളം പ്രായം വരും. വെളുത്ത് സുന്ദരമായ ശരീരം. ആറടിയിലേറെ പൊക്കം.സമൃദ്ധമായ താടിരോമങ്ങൾ. അങ്ങിങ്ങായി നരച്ചിട്ടുണ്ട്. പിന്നിലേക്ക് ചീകിയൊതുക്കിയ നീണ്ട മുടി. പണ്ടെങ്ങോ സിനിമയിൽ കണ്ടു മറന്ന ഒരു മുഖം പോലെ അവൾക്ക് തോന്നി.

അയാൾ ബാത്ത്റൂമിൽ നിന്ന് പുറത്തിറങ്ങി. നടത്തത്തിനിടയിൽ തോർത്ത് കൊണ്ട് തല തുവർത്തിക്കൊണ്ടിരുന്നു. പിന്നിലേക്ക് തൂങ്ങിനിന്നിരുന്ന മുടിയുടെ അറ്റത്ത് വെള്ളത്തുള്ളികൾ ഘനീഭവിച്ച

നിന്നു. അയാൾ കടന്നുവന്നപ്പോൾ ചെറിയൊരു സുഗന്ധം മുറിയാകെ നിറഞ്ഞു നിന്നു. അപ്പോൾ തേച്ച സോപ്പിന്റെ മണം. അവൾ ഊഹിച്ചു. ഇനി അദ്ദേഹത്തിന് ഡ്രസ്സ് മാറേണ്ടിവരും. അവൾ വാതിൽ തുറന്ന് പുറത്തിറങ്ങി. വരാന്തയിൽ നിന്നാൽ ഹൈവേയിലൂടെ പോകുന്ന വാഹനങ്ങൾ കാണാം. അതിനപ്പുറം എണ്ണിയാലൊടുങ്ങാത്ത കോൺക്രീറ്റ് കെട്ടിടങ്ങൾ. ഇടയ്ക്കെവിടെയെങ്കിലും ഒറ്റപ്പെട്ട മരങ്ങൾ. അതൊന്നും അവൾക്കിഷ്ടപ്പെട്ട കാഴ്ചകളായിരുന്നില്ല. എന്നിട്ടും അതെല്ലാം നോക്കിക്കൊണ്ട് ആ വരാന്തയിൽ അവൾ അങ്ങിനെ നിന്നു.

വേപ്പുമരത്തിന്റെ ഇലകളിൽ കാറ്റിന് ജീവൻ വെച്ചു, നേർത്ത കിരികിരി ശബ്ദത്തോടെ ഉണങ്ങിയ ഇലകൾ താഴേക്ക് വീണുകൊണ്ടിരുന്നു. ദേഹത്ത് വീണ ഏതാനും ഇലകൾ അരുൺ കുമാർ പെറുക്കിയെടുത്തു. കൈവെള്ളയിലിട്ട് തിരുമ്മി. പിന്നെ സാവകാശം കൂമ്പിവിടർന്ന കൈവെള്ളയിലേക്ക് അവൻ ഊതി. പൊടികളത്രയും പാറി അവന്റെ പിന്നിലേക്ക് മറഞ്ഞു. അവയ്ക്കൊപ്പം അവന്റെ ഓർമ്മകളും.

അവൻ ഓർക്കുകയായിരുന്നു സക്കീർ അഹമ്മദിനെ ആദ്യമായി കണ്ടുമുട്ടിയ ദിവസം. അതൊരു ശനിയാഴ്ച്ചയായിരുന്നു. 2008ഫെബ്രുവരി മാസത്തിലെ ഏതോ ഒരു ശനിയാഴ്ച്ച കമ്പനിയുടെ വാർഷികാവലോകനയോഗം കഴിഞ്ഞ ദിവസം.

അരുൺ കുമാർ ക്വാർട്ടേഴ്സിലേക്ക് മടങ്ങുകയായിരുന്നു. വഴിയിൽ ഒരു ചായ കുടിക്കാൻ ജയന്തി റസ്റ്റോറന്റിൽ കയറി. നല്ല പുലാവ് കിട്ടുന്ന ഹോട്ടലായിരുന്നു അത്. അവൻ ഒരു ചായയ്ക്ക് പറഞ്ഞു. വെയിറ്റർ അവനരികിൽ അൽപ്പം നിന്നു. വേറൊന്നും വേണ്ടെന്ന് ഊഹിച്ചിട്ടായിരിക്കാം വേഗം തന്നെ അയാൾ നടന്നകന്നു.

അരുൺ കുമാർ ചുറ്റുമൊന്ന് കണ്ണോടിച്ചു. മുമ്പിലുള്ള മേശയ്ക്കരികിൽ ഒരു യുവാവും യുവതിയും ഇരിപ്പുണ്ട്. അവർ ദമ്പതിമാരോ കാമുകീകാമുകൻമാരോ ആകാം. അതിനപ്പുറത്തെ മേശയ്ക്കരികിൽ ഏതാനും കോളേജ് വിദ്യാർത്ഥികളായിരുന്നു. അവരുടെ സംസാരവും ചിരിയും ഹോട്ടലിൽ നിറഞ്ഞു നിന്നു. അരുൺ കുമാറിന്റെ ശ്രദ്ധ അവിടെയൊന്നുമായിരുന്നില്ല. നാലഞ്ച് മേശയ്ക്കപ്പുറത്ത് ഭക്ഷണം കഴിച്ചുകൊണ്ടിരുന്ന ഒരാളിലായിരുന്നു അവന്റെ നോട്ടം. ബഹളങ്ങളൊന്നുമറിയാതെ മുന്നിലുള്ള പാത്രത്തിലെ പുലാവിന്റെ രുചിയിൽ ലയിച്ചിരിക്കുകയായിരുന്നു അയാൾ. അരുൺ കുമാറിന് ആളെ മനസ്സിലായി. മലയാളി ചിത്രകാരനായ സക്കീർ അഹമ്മദായിരുന്നു അത്. ഒന്ന് രണ്ട് പ്രാവശ്യം അയാളുടെ ഫോട്ടോ പത്രത്തിൽ വന്നിരുന്നത് അവൻ കണ്ടിരുന്നു. ഒരിക്കൽ ബാംഗ്ലൂരിൽ അയാളുടെ ഒരു ചിത്രപ്രദർശനവുമുണ്ടായിരുന്നു.

പിന്നീടൊരിക്കൽ അയാളുടെ ഏതാനും ചിത്രങ്ങൾ വൻ വില നൽകി ഒരു ജർമ്മൻകാരി വാങ്ങിയതും വലിയ വാർത്തയായിരുന്നു.

ജിവിതത്തിന്റെ തിരക്കുകൾക്കിടയിൽ എങ്ങോ നഷ്ടപ്പെട്ടു പോയ ഒരു കലാകാരൻ അരുൺ കുമാറിലുണ്ടായിരുന്നു. ഒരു ചിത്രകാരനാകാൻ അവൻ ആഗ്രഹിച്ചിരുന്നു. ആയതോ ഒരു ബിസിനസ് എക്സിക്യൂട്ടീവ്. തനിയ്ക്ക് പറ്റിയ പണിയല്ലിതെന്ന് പലപ്പോഴും തോന്നിയിട്ടുണ്ട്. ഒരിക്കൽ പോലും ആരുടെ മുന്നിലും അത് പ്രകടിപ്പിച്ചില്ലെന്ന് മാത്രം. ജിവിതത്തിന്റെ ഒഴുക്കിന്നിടയിൽ എവിടെയെങ്കിലും വെച്ച് ഒരു മാറ്റമുണ്ടാകുമെന്ന് അവൻ പ്രതീക്ഷിച്ചു. അതൊരുപക്ഷെ ഇദ്ദേഹത്തിലൂടെയുമാവാമെന്ന് അവന് തോന്നി. അതു ചിലപ്പോൾ വെറും തോന്നലുമായിരിക്കാം. കാലങ്ങൾ ഇനിയും കാത്തിരിക്കേണ്ടി വരും. ഒരു ലക്ഷ്യം മനസ്സിലുറച്ചാൽ അതിന് പിന്നാലെ പോകേണ്ടി വരും. ഇപ്പോഴത്തെ അവസ്ഥയിൽ അതിന് കഴിയുമെന്ന് തോന്നുന്നില്ല. തന്റെ പ്രയത്നവും ഊർജ്ജവും കമ്പനിക്കു വേണ്ടി മാത്രമാണ്. അതിനിടയിൽ എങ്ങിനെ ഒരു ചിത്രകാരനാകാൻ കഴിയും. അവൻ സന്ദേഹിച്ചു.

കുട്ടിക്കാലത്തെപ്പോഴോ മൊട്ടിട്ട വരക്കാനുള്ള മോഹത്തെക്കുറിച്ച് അവൻ ഓർക്കുകയായിരുന്നു. എട്ടാം ക്ലാസിൽ പഠിക്കുന്ന കാലം. കുമാരൻ മാഷ് ബോർഡിൽ ഒരു പശുവിന്റെ ചിത്രം വരച്ചു. (സ്കൂളിലെ ചിത്രകലാധ്യാപകനായിരുന്നു അദ്ദേഹം) എല്ലാവരോടും ഡ്രോയിംഗ് ബുക്കിൽ അത് വരക്കാൻ ആവശ്യപ്പെട്ടു. അരുൺ കുമാറും വരച്ചു. മാഷ് അവന്റെ ചിത്രം ഉയർത്തിപ്പിടിച്ച് എല്ലാവരേയും കാണിച്ചു.

“ഇവൻ ഞാൻ വരച്ചതിനേക്കാൾ നന്നായി വരച്ചിട്ടുണ്ട്. എല്ലാവരും എഴുന്നേറ്റ് നിന്ന് കയ്യടിക്കു”. മാഷ് പ്രഖ്യാപിച്ചു. അവന്റെ മനസ്സ് നിറഞ്ഞു. എല്ലാവരും അവനെ നോക്കി. അതിന് ശേഷം അവൻ ധാരാളം വരച്ചു. തോട്ടിലെ വെള്ളത്തിൽ കുളിക്കുന്ന കാക്കകളെ, വിറകുപുരയിൽ പ്രസവിച്ചുകിടന്നിരുന്ന പൂച്ചയേയും കുഞ്ഞുങ്ങളേയും, വിളഞ്ഞ് നിൽക്കുന്ന നെൽപ്പാടങ്ങൾ, മൂരാട് പുഴയിൽ വല വീശുന്ന കേളപ്പേട്ടനെ... അങ്ങിനെ പലതും അവൻ വരച്ചു. ഓരോ ചിത്രത്തിനടിയിലും മാഷ് “വെരിഗുഡ്” എന്നെഴുതി ഒപ്പിട്ടു. ആ ചിത്രങ്ങളെല്ലാം അവൻ ഒരു നിധി പോലെ സൂക്ഷിച്ചു. ഓയിൽ പെയിന്റിംഗിനെ കുറിച്ചും കളർ ക്കൂട്ടുകളെ കുറിച്ചും മാഷ് അവന് പറഞ്ഞുകൊടുത്തു. കലോത്സവങ്ങളിലെ വിജയങ്ങളിലെല്ലാം മാഷ് അവനൊപ്പമുണ്ടായിരുന്നു. അന്നൊരിക്കൽ മാഷ് പറഞ്ഞത് അവൻ ഓർത്തു. അവനെ ചേർത്ത് നിറുത്തി അവന്റെ തലയിൽ കൈ വെച്ച് അദ്ദേഹം പറഞ്ഞു.

"ദൈവം ഓരോരുത്തർക്കും ഓരോ കഴിവുകൊടുക്കും. നിനക്ക് കിട്ടിയ വരദാനം വരയാണ്. നീയതുപേക്ഷിക്കരുത്". അദ്ദേഹത്തിന്റെ ഉപദേശം നിറവേറ്റാൻ നാളിതുവരെ കഴിഞ്ഞിട്ടില്ല. ഇനിയെന്നാണാവോ അതിന് കഴിയുക. അവൻ നെടുവീർപ്പിട്ടു.

റെസ്റ്റോറന്റിൽ തിരക്ക് കൂടിക്കൊണ്ടിരുന്നു. ഭക്ഷണത്തിന് മുമ്പിലും ആളുകൾ എന്തെല്ലാമോ സംസാരിച്ചു കൊണ്ടിരുന്നു.അരുൺ കുമാറിന്റെ ശ്രദ്ധ അതിലൊന്നുമായിരുന്നില്ല. നാലഞ്ച് മേശകൾക്കപ്പുറത്ത് സക്കീർ അഹമ്മദ് ഇരിപ്പുണ്ട്. റസ്റ്റോറന്റിലെ തിരക്കും ബഹളവും അയാൾ അറിയുന്നുണ്ടായിരുന്നില്ല. ഭക്ഷണം കഴിക്കുന്നതിന്നിടയിലും അയാളുടെ മനസ്സ് മറ്റെങ്ങോ ആയിരുന്നു, തിന്നുന്ന രീതി മറന്നുപോയ ഒരാളെ പോലെ, പുലാവിന്റെ ഓരോ മണികളും പെറുക്കിയെടുത്ത് അയാൾ വായിലേക്കിട്ടു. അയാളുടെ നുള്ളിപ്പെറുക്കിയുള്ള തീറ്റ കുറച്ചു നേരം അരുൺ കുമാർ നോക്കി നിന്നു. പിന്നെ സാവകാശം അവൻ അയാൾക്ക് മുന്നിലുള്ള ഒഴിഞ്ഞ കസേരയിൽ ചെന്നിരുന്നു.

പത്രത്തിലെ ഫോട്ടോയിൽ നിന്ന് വലിയ മാറ്റമൊന്നും അയാൾക്കുണ്ടായിരുന്നില്ല. താടിയും മുടിയും പകുതിയിലേറെയും നരച്ചിട്ടുണ്ട്. തോളറ്റം വരെ വളർന്ന് തൂങ്ങിയ മുടി പിന്നിലേക്ക് വൃത്തിയായി ചീകിയൊതുക്കിയിട്ടുണ്ട്. നീല ജീൻസും ക്രീം കളർ ഷർട്ടുമായിരുന്നു അയാളുടെ വേഷം. ഷർട്ടിന്റെ ഇടത്തെ പോക്കറ്റിൽ വീതി കുറഞ്ഞ പിങ്ക് നിറത്തിലുള്ള ഒരു കണ്ണടക്കൂട് പുറത്തേക്ക് തള്ളി നിൽപ്പുണ്ടായിരുന്നു. കാഴ്ചയിൽ അമ്പതിലധികം പ്രായമുണ്ടായിരുന്നെങ്കിലും അയാൾ ഒരു സുന്ദരനായിരുന്നു.

ബാംഗ്ലൂരിലെ ചിത്രപ്രദർശന ശേഷം ഒരിക്കലെങ്കിലും അയാളെ കാണണമെന്ന് അരുൺ കുമാർ ആഗ്രഹിച്ചിരുന്നു. താമസസ്ഥലം അറിയാതിരുന്നതും, അവന്റെ തന്നെ തിരക്ക് കാരണവും ഇതുവരെ അതിന് കഴിഞ്ഞിരുന്നില്ല. ഇന്നേതായാലും അദ്ദേഹത്തെ ഒന്ന് പരിചയപ്പെടണം. അവൻ തീരുമാനിച്ചു.

ചായ ഗ്ലാസ് താഴെ വെച്ചു, ചുറ്റുമൊന്ന് കണ്ണോടിച്ചു. തിരക്കൊഴിഞ്ഞ് വരുന്നുണ്ട്. ബഹളക്കാരായ വിദ്യാർത്ഥികൾ പോയിക്കഴിഞ്ഞിരുന്നു. സക്കീർ ഹുസൈനും ഭക്ഷണം കഴിച്ചു തീരാറായി. അയാൾ ഏതുനേരവും എഴുന്നേൽക്കാം. അരുൺ കുമാർ അൽപ്പം കൂടെ മുന്നോട്ട് ചാഞ്ഞ് എന്തോ പറയാൻ ഭാവിച്ചു, പെട്ടെന്ന് എന്തോ ഓർത്തിട്ടെന്ന പോലെ പിന്നോട്ടേക്ക് തന്നെ ചാഞ്ഞിരുന്നു. അയാളോടു എന്ത് പറഞ്ഞ് തുടങ്ങണമെന്ന് അവൻ ആലോചിച്ചിട്ടില്ലായിരുന്നു. സംഭാഷണത്തിനു തുടക്കമിടുന്നത് അതീവ ശ്രദ്ധയോടെയായിരിക്കണം. ഒരു ബിസിനസ്

എക്സിക്യൂട്ടീവ് ആയ അവന്റെ മനസ്സ് പറഞ്ഞു. ഏറെ നേരം ആലോചിക്കാൻ സമയമില്ല. അയാൾ എഴുന്നേറ്റ് അയാളുടെ വഴിക്ക് പോകും. പിന്നീട് ഇതുപോലൊരു അവസരം കിട്ടില്ല. എന്ത് പറയണമെന്നറിയാതെ അവൻ കുഴഞ്ഞു. ഒടുവിൽ അവൻ ഇങ്ങനെ പറഞ്ഞു.

എന്റെ പേര് അരുൺ കുമാർ. വടകരക്കാരനാണ്. ഇവിടെ റിലയൻസ് കമ്പനിയിൽ ബിസിനസ് എക്സിക്യൂട്ടീവ് ആയി ജോലി ചെയ്യുന്നു. ചിത്രകലയോട് താൽപര്യമുണ്ട്. കമ്പിനിയുടെ സ്പോൺസർഷിപ്പിൽ ബാംഗ്ലൂരിൽ ഒരു പ്രദർശനവും നടത്തിയിട്ടുണ്ട്. താങ്കളെ പരിചയപ്പെടണമെന്നത് എന്റെ ഏറെ നാളത്തെ ആഗ്രഹമായിരുന്നു".

ഒറ്റവാക്കിൽ അവൻ ഇത്രയും പറഞ്ഞവസാനിപ്പിച്ചു. സക്കീർ അഹമ്മദിന്റെ പ്രതികരണം എന്തായിരിക്കുമെന്ന് അവനറിയില്ല. എങ്കിലും അവൻ കാത്തിരുന്നു. ഒരു മറുപടിക്കുവേണ്ടി.

സക്കീർ അഹമ്മദ് കസേരയിലേക്ക് ചാഞ്ഞിരുന്നു. വിരലുകൾക്കിടയിൽ പറ്റിപ്പിടിച്ച ഭക്ഷണാവശിഷ്ടങ്ങൾ നക്കിത്തുടക്കുന്നതിനിടയിൽ അയാൾ അരുൺ കുമാറിനെ മൊത്തമായി ഒന്നു വീക്ഷിച്ചു. ഒരു വിശ്വാസം വരാത്തതുപോലെ. പലരും അയാളെ പരിചയപ്പെട്ടിട്ടുണ്ട്. അതിലൊന്നും ഒരു ബിസിനസ് എക്സിക്യൂട്ടീവ് ഉള്ളതായി അയാൾക്കോർക്കാൻ കഴിഞ്ഞില്ല. അദ്യമായി പരിചയപ്പെടുകയായിരുന്നു ഒരു ബിസിനസ് എക്സിക്യൂട്ടീവിനെ.

അഞ്ചാറ് മാസം മുമ്പ് ബാംഗ്ലൂരിൽ നടന്ന ഒരു ചിത്രപ്രദർശനത്തെകുറിച്ച് അയാൾ കേട്ടിരുന്നു. ഒരു മലയാളിയുടെ പ്രദർശനമായിരുന്നെങ്കിലും കാണാൻ കഴിഞ്ഞിരുന്നില്ല. ഒരു പക്ഷെ ഈ ചെറുപ്പക്കാരന്റെ ചിത്രങ്ങളായിരിക്കാം അന്ന് പ്രദർശിപ്പിച്ചിരുന്നത്. സക്കീർ ഹുസൈൻ ഊഹിച്ചു. ബാംഗ്ലൂരിൽ ഇതു പതിവായിരുന്നു. കൊല്ലത്തിൽ രണ്ടോ മൂന്നോ പ്രാവശ്യം അത് നടക്കും. വിദേശിയർ ഉൾപ്പെടെ രാജ്യത്തിന്റെ പലഭാഗങ്ങളിൽ നിന്നും കലാകാരൻമാർ വരും. ഭാഗ്യമുണ്ടെങ്കിൽ കലാകാരന്റെ കഞ്ഞികുടിക്ക് വക കിട്ടും.പല കലാകാരൻമാരും നിലനിന്നിരുന്നത് അങ്ങിനെയായിരുന്നു. സക്കീർ അഹമ്മദ് നിലനിന്നിരുന്നത് അങ്ങിനെയായിരുന്നു.

"നിങ്ങളുടെ വീട് എവിടെയാണെന്നാ പറഞ്ഞത്". ഒരു സൗഹൃദത്തിന്റെ പേരിൽ സക്കീർ അഹമ്മദ് ചോദിച്ചു.

"വടകര, കൃത്യമായി പറഞ്ഞാൽ ഇരിങ്ങലാണ് സ്ഥലം".

"തുംകൂറിലെത്ര കാലമായി?". അയാൾ വീണ്ടും ചോദിച്ചു.

"2004 മുതൽ, ആദ്യനിയമനം ബാംഗ്ലൂരിലായിരുന്നു. പിന്നീട് ഇങ്ങോട്ട്

മാറി." ഒറ്റ ശ്വാസത്തിൽ അരുൺ കുമാർ മറുപടി പറഞ്ഞു. പിന്നീടെന്തെങ്കിലും ചോദിക്കണമെന്ന് അയാൾക്ക് തോന്നിയില്ല.അയാൾ എഴുന്നേറ്റു. വാഷ്ബേസിന് അടുത്തേയ്ക്ക് നടന്നു. അരുൺ കുമാർ എഴുന്നേറ്റില്ല. അവൻ അവിടെ തന്നെയിരുന്നു. പെട്ടന്ന് സംഭാഷണം മുറിഞ്ഞുപോയതിൽ അവൻ പ്രയാസപ്പെട്ടു. അൽപ്പം മുമ്പെങ്കിലും അദ്ദേഹത്തെ കാണേണ്ടതായിരുന്നു. കുറച്ചു സമയമെങ്കിലും അദ്ദേഹത്തോടൊപ്പം ഇരിക്കാമായിരുന്നു. ഭക്ഷണം തീരുന്നതുവരെയെങ്കിലും, ഇനിയതു ആലോചിച്ചിട്ടു കാര്യമില്ല. ഒരു കൂടിക്കാഴ്ചയ്ക്ക് സമയം ചോദിക്കണം. ചിത്രകലയെ കുറിച്ച് അദ്ദേഹത്തിൽ നിന്ന് അറിയാനുള്ളതെല്ലാം അറിയണം. അതു തനിക്ക് ഗുണം ചെയ്യും. വലിയ കലാകാരനല്ലെങ്കിലും ചിലതെല്ലാം അറിഞ്ഞിരിക്കുന്നത് നല്ലതാണ്. മനസ്സിലെ ആഗ്രഹങ്ങൾക്ക് നിറം കൊടുക്കുമ്പോൾ അതെല്ലാം ഉപകരിക്കും. അരുൺ കുമാർ കണക്കുകൂട്ടി.

സക്കീർ അഹമ്മദ് തിരിച്ചുവരുന്നതിനു മുമ്പേ അരുൺ കുമാർ കാഷ് കൗണ്ടറിനടുത്തേക്ക് നടന്നു. അയാളുടെ ബില്ലുകൂടെ കൊടുക്കണമെന്ന് അവൻ ആഗ്രഹിച്ചു. ഒരു സൂചനയുമില്ലാതെ അങ്ങിനെ ചെയ്യുന്നത് അബദ്ധമാകുമോ എന്ന് അവൻ ഭയപ്പെട്ടു. എങ്കിലും ഒന്ന് ശ്രമിച്ചുനോക്കാം. അവൻ പേഴ്സിൽ നിന്നും പണമെടുത്ത് മേശപ്പുറത്ത് വെച്ചു. സക്കീർ അഹമ്മദിന്റെ ബില്ലിനു വേണ്ടി കൈനീട്ടി. അയാൾ സ്നേഹപൂർവ്വം അതു നിരസിച്ചു.

അവർ രണ്ടുപേരും റസ്റ്റോറന്റിൽ നിന്നും പുറത്തേക്കിറങ്ങി. കുറച്ചുദൂരം ഒരുമിച്ചു നടന്നു. അധികമൊന്നും സംസാരിച്ചില്ലെങ്കിലും സൗഹൃദത്തിന്റെ ഒരു ഊഷ്മളത അവനു അനുഭവപ്പെട്ടു. പിരിയാൻ നേരത്ത് സക്കീർ ഹുസൈൻ അയാൾ താമസിക്കുന്ന സ്ഥലവും ലോഡ്ജിന്റെ പേരും പറഞ്ഞുകൊടുത്തു. പരസ്പരം കൈ കുലുക്കി അവർ പിരിഞ്ഞു. അരുൺ കുമാർ അവന്റെ ഫ്ലാറ്റിലേക്കു നടന്നു. നേരം ഇരുട്ടിത്തുടങ്ങി.

മൈതാനത്തിന് മുകളിൽ കാക്കകൾ വട്ടമിട്ട് പറന്നു. അവ ഒറ്റപ്പെട്ട മരങ്ങളിൽ ചേക്കേറാൻ തക്കം പാർത്തു. കളിക്കാരും കാണികളും വീട്ടിലേക്ക് മടങ്ങിയിരുന്നു. വേപ്പുമരച്ചുവട്ടിൽ അരുൺ കുമാറും കവിതയും തനിച്ചായി. ഈ നേരമത്രയും കവിതയും സക്കീർ അഹമ്മദിന്റെ ഓർമ്മകളിൽ മുഴുകിയിരിക്കുകയായിരുന്നു. അദ്ദേഹത്തിന്റെ സ്നേഹവും പെരുമാറ്റവും അവളെ ഏറെ ആകർഷിച്ചിരുന്നു. അരുൺ കുമാറുമൊത്ത് എത്രയോ പ്രാവശ്യം അവൾ അയാൾ താമസിക്കുന്ന സ്ഥലത്ത് പോയിട്ടുണ്ട്. അയാൾ ഉണ്ടാക്കിയ ചായയും ബിസ്കറ്റും കഴിച്ചിട്ടുണ്ട്. തുംകൂറിൽ അവളെ പിടിച്ചുനിറുത്തിയത് സക്കീർ ഹുസൈനും അരുൺ

കുമാറുമാണെന്ന് പലപ്പോഴും അവൾ ഓർക്കുമായിരുന്നു. ഇല്ലെങ്കിൽ എന്നേ അവൾ ജോലി ഒഴിവാക്കി നാട്ടിലേക്ക് പോവുമായിരുന്നു. അത്രമാത്രം ഗൃഹാതുരത്വം അവൾ അനുഭവിച്ചിരുന്നു.

സാമ്പത്തിക ഞെരുക്കമാണ് അവളെ ബാംഗ്ലൂരിലേയ്ക്കും പിന്നീട് തുംകൂറിലുമെത്തിച്ചത്. ഇല്ലായിരുന്നെങ്കിൽ ഏതെങ്കിലുമൊരാളുടെ ഭാര്യയായി നാട്ടിലെവിടെയെങ്കിലും കഴിയുമായിരുന്നു. അവൾ ചിലപ്പോഴൊക്കെ അങ്ങിനെ ചിന്തിക്കുമായിരുന്നു. ബാംഗ്ലൂർ, യാത്രയെ ഏറ്റവും അധികം എതിർത്തത് അമ്മയായിരുന്നു.

"ബാംഗ്ലൂരും ബോംബേലൊന്നും പോണ്ട. നീ ഒരു പെണ്ണാ, പൊട്ടിപ്പെണ്ണ്. ഇത്രേം കാലം കഴിഞ്ഞില്ലേ? അങ്ങിനെ എങ്ങിനേങ്കിലും അങ്ങ് കഴിയും". അമ്മ പറയുമായിരുന്നു. അച്ഛനെതിരൊന്നും പറഞ്ഞില്ല. പക്ഷെ വല്ലാത്ത സങ്കടവും ഉത്കണ്ഠയുമുണ്ടായിരുന്നു. യാത്രയ്ക്കുള്ള ദിവസം അടുക്കുന്തോറും അച്ഛൻ കൂടുതൽ മൗനിയായി. പത്രവായന പോലും മറന്നതു പോലെ തോന്നി. അവളുടെ ഓർമ്മയിൽ ഒരിക്കൽ പോലും അയാൾ പത്രവായന മുടക്കിയിട്ടില്ല. എന്നും അതിരാവിലെ അര മണിക്കൂറെങ്കിലും അയാൾ പത്രം വായിക്കുമായിരുന്നു. അതു കഴിഞ്ഞേ പണിക്ക് പോകൂ. രാവിലെ ബാക്കിവെച്ച ഭാഗങ്ങളത്രയും രാത്രിയാവുമ്പോൾ അയാൾ വായിച്ച് തീർക്കും.

അമ്മ തൊട്ടതിനെല്ലാം ദേഷ്യപ്പെടാൻ തുടങ്ങി. അമ്മയുടെ എതിർപ്പ് ആരും വകവെക്കുന്നില്ലെന്ന് കണ്ടപ്പോൾ അമ്മ അച്ഛനോടും വഴക്കിടാൻ തുടങ്ങി.

"നിങ്ങൾ പെണ്ണിനെ കൊല്ലാൻ കൊടുക്ക്വാ . ഞിനിതു സമ്മതിക്കില്ല. എന്നെ കൊന്നാലും സമ്മതിക്കില്ല." അമ്മ കരച്ചിലടക്കിക്കൊണ്ട് ഒച്ചയിട്ടു.

"ദേവകീ, ഇന്ന് എത്രയോ കുട്ടികൾ ഡൽഹിയിലും ബോംബേലുമൊക്കെ ജോലി ചെയ്യുന്നുണ്ട്. പേടിക്കാനൊന്നുമില്ല. അവിടെ സ്ത്രീകളുടെ ഹോസ്റ്റലുകളുണ്ട്." അച്ഛന്റെ വിശദീകരണങ്ങളൊന്നും അമ്മയെ തൃപ്തിപ്പെടുത്തിയില്ല. പോകുന്നതിന്റെ തലേ ദിവസം വരെ അമ്മ എതിർപ്പ് തുടർന്നുകൊണ്ടിരുന്നു.

'ഞാൻ പോകും, ആരും സമ്മതിച്ചില്ലെങ്കിലും ഞാൻ പോകും". അവളുടെ ഉറച്ച തീരുമാനത്തിൽ ഒടുവിൽ അമ്മയും സമ്മതിക്കുകയായിരുന്നു. അവർക്ക് വേറെ വഴിയൊന്നുമുണ്ടായിരുന്നില്ല. എല്ലാ സങ്കടവും അവർ ഉള്ളിലൊതുക്കി. കരയാൻ പോലും നേരമില്ലാത്ത അവരുടെ ദിനചര്യകൾക്കിടയിൽ മകളെയോർത്ത് അവർ തേങ്ങി.

എല്ലാ ദരിദ്രരായ വീട്ടമ്മമാരെയും പോലെ.

യാത്ര പുറപ്പെടുന്ന സമയത്ത് അവർ കരഞ്ഞില്ല. വളരെ യാന്ത്രികമായി ഒരു സ്വപ്നത്തിലെന്ന പോലെ, എല്ലാവരിലും ഒരാളായി അവരുണ്ടായിരുന്നു. ബാംഗ്ലൂരിൽ എത്തി ഹോസ്റ്റൽ സൗകര്യം കിട്ടിയ വിവരം അറിയിച്ചുകൊണ്ടുള്ള ഫോൺ വിളി വന്നപ്പോഴാണ് അവർക്ക് സമാധാനമായത്. എന്നിട്ടും അവർ പലതും അന്വേഷിച്ചുകൊണ്ടിരുന്നു.

“അവിടെ എത്ര പെണ്ണുങ്ങളുണ്ട്? മലയാളികളാണോ? നല്ലവരാണോ? രാസ്നാദി പൊടി തലയിൽ തിരുമ്മാൻ മറക്കരുത്. ജലദോഷം വരും”. അമ്മ സംശയങ്ങളുടെ കെട്ടഴിച്ചുവിട്ടു. എല്ലാറ്റിനും അവൾ മറുപടി പറഞ്ഞു.

അമ്മയുടെ ചോദ്യങ്ങൾക്കെല്ലാം അവൾ മറുപടി പറഞ്ഞെങ്കിലും അമ്മയില്ലാത്തൊരു ലോകത്ത് അവളുടെ ധൈര്യമെല്ലാം ചോർന്നുപോയതുപോലെ. അച്ഛനും, അമ്മയും അനുജനും എല്ലാം ചേർന്നുള്ള ഒരു ലോകമായിരുന്നു അവളുടേത്. ഇല്ലായ്മയിലാണെങ്കിലും അവരോടൊത്തുള്ള ജീവിതം സന്തോഷകരമായിരുന്നു. അതെല്ലാം ഓർത്തപ്പോൾ അവൾക്ക് സങ്കടമായി.

പല രാത്രികളിലും അവൾ ഉറങ്ങിയില്ല. പുതിയ സാഹചര്യവുമായി പൊരുത്തപ്പെടാൻ അവൾ പരമാവധി ശ്രമിച്ചു, അച്ഛനേയും അമ്മയേയും ചെറുത്ത് തോൽപ്പിച്ച് ഇവിടെ വരെയെത്തിയത് വലിയ മണ്ടത്തരമായി പോയെന്ന് അവൾക്ക് തോന്നിത്തുടങ്ങി. എന്നിട്ടും അവൾ പിടിച്ചുനിന്നു. വീട്ടിലെ കാര്യമോർത്ത്, അച്ഛന് വിശ്രമം വേണം, അനുജനു പഠിക്കണം, തനിക്ക് കല്ല്യാണം വേണം, അമ്മ നല്ല സാരിയുടുക്കണം. ഇതെല്ലാം നടക്കണമെങ്കിൽ താൻ ഇവിടെ നിന്നേ പറ്റൂ. അവൾ ഉറച്ച് തീരുമാനമെടുത്തു.

മൂന്നുമാസങ്ങൾ അങ്ങിനെ കടന്നു പോയി. നാട്ടിൽ പോകണം. അവൾ അതിയായി ആഗ്രഹിച്ചു. ലീവ് കിട്ടുമെന്ന് യാതൊരുറപ്പുമില്ല. ഒരു കമ്പനിയും ഇത്ര പെട്ടെന്ന് ലീവ് കൊടുക്കില്ല. അവൾക്കറിയാം. എങ്കിലും ഒന്ന് ശ്രമിച്ചു നോക്കാം. ലീവ് കിട്ടിയാൽ ഒരാഴ്ച നാട്ടിൽ നിൽക്കണം. എല്ലാവരേയും ഒന്ന് കാണാം. മൂന്ന് മാസം കടന്നുപോയത് മൂന്നു വർഷം പോലെയാണ്. ഇത്രയും നാൾ എങ്ങിനെയോ തള്ളിനീക്കി. ഇനി വയ്യ. ഒന്നു പോയേ മതിയാകൂ.

ജോലി സമയം കഴിഞ്ഞ് അവൾ മാനേജറുടെ കാബിനിലേക്ക് നടന്നു. ചാറ്റർജി സാർ എന്തോ കണക്ക് കൂട്ടുകയാണ്. ബംഗാളിയായ അദ്ദേഹം പത്തു വർഷത്തിലേറെയായി കമ്പനിയുടെ മാനേജർ

പദവിയിലെത്തിയിട്ട്. കാഴ്ചയിൽ സൗമ്യനാണെങ്കിലും ജോലിയിൽ വലിയ കർക്കശക്കാരനായിരുന്നു. അവൾ അനുവാദം ചോദിച്ച് അകത്ത് കടന്നു. ചാറ്റർജി സാർ കണ്ണടയ്ക്കിടയിലൂടെ അവളെയൊന്നുനോക്കി. എന്ത് പറയണമെന്നറിയാതെ അവൾ പതറി. എനിയ്ക്ക് തിരക്കുണ്ട് വല്ലതും പറയാനുണ്ടെങ്കിൽ വേഗം പറയൂ എന്ന ഭാവമായിരുന്നു അദ്ദേഹത്തിന്. അവൾ ലീവിനെ പറ്റി സൂചിപ്പിച്ചു. അദ്ദേഹം കസേരയിലേക്ക് ചാഞ്ഞിരുന്നു. വിശ്വാസം വരാത്തതു പോലെ അവളെയൊന്ന് മൊത്തത്തിൽ നോക്കി.

"വാട്ട്? ആർ യൂ ക്രേസി? ഡു യു വാണ്ട് ടു ഗിവ് അപ് യുവർ ജോബ്?". അദ്ദേഹം ദേഷ്യത്തിലാണെന്ന് അവൾക്ക് മനസ്സിലായി. ജോലി വേണ്ടെന്ന് വെക്കുകയാണോ എന്ന ചോദ്യം കേട്ടപ്പോൾ തന്നെ അവൾ ഞെട്ടി. ചോദിച്ചതു അബദ്ധമായോ എന്ന് അവൾക്ക് തോന്നി. എങ്കിലും ഒന്നു കൂടെ ശ്രമിച്ചു നോക്കാം. അവൾ ദയനീയമായി, കരച്ചിലിന്റെ വക്കോളമെത്തി, യാചിച്ചു,

"പ്ലീസ് സാർ, ഇറ്റ് ഈസ് ആൻ അർജന്റ് മാറ്റർ. ഐ ഹാവ് ടു ഗോ". അവളുടെ ഭാവം അദ്ദേഹത്തിന്റെ മനസ്സ് മാറ്റിയെന്നു പറയാം. ഏഴു ദിവസത്തെ ലീവ് അവൾക്കനുവദിച്ചു കിട്ടി.

ഈ യാത്രയിലാണ് അവൾ അരുൺ കുമാറിനെ പരിചയപ്പെട്ടുന്നത്. നാട്ടിലേക്കുള്ള ആദ്യയാത്രയിൽ ബസ്സിൽ വെച്ച്. പെട്ടെന്നുള്ള യാത്രയായതിനാൽ സീറ്റ് റിസർവ് ചെയ്യാൻ കഴിഞ്ഞിരുന്നില്ല. ഏറ്റവും പിന്നിലെ സീറ്റിൽ സൈഡിലേക്ക് നീങ്ങി അവൾ ഇരുന്നു. തൊട്ടടുത്തുണ്ടായിരുന്നത് അരുൺ കുമാർ ആയിരുന്നു. അവർ പരിചയപ്പെട്ടു. അതുവഴി സക്കീർ ഹുസൈനേയും. പിന്നീടുള്ള തുംകൂറിലെ ജീവിതത്തിൽ ഈ രണ്ട് വ്യക്തികളും തന്നെ എത്രമാത്രം സ്വാധീനിച്ചിട്ടുണ്ടെന്ന് ഈ സമയത്ത് അവൾ ഓർത്തുപോയി.

അരുൺ കുമാർ വാച്ചിൽ നോക്കി. സമയം ഏഴ് മണി കഴിഞ്ഞിരിക്കുന്നു. അവൻ കവിതയെ തട്ടിവിളിച്ചു. ഉറക്കത്തിൽ നിന്ന് ഞെട്ടിയുണർന്ന ഒരു കുട്ടിയെ പോലെ അവൾ പെട്ടെന്ന് തന്നെ എഴുന്നേറ്റ് നിന്നു. ഒരു നിമിഷം അവൾക്ക് സ്ഥലകാലബോധം നഷ്ടപ്പെട്ടതു പോലെ തോന്നി. താൻ എവിടെയാണ്? എന്തിന് ഇവിടെ വന്നു? ഒന്നും അവൾക്ക് മനസ്സിലായില്ല. അരുൺ കുമാർ അവളുടെ കൈ പിടിച്ചു. അപ്പോഴാണ് താൻ എവിടെയാണെന്ന് അവൾ തിരിച്ചറിഞ്ഞത്. അവൾ കർച്ചീഫ് എടുത്ത് മുഖം തുടച്ചു. "പോകാം" മെല്ലെ അവനൊപ്പം നടന്നു.

ഇരുണ്ട മൈതാനത്തിന് നടുവിലൂടെ തെരുവുപട്ടികൾ തലങ്ങും

വിലങ്ങും ഓടി. അവയെ ആട്ടിയകറ്റിക്കൊണ്ട്, അവളുടെ കൈപിടിച്ച് ആ മൈതാനത്തിലൂടെ അവൻ നടന്നു. മൈതാനത്തിന് പുറത്ത് വാഹനങ്ങളുടെ നീണ്ട നിര. നഗരത്തിന്റെ വെളിച്ചത്തിൽ അനേകായിരം വാഹനങ്ങൾ ഒച്ചിഴയുന്നതു പോലെ നീങ്ങിക്കൊണ്ടിരുന്നു.

അവർ മെയിൻ റോഡിൽ നിന്ന് വലത്തോട്ടേക്ക് തിരിഞ്ഞ് ബസ്സ് സ്റ്റാന്റ് ലക്ഷ്യമാക്കി നടന്നു. എന്തെങ്കിലും കഴിക്കണം. ആദ്യം കാണുന്ന റസ്റ്റോറന്റിൽ തന്നെ കയറണം. അവൻ തീരുമാനിച്ചു, കവിതയ്ക്ക് എങ്ങിനെയെങ്കിലും വില്ലയിൽ എത്തിയാൽ മതിയായിരുന്നു. അവൾക്കൊന്നും കഴിക്കാൻ തോന്നിയില്ല. വീട്ടിലെത്തി ഒന്നു കിടക്കണം. അത്രമാത്രം ക്ഷീണം തോന്നുന്നു. അവൾ അക്കാര്യം അരുൺ കുമാറിനോടു പറഞ്ഞു. അവൻ ഭക്ഷണത്തിന് നിർബന്ധിച്ചില്ല. അവളുടെ വില്ലയിലേക്ക് നടന്നു.

ബസ്സ് സ്റ്റാന്റിനു കിഴക്കു വശത്തുള്ള റോഡിലൂടെ ഒരു കിലോമീറ്ററെങ്കിലും നടന്നാലെ അവൾ താമസിക്കുന്ന സ്ഥലത്ത് എത്തുകയുള്ളൂ. അതൊരു ഒറ്റ നില വീടായിരുന്നു. പെയിംഗ് ഗസ്റ്റായിട്ടായിരുന്നു അവൾ താമസിച്ചിരുന്നത്. മുകളിലെത്തെ മുറിയിൽ അവളും അഞ്ചുപേരും. താഴെ ഉടമസ്ഥനും കുടുംബവും. കേന്ദ്രസർവ്വീസിൽ നിന്ന് പെൻഷൻ പറ്റിയ ഒരു ഉദ്യോഗസ്ഥനാണ് വീടിന്റെ ഉടമ. ഏകദേശം എഴുപത് വയസ്സ്. കുടവയർ, കഷണ്ടിത്തല. അദ്ദേഹവും ഭാര്യയും മാത്രമെ താഴെ താമസിച്ചിരുന്നുള്ളൂ. അവരുടെ ഏകമകൻ ഡൽഹിയിൽ വിദേശകാര്യ വകുപ്പിൽ ജോലി ചെയ്യുകയാണ്. വല്ലപ്പോഴും വന്ന് നാലഞ്ച് ദിവസം താമസിച്ച് അയാൾ തിരിച്ചുപോകും. കവിതയും അരുൺ കുമാറും തമ്മിലുള്ള ബന്ധം വീട്ടുടമസ്ഥർക്ക് അറിയാമായിരുന്നു. പലപ്പോഴും കവിതയെ അവിടെയാക്കുമ്പോൾ അവർ അവനെ കാപ്പിക്ക് ക്ഷണിക്കാറുണ്ടായിരുന്നു. സ്നേഹപൂർവ്വം അവൻ അതു നിരസിക്കാറാണ് പതിവ്. ഇന്നും അവർ അവനെ ക്ഷണിച്ചു.

“അരുൺ ലെറ്റ്സ് ഹാവ് എ കപ്പ് ഓഫ് കോഫി”.

അയാൾ ക്ഷണിച്ചു. “നോ സാർ, താങ്ക്സ്”.

അവൻ അവളോടു യാത്ര പറഞ്ഞു പിരിഞ്ഞു.

റൂമിലെത്തിയപ്പോൾ എല്ലാവരും തന്നെ പ്രതീക്ഷിച്ചിരിക്കുന്നതുപോലെ കവിതയ്ക്ക് തോന്നി. സമയം ഏഴര കഴിഞ്ഞിരിക്കുന്നു. നാൻസി ചേച്ചി എന്തെങ്കിലും പറയാതിരിക്കില്ല. അവർ എന്തോ തുന്നുകയാണ് ഒരു നോട്ടമേ നോക്കിയുള്ളൂ. മുഖം കണ്ടാലറിയാം, ദേഷ്യത്തിലാണെന്ന്. സ്നേഹത്തോടെയുള്ള ചീത്ത പറച്ചിലും ഉപദേശവുമുണ്ടാകും. അരുൺ കുമാറിനെ പോലെ സക്കീർ ഭായിയേയും അവർക്കറിയാം.

കവിത വസ്ത്രം മാറി കിടക്കയിൽ വന്നിരുന്നു.

"നിനക്ക് കുറച്ചുകൂടി നേരത്തേ വന്നുകൂടെ. ഇങ്ങനെ വൈകുന്നത് നല്ലതല്ല". ഉണ്ണുന്നതിനിടയിൽ അവളെ നോക്കാതെ നാൻസി ചേച്ചി പറഞ്ഞു. അവൾ മറുപടി ഒന്നും പറഞ്ഞില്ല അനങ്ങാതിരുന്നു. അവളുടെ മനസ്സ് മറ്റെങ്ങോ ആയിരുന്നു. അവൾ ജാലകത്തിനടുത്തേക്ക് നടന്നു. അൽപ്പമകലെ വെളിച്ചത്തിൽ കുളിച്ചിരിക്കുന്ന നഗരം. വാഹനങ്ങളുടെ നിർത്താതെയുള്ള ഹോണടി ശബ്ദം, എല്ലാം അവൾക്ക് അപരിചിത മായി തോന്നി.

"നിനക്കെന്താ സുഖമില്ലേ? മുഖം വല്ലാതെ വിളർത്തിരിക്കുന്നു." നാൻസി ചേച്ചി വീണ്ടും ചോദിച്ചു.

"ഒന്നുമില്ല ചേച്ചി സക്കീർ ഭായ് ആത്മഹത്യ ചെയ്തു. മൃതദേഹം മോർച്ചറിയിലാണ്. പോസ്റ്റ്മോർട്ടം നാളെയാണ്, ബന്ധുക്കൾ എത്തിയിട്ട്." അവൾ പറഞ്ഞൊപ്പിച്ചു. വീണ്ടും കട്ടിലിൽ വന്നിരുന്നു.

നാൻസി ചേച്ചി ഉണ്ണൽ നിർത്തി. അവർ അവളുടെ അരികിലിരുന്നു. അവളെ ചേർത്തുപിടിച്ചു.

"സോറി കുട്ടി. ഇതൊന്നും ഞാനറിഞ്ഞില്ല". അവർ പതുക്കെ പറഞ്ഞു. അരുൺ കുമാറിനെ കുറിച്ചും സക്കീർ ഭായിയെ കുറിച്ചും കവിത എല്ലാവരോടും പറയുമായിരുന്നു. കവിതയുടെ വിവരണങ്ങളിലൂടെ വിചിത്രസ്വഭാവമുള്ള ഒരു ചിത്രകാരൻ അവരുടെയെല്ലാം മനസ്സിലുണ്ടായിരുന്നു. കവിതയ്ക്ക് അയാളോടു വലിയ ആരാധനയും ബഹുമാനവുമായിരുന്നെന്ന് അവർക്കെല്ലാം അറിയാമായിരുന്നു. അരുൺ കുമാറിനേക്കാൾ സക്കീർ ഭായിയെ കുറിച്ചാണ് അവൾ പറഞ്ഞിരുന്നത്. അധിക ഞായറാഴ്ചകളിലും അരുൺ കുമാറും അവളും സക്കീർ ഭായിയെ കാണാറുണ്ടായിരുന്നു. ഒരിക്കൽ പോലും അയാളുടെ ഉള്ളറിയാൻ അവർക്ക് കഴിഞ്ഞിരുന്നില്ല. എന്തിന് ആത്മഹത്യ ചെയ്തു? അതിനുള്ള ഉത്തരവും അവർക്കറിയില്ല.

പിറ്റേ ദിവസം മോർച്ചറിയുടെ മുന്നിലെത്തുമ്പോൾ സക്കീർ ഭായിയുടെ ബന്ധുക്കൾ അവിടെയുണ്ടായിരുന്നു. അവർ മൂന്ന് പേരുണ്ടായിരുന്നു. സക്കീർ അഹമ്മദിന്റെ ഉമ്മയുടെ അനുജത്തിയുടെ മക്കളായ നൗഷാദും മുസ്തഫയും നാട്ടുകാരനായ ഉമ്മർക്കയും അവരോടൊപ്പമുണ്ടായിരുന്നു. രാത്രി മുഴുവൻ യാത്ര ചെയ്തതിന്റെ ക്ഷീണം അവരുടെ മുഖത്ത് പ്രകടമായിരുന്നു. മോർച്ചറിയ്ക്ക് മുന്നിലുള്ള ഒരു നീലം മാവിന്റെ ചുവട്ടിൽ ഇരിക്കുകയായിരുന്നു അവർ. അരുൺ കുമാറും കവിതയും അവരുടെ അരികിലേക്ക് ചെന്നു.

"എന്റെ പേര് അരുൺ കുമാർ. ഇത് കവിത. ഞങ്ങൾ സക്കീർ

ഭായിയുടെ സുഹൃത്തുക്കളാണ്". അവൻ പരിചയപ്പെടുത്തി. സക്കീർ അഹമ്മദിന് എത്ര പരിചയക്കാരുണ്ടായിരുന്നെന്നോ, അവർ ആരാണെന്നോ വന്നവർക്കറിയില്ല. സക്കീറിന്റെ സ്ഥിതി തന്നെ അധികമാർക്കുമറിയില്ല. നാടുമായി അയാൾക്ക് കാര്യമായ ബന്ധമൊന്നുമുണ്ടായിരുന്നില്ല. എത്രയോ പ്രാവശ്യം ബന്ധുക്കൾ അയാളെ നാട്ടിലേക്ക് കൊണ്ടുപോകാൻ ശ്രമിച്ചിരുന്നു. അതിലൊന്നും വഴിപ്പെടാതെ അയാൾ തുംകൂറിൽ തന്നെതുടരുകയായിരുന്നു.

സമയം പത്ത് കഴിഞ്ഞു. രണ്ട് ഡോക്ടർമാർ മോർച്ചറിക്കുള്ളിലേക്ക് കയറിപ്പോയി. ഇനിയും ഒരുപാട് സമയം കാത്തിരിക്കണം. ചിലപ്പോൾ ഉച്ചയായെന്ന് വരും. കാത്തിരിക്കുന്നവരുടെ വേദന മരിച്ചവരറിയുന്നില്ലല്ലോ? തന്റെ മരണം മറ്റുള്ള വരെ എങ്ങിനെ ബാധിക്കുമെന്ന് ആരെങ്കിലും ചിന്തിച്ചിട്ടുണ്ടാകുമോ? അങ്ങിനെയൊക്കെ ചിന്തിക്കുകയാണെങ്കിൽ ആരെങ്കിലും ആത്മഹത്യ ചെയ്യുമോ? ആത്മഹത്യ തന്നെ ഒരുതരം ഭ്രാന്താണ്. ഏതാനും നിമിഷനേരം നിലനിൽക്കുന്ന ഭ്രാന്ത്. ആ നിമിഷങ്ങൾ കടന്നു കിട്ടിയാൽ പിന്നെ മരണമില്ല. അതൊരു നൂൽപ്പാലത്തിലൂടെയുള്ള യാത്ര പോലെയാണ്. അക്കരെയെത്തിയാൽ ജീവിച്ചു തീർക്കാനുള്ള ജീവിതം അങ്ങിനെ കിടക്കും. അതു ജീവിച്ചു തീർക്കുക തന്നെ വേണം.

അധികം വൈകാതെ പോസ്റ്റുമോർട്ടം കഴിഞ്ഞു. ഇനി ആശുപത്രിയുടെ ഓഫീസിൽ പോയി ഏതാനും പേപ്പറുകൾ ശരിയാക്കണം. ബോഡി അടുത്ത ബന്ധുക്കളിൽ ആരെങ്കിലും ഏറ്റുവാങ്ങണം. പരാതിയൊന്നുമില്ലെങ്കിൽ അരമണിക്കൂർ കൊണ്ട് എല്ലാം ശരിയാകും. സക്കീർ അഹമ്മദിന്റെ ബന്ധുക്കൾ ഡോക്ടർമാരുടെ കൂടെ തന്നെ ആശുപത്രിയുടെ ഓഫീസിലേക്ക് നടന്നു. ആശുപത്രിയോടു ചേർന്ന് തന്നെയാണ് മോർച്ചറിയും. വേറൊരു കെട്ടിടത്തിലാണെന്ന് മാത്രം. അരുൺ കുമാറും കവിതയും അവിടെ തന്നെ നിന്നു. പോസ്റ്റുമോർട്ടത്തിനു മുമ്പ് അവർ ശവശരീരം കണ്ടതാണ്. ഒരിക്കൽ കൂടി കാണാൻ അവർ ആഗ്രഹിച്ചില്ല. കീറിമുറിച്ച ശരീരം ഇനിയെന്തിന് കാണണം. സമൃദ്ധമായ താടിരോമങ്ങൾ നിറഞ്ഞ സുന്ദരമായ മുഖം ഇപ്പോൾ വികൃതമായിട്ടുണ്ടാകുമെന്ന് കവിത ഊഹിച്ചു. ഇനിയൊരിക്കലും സുന്ദരമായ അദ്ദേഹത്തിന്റെ മുഖം കാണില്ല. വാൽസല്യം ചൊരിയുന്ന കണ്ണുകളും. അതെല്ലാം ഓർക്കുമ്പോൾ തന്നെ അവൾക്ക് സങ്കടം വന്നു.

ഉച്ചയായപ്പോഴേക്കും എല്ലാം അവസാനിച്ചു. സക്കീർ ഭായിയേയും കൊണ്ട് ബന്ധുക്കൾ നാട്ടിലേക്ക് പോയി. ജീവിച്ചിരിക്കുമ്പോൾ ഒരിക്കലും അയാളെ അവർക്ക് നാട്ടിലേക്ക് കൊണ്ടുപോകാൻ കഴിഞ്ഞിരുന്നില്ല.

സ്വന്തം നാട്ടിനെ വെറുക്കാൻ മാത്രം എന്താണ് അയാളിലുണ്ടായിരുന്നത്? ബാംഗ്ലൂരിലും തുംകൂറിലുമായി അയാളുടെ ജീവിതം അവസാനിക്കുകയായിരുന്നു. കല്ല്യാണം, കുടുംബം, തൊഴിൽ ഇതൊന്നും അയാളുടെ ജീവിതത്തോടു ചേർന്നുനിൽക്കുന്നതായിരുന്നില്ല. പിന്നെന്തിന് ആത്മഹത്യ ചെയ്തു. അതിനുള്ള ഉത്തരം കണ്ടെത്തേണ്ടിയിരിക്കുന്നു. അരുൺ കുമാറും കവിതയും തിരിച്ചു നടന്നു.

"നമുക്ക് ഭക്ഷണം കഴിച്ചിട്ട് പോകാം. ഉച്ചയായില്ലേ?". അരുൺ കുമാർ പറഞ്ഞു. ഭക്ഷണം കഴിച്ച് കവിതയെ അവളുടെ വീട്ടിലാക്കി സ്വന്തം ക്വാർട്ടേഴ്സിലെത്തിയപ്പോൾ അവനു വല്ലാത്ത തളർച്ച തോന്നി. ക്വാർട്ടേഴ്സിൽ ആരുമില്ല. എല്ലാവരും ജോലി സ്ഥലത്താണുള്ളത്. വൈകുന്നേരമാകും എത്തിച്ചേരാൻ. അരുൺ കുമാർ വസ്ത്രം മാറി തന്റെ കിടക്കയിൽ കിടന്നു. ഒന്നും ചെയ്യാനില്ല. വായിക്കാൻ പോലും സുഖം തോന്നുന്നില്ല. അവൻ കണ്ണടച്ചു. ഒന്നു മയങ്ങണം. അപ്പോൾ എല്ലാം ശരിയാകും, താൽക്കാലികമായെങ്കിലും. എന്നെന്നേക്കുമായി സക്കീർ ഭായിയെ മറക്കാൻ കഴിയില്ല. അദ്ദേഹത്തിന്റെ ഓർമ്മകൾ തന്നിൽ നിലനിൽക്കുക തന്നെ ചെയ്യും. അദ്ദേഹത്തിന്റെ മുഖം തന്നെയാണ് മനസ്സിൽ. അദ്ദേഹം അടുത്തുതന്നെയുള്ളതുപോലെ. ഓരോന്നാലോചിച്ച് കിടക്കവെ ഒരു മയക്കത്തിന്റെ കയത്തിലേക്ക് അവൻ വഴുതി.

വൈകാതെ അവൻ ഒരു സ്വപ്നം കണ്ടു. നട്ടുച്ച നേരത്ത് ആകാശം കറുത്തിരുണ്ടു, മേഘങ്ങൾ ദിശയറിയാതെ ഒഴുകി, അവയെ കീറിമുറിച്ച് മിന്നൽപ്പിണറുകൾ, ഒന്നിനു പിറകെ ഒന്നായി, പിന്നെ ഇടിവെട്ടി, തുലാവർഷത്തിലെ ആദ്യമഴ പെയ്തു. ഇടയ്ക്കിടയ്ക്ക് വീശിയടിച്ച കാറ്റിൽ മഴത്തുള്ളികൾ ചരൽക്കല്ലുകൾ പോലെ വീണു. ഇടിയുടെ ശക്തിയിൽ ജാലകപ്പോളകൾ വിറച്ചു. ഒരു വാശി തീർക്കാനെന്ന പോലെ മഴ തിമിർത്തുപെയ്തു.

ഒടുവിൽ കാറ്റും കോളും കെട്ടടങ്ങിയ നേരത്ത് ആകാശത്തിന്റെ ഉച്ചിയോളം എത്തിനിൽക്കുന്ന ഒരു കോണിയുടെ പടവുകൾ, സാവധാനം കയറിയും ഇടയ്ക്ക് നിന്ന് തളർച്ച മാറ്റിയും, വീണ്ടും കയറി. പിന്നെ പാതിയടഞ്ഞ ഒരു വാതിലിന് മുന്നിൽ നിന്ന് ചുറ്റുമൊന്ന് നിരീക്ഷണം നടത്തി. സംശയമേതുമില്ലാതെ, പതുക്കെ, വളരെ പതുക്കെ ഒരു വാതിലിൻ മേൽ അവൻ മുട്ടി. മുഷിഞ്ഞ ഷർട്ടും. ഒരു ലുങ്കിയുമുടുത്ത് മധ്യവയസ്കനായ ഒരാൾ പുറത്തേക്ക് വന്നു.

കൈപിടിച്ച് അവനെ അകത്തേയ്ക്ക് കൊണ്ടുപോയി. അവിടെയുണ്ടായിരുന്ന ഒരേയൊരു കസേരയിൽ ഇരുത്തി. കസേര ഒഴികെ ഒരു കട്ടിലും കിടക്കയും, ഒരു മേശയും മാത്രമേ ആ മുറിയിലുണ്ടായിരുന്നുള്ളൂ.

കൂടാതെ മുറിയുടെ ഒരു മൂലയിൽ ഒരു മണ്ണെണ്ണ സ്റ്റൗവും ഉണ്ടായിരുന്നു. ചുമരിനോട്ട ചേർന്നുള്ള ഷെൽഫിൽ കുറച്ച് പുസ്തകങ്ങളും രണ്ട് കുപ്പി ഭരണികളുള്ളതിൽ ഒന്നിൽ കുറച്ച് പഞ്ചസാരയും മറ്റേതിൽ വളരെ കുറച്ച് ചായപ്പൊടിയും, അതിനടുത്ത് രണ്ടു ഗ്ലാസുകളും ഉണ്ടായിരുന്നു. കിടക്കയിൽ അന്നേ ദിവസത്തെ ഹിന്ദു പത്രത്തിന്റെ ഒരു കോപ്പിയുണ്ടായിരുന്നു. സക്കീർ അഹമ്മദ് അരുൺ കുമാറിന് അഭിമുഖമായി കിടക്കയുടെ ഒരറ്റത്തിരുന്നു. അയഞ്ഞു തൂങ്ങിക്കിടന്ന കുപ്പായക്കൈ മുട്ടിന് മുകളിലേക്ക് തെരച്ചുകൊണ്ട് അയാൾ ചോദിച്ചു.

"ലോഡ്ജ് കണ്ടുപിടിക്കാൻ ബുദ്ധിമുട്ടിയോ?"

"ഹേയ്. ഇല്ല. റെയിൽവേ സ്റ്റേഷനടുത്തെവിടെയോ ആണെന്ന് എനിക്കറിയാമായിരുന്നു". അരുൺ കുമാർ പറഞ്ഞു.

തന്റെ അതിഥി ഇത്ര പെട്ടെന്ന് തന്നെതേടി വരുമെന്ന് സക്കീർ അഹമ്മദ് പ്രതീക്ഷിച്ചില്ല. ഏതാനും ദിവസങ്ങൾക്ക് മുമ്പ് ജയന്തി ഹോട്ടലിൽ വെച്ച് കണ്ടുമുട്ടിയപ്പോൾ താൻ താമസിക്കുന്ന ലോഡ്ജിന്റെ പേര് അവൻ ചോദിച്ചിരുന്നു. എപ്പോഴെങ്കിലും വന്നുകാണാനായിരിക്കുമെന്നാണ് കരുതിയത്. താൻ അതത്ര കാര്യമാക്കിയിരുന്നില്ല. ചിലരെങ്കിലും തന്നെ പരിചയപ്പെട്ടിട്ടുണ്ടെങ്കിലും അപൂർവ്വമായേ ആരെങ്കിലും തന്നെത്തേടി എത്താറുള്ളൂ. താനൊരു വലിയ കലാകാരനാണെന്നെങ്ങാനും ഈ ചെറുപ്പക്കാരൻ വിചാരിച്ചിട്ടുണ്ടാകുമോ? ചിലപ്പോൾ അവനു തന്നോടെന്തെങ്കിലും പ്രത്യേകത തോന്നിയിട്ടുണ്ടാകും. രാവിലെ തന്നെ വന്ന അതിഥിയാണ്. അതും ആദ്യമായി. ഒരു ചായയെങ്കിലും കൊടുക്കണം. അയാൾ കട്ടിലിന്നടിയിൽ നിന്നും ഒരു ചായപ്പാത്രം പുറത്തെടുത്തു.

"നമുക്കൊരു ചായ കുടിച്ചിട്ട് സംസാരിക്കാം". വാഷ്ബേസിനടുത്തു വെച്ച് അതു കഴുകുന്നതിനിടയിൽ അയാൾ പറഞ്ഞു. ചായപ്പാത്രം സ്റ്റൗവിൻ മേൽ വെച്ച് രണ്ട് ഗ്ലാസ് വെള്ളം അയാൾ അതിലേക്ക് ഒഴിച്ചു. സ്റ്റൗവിന് തീ കൊളുത്തിയപ്പോൾ മണ്ണെണ്ണയുടെ മണം മുറിയിലാകെ നിറഞ്ഞു.

അരുൺ കുമാർ എഴുന്നേറ്റ് ജാലകത്തിന്നരികിലേക്ക് നടന്നു. ജാലകത്തിന്റെ തുരുമ്പ് പിടിച്ച അഴികളിൽ പിടിച്ച് അവൻ പുറത്തേക്ക് നോക്കി. അവിടെ നിന്ന് നോക്കിയാൽ റെയിൽവേ സ്റ്റേഷൻ കാണാം. ഏതോ വണ്ടി വന്നുനിന്നിട്ടുണ്ടെന്ന് തോന്നുന്നു. സ്റ്റേഷന്റെ ഇരു കവാടങ്ങളിലൂടെയും കാലവർഷകാലത്തെ കുത്തൊഴുക്ക് പോലെ ജനങ്ങൾ ഒഴുകി. ഒരു യാത്ര അവസാനിച്ചതിലുള്ള സമാധാനമോ, ഒരിക്കലും അവസാനിക്കാത്ത യാത്രയുടെ ഉദ്വേഗമോ അവരിൽ

കണ്ടില്ല. ഒരു കാര്യത്തിൽ അവരെല്ലാം ഒരു പോലിരുന്നു. തിരക്ക്. എന്തിനെന്നറിയാതെ, എങ്ങോട്ടെന്നറിയാതെ, ഒടുക്കത്തെ തിരക്ക്.

റെയിൽവേ സ്റ്റേഷനും ലോഡ്ജിനുമിടയിലുമുള്ള കെട്ടിടങ്ങൾ അധികവും ഉയരം കുറഞ്ഞവയായിരുന്നു. ലോഡ്ജിന്റെ രണ്ടാം നിലയിൽ സക്കീർ അഹമ്മദിന്റെ മുറിയിൽ നിന്ന് നോക്കിയാൽ അവയുടെ ചുറ്റം ഏകദേശം നന്നായി കാണാം. മേയാനിടമില്ലാത്ത നഗരത്തിലെ കെട്ടിടങ്ങൾക്കിടയിൽ അലസമായി നടക്കുന്ന തടിച്ച കൊഴുത്ത എതാനും പശുക്കളെ നോക്കുകയാണ് അരുൺ കുമാർ. കഴുത്തിൽ കയറിന്റെ കുരുക്കില്ലാതെ എങ്ങും നടന്ന്, നഗരത്തിന്റെ ജീർണ്ണതകൾ ഭക്ഷിച്ച് തടിച്ച കൊഴുത്ത അവറ്റകൾ ശാന്തമെങ്കിലും ചിലപ്പോൾ അപകടകാരികളാണ്. സന്ദർഭം കിട്ടുമ്പോൾ അവ ആളുകളെ കുത്തിമലർത്തും. ഒരിക്കൽ അതുപോലൊന്നിന്റെ ആക്രമണ ത്തിൽ നിന്ന് ഭാഗ്യം കൊണ്ട് രക്ഷപ്പെട്ടത് അവൻ ഓർത്തു. ഇവറ്റകളെ കയറൂരി വിടുന്നവരെയാണ് ശിക്ഷിക്കേണ്ടത്. നിയമവും ശിക്ഷയുമുണ്ടാ കുമ്പോൾകുറച്ചെങ്കിലും നിയന്ത്രണമുണ്ടാകും.

"ചായ റെഡി" സക്കീർ അഹമ്മദിന്റെ ശബ്ദം കേട്ട് അരുൺ കുമാർ തിരിഞ്ഞുനോക്കി. രണ്ട് ഗ്ലാസിൽ കട്ടൻ ചായയുമായി സക്കീർ അഹമ്മദ് അവന്റെ മുമ്പിൽ നിൽപ്പുണ്ടായിരുന്നു. ഒന്ന് അരുൺ കുമാറിന് കൊടുത്ത്, മറ്റേത് മേശപ്പുറത്ത് വെച്ച് ഷെൽഫിലുണ്ടായിരുന്ന ഒരു കടലാസ് പൊതി അയാൾ കയ്യിലെടുത്തു.

"എന്റെ പ്രധാനഭക്ഷണം ഇതും പഴവുമാണ്, പഴം തീർന്നു". കടലാസ് പൊതി അഴിച്ച് നാലഞ്ച് ബിസ്കറ്റ് അരുൺ കുമാറിന് നൽകികൊണ്ട് അയാൾ പറഞ്ഞു.

"രാത്രി മിക്കവാറും ഞാൻ പുറത്തിറങ്ങാറില്ല. ബിസ്കറ്റും പഴവും തിന്ന് ഇതിനുള്ളിൽ തന്നെ കഴിച്ചുകൂട്ടും. എന്തെങ്കിലും കാരണം കൊണ്ടോ, പണമില്ലാഞ്ഞിട്ടോ അല്ല. എനിക്കിഷ്ടം അതാണ്. ഉച്ച യ്ക്ക് ബസ്റ്റാന്റിനടുത്ത് വരെ നടന്ന് ബിസ്മില്ല ഹോട്ടലിൽ നിന്നും ഒരു ബിരിയാണിയോ ചോറോ തിന്നും. അതാണ് ഒരു ദിവസത്തെ പ്രധാന ഭക്ഷണം. എപ്പോഴെങ്കിലും അത് കിട്ടാതെ വന്നാൽ രാത്രി ഒരു പുലാവ് കൊണ്ട് അത് പരിഹരിക്കും."

സംസാരിക്കുമ്പോൾ എല്ലാറ്റിനേയും ഒരു നിസ്സാരവൽക്കരിക്കുന്ന ഭാവം അയാളിൽ അരുൺ കുമാർ കണ്ടു. ദീർഘനാളായി ശരിക്കു റങ്ങാത്ത ഒരാളുടെ കണ്ണുകൾ, എപ്പോഴും പുഞ്ചിരിക്കുന്ന വെളുത്ത് തുടുത്ത മുഖം, സമൃദ്ധമായ താടിരോമങ്ങൾ, പഴയ കാല സിനിമയിലെ വിൻസന്റ് എന്ന നടനെയാണ് അരുൺ കുമാറിന് ഓർമ വന്നത്.

സക്കീർ അഹമ്മദും അതുപോലെയുണ്ടെന്ന് അവനു തോന്നി.

“അല്ലെങ്കിലും ഈ ഭക്ഷണം തേടിപ്പോക്ക് തന്നെ ഒരു പൊല്ലാപ്പാണ്.” അയാൾ തുടർന്നു. “ദിവസവും ഗുഹാമുഖത്തു നിന്ന് ആഹാരം തേടി പോകുന്ന ഒരു പ്രാകൃതനാണ് താനെന്ന് പലപ്പോഴും തോന്നിയിട്ടുണ്ട്. ഉദ്ദേശിച്ച ആഹാരം ചിലപ്പോൾ കിട്ടും, ചിലപ്പോൾ കിട്ടില്ല. പ്രാകൃതൻ ഒന്നും കിട്ടാത്തപ്പോൾ പട്ടിണി കിടക്കും. ഞാൻ ബിസ്കറ്റും പഴവും തിന്ന് വിശപ്പടക്കും. സോറി. എന്റെ ഭക്ഷണപുരാണം നിങ്ങൾക്ക് ബോറഡിയായി അല്ലേ ?”.

“ഹേയ് ഇല്ല. ഞാനും നിങ്ങളെ പോലെ മിക്കവാറും ഹോട്ടലിൽ നിന്ന് തന്നെ”. ഒഴിഞ്ഞ ഗ്ലാസ് മേശപ്പുറത്ത് വെച്ച് കൊണ്ട് അരുൺ കുമാർ പറഞ്ഞു. സക്കീർ അഹമ്മദ് ഗ്ലാസുകൾ കഴുകി ഷെൽഫിൽ വെച്ചു. കൈകൾ ലുങ്കിയിൽ തുടച്ചു കൊണ്ട് അയാൾ അരുൺ കുമാറിന് അഭിമുഖമായി ഇരുന്നു. അയാൾ സംസാരം തുടർന്നു.

സക്കീർ അഹമ്മദ് : നിങ്ങളുടെ വീട് വടകരയ്ക്കടുത്തെന്നല്ലേ പറഞ്ഞത് . ഞാനും

അതിനടുത്താണ്. തലശ്ശേരിയിൽ

അരുൺ കുമാർ:എനിക്കറിയാം, കേട്ടിട്ടുണ്ട്

സക്കീർ അഹമ്മദ് :(കിടക്കയിലുണ്ടായിരുന്ന ഹിന്ദുപത്രം സമമായി മടക്കി,വിശറി പോലെ വീശിക്കൊണ്ട്) എന്നെപറ്റി കുറച്ചൊക്കെ നിങ്ങൾക്കറിയാമെന്ന് തോന്നുന്നു. അതിനെ കുറിച്ചൊക്കെ

നമുക്ക് പിന്നീട് സംസാരിക്കാം. നിങ്ങൾ വരയ്ക്കുമെന്നല്ലേ പറഞ്ഞത്. എത്രയെണ്ണം വരച്ചിട്ടുണ്ട്?

അരുൺ കുമാർ:ഏകദേശം ഇരുപത്തഞ്ചോളം

സക്കീർ അഹമ്മദ് : പെയിന്റിംഗിനെ കുറിച്ച് വല്ലതും പഠിച്ചിട്ടുണ്ടോ?

അരുൺ കുമാർ:ഇല്ല. ഞാനിതത്ര ഗൗരവത്തിലെടുത്തിട്ടില്ല. ഒരു നേരമ്പോക്കിന് എന്തെങ്കിലും വരയ്ക്കും. അത്രതന്നെ.

സക്കീർ അഹമ്മദ് :(ഗൗരവത്തിൽ, ചുമരിനോട് ചാരി, ചമ്രം പടിഞ്ഞിരുന്ന്)നേരമ്പോക്കിന് ചിത്രം വരയ്ക്കുന്ന എത്രയോ പേരുണ്ട്. അങ്ങിനെയാവണമെന്ന് ഞാൻ പറയില്ല. എന്തെങ്കിലും ചെയ്യാൻ കഴിയുമെന്നുറപ്പുണ്ടെങ്കിൽ സീരിയസ് ആയേ മതിയാകൂ. ഞാൻ അന്നത്തിന് വേണ്ടി ചിത്രങ്ങൾ വിറ്റിട്ടുണ്ട്. എന്നാൽ ഒരിക്കലും അന്നത്തിനായി വരച്ചിട്ടില്ല. എനിക്കെപ്പോഴും ഞാനാകണമായിരുന്നു. ഞാനാരാണെന്ന് എനിക്ക് നന്നായി അറിയാം. ചെറിയ, വളരെ ചെറിയ ഞാൻ ഈ ലോകത്തിനോട് ചിലതെല്ലാം വിളിച്ചു പറയാൻ ശ്രമിച്ചിട്ടുണ്ട്. അതിന്

ചെവി കൊടുക്കേണ്ടത് ലോകത്തിന്റെ ബാധ്യതയാണ്. എന്റേതല്ല നിങ്ങളും അൽപ്പം ഗൗരവക്കാരനാകണമെന്നാണ് എന്റെ അഭിപ്രായം. ഒരു നല്ല ചിത്രകാരൻ ഒരു ദൗത്യവാഹകൻ കൂടിയാണ്. ദൗത്യം പൂർത്തിയാക്കാതെ അയാൾക്ക് പിന്തിരിയാൻ കഴിയില്ല. 'ഗോർണിക്ക' പിക്കാസോയുടെ ദൗത്യമായിരുന്നു. അയാൾ തുടർന്നു.

നമ്മൾ പിക്കാസോ, വാൻഗോഗ് അല്ലെങ്കിൽ ദാലി ആകണമെന്നല്ല. നമുക്കതിന് കഴിയുകയുമില്ല. നമ്മളായിത്തന്നെ നമ്മളെന്തു ചെയ്യുന്നു എന്നതാണ് പ്രധാനം. നമ്മുടെ ചെറിയ ക്യാൻവാസിനു മുന്നിൽ വലിയൊരു ലോകമുണ്ട്. വളരെ വലിയ ഒരു ലോകം. അവിടെ മനുഷ്യർ മാത്രമല്ല ജന്തുക്കളും സസ്യങ്ങളുമുണ്ട്. അവയെ കുറിച്ച് ചിന്തിക്കുമ്പോൾ നമ്മുടെ അസ്തിത്വം നിസ്സാരമാകുന്നു. കല അവരുടേതായി മാറുന്നു.

ഞാൻ കലയെ വിറ്റ് അന്നം തേടുന്നവനാണ്. അത് എന്റെ നിലനിൽപ്പിന്റെ പാഠമാണ്. ബാംഗ്ലൂരിൽ എനിക്ക് ഒരു ഏജന്റ് പോലുമുണ്ട്. ഒരു ടൂറിസ്റ്റ് ഗൈഡ്. അയാൾ കൊണ്ടുവരുന്ന വിദേശികളാണ് എന്റെ കസ്റ്റമേഴ്സ്. എന്റെ കയ്യിലെ ചിത്രങ്ങൾക്ക് മാത്രമല്ല അവർ പണം തന്നിരുന്നത് ചിലപ്പോൾ അവരെ തന്നെ ചിത്രങ്ങളാക്കാനും അവർ പണം തരും.

ഒരുദാഹരണം പറയാം. ഈ ലോഡ്ജ് മുറിയല്ലാതെ ഒരു വില്ല കൂടി ഞാൻ വാടകയ്ക്കെടുത്തിട്ടുണ്ട്. അവിടെ വെച്ചാണ് ചിത്രങ്ങൾ വരയ്ക്കുന്നത്. കിടക്കയിൽ അൽപ്പം കൂടി നിവർന്നിരുന്ന് സക്കീർ അഹമ്മദ് തുടർന്നു.

ഒരിക്കൽ എന്റെ ഏജന്റ് മുഖേന അമേരിക്കക്കാരനായ ഒരു യുവാവും യുവതിയും എന്റെ വില്ലയിൽ വന്നു. ടൈറ്റാനിക് സിനിമ റിലീസ് ചെയ്ത സമയമായിരുന്നു അത്. അവർക്ക് രണ്ടുപേർക്കും ഒരേ നിർബന്ധം യുവതിയുടെ നഗ്നമായ ചിത്രം വരയ്ക്കണം. ടൈറ്റാനിക്കിലെ നായികയെ പോലെ. അഞ്ഞൂർ ഡോളർ പ്രതിഫലം അവർ വാഗ്ദാനം ചെയ്തു. മുമ്പൊരിക്കലും ഇത്തരം ഒരു ചിത്രം ഞാൻ വരച്ചിരുന്നില്ല. ഒരു തീരുമാനത്തിലെത്താൻ കുറച്ച് സമയമെടുത്തു. ഒടുവിൽ ഞാൻ സമ്മതിച്ചു. എനിക്ക് പണത്തിന്റെ ആവശ്യമുണ്ടായിരുന്നു. രണ്ടു മാസത്തെ വാടക കുടിശ്ശിക അതിനു ശേഷമാണ് ഞാൻ കൊടുത്തത്.

ഞാനും യുവാവും ചേർന്ന് എന്റെ കട്ടിൽ കിടപ്പുമുറിയിൽ നിന്ന് സ്വീകരണ മുറിയിലേക്ക് മാറ്റി. അവിടെയാകുമ്പോൾ വേണ്ടത്ര വെളിച്ചം കിട്ടും. ഞാൻ ചുരുക്കിപ്പറയാം. സക്കീർ അഹമ്മദ് തുടർന്നു. അവിടെ വെച്ചും ചിലപ്പോൾ വില്ലയ്ക്ക് പുറത്തുവെച്ചും ഞാൻ വരയ്ക്കാറുണ്ടായിരുന്നു. ഞാൻ ബ്രഷുകളും ചായങ്ങളും തയ്യാറാക്കി വെക്കുമ്പോഴേക്കും

പെൺകുട്ടി പൂർണ്ണ നഗ്നയായി, എന്റെ കട്ടിലിൽ കയറി, ടൈറ്റാനിക്കിലെ നായികയെപോലെ പോസ് ചെയ്ത്കിടന്നു. ചെറുപ്പക്കാരൻ അവൾക്ക് ചില നിർദ്ദേശങ്ങളെല്ലാം നൽകിക്കൊണ്ടിരുന്നു. അവർ രണ്ടുപേരും നല്ല ആവേശത്തിലായിരുന്നു. കളിപ്പാട്ടങ്ങൾ പങ്കുവെക്കുന്ന കുഞ്ഞുങ്ങളെ പോലെ അവർ നിഷ്കളങ്കരായി.

ആദ്യമായി വരയ്ക്കുകയാണ് നഗ്നയായ ഒരു പെൺകുട്ടിയെ. അവളെ അങ്ങിനെ കണ്ടപ്പോൾ വല്ലാത്തൊരു നാണം. വേണ്ടായിരുന്നുവെന്ന ഒരു തോന്നൽ. ഇനി ഏതായാലും പിൻമാറാൻ കഴിയില്ല. ഞാൻ വരയ്ക്കാൻ തുടങ്ങി. അവളുടെ ശരീരത്തിന്റെ അനാട്ടമി, വെളുത്ത തൊലി, ചെമ്പൻ രോമങ്ങൾ, രോമകൂപങ്ങൾ, കറുപ്പും വയലറ്റും അടയാളങ്ങൾ, കുസൃതി നിറഞ്ഞ കണ്ണുകൾ, പുഞ്ചിരി തൂകുന്ന ചുണ്ടുകൾ, എല്ലാം ഞാൻ ആവാഹിച്ചു. ഒരു നിമിഷം കണ്ണുകളടച്ചു. വീണ്ടും അവളിലെ അവളെ കണ്ടെത്താനുള്ള ശ്രമം ഞാൻ ആരംഭിച്ചു. ആദ്യം ഒരു നദിയും അതിന്റെ പശ്ചാത്തലവും വരച്ചു. മറിഞ്ഞുവീണ ഒരു മരത്തിന്റെ തടിയിൽ ചെരിഞ്ഞു കിടക്കുന്ന അവളുടെ ചിത്രം ഞാൻ വരയ്ക്കാൻ തുടങ്ങി. അവളുടെ ഇടത്തെ കൺപുരികത്തിലുണ്ടായിരുന്ന ചുഴി, മൂക്കിൻമേലുള്ള കറുത്ത പുള്ളി, നാഭിക്ക് മുകളിലുള്ള പച്ച കുത്ത്, വലത്തേ കവിളിലേക്ക് ചാഞ്ഞിരുന്ന മുടിയിഴകൾ എല്ലാം ഞാൻ ക്യാൻവാസിൽ പകർത്തി. ഏകദേശം രണ്ടു മണിക്കൂർ കൊണ്ട് ചിത്രം പൂർത്തിയായി. പെൺകുട്ടി വസ്ത്രം പോലും ധരിക്കാതെ ചിത്രത്തിനടുത്തേക്ക് ഓടി വന്നു. അവൾക്കൊപ്പം യുവാവുമെത്തി.

“Wow its amazing. You are in the wood, in the wood on a river shore. You are in the wood, on a river shore.’ഒരു പാട്ടിന്റ ഈണത്തിൽ അവളുടെ തോളിൽ തട്ടിക്കൊണ്ട് യുവാവ് ഉറക്കെ പറഞ്ഞു. എന്റ പണവും തന്ന് തിരിച്ചുപോകുമ്പോൾ അവർ വളരെ സന്തോഷത്തിലായിരുന്നു.

ഞാൻ പറഞ്ഞുവരുന്നത്, കലാകാരനു പലവേഷവും കെട്ടേണ്ടിവരും. എന്നാൽ ഉത്തരവാദിത്വം മറക്കാൻ പാടില്ല. ഒരു നടനെ പോലെ തന്റെ ഭാഗം അഭിനയിച്ച് രംഗം വിടണം. അപ്പോൾ അയാളുടെ ദൗത്യം ഒരു പരിധി വരെ പൂർണ്ണമാകുന്നു. സക്കീർ അഹമ്മദിന്റെ സംഭാഷണം നീണ്ടുപോയി. സമയം ഉച്ചയോടടുത്തു. വെയിലിന് സാവധാനം ചൂടുപിടിച്ചു. ഫാനിന് ചുവട്ടിലായിരുന്നിട്ടും അരുൺ കുമാറിന് വിയർക്കാൻ തുടങ്ങി. അവൻ ഷർട്ടിന്റെ മുകൾ ഭാഗത്തെ രണ്ട് കുടുക്കുകൾ അഴിച്ചു. ഷർട്ട് തോളിലേക്ക് വിടർത്തിയിട്ടു.

“ഓരോ വർഷം കഴിയുന്തോറും വേനലിന്റെ കാഠിന്യം കൂടുകയാണ്.”

സക്കീർ പറഞ്ഞു. ഇപ്പോൾ ഫെബ്രുവരി മുതൽ തന്നെ കടുത്ത ചൂട് തുടങ്ങുകയായി. ഏപ്രിൽ, മെയ് മാസം ആകാശം കത്തുകയായി. കേരളത്തിൽ മെയ് അവസാനമോ ജൂൺ അദ്യമോ മഴ കിട്ടും. ഇവിടെ പിന്നെയും വൈകും. ഏതായാലും ചൂട്ട കൂടുന്നതിന് മുമ്പ് നമുക്ക് വല്ലതും കഴിക്കാം.

സക്കീർ അഹമ്മദ് നേരത്തെ അഴിച്ചിട്ടിരുന്ന ഒരു പാന്റും ഷർട്ടും എടുത്തിട്ടു. മുറി പൂട്ടി. രണ്ടുപേരും പുറത്തിറങ്ങി. ബിസ്മില്ലാ ഹോട്ടലിലേക്ക് നടന്നു. അവിടെ നല്ല ബിരിയാണി കിട്ടും. സക്കീർ മിക്ക ദിവസങ്ങളിലും അവിടെ നിന്ന് ഭക്ഷണം കഴിക്കും തിരിച്ച് ലോഡ്ജിലേക്ക് മടങ്ങും. ഇതായിരുന്നു പതിവ്. ഇന്നും അവിടെ നിന്ന് ഭക്ഷണം കഴിച്ച് അയാൾ ലോഡ്ജിലേക്ക് മടങ്ങി. അരുൺ കുമാർ അയാളുടെ താമസസ്ഥലത്തേക്കും നടന്നു. കുറച്ച് നടന്നതേയുള്ളൂ. ആരോ പിറകിൽ നിന്ന് വിളിക്കുന്നതായി അവനു തോന്നി. തിരിഞ്ഞുനോക്കി. ആരേയും കാണുന്നില്ല. നടത്തത്തിനിടയിൽ പിന്നെയും പിന്നെയും ആരോ വിളിക്കുന്നു. എന്നാൽ ആരേയും കാണുന്നുമില്ല. പെട്ടെന്ന് ആരോ തന്നെ പിടിച്ച് കുലുക്കുന്നതായി അവനു തോന്നി. ഒപ്പം തന്റെ പേര് വിളിക്കുന്നതും.

“അരുൺ കുമാർ എണീയ്ക്കെടാ. ഫുഡ് റെഡി.” ആരോ ഒരാൾ മുമ്പിലുണ്ട്. അതാരാണ് ?

ഉറക്കത്തിന്റെ ആലസ്യത്തിനിടയിൽ, പാതി തുറന്ന കൺപോളകൾക്കിടയിലൂടെ, അരവിന്ദന്റെ കറുത്ത മുഖം അവൻ കണ്ടു. അപ്പോൾ ഇന്നത്തെ മെസ്സ് ചാർജ്ജ് അരവിന്ദനും രാധാകൃഷ്ണനുമാണല്ലോ എന്ന് അവനോർത്തു. അരുൺ കുമാർ കണ്ണുകൾ തുടച്ച് താഴേക്കിറങ്ങി. അടുക്കളയോടു ചേർന്നുള്ള ഉയരം കുറഞ്ഞ ഭിത്തിയിലും സ്റ്റൂളുകളിലും ഇരുന്ന് ഓരോരുത്തരും ഉപ്പുമാവും പഴവും തിന്നുന്നുണ്ടായിരുന്നു. അരുൺ കുമാർ അവന്റെ ഭക്ഷണവുമെടുത്ത് ഭിത്തിയുടെ ഒരറ്റത്തിരുന്ന് കഴിക്കാൻ തുടങ്ങി. ഉപ്പുമാവിന് തീരെ രുചിയുണ്ടായിരുന്നില്ല. സൂചിപ്പൊടിയുടെ വേകാത്ത ഉരുളകൾ പെറുക്കിയെടുത്ത് അവൻ പുറത്തേക്ക് എറിഞ്ഞു കൊണ്ടിരുന്നു. അരവിന്ദനും രാധാകൃഷ്ണനും മെസ്സ് ചാർജ്ജുള്ള ദിവസം ഇങ്ങിനെയാണ്. എളുപ്പത്തിൽ ഉണ്ടാക്കാൻ പറ്റുന്നത് വല്ലതും ഉണ്ടാക്കും. അതു തന്നെ നേരാംവണ്ണം ഉണ്ടാക്കാനുള്ള ക്ഷമയുമുണ്ടാകില്ല. ഭക്ഷണം കഴിച്ചിട്ട് വേണം റമ്മി കളിക്കാൻ. രണ്ടുപേരും അതിന്റെ ഉസ്താദുമാരാണ്.

അരുൺ കുമാർ പാത്രം കഴുകിവെച്ച് തന്റെ മുറിയിലേക്ക് തന്നെ പോയി. കവിതയെ ഒന്ന് വിളിക്കണം. അവൻ ഫോൺ കയ്യിലെടുത്തു. അതിൽ കവിതയുടെ നാല് മിസ്സ്കോളുണ്ടായിരുന്നു. ഉറങ്ങുന്ന

സമയത്തായിരുന്നു അവൾ വിളിച്ചത്. അരുൺ കുമാർ അവളുടെ നമ്പ റിലേക്ക് വിളിച്ചു.

“ഹലോ കവിതാ, നീ വിളിച്ചിരുന്നു അല്ലേ? ഞാനൊന്നു മയങ്ങി പ്പോയി. വിശേഷമൊന്നുമില്ലല്ലോ?”

“ഇല്ല” അവൾ മറുപടി പറഞ്ഞു. “നിന്റെ തലവേദന എങ്ങിനെയു ണ്ടെന്നറിയാൻ വിളിച്ചതാ. ഇപ്പോൾ എങ്ങിനെയുണ്ട്?”.

“നല്ല കുറവുണ്ട്. ഒന്നുറങ്ങിയപ്പോൾ എല്ലാം ശരിയായി. അപ്പോൾ നമുക്ക് നാളെ വൈകീട്ട് കാണാം. ഞാൻ പച്ചക്കറി മാർക്കറ്റിനടുത്ത് തന്നെയുണ്ടാകും.” അരുൺ കുമാർ ഫോൺ കട്ട് ചെയ്തു.

പിറ്റേ ദിവസം വൈകുന്നേരം അരുൺ കുമാറും കവിതയും മുനിസിപ്പാ ലിറ്റി മൈതാനത്തിന്റെ അവർ സ്ഥിരം ഇരിക്കാറുള്ള വേപ്പുമരച്ചുവട്ടിൽ എത്തി. അവർക്ക് മുമ്പേ മൈതാനത്തിന് ചുറ്റും ആളുകൾ ഇരിപ്പുറപ്പിച്ചി രുന്നു. അവരിലധികവും പെൻഷൻ പറ്റിയ ഉദ്യോഗസ്ഥൻമാരും, വിവിധ സ്വകാര്യ കമ്പനികളിൽ ജോലി ചെയ്യുന്ന മറുനാട്ടുകാരുമായിരുന്നു. എല്ലാ വൈകുന്നേരവും മൈതാനിക്ക് ചുറ്റുമായി അവർ എത്തുന്നു. വിരസതയുടെ വിയർപ്പ് ആറ്റിത്തുടയ്ക്കാൻ. ഇരുൾ വീഴുമ്പോൾ സ്വന്തം മാളങ്ങളിലേക്ക് മടങ്ങാൻ. വീണ്ടും ഒരു സായാഹ്നത്തിനുള്ള കാത്തി രിപ്പിനായി. അങ്ങിനെ... അങ്ങിനെ...

കുട്ടികൾ മൈതാനം നിറഞ്ഞു കളിച്ചു. ക്രിക്കറ്റ് ബോൾ ലക്ഷ്യമി ല്ലാതെ തലങ്ങും വിലങ്ങും പറന്നു കൊണ്ടിരുന്നു. അവയ്ക്ക് പിന്നാലെ കുട്ടികളും പാഞ്ഞു. ഇപ്പോൾ തടിച്ച് ഉയരം കുറഞ്ഞ ഒരു കുട്ടിയാണ് ബാറ്റ് ചെയ്യുന്നത്. നീണ്ടു മെലിഞ്ഞ, ക്രൗര്യം നിറഞ്ഞ ബൗളറുടെ പന്തിലേക്കായിരുന്നു അവന്റെ നോട്ടം. ഏത് നിമിഷവും തനിയ്ക്ക് നേരെ വരുന്ന പന്ത് അടിച്ച് തെറിപ്പിച്ച് എങ്ങിനെ റണ്ണുകൾ നേടാം എന്ന കണക്കുകൂട്ടലിൽ ആവേശവും ഊർജ്ജവും വലതു കയ്യിലേക്ക് സ്വരു പിച്ച്, എതിരാളിയുടെ ചലനങ്ങൾക്കനുസരിച്ച് ബാറ്റ് നിലത്തുറപ്പിച്ചും, ഇടയ്ക്കിടെയ്ക്ക് ഉയർത്തിയും, താഴ്ത്തിയും, ഏകാന്തതയോടെ, ഒരു വിജയ ത്തിന്റെ സുഖത്തിനു വേണ്ടി, അവൻ കാത്തു. നീണ്ടുമെലിഞ്ഞ പയ്യൻ പന്ത് ഉള്ളം കയ്യിൽ തൊടാതെ, വിരലുകൾക്കിടയിൽ കറക്കിയും, വ്യക്തമായ കണക്കു കൂട്ടലിൽ, കൃത്യമായ കാൽവെപ്പുകളോടെ, മുന്നോ ട്ടേക്ക് കുതിച്ച്, ക്രിക്കറ്റ് സ്റ്റമ്പിനു നേരെ വീശിയെറിഞ്ഞു. അത് കറങ്ങി, കറങ്ങി തനിക്ക് നേരെ കുതിച്ച് വരുന്നത് ബാറ്റ് ചെയ്യുന്ന കുട്ടി നോക്കി നിന്നു. ഒരു നിമിഷത്തെ ആലോചനയ്ക്ക് ശേഷം. പൊരുതാനുറച്ച ഒരു പോരാളിയെ പോലെ, കുതിച്ചു വരുന്ന പന്തിനു നേരെ അവൻ ബാറ്റു വീശി. പന്ത് ബൗണ്ടറിയും കടന്ന് നേരെ വന്നു വീണത് അരുൺ കുമാറും

കവിതയും ഇരിക്കുന്നിടത്താണ്. അരുൺ കുമാർ എഴുന്നേറ്റ് പന്തെടുത്ത് കുട്ടികൾക്കരികിലേക്ക് എറിഞ്ഞുകൊടുത്തു. വീണ്ടും അതേ സ്ഥാനത്ത് വന്നിരുന്നു.

കവിത മൈതാനത്തിന്റെ മുകളിലൂടെ അവരുടെ ഭാഗത്തേക്ക് പറന്നു വരുന്ന ഒരു കൂട്ടം പ്രാവുകളെ നോക്കിയിരിക്കുകയായിരുന്നു. അവ ഒരു ഇരമ്പലോടെ അവർക്ക് പിറകിലേക്ക് പറന്നു പോയി. അരുൺ കുമാറും കവിതയും തിരിഞ്ഞിരുന്ന് അവ പറന്നകലുന്നതും നോക്കി അൽപ്പനേരമിരുന്നു. അകലെ മേഘങ്ങൾക്കിടയിൽ മറയുന്ന പൊട്ടുകൾ പോലെ അവ അപ്രത്യക്ഷമായി.

ഓർമ്മകളും അതുപോലെയാണ്. പക്ഷിക്കൂട്ടങ്ങളെ പോലെ അവ പറന്നു വരുന്നു. അതു പോലെ തന്നെ തിരിച്ചു പോവുകയും ചെയ്യുന്നു. ഈ സമയത്ത് അരുൺ കുമാറും കവിതയും ഒരേ കാര്യം തന്നെ ഓർത്തത് യാദൃശ്ചികമാകാം. അങ്ങിനെ സംഭവിക്കുന്നതും സാധാരണമാണ്. ഒരേ സ്വപ്നം ഒന്നിലധികം ആളുകൾ കാണുക. ഒരേ കാര്യങ്ങൾ തന്നെ രണ്ടാളുകൾ പരസ്പരമറിയാതെ ചിന്തിക്കുക. ഇതൊക്കെ ചിലപ്പോൾ സംഭവിക്കാവുന്നതാണ്. ഇവിടെയും അതാണ് സംഭവിച്ചത്. രണ്ടാളും ഓർത്തത് സക്കീർ അഹമ്മദിനെ കുറിച്ചായിരുന്നു.

കഴിഞ്ഞ വർഷം, കൃത്യമായി ഓർത്തെടുക്കാൻ കഴിയാത്ത ഒരു ഞായറാഴ്ച്ച ദിവസം. കവിതയ്ക്കൊപ്പം സക്കീർ അഹമ്മദിനെ കണ്ടത് അരുൺ കുമാർ ഓർക്കുകയായിരുന്നു. പ്രാതലിനു ശേഷം മൂടൽ മഞ്ഞ് തീർത്തും മാഞ്ഞുപോകാതിരുന്ന നഗരത്തിന്റെ, എളുപ്പമെത്താവുന്ന ഊടുവഴികളിലൂടെ നടന്ന് റെയിൻബോ ടൂറിസ്റ്റ് ഹോമിന്റെ രണ്ടാം നിലയിലെ പതിനേഴാം നമ്പർ മുറിയുടെ മുന്നിലെത്തി അരുൺ കുമാറും കവിതയും. അവർ കതകിനു മുട്ടി. ഉറക്കക്ഷീണം മാറാതെ വെറുതെ കിടക്കുകയായിരുന്നു സക്കീർ ഭായ്. പ്രത്യേകിച്ചൊന്നും ചെയ്യാനില്ലാത്തതിനാൽ ഇത് അയാളുടെ പതിവായിരുന്നു. ഉണർന്ന് ഓരോന്നാലോചിച്ച് വെറുതെ കിടക്കുക. പിന്നെ പത്ത് മണിയെങ്കിലും ആകും പുറത്തിറങ്ങാൻ. ഉച്ച വരെ പുറത്തിറങ്ങാത്ത ദിവസങ്ങളുണ്ട് അയാളുടെ ജീവിതത്തിൽ. ഒരു കാര്യത്തിനും പ്രത്യേകിച്ച് ഒരു നിഷ്ഠയുമുണ്ടായിരുന്നില്ല. ഇന്നിപ്പോൾ ഇത്ര നേരത്തെ തന്നെ കാണാൻ ആരാണ് വന്നതെന്ന് അയാൾ അത്ഭുതപ്പെട്ടു. മുറി വൃത്തിയാക്കാൻ വന്ന പയ്യൻമാർ ആരെങ്കിലുമായിരിക്കുമോ? മുറി വൃത്തിയാക്കാൻ രണ്ടു ദിവസം മുമ്പ് താൻ മാനേജരോട് പറഞ്ഞിരുന്നു. പയ്യൻമാരാണെങ്കിൽ,സാർ... സാർ... എന്ന് വിളിക്കുമായിരുന്നു. ഇതിപ്പോൾ വാതിലിനു മുട്ടുന്ന ശബ്ദമല്ലാതെ മറ്റൊന്നും കേൾക്കുന്നില്ല. ഭാസ്കർ ആകാനും മതി. അവൻ

വരുമ്പോൾ വാതിലിനു മുട്ടുകയാണ് പതിവ്. പക്ഷേ ഇത്ര നേരത്തെ ഏതെങ്കിലും വിദേശിയേയും കൊണ്ട് അവൻ എത്താൻ സാധ്യതയില്ല. പിന്നെ ആരായിരിക്കും അയാൾ ചിന്തിച്ചു.

ആരായാലും വേഗത്തിൽ കതക് തുറക്കുക തന്നെ . അയാൾ എഴുന്നേറ്റ് വാതിൽ തുറന്നു. താൻ ഊഹിച്ച ആരുമായിരുന്നില്ല പുറത്തുണ്ടായിരുന്നത്. അയാൾ കവിതയേയും അരുൺ കുമാറിനേയും മാറി മാറി നോക്കി. കവിതയെ ആദ്യമായി കാണുകയാണ്. മെലിഞ്ഞ് സുന്ദരിയായ ഇവൾ അരുൺ കുമാറിന്റെ കാമുകിയായിരിക്കുമോ? അതോ അവന്റെ ഓഫീസിലെ ഏതെങ്കിലും സ്റ്റാഫോ? ആരായാലും ആർക്കും ഇഷ്ടവും വാത്സല്യവും തോന്നുന്ന ഒരു നിഷ്കളങ്ക ഭാവം അവളുടെ മുഖത്തുണ്ട്. അരുൺ കുമാറിന് പറ്റിയ പെണ്ണു തന്നെ. അയാൾ സ്വയം പറഞ്ഞു. ഇത്ര നേരത്തെ അവന്റെ കൂടെ വരണമെങ്കിൽ അവൾക്ക് അവനോടു നല്ല അടുപ്പമുണ്ടാകുമെന്ന് അയാൾ ഊഹിച്ചു, സക്കീർ ഭായ് അവരെ അകത്തേക്ക് ക്ഷണിച്ചു. അരുൺ കുമാർ കസേരയിലും കവിത കട്ടിലിന്റെ അറ്റത്തും ഇരുന്നു.

“നിങ്ങൾ അഞ്ച് മിനിറ്റ് ഇരിക്ക്. ഞാനിപ്പം വരാം.” ജാലകത്തിന്റെ അഴിയിൽ ഉണങ്ങാനിട്ടിരുന്ന ഒരു തോർത്ത് മുണ്ടെടുത്ത് കുളിമുറിയിലേക്ക് പോകുന്നതിനിടയിൽ സക്കീർ അവരോടു പറഞ്ഞു. പല്ലുതേപ്പും കുളിയുമെല്ലാം സാവധാനം ചെയ്യാമെന്നായിരുന്നു അയാൾ കരുതിയിരുന്നത്. ഇപ്പോൾ രണ്ട് അതിഥികൾ വന്ന നിലയ്ക്ക് അതെല്ലാം വേഗത്തിൽ ചെയ്യണമെന്ന് അയാൾ തീരുമാനിച്ചു.

കുളിമുറിയിൽ നിന്ന് ബക്കറ്റിലേക്ക് വെള്ളം വീഴുന്ന ശബ്ദം പുറത്തേക്ക് കേൾക്കാം, ഇടയ്ക്കിടയ്ക്ക് കാർക്കിച്ച് തുപ്പുന്ന ശബ്ദവും, കവിത കട്ടിലിൽ നിന്നെഴുന്നേറ്റ് ജാലകത്തിനടുത്തേക്ക് നടന്നു. അവളോടൊപ്പം അരുൺ കുമാറും എഴുന്നേറ്റു.

“റെയിൽവേ സ്റ്റേഷൻ ഇവിടെ അടുത്താണ് ഇല്ലേ ?” അവൾ ചോദിച്ചു.

“അതെ. ഇവിടെ നിന്നാൽ ട്രെയിനിൽ നിന്ന് ആളുകൾ ഇറങ്ങിപ്പോകുന്നതു വരെ കാണാം.” അയാൾ പറഞ്ഞു. കവിത ജാലകത്തിന്റെ അഴികൾക്കിടയിലൂടെ എല്ലാം വീക്ഷിക്കുകയായിരുന്നു. മുമ്പ് ഇതെ സ്ഥലത്ത് നിന്ന് അരുൺ കുമാർ കണ്ടതു പോലെ അനേകം പശുക്കളെ കവിതയും കണ്ടു. കോൺക്രീറ്റ് കെട്ടിടങ്ങൾക്കിടയിലൂടെ അവറ്റകൾ അലസമായി നടന്നു. തിന്നാലും തിന്നാലും മതിവരാത്ത അവറ്റകളുടെ വയറുകൾ വീർത്തു തന്നെയിരുന്നു. റെയിൽവേ ട്രാക്കിനപ്പുറത്ത് ഏതോ ഒരു ടെറസ്സിനു മുകളിൽ ഉണങ്ങാനിട്ട തുണികൾ

കാറ്റിന്നിളകിയാടുന്നത് കണ്ടപ്പോഴാണ് തുണി അലക്കാനുള്ള ഒരു ദിവസമാണല്ലോ താനിവിടെ ചെലവാക്കുന്നതെന്ന് അവൾ ഓർത്തത്. റൂമിലുള്ളവരെല്ലാം ഇപ്പോൾ അലക്കുന്ന തിരക്കിലായിരിക്കും. തന്റെ തുണികൾ മാത്രം അവിടെ കെട്ടിക്കിടപ്പുണ്ടാകും. ഇനി ഓരോ ദിവസവും ഓരോന്ന് കഴുകിയെടുത്ത് വേണം അടുത്ത് ഞായറാഴ്ച്ചയ്ക്കുള്ളിൽ അത് തീർക്കാൻ. അരുൺ കുമാറും ഞായറാഴ്ച്ച ദിവസങ്ങളിലാണ് തുണിയെല്ലാം അലക്കിയിരുന്നത്. അതെല്ലാം ഒഴിവാക്കിയാണ് അവൻ കവിതയേയും കൂട്ടി സക്കീർ അഹമ്മദിന്റെ അടുത്തെത്തിയത്. കയ്യിൽ താൻ വരച്ച ഏതാനും ചിത്രങ്ങൾ കൂടി അവൻ കരുതിയിരുന്നു. അതിനെ കുറിച്ച് സക്കീർ അഹമ്മദിന്റെ അഭിപ്രായം അറിയണം. അതിനാണ് രാവിലെ തന്നെ എത്തിയത്.

ബക്കറ്റിൽ വെള്ളം വീഴുന്ന ശബ്ദം നിലച്ചു. സക്കീർ അഹമ്മദ് തല തുവർത്തിക്കൊണ്ട് പുറത്തിറങ്ങി. അയാളുടെ നെഞ്ചിലെ സമൃദ്ധമായ രോമങ്ങൾക്കിടയിൽ അങ്ങിങ്ങ് നര വീണു തുടങ്ങിയിട്ടുണ്ടെന്ന് കവിത കണ്ടു. തോളിലേക്ക് തൂങ്ങിയിറങ്ങിയ മുടിയിഴകളിലും നരയുടെ തുടക്കമുള്ളതായി അവൾ കണ്ടു.

സക്കീർ അഹമ്മദ് വേഗത്തിൽ വസ്ത്രം മാറി.

"നമുക്ക് എന്റെ വില്ലയിലേക്ക് പോകാം". മുടി ചീകുന്നതിനിടയിൽ അയാൾ പറഞ്ഞു. അയാൾക്ക് വേറൊരു വില്ലയുള്ളതിനെ പറ്റി കവിതയ്ക്ക് അറിയില്ലായിരുന്നു. അരുൺ കുമാറിനോടു അതിനെ പറ്റി അയാൾ സൂചിപ്പിച്ചിരുന്നു. ലോഡ്ജ് മുറിയിലാണ് താമസമെന്ന് അരുൺ കുമാർ പറഞ്ഞിരുന്നു. ഒരേ സമയം രണ്ട് താമസസ്ഥലം. അതും തുംകൂറിൽ. അവൾക്ക് വിശ്വസിക്കാനായില്ല. അവൾ അരുൺ കുമാറിനെ നോക്കി. അവൻ ഒന്നുമറിയാത്തവനെപ്പോലെ നിന്നു.

"പോകാം, സ്ഥലം ഇവിടെ അടുത്തു തന്നെയാ. അഞ്ചോ ആറോ കിലോ മീറ്റർ ദൂരം. സിദ്ധാപേട്ടയിൽ, സിദ്ധഗംഗാമട്ടിനടുത്ത്. നമുക്ക് ഒരു റിക്ഷ വിളിച്ച് പോകാം." പുറത്തേക്കിറങ്ങാനുള്ള ഭാവത്തിൽ അയാൾ താക്കോൽ കയ്യിലെടുത്തു. അരുൺ കുമാറും കവിതയും അയാൾക്കൊപ്പം പുറത്തിറങ്ങി. ഒരു ഓട്ടോയിൽ അവർ യാത്ര തിരിച്ചു. വഴിയിൽ രാജശ്രീ ഹോട്ടലിൽ നിന്നും പ്രാതൽ ഭക്ഷണം പാർസൽ ആയി വാങ്ങിയതല്ലാതെ ഒരിടത്തും നിർത്താതെ അവർ വില്ലയിലെത്തി.

ചെറിയ ഓടുമേഞ്ഞ ഒരു വീട്. അതിനടുത്തുള്ള വീടുകളെല്ലാം തന്നെ അതുപോലെയിരുന്നു. എല്ലാ വീടുകളും ആരോ ഒരാൾ ഉണ്ടാക്കിയതു പോലെ. അവിടെങ്ങളിലെല്ലാം ആൾത്താമസമുള്ളതായി അവർ കണ്ടു. തുംകൂറിന്റെ പ്രാന്ത പ്രദേശങ്ങളിൽ ഇത്തരം ധാരാളം വില്ലകളുണ്ട്.

കുടുംബസമേതം വാടകയ്ക്ക് താമസിക്കുന്നവരിലധികവും ഇത്തരം വില്ലകളിലാണ് താമസിക്കുന്നത്. സക്കീർ അഹമ്മദിന്റെ വില്ല മാത്രം അധികസമയങ്ങളിലും ഒഴിഞ്ഞു കിടന്നു. അയാൾക്കെന്തിനാണ് രണ്ട് താമസസ്ഥലമെന്ന് അവർ ചോദിച്ചിരുന്നില്ല. അയാൾ അതിനെപ്പറ്റി പറഞ്ഞതുമില്ല.

സക്കീർ അഹമ്മദ് വില്ലയുടെ പിന്നിലെവിടെയോ വെച്ചിരുന്ന താക്കോലുമായി വന്ന് വാതിൽ തുറന്നു. കയ്യിലുണ്ടായിരുന്ന പാർസൽ മേശപ്പുറത്ത് വെച്ച്, രണ്ട് കസേരകൾ നീക്കിയിട്ട്, പഴയ ഒരു ന്യൂസ് പേപ്പറിന്റെ കഷ്ണമെടുത്ത് കസേര തുടച്ച് വൃത്തിയാക്കി.

“ഇവിടെയിരിക്കാം. നമുക്ക് ചായ കുടിച്ചിട്ട് വല്ലതും സംസാരിച്ചിരിക്കാം. ഞാനാണെങ്കിൽ ഒന്നും കഴിച്ചിട്ടുമില്ല.” അടുക്കളയിലേക്ക് പോകുന്നതിനിടയിൽ അയാൾ പറഞ്ഞു. അടുക്കളയിൽ നിന്ന് അയാൾ ടേപ്പിൽ നിന്ന് വെള്ളം എടുക്കുന്നതിന്റേയും, പാത്രങ്ങൾ കഴുകുന്നതിന്റേയുമൊക്കെ ശബ്ദം കേൾക്കാം. അരുൺ കുമാറും കവിതയും വീടാകെയൊന്ന് വീക്ഷിച്ചു. ഒരു കിടപ്പുമുറിയും, സ്വീകരണമുറിയും, അടുക്കളയും മാത്രമേ ആ വില്ലയ്ക്കുണ്ടായിരുന്നുള്ളൂ. സ്വീകരണ മുറിയിൽ ഒരു തീൻ മേശയും നാലഞ്ച് പ്ലാസ്റ്റിക് കസേരകളുമുണ്ടായിരുന്നു. കിടപ്പുമുറിയിൽ ഒരു കട്ടിലും, മരം കൊണ്ടുള്ള ഒരു ഷെൽഫുമാണുണ്ടായിരുന്നത്. ഷെൽഫ് നിറയെ പുസ്തകങ്ങളായിരുന്നു. അരുൺ കുമാർ അതിൽ ചിലതെല്ലാം മറിച്ചു നോക്കി. ഒർഹാൻ പാമുക്ക്, ഗബ്രിയേൽ ഗാർസിയ മാർക്വേസ്, ഷൂസെ സരമാഗു തുടങ്ങിയവരുടെ കൃതികളായിരുന്നു അധികവും. പഴയ ന്യൂസ് പേപ്പറുകൾ അവിടവിടെയായി ചിതറിക്കിടപ്പുണ്ട്. കളർട്യൂബുകൾ, ബ്രഷുകൾ, ക്യാൻവാസുകൾ (ചുരുളുകളായി) എന്നിവയെല്ലാം അടുക്കും ചിട്ടയുമില്ലാതെ എവിടെയെല്ലാമോ കിടപ്പുണ്ട്. മണ്ണെണ്ണ സ്റ്റൗവിന്റെ പുക നിമിത്തമാണെന്ന് തോന്നുന്നു അടുക്കള ചുമരുകളൊക്കെ കരി പിടിച്ചു കിടക്കുകയാണ്. മാറാല നിറഞ്ഞ ചുമരുകളൊക്കെയും നിറം മങ്ങിത്തുടങ്ങിയിരുന്നു.

കവിത പഴയ ന്യൂസ് പേപ്പറുകളെല്ലാം പെറുക്കി കട്ടിലിന്റെ അടിഭാഗത്തായി അടുക്കിവെക്കാൻ തുടങ്ങി. അരുൺ കുമാറും അവളെ സഹായിച്ചു. അവൻ ബ്രഷുകളും ട്യൂബുകളും പെറുക്കിയെടുത്ത് മുറിയുടെ ഒരു മൂലയിൽ വെച്ചു. ഒരു ചൂല് കിട്ടിയിരുന്നെങ്കിൽ നന്നായിരുന്നുവെന്ന് കവിതയ്ക്ക് തോന്നി. അവൾ അടുക്കളയിൽ ചെന്ന് സക്കീർ അഹമ്മദിനോട് ചൂലുണ്ടോയെന്ന് അന്വേഷിച്ചു.

“ഇന്ന് വേണ്ട മോളേ. നമുക്ക് പിന്നെയൊരു ദിവസം ക്ലീൻ ചെയ്യാം,

ചായ റെഡി, നമുക്ക് ചായകുടിക്കാം." അയാൾ മൂന്ന് സ്റ്റീൽ പാത്രങ്ങൾ കഴുകിയെടുത്ത് മേശപ്പുറത്ത് വെച്ചു. കട്ടൻചായ മൂന്ന് ഗ്ലാസുകളിലേക്ക് ഒഴിച്ചു. പാർസൽ കൊണ്ടുവന്ന പൂരി മൂന്ന് പ്ലെയിറ്റുകളിലേക്കിട്ടു. അതിന്റെ കൂടെ സബ്ജിയും വിളമ്പി. പാത്രങ്ങൾ ഓരോ കസേരയ്ക്ക് നേരെയും നീക്കി വെച്ചുകൊണ്ട് അയാൾ അവരെ ക്ഷണിച്ചു.

"ഞങ്ങൾ പ്രാതൽ കഴിച്ചാണ് വന്നത്." അരുൺ കുമാർ പറഞ്ഞു. "ആയിരിക്കാം. ഇവിടെ നിന്ന് കഴിച്ചില്ലല്ലോ? ഒരു പ്രാവശ്യം കൂടി കഴിച്ചതു കൊണ്ട് ഒന്നും സംഭവിക്കില്ല." അയാൾ പറഞ്ഞു. അരുൺ കുമാറും കവിതയും വേണ്ടെങ്കിലും കഴിച്ചെന്ന് വരുത്തി. കട്ടൻ ചായ അൽപ്പാൽപ്പമായി കുടിച്ചു. സക്കീർ അഹമ്മദ് പൂരി മുഴുവൻ തിന്ന് പാത്രം കാലിയാക്കി.

"ഇന്നലെ രാത്രി രണ്ട് ബിസ്ക്കറ്റും കട്ടൻ ചായയും കുടിച്ചതാ, നല്ല വിശപ്പ്." ചായ കുടിക്കുന്നതിനിടയിൽ അയാൾ പറഞ്ഞു.

കാലിയായ പാത്രങ്ങളും ഗ്ലാസുകളും അയാൾ എടുക്കാൻ തുനിഞ്ഞപ്പോൾ കവിത തടഞ്ഞു. "സാർ, അതെല്ലാം ഞാൻ വൃത്തിയാക്കും."

"നോക്കൂ നിങ്ങൾ എന്നെ സാർ എന്ന് വിളിക്കരുത്. പേര് വിളിക്കാൻ വിഷമമാണെങ്കിൽ,സക്കീർ ഭായ് എന്ന് വിളിച്ചോളൂ."

"ശരി സക്കീർ ഭായ്. ഇതെല്ലാം ഞാൻ വൃത്തിയാക്കുന്നതിൽ അങ്ങേയ്ക്ക് വിരോധമില്ലല്ലോ?". അൽപ്പം നാടകീയതയോടെയാണ് അവൾ അങ്ങിനെ പറഞ്ഞത്.

"ശരി മോളേ, നിന്റെ ആഗ്രഹം അതാണെങ്കിൽ അതു പോലെ നടക്കട്ടെ." ചിരിച്ചുകൊണ്ട് അയാൾ സമ്മതം നൽകി.

അവളുടെ നർമ്മ ബോധവും തുറന്ന മനസ്സും അയാൾക്കിഷ്ടപ്പെട്ടു. യഥാസമയത്ത് കല്ല്യാണം കഴിച്ചിരുന്നെങ്കിൽ തനിക്കും ഇതുപോലെ ഒരു മോളുണ്ടായിരുന്നേനെയെന്ന് അയാൾക്ക് തോന്നി. കല്ല്യാണം കഴിക്കുക, കുട്ടികൾ ഉണ്ടാവുക, സന്തോഷവും സങ്കടവും അവരോടൊപ്പം പങ്കിടുക, ഒരിക്കലുമവസാനിക്കാത്ത തലമുറകളുടെ ചങ്ങലയിൽ ഒരു കണ്ണിയാവുക, ഇതെല്ലാം ഒരു ശരാശരിക്കാരന്റെ മഹത്തായ ജീവിതമായി തള്ളിക്കളയാൻ മാത്രം വിഡ്ഢിയൊന്നുമായിരുന്നില്ല സക്കീർ അഹമ്മദ്. വിവാഹ പ്രായത്തിനു മുമ്പേ വിധി എല്ലാം തകിടം മറിച്ചു. പിന്നീടൊരിക്കലും അയാൾ അതിനെ കുറിച്ച് ചിന്തിച്ചിരുന്നില്ല. കവിതയുടെ സാനിദ്ധ്യമാണ് അയാളെ വീണ്ടും അങ്ങിനെ ചിന്തിപ്പിച്ചത്.

അവർ മൂന്ന് പേരും മേശയ്ക്ക് ചുറ്റിമിരുന്നപ്പോൾ ഇനിയെന്ത് എന്ന

ചോദ്യം അവരെ അലട്ടി. അരുൺ കുമാറിന് താൻ കൊണ്ടുവന്ന ചിത്രങ്ങൾ സക്കീർ ഭായിയെ കാണിച്ച് അഭിപ്രായം അറിയണമെന്നുണ്ടായിരുന്നു. അതിനുള്ള ഒരു സന്ദർഭമാണിതെന്ന് അവനു തോന്നി. കവിതയ്ക്ക് സക്കീർ ഭായിയെ കുറിച്ച് കൂടുതൽ അറിയണമെന്നുണ്ടായിരുന്നു. അദ്ദേഹത്തിന്റെ നാട്, വീട്. കുടുംബം എല്ലാം അവൾക്കറിയണമായിരുന്നു. ആരും ഒന്നും പറയുന്നില്ലായെന്ന് വന്നപ്പോൾ അവൾ തന്നെ പറഞ്ഞു തുടങ്ങി.

“സക്കീർ ഭായ് താങ്കളെ കുറിച്ച് കൂടുതൽ അറിയണമെന്ന് ഞങ്ങൾക്ക് താൽപ്പര്യമുണ്ട്.” അരുൺ കുമാറും അതാഗ്രഹിച്ചെന്ന് അവൾക്കറിയാം. അതുകൊണ്ടാണ് അവൾ ഞങ്ങൾ എന്ന് പറഞ്ഞത്. അയാളിൽ നിന്ന് വിശദമായ ഒരു മറുപടിക്കു വേണ്ടി അവർ കാത്തു. എന്നാൽ അവർ പ്രതീക്ഷിച്ച മറുപടി അയാളിൽ നിന്നുണ്ടായില്ല.

“നിങ്ങൾ കരുതുന്നതു പോലെ ഞാനൊരു വലിയ കലാകാരനൊന്നുമല്ല. പിന്നെ നാട്, വീട്, കുടുംബം ഇതിനെക്കുറിച്ചൊക്കെ നമുക്ക് പിന്നീട് സംസാരിക്കാം.” കസേരയിലേക്ക് ചാരി, കൈകൾ രണ്ടും തലയ്ക്ക് പിന്നിലായി പിണച്ചുവെച്ച്, മറുപടി പറയുമ്പോൾ, ഇനി ചോദ്യങ്ങൾ വല്ലതുമുണ്ടോ എന്ന ഒരു ഭാവം അയാളുടെ മുഖത്ത് പ്രകടമായിരുന്നു. എളുപ്പം പിടിതരാത്ത ഒരു വരാലിനെ പോലെയാണ് അയാളെന്ന് അരുൺ കുമാറിന് അറിയാമായിരുന്നു. ഇതേ ചോദ്യം അവൻ മുമ്പ് ചോദിച്ചപ്പോഴും ഇതുപോലെയൊക്കെതന്നെയായിരുന്നു അയാളുടെ മറുപടി. അതുകൊണ്ട് ഇത്തരം ചോദ്യങ്ങൾ ഒഴിവാക്കുന്നതാണ് നല്ലതെന്ന് അരുൺ കുമാറിന് തോന്നി. അവൻ മറ്റൊരു ചോദ്യത്തിന് തയ്യാറെടുത്തു. പെട്ടെന്ന് എന്തോ ഓർത്തിട്ടെന്ന പോലെ സക്കീർ അഹമ്മദ് സീറ്റിൽ നിന്നെഴുന്നേറ്റ് ഫാനിന്റെ സ്വിച്ചിട്ടു. ചെറിയൊരു കറ... കറ ശബ്ദത്തോടെ അത് സാവധാനം തിരിയാൻ തുടങ്ങി. വരാന്തയിലൂടെ അകത്തേക്ക് കടന്ന ഉഷ്ണത്തെ അത് സാവകാശം അകറ്റിത്തുടങ്ങി. ചുമരിലും സീലിംഗിലും തൂങ്ങിക്കിടന്ന മാറാലകൾ കാറ്റത്ത് ആടിക്കൊണ്ടിരുന്നു.

“താങ്കൾ ചിത്രങ്ങൾ വരച്ചത് ഇവിടെ വെച്ചായിരിക്കും.” പല നിറത്തിലുള്ള കളറുകൾ പറ്റിപ്പിടിച്ച മേശമേൽ കൈമുട്ടുകളൂന്നി അൽപ്പം കുനിഞ്ഞിരുന്ന് അരുൺ കുമാർ ചോദിച്ചു.

“അതെ മിക്കവാറും എല്ലാ ചിത്രങ്ങളും ഇവിടെ വെച്ചാണ് വരച്ചത്.” അയാൾ മറുപടി പറഞ്ഞു. ഈ നേരമത്രയും ചുമരിൽ തൂക്കിയിട്ടിരുന്ന നിറംമങ്ങിയ ഒരു ഫോട്ടോയിൽ കണ്ണും നട്ടിരിക്കുകയായിരുന്നു കവിത. ചിത്രത്തിലെ മുഖം എവിടെയോ കണ്ടുമറന്നതുപോലെ ഒരു

തോന്നൽ. അവളതു ഓർത്തെടുക്കാൻ ശ്രമിച്ചു. അപ്പോഴാണ് അരുൺ കുമാറിന്റെ അടുത്ത ചോദ്യം അവൾ ശ്രദ്ധിച്ചത്. അവൾ ചിത്രത്തിലേക്കുള്ള നോട്ടം നിറുത്തി. അവരുടെ സംഭാഷണത്തിൽ പങ്കുചേർന്നു.

"സൗകര്യമുള്ള ഒരു വില്ലയുള്ളപ്പോൾ താങ്കളെന്തിനാണ് ഒരു ലോഡ്ജ് മുറി കൂടി വാടകയ്ക്കെടുത്തതെന്ന് മനസ്സിലാകുന്നില്ല." അരുൺ കുമാറിന്റെ ചോദ്യം കേട്ടപ്പോൾ അയാൾ കസേര അൽപ്പം പിന്നോട്ടു നീക്കി അതിനുമുകളിൽ ചമ്രം പടിഞ്ഞിരുന്നു. ഉത്തരം പറയണോ എന്ന് അയാൾ അൽപ്പം ആലോചിച്ചു. പറഞ്ഞില്ലെങ്കിൽ താനൊരു ധാരാളിയോ കിറുക്കനോ ആണെന്ന് അവർ ധരിക്കും. മാത്രമല്ല ഇവർ ഇത്ര അടുത്ത സ്ഥിതിക്ക് ഒന്നും പറയാതിരിക്കൽ ശരിയല്ല. അയാൾ പറഞ്ഞു തുടങ്ങി.

"അതൊരു കഥയാണ്. ചെറിയൊരു കഥ. നിങ്ങൾ കേൾക്കാൻ തയ്യാറാണെങ്കിൽ ഞാൻ പറയാം." അരുൺ കുമാറും കവിതയും അയാളെ കേൾക്കാൻ ഒരുങ്ങിയിരുന്നു. ചെറിയ ക്ലാസിൽ കുട്ടികൾ അധ്യാപകന്റെ ചലനങ്ങൾ പോലും ഒപ്പിയെടുക്കാൻ പാകത്തിലിരിക്കുന്ന കൊച്ചുകുട്ടികളെ പോലെ അവരുടെ മുഖഭാവത്തിൽ നിന്നും താൻ പറയുന്നത് കേൾക്കാൻ അവർ തയ്യാറായിരിക്കുകയാണെന്ന് സക്കീർ അഹമ്മദിന് മനസ്സിലായി. അയാൾ തുടർന്നു.

ഉഭയ ജീവിതം

"നിങ്ങൾ കേൾവിക്കാരുടെ സമയമില്ലായ്മയും, ക്ഷമാശീലവും, അറിവും എനിക്ക് നന്നായി അറിയാം. അതുകൊണ്ട് വിശദാംശങ്ങൾ ഒഴിവാക്കി, ചുരുക്കിപ്പറയാം. തുംകൂറിൽ ഞാൻ എത്തിയത് ആയിരത്തിത്തൊള്ളായിരത്തി എഴുപത്തി ഒന്നിലോ, എഴുപത്തി രണ്ടിലോ ആണ്. അതിനു മുമ്പ് കുറച്ചുകാലം ബാംഗ്ലൂരിൽ ഉണ്ടായിരുന്നു. എന്റെ ചില കുടുംബക്കാരും നാട്ടുകാരും അവിടെയുണ്ടായിരുന്നു. ഉമ്മാമ്മാന്റെ ഏട്ടത്തിയുടെ മക്കളുടെ കൂടെയായിരുന്നു ഞാൻ താമസിച്ചിരുന്നത്. അവർക്കവിടെ രണ്ട് മൂന്ന് കടകൾ ഉണ്ടായിരുന്നു. രണ്ട് മാസത്തോളം ഞാനും വിൽപ്പനക്കാരനായിരുന്നു. അന്നെന്റെ വയസ്സ് പത്തൊൻപതായിരുന്നു. തലശ്ശേരി ബ്രണ്ണൻ കോളേജിൽ ഒന്നാം വർഷ ബി എസ് സി പരീക്ഷ എഴുതി കഴിഞ്ഞാണ് ഞാൻ ബാംഗ്ലൂരിലെത്തുന്നത്. അതിനുശേഷം രണ്ട് വർഷം കഴിഞ്ഞാണ് ഞാൻ തുംകൂറിലെത്തുന്നത്. പഠനം കഴിഞ്ഞതിന് ശേഷം ഒരു ജോലി അത്യാവശ്യമായിരുന്നത് കൊണ്ടല്ല ഞാൻ ഇവിടേക്ക് വന്നത്. അതിനു വേറെ ചില കാരണങ്ങൾ ഉണ്ടായിരുന്നു. അതിനെ കുറിച്ച് പിന്നീട് പറയാം. വീട്ടിൽ നിന്ന് ഒരു ദിവസം പോലും മാറി നിൽക്കുന്നത് ഉമ്മയ്ക്ക് ഇഷ്ടമായിരുന്നില്ല. ഒന്ന് രണ്ട് മാസം

ബാംഗ്ലൂരിൽ നിന്നത് ഉമ്മ സമ്മതിച്ചിട്ടായിരുന്നില്ല. എന്റെ നിർബന്ധ ത്തിനു മുന്നിൽ അവർ തോറ്റുപോവുകയായിരുന്നു. അവിടെ എന്റെ അർദ്ധസഹോദരൻമാരുടെ അടുത്തേക്കാണല്ലോ ഞാൻ പോകുന്നത് എന്നതു കൊണ്ടാകാം അർദ്ധ മനസ്സോടെയെങ്കിലും അവർ സമ്മതി ച്ചത്. ഉമ്മയെ കുറ്റം പറഞ്ഞിട്ട് കാര്യമില്ല. ഉമ്മയ്ക്ക് ഞാനും എനിക്ക് ഉമ്മയും മാത്രമാണുണ്ടായിരുന്നത്".

"ഇടപെടുന്നതിൽ ക്ഷമിക്കണം താങ്കൾക്ക് വേറെ ബന്ധുക്കളാരുമു ണ്ടായിരുന്നില്ലേ?". സക്കീർ ഭായ് ഇഷ്ടപ്പെടുമോ എന്ന സംശയമുണ്ടായി രുന്നെങ്കിലും അങ്ങിനെയൊരു ചോദ്യം കവിതയ്ക്ക് ചോദിക്കാതിരിക്കാൻ കഴിഞ്ഞില്ല. ആരോരുമില്ലാത്തൊരാളാണോ തന്റെ മുന്നിലിരിക്കുന്നതെ ന്ന് ഒരു നിമിഷം അവൾ ചിന്തിച്ചിരിക്കാം. ഉമ്മമാത്രമാണുള്ളതെങ്കിൽ അവർ ഇപ്പോഴും ജീവിച്ചിരിപ്പുണ്ടോ എന്നറിയാനും അവൾക്ക് താൽ പ്പര്യമുണ്ടായിരുന്നു. ആരോരുമില്ലാത്തൊരാളാണെങ്കിൽ വാർദ്ധക്യ കാലത്ത് അദ്ദേഹത്തെ ആര് നോക്കും?. അതേ കുറിച്ചാലോചിക്കാൻ അവൾ ഇഷ്ടപ്പെട്ടില്ല. സക്കീറിന്റെ മറുപടിക്കുവേണ്ടി അവൾ കാത്തു. ചിരിച്ചുകൊണ്ടാണ് അയാൾ മറുപടി പറഞ്ഞത്.

ഞാൻ പറഞ്ഞുകൊണ്ടിരിക്കുമ്പോൾ ഇടപെടുന്നതിൽ എനിക്ക് സന്തോഷമേയുള്ളൂ. നിങ്ങൾ ശ്രോതാക്കൾ നിരന്തരം ഇടപ്പെട്ടുകൊ ണ്ടേയിരിക്കണം. നേരായ മാർഗ്ഗത്തിലേക്ക് സഞ്ചരിക്കാൻ കഥ പറയുന്ന ആളെ അത് സഹായിച്ചേക്കും. നിങ്ങൾ വിദ്യാഭ്യാസവും ബുദ്ധിയുമുള്ളവരാണ്, എന്നേക്കാൾ വിവരവുമുള്ളവരാണ്. നിങ്ങളുടെ ഇടപെടലുകൾ ഞാൻ സ്വാഗതം ചെയ്യുന്നു. അയാൾ തുടർന്നു. ഞാൻ ഒന്നു കൂടി വ്യക്തമാക്കാം, ഉമ്മയ്ക്ക് ആണും പെണ്ണുമായി ഞാനൊരാൾ മാത്രമാണുണ്ടായിരുന്നത്. മറ്റ് കുടുംബകാര്യങ്ങൾ ഞാൻ പിന്നീട് പറയാം. ഇവിടെ ഒരു വില്ലയും, ഒരു ലോഡ്ജ് മുറിയും ഞാൻ കൈവശം വെച്ചതിന്റെ പൊരുളാണ് നിങ്ങൾക്കറിയേണ്ടത്. എന്റെ യാത്രകൾ ക്ക് തടസ്സം ഉമ്മയാണെന്ന് പറഞ്ഞല്ലോ. ഉമ്മ മാത്രമല്ല, എന്റെ കാർണോർ (അമ്മാവൻ), സൈറാബാനു, രതി ഇവരെല്ലാം എന്റെ യാത്രയ്ക്ക് തടസ്സമായിരുന്നു. ഇതിനിടയിൽ ഒരു കാര്യം പറയട്ടെ, നിന്റെ മുഖം കണ്ടപ്പോൾ എനിയ്ക്ക് തോന്നിയതാണ്, സൈറാബാനുവും രതിയുമാരാണെന്നറിയാനുള്ള കൗതുകം നിനക്കുണ്ടാകാം. ഇപ്പോൾ അതിനെ കുറിച്ചൊന്നും ചോദിക്കരുത്. കവിതയോടായി അത്രയും പറഞ്ഞ് അയാൾ ഒന്നിളകിയിരുന്നു. അയാൾ തുടർന്നു. ചുരുക്കിപ്പറ ഞ്ഞാൽ എല്ലാ എതിർപ്പുകളേയും മറികടന്ന് ഞാൻ തുംകൂറിലെത്തി. ബാംഗ്ലൂരിലേക്ക് വരാനായിരുന്നു ഉദ്ദേശിച്ചത്. ഇവിടെ 'അൽ അമീൻ'

ഹോട്ടലിൽ കാഷ്യറുടെ ഒരൊഴിവുണ്ടായിരുന്നു. ഞങ്ങളുടെ ഒരു കുടുംബ സുഹൃത്ത് ആ ജോലി എനിക്ക് ശരിയാക്കിത്തന്നു. ഞാൻ ബാംഗ്ലൂരിൽ നിൽക്കാതെ നേരെയിങ്ങ് പോന്നു. ഒരു ജോലിയുമില്ലെങ്കിലും ആ സമയത്ത് ഞാൻ നാട്ടുവിട്ടുമായിരുന്നു. എന്റെ അവസ്ഥ അതായിരുന്നു. അതിനെ കുറിച്ചും ഞാൻ പിന്നീട് പറയാം.

ഒരു ദിവസം രാവിലെയാണ് ഞാൻ തുംകൂറിലെത്തുന്നത്. രാത്രി ബസ്സിൽ പുലർച്ചെ ബാംഗ്ലൂരിൽ ഇറങ്ങി. അവിടെ നിന്ന് വീണ്ടും ബസ് കയറിയാണ് തുംകൂറിലെത്തിയത്. ബസ്റ്റാന്റിനടുത്ത് തന്നെയാണ് ഹോട്ടൽ എന്ന് ഞാൻ നേരത്തെ മനസ്സിലാക്കിയിരുന്നു. അതുകൊണ്ട് ഹോട്ടൽ കണ്ടുപിടിക്കാൻ ബുദ്ധിമുട്ടിയില്ല. ഹോട്ടലിന്റെ മുൻവശത്തെ ബോർഡ് ദൂരെ നിന്ന് തന്നെ കാണാം. 'അൽ അമീൻ ഹോട്ടൽ' എന്ന് ഇംഗ്ലീഷ് അക്ഷരമാലയിലെ വലിയ അക്ഷരങ്ങൾക്കൊണ്ട് അതിൽ എഴുതിയിരുന്നു. അതിനു താഴെ അൽപ്പം ചെറുതാക്കി 'കേരള ഫുഡ്' എന്നും എഴുതിയിരുന്നു. മലയാളികളെ ഉദ്ദേശിച്ചായിരിക്കും അങ്ങിനെ എഴുതിയത്. ധാരാളം മലയാളികൾ ബാംഗ്ലൂരിൽ ഉണ്ട്. തുംകൂറിൽ ഇത്രയധികം മലയാളികളുണ്ടെന്ന് ഞാനറിഞ്ഞില്ല.

ഞാൻ ബാഗും തൂക്കിപ്പിടിച്ച് ഹോട്ടലിലേക്ക് കയറി. സാമാന്യം വലിയൊരു ഹോട്ടലായിരുന്നു അത്. നിങ്ങൾ അവിടെ പോയിക്കാണും അല്ലേ? അതുകൊണ്ട് കൂടുതൽ പറയണമെന്നില്ല. ക്യാഷ് കൗണ്ടറിൽ തടിയനായ ഒരു മധ്യവയസ്കൻ ഇരിപ്പുണ്ടായിരുന്നു. ഇരു ചെവികൾക്ക് മേലെയും, തലയുടെ പിന്നിലുമായി അൽപ്പം മുടിയുള്ളതൊഴിച്ചാൽ തികച്ചും കഷണ്ടിയായിരുന്നു അയാൾക്ക്. കഴുത്തിന് താഴെ കുടവയറും പൊണ്ണത്തടിയും ഒന്നിളകിയിരിക്കാൻ പോലും അയാൾ പ്രയാസപ്പെട്ടുന്നതായി തോന്നി. ഉറക്കം വിട്ടുമാറാത്ത ചെറിയ കണ്ണുകളിൽ ഒരു സൗമ്യഭാവം ഉണ്ടായിരുന്നു. ഞാൻ അയാളെ സമീപിച്ചു വന്ന കാര്യം പറഞ്ഞു. തിരക്കിനിടയിൽ അയാൾ എന്നെ സൂക്ഷമമായി ഒന്നു നോക്കി. താനൊരു പയ്യനാണല്ലോ? എന്നാണ് അയാൾ അപ്പോൾ വിചാരിച്ചതെന്ന് എനിയ്ക്ക് തോന്നി. ഇത്ര ചെറുപ്രായത്തിൽ പണം ശരിയായ രീതിയിൽ കൈകാര്യം ചെയ്യാൻ എനിക്ക് കഴിയുമോ എന്നും അയാൾ ചിന്തിച്ചിട്ടുണ്ടാകും.

എന്റെ നിൽപ്പ് കണ്ടപ്പോൾ അയാൾ ഒന്നും ചോദിക്കാൻ നിന്നില്ല. രാത്രി യാത്രയുടെ ക്ഷീണം എന്നെ വല്ലാതെ തളർത്തിയിരുന്നു. ഞാൻ അദ്ദേഹത്തിന്റെ മറുപടിക്കായി കാത്തു.

"മെഹമൂദ് പറഞ്ഞിരുന്നു. ഓൻ ക!!ാറെച്ച് മുമ്പ് വിളിച്ചിരുന്നു. നീ

എത്ത്യോന്നറിയാൻ. ഏതായാലും എത്ത്യല്ലോ. ഇനി പല്ല് തേപ്പം കുളിയും കഴിഞ്ഞ് ഒരു ചായ കുടിയ്ക്ക്." പറഞ്ഞു തീരുന്നതിന് മുമ്പേ അയാൾ അടുക്കള ഭാഗത്തേക്ക് നോക്കി "മൊയ്തീനേ...മൊയ്തീനേ" എന്ന് നീട്ടി വിളിച്ചു. കയ്യിൽ ഒരു പഴയ തുണിക്കഷ്ണവുമായി എന്നേക്കാൾ പ്രായം കൂടിയ ഒരു ചെറുപ്പക്കാരൻ കൗണ്ടറിനടുത്തേക്ക് വന്നു. പിന്നീട് ഒരു സഹോദരനെപോലെ എന്നോടു പെരുമാറിയ എന്റെ പ്രിയപ്പെട്ട മൊയ്തീനിക്ക ആയിരുന്നു അത്. ക്യാഷ് കൗണ്ടറിലെ ആളെയും നിങ്ങൾ കണ്ടിട്ടുണ്ടാവും. എന്റെ സ്നേഹനിധിയായ സൂപ്പിക്ക. അദ്ദേഹം മരിച്ചിട്ട് വർഷങ്ങളായി. ഓർക്കുമ്പോൾ തന്നെ എനിക്ക് സങ്കടം വരുന്നു. കുറച്ച് നേരം അയാൾ കണ്ണടച്ചിരുന്നു. സൂപ്പിക്കയെക്കുറിച്ചും, മൊയ്തീനിക്കയെക്കുറിച്ചും ഓർത്തപ്പോൾ അയാൾക്ക് സ്വയം നിയന്ത്രിക്കാൻ അൽപ്പം സമയമെടുത്തു. അരുൺ കുമാറും കവിതയും അയാളെ തന്നെ നോക്കിയിരുന്നു.

മൊയ്തീനിക്ക ഹോട്ടലിന്റെ പിന്നിലുള്ള കുളിമുറിയും കക്കൂസും കാണിച്ചു തന്നു. പിന്നിൽ അടുക്കളയുടെ ഒരു വശത്ത്, ആസ്ബസ്റ്റോസ് ഷീറ്റുകൊണ്ട് ചെരിച്ചുകെട്ടിയ, ഇടുങ്ങിയ ഒരുസ്ഥലത്താണ് പണിക്കാർ ഉറങ്ങിയിരുന്നത്. അടുക്കളയിൽ നിന്നുള്ള പുക അതിനുള്ളിലേക്കും വന്നുകൊണ്ടിരുന്നു. പകൽ അവിടെ ഉറങ്ങാൻ കഴിയില്ല. രാത്രി പണിക്കാർ ഉറങ്ങാൻ നേരമാവുമ്പോഴേക്കും തീയും പുകയുമെല്ലാം അവസാനിക്കും. ഞാൻ നിരാശനായി, എനിക്ക് എവിടെയെങ്കിലുമൊന്ന് കിടക്കണമായിരുന്നു. അടുത്തെവിടെയെങ്കിലും ലോഡ്ജ് ഉണ്ടോയെന്ന് ഞാൻ മൊയ്തീനിക്കയോടു ചോദിച്ചു.

"ലോഡ്ജ് ഒന്നു രണ്ടെണ്ണോണ്ട്, വലിയ സൗകര്യോല്ല. പൈസയും ജാസ്തിയാ. റെയിൽവേ സ്റ്റേഷനടുത്ത് ഒന്നുണ്ട്. പക്ഷേങ്കില് ആടെ ഇപ്പം ആരും പോക്കില്ല." ഇക്ക പറഞ്ഞു.

"അതെന്താ അവിടെ വല്ല കുഴപ്പവുമുണ്ടായോ?". ഞാൻ തിരക്കി.

"ആട കൊറച്ചീസം മുമ്പ്, രണ്ടാം നിലയിൽ ഒരു ചെക്കനും പെണ്ണും തൂങ്ങിച്ചത്തു."

മൊയ്തീനിക്ക അയാളുടെ പണിയിലേക്ക് നീങ്ങി. ഞാൻ സൂപ്പിക്കയോടു സമ്മതം ചോദിച്ച് പുറത്തിറങ്ങി.

മൊയ്താനിക്ക പറഞ്ഞ ചെക്കനും പെണ്ണും തൂങ്ങിമരിച്ച ലോഡ്ജ് കണ്ടുപിടിക്കലായിരുന്നു എന്റെ ലക്ഷ്യം. ഞാൻ ഒരു റിക്ഷാക്കാരനെ സമീപിച്ചു. അയാൾക്ക് ഞാൻ പറയുന്നതോ,അയാൾ പറയുന്നത് എനിക്കോ മനസ്സിലായില്ല. ലോഡ്ജ്, ടൂറിസ്റ്റ് ഹോം, നിയർ റെയിൽവേ

സ്റ്റേഷൻ, എന്നെല്ലാം മുറിച്ച് മുറിച്ച് പറഞ്ഞപ്പോൾ അയാൾക്ക് മനസ്സിലായി. അഞ്ചാറു മിനിറ്റിനുള്ളിൽ തന്നെ അയാൾ എന്നെ ഒരു വലിയ ലോഡ്ജിനു മുന്നിൽ എത്തിച്ചു. അതിന്റെ വിശാലമായ മുറ്റത്തിറങ്ങി, പ്രവേശനകവാടത്തിനു മുകളിൽ, നീല അകഷരങ്ങളിൽ ഇംഗ്ലീഷിലും കന്നഡയിലും 'റെയിൻബോ ടൂറിസ്റ്റ് ഹോം' എന്നെഴുതിയത് ഞാൻ വായിച്ചു. പിന്നിടെപ്പഴോ എന്റെ ഹൃദയത്തിന്റെ ഒരു ഭാഗത്ത് എഴുതപ്പെട്ട പേര്. എന്റെ മേൽവിലാസമായി മാറിയ പേര്.

വിശാലമായ കാർ പാർക്കിംഗ് സ്ഥലത്ത് ഒരു കൂട്ടം സ്കൂട്ടറല്ലാതെ മറ്റു വണ്ടികളൊന്നുമുണ്ടായിരുന്നില്ല. റിസപ്ഷനിൽ ഉറക്കം തൂങ്ങിയായ ഒരു മനുഷ്യൻ ഇരിപ്പുണ്ടായിരുന്നു. അദ്ദേഹം തമിഴ് ബ്രാഹ്മണനായിരുന്നു. നിങ്ങൾ അദ്ദേഹത്തെ കണ്ടിരിക്കില്ല. ഇപ്പോഴുള്ളത് അദ്ദേഹത്തിന്റെ മകനാണ്. അച്ഛൻ മരിച്ചതിന് ശേഷം എല്ലാം നോക്കിനടത്തുന്നത് മകനാണ്. റിസപ്ഷനിൽ ആദ്യമായി അദ്ദേഹത്തെ കണ്ടപ്പോൾ ഇ എം എസിനെ കണ്ടതു പോലെ തോന്നി. അറുപത് വയസ്സുള്ള ഇ എം എസ് നെറ്റിയിൽ വലിയ കുറി തൊട്ടാൽ എങ്ങിനെയിരിക്കും, അതുപോലുണ്ടായിരുന്നു അദ്ദേഹം. അതാ ആ കാണുന്ന ഫോട്ടോ അദ്ദേഹത്തിന്റേതാണ്. ചുമരിൽ ആകെയുണ്ടായിരുന്ന ഒരു മങ്ങിയ ഫോട്ടോയിലേക്ക് അരുൺ കുമാറും കവിതയും നോക്കി. താൻ നേരത്തെ ആ ഫോട്ടോ കണ്ടപ്പോൾ ആരെയായിരുന്നു ഓർമ്മിച്ചെടുക്കാൻ ശ്രമിച്ചതെന്ന് കവിതയ്ക്ക് മനസ്സിലായി. സക്കീർ ഭായ് പറഞ്ഞത് ശരിയാണ് സാക്ഷാൽ ഇ എം എസിനെ പോലെ തന്നെ.

സക്കീർ അഹമ്മദ് അടുക്കളയിലേക്ക് പോയി ഒരു ഗ്ലാസ് വെള്ളവുമായി വന്നു. കുറച്ച് വെള്ളം കുടിച്ച് ബാക്കി മേശപ്പുറത്ത് വെച്ച്, അയാൾ തുടർന്നു. ചിന്നസാമി എന്നാണ് എല്ലാവരും അദ്ദേഹത്തെ വിളിച്ചിരുന്നത്. ഞാനും പിന്നീട് അങ്ങിനെ തന്നെ വിളിച്ചു. അദ്ദേഹത്തിന്റെ യഥാർത്ഥ പേര് അതു തന്നെയായിരുന്നോ എന്ന് എനിക്കറിയില്ല. പിന്നീടെപ്പോഴെങ്കിലും അതിനെ കുറിച്ച് ആലോചിക്കുകയോ, അന്വേഷിക്കുകയോ ചെയ്തില്ല. എനിയ്ക്കും അദ്ദേഹം ചിന്നസാമിയായി.

ദമ്പതികൾ ആത്മഹത്യ ചെയ്ത മുറി തന്നെ വേണമെന്ന് ഞാൻ പറഞ്ഞപ്പോൾ അദ്ദേഹം പല ഒഴിവുകഴിവുകളും പറഞ്ഞു. പോലീസ് വീണ്ടും വന്ന് പരിശോധിക്കാനുള്ള സാധ്യതയുണ്ട്. അപ്പോൾ മുറി ഒഴിയേണ്ടി വരും. രാത്രി ഉറങ്ങാൻ പ്രയാസമായിരിക്കും. അതിനേക്കാൾ സൗകര്യമുള്ള മുറികൾ വേറെയുണ്ട്. മുകളിലേക്കുള്ള കോണിപ്പടികൾ കയറി ബുദ്ധിമുട്ടേണ്ടതില്ല. അദ്ദേഹത്തിന്റെ ന്യായവാദങ്ങളൊന്നും എന്നെ പിന്തിരിപ്പിച്ചില്ല. അപ്പോൾ

എനിയ്ക്കൊരുദ്ദേശ്യമേയുണ്ടായിരുന്നുള്ളൂ. ആ മുറിയിൽ താമസിച്ച് എന്റെ ധീരത വെളിപ്പെടുത്തണം. പരേതാത്മാക്കളുടെ എന്തെങ്കിലും സാന്നിധ്യം അവിടെയുണ്ടോയെന്നറിയാനുള്ള കൗതുകവും എനിയ്ക്കുണ്ടായിരുന്നു. കൂടുതൽ നിർബന്ധിച്ചപ്പോൾ അദ്ദേഹം മുറിയുടെ താക്കോൽ തന്നു. കൂടെ ഒരു പയ്യനേയും അയച്ചു. മുറി കാണിച്ചുതന്നതല്ലാതെ അത് തുറക്കാൻ അവൻ കൂട്ടാക്കിയില്ല.

ഞാൻ വാതിൽ തുറന്ന് അകത്ത് കയറി. സൗകര്യമുള്ള മുറി, എനിയ്ക്കത് ധാരാളമായിരുന്നു. കിടക്ക വിരി അൽപ്പം മുഷിഞ്ഞിട്ടുണ്ട്. ദമ്പതികൾ ഉപയോഗിച്ച ശേഷം ഒരുപക്ഷേ അത് മാറ്റിയിട്ടുണ്ടാവില്ല. അങ്ങിനെയെങ്കിൽ ഒരുപക്ഷേ ആ പാവങ്ങളുടെ ആത്മാവിനെ തൊട്ടറിയാൻ കഴിഞ്ഞേക്കാം. ഞാൻ ഷർട്ടും പാന്റ്സും മാറി ഒരു ലുങ്കിയുടുത്ത് കിടക്കയിലേക്ക് മലർന്ന് കിടന്നു.

ഞാൻ ഉണർന്നപ്പോൾ നേരം വൈകുന്നേരം ആയിരുന്നു. അന്ന് രാത്രി അവിടെ താമസിച്ച് പിറ്റേ ദിവസം ഹോട്ടലിലേക്ക് പോകാമെന്നായിരുന്നു ഞാൻ വിചാരിച്ചത്. എന്നാൽ പിറ്റേ ദിവസം രാവിലെ മുതൽ എനിക്ക് ചെറിയ പനിയും ജലദോഷവും പിടിപ്പെട്ടു. ഞാൻ ഹോട്ടലിലേക്ക് പോയി സൂപ്പിക്കയെ കണ്ടു. രണ്ട് ദിവസം കൂടി ലോഡ്ജിൽ തന്നെ തങ്ങാൻ അദ്ദേഹം ഉപദേശിച്ചു. ഡോക്ടറെ കാണിക്കാൻ കാശുണ്ടോയെന്നും അദ്ദേഹം അന്വേഷിച്ചു. പൈസ അത്യാവശ്യത്തിന് എന്റെ കയ്യിലുണ്ടായിരുന്നു. ഡോക്ടറെ കാണിക്കാതെ നാലഞ്ച് പാരസെറ്റാമോൾ ഗുളികയും വാങ്ങി ഞാൻ ലോഡ്ജിലേക്ക് തിരിച്ചു. മൂന്ന് ദിവസം ഞാൻ അവിടെ താമസിച്ചു. നാലാം ദിവസം പനിയെല്ലാം മാറി. ഞാൻ അവിടം വിടാൻ തീരുമാനിച്ചു. മുറി പൂട്ടി, ബാഗുമായി ഞാൻ റിസപ്ഷനടുത്തേക്ക് നടന്നു. ചിന്നസാമി അവിടെയുണ്ടായിരുന്നു. എന്നും രാവിലെ 'സിദ്ധഗംഗാമട്ടിൽ' പ്രാർത്ഥിച്ചിട്ടാണ് അദ്ദേഹം എത്തുക. രാത്രി മാനേജരായി വേറെ ജോലിക്കാരനുണ്ടായിരുന്നു. പകൽ സമയം മാത്രമേ അദ്ദേഹം അവിടെയുണ്ടാകാറുള്ളൂ. എന്നെ കണ്ടപ്പോൾ അദ്ദേഹം സീറ്റിൽ നിന്നെഴുന്നേറ്റ്, അടുത്തേക്ക് വന്ന് എന്നെ പിടിച്ച്, അടുത്തുണ്ടായിരുന്ന സോഫയിലൊന്നിലിരുത്തി. അരികിലായി അദ്ദേഹവുമിരുന്നു. എന്റെ നാട്, വീട്, തുംകൂറിൽ എന്തിന് വന്നു, എന്നതിനെ കുറിച്ചെല്ലാം അദ്ദേഹം എന്നോട് ചോദിച്ചു. ഇതെല്ലാം അറിഞ്ഞിട്ട് അദ്ദേഹത്തിന് എന്ത് കാര്യം? എനിയ്ക്ക് സംശയമായി. എന്നിട്ടും ഞാൻ മറുപടി പറഞ്ഞു, എല്ലാ ചോദ്യങ്ങൾക്കും. അദ്ദേഹം എല്ലാം കേട്ടു. ഒന്ന് പുഞ്ചിരിച്ചു.

വാടക കൊടുക്കണം. ഞാൻ പേഴ്സ് എടുത്തു, അതിൽ നിന്ന് പൈസ എടുക്കാൻ തുടങ്ങുമ്പോഴേക്കും അദ്ദേഹം പേഴ്സ് വാങ്ങി തിരികെ എന്റെ പോക്കറ്റിലിട്ടു. ഒന്നും കൊടുക്കേണ്ടതില്ല. ഇനിയും അവിടെ തന്നെ താമസിക്കാം. വാടകയൊന്നും വേണ്ട. അദ്ദേഹം എന്നെ നിർബന്ധിച്ചു. അദ്ദേഹത്തിന് എന്തോ കുഴപ്പമുണ്ടെന്ന് എനിക്ക് തോന്നി. ഈ മഹാനഗരത്തിൽ വാടകയില്ലാതെ ആരെങ്കിലും മുറി കൊടുക്കുമോ? എനിക്ക് വിശ്വാസം വന്നില്ല. എത്രയും വേഗം അവിടെ നിന്ന് പോകുന്നതാണ് നല്ലതെന്ന് എനിക്ക് തോന്നി. എന്റെ മനസ്സ് വായിച്ചതുപോലെ അദ്ദേഹം ആ ലോഡ്ജ് വാങ്ങാനിടയായ സാഹചര്യവും അതിന്റെ ഇപ്പോഴത്തെ അവസ്ഥയും എന്നോടു പറയാൻ തുടങ്ങി.

സക്കീർ അഹമ്മദ് ഗ്ലാസിൽ ബാക്കിയുണ്ടായിരുന്ന വെള്ളം മുഴുവൻ കുടിച്ചു. കുറച്ച് കൂടി വേണമെന്ന് അയാൾക്ക് തോന്നി. അവിടെ നിന്നെഴുന്നേറ്റ് വീണ്ടും വെള്ളമെടുക്കാനുള്ള മടി കാരണം അയാൾ അവിടെ തന്നെയിരുന്നു.

"ആ കഥ ഞാൻ ചുരുക്കിപ്പറയാം". ഒന്നുകൂടി നിവർന്നിരിക്കുന്നതിനിടയിൽ അയാൾ പറഞ്ഞു.

ചിന്നസാമിയുടെ കുടുംബം വളരെ മുമ്പേ തന്നെ ഹോട്ടൽ നടത്തിപ്പുകാരായിരുന്നു. അദ്ദേഹത്തിന്റെ കുടുംബത്തിന് ബാംഗ്ലൂരിൽ ഒരു ഹോട്ടൽ ഉണ്ടായിരുന്നു. സ്വത്ത് ഭാഗം വെച്ചപ്പോൾ ചിന്നസാമിക്കായിരുന്നു അത് കിട്ടിയത്. വളരെക്കാലം നല്ല രീതിയിൽ അദ്ദേഹം അത് നടത്തി. നല്ല ലാഭമുണ്ടാക്കി, കുറച്ചുകൂടി മെച്ചപ്പെട്ട രീതിയിൽ ബിസിനസ് നടത്തണമെന്ന് ആഗ്രഹിച്ചിരുന്ന സമയത്താണ്, ഈ ലോഡ്ജ് വിൽക്കുന്നുണ്ടെന്നറിഞ്ഞത്. വിലയന്വേഷിച്ചപ്പോൾ കുഴപ്പമില്ലെന്ന് തോന്നി. ഉടമസ്ഥൻ ഒരു കുതിരപ്പന്തയക്കാരനായിരുന്നു. കിട്ടിയ വിലയ്ക്ക് വിൽക്കാൻ അയാൾ തയ്യാറായിരുന്നു. ചിന്നസാമി ബാംഗ്ലൂരിലെ ഹോട്ടൽ വിറ്റു. കയ്യിലുള്ള പണവും ബാങ്ക് ലോണുമൊക്കെയായി അയാൾ പണം കൊടുത്ത് ലോഡ്ജ് സ്വന്തമാക്കി. അഞ്ചാറ് മാസത്തോളം കാര്യങ്ങളെല്ലാം നല്ല രീതിയിൽ നടന്നു. പിന്നെ അദ്ദേഹത്തിന്റെ കഷ്ടകാലം തുടങ്ങുകയായി. ഞാൻ താമസം തുടങ്ങുന്നതിന്റെ തലേ വർഷം റെയിൽവേ സ്റ്റേഷന്റെ പടിഞ്ഞാറ് വശം മറ്റൊരു ലോഡ്ജ് പ്രവർത്തനമാരംഭിച്ചു. നിങ്ങൾ കണ്ടിട്ടുണ്ടാകും. "നടരാജ ടൂറിസ്റ്റ് ഹോം". അതിന്റെ മുതലാളി സ്റ്റേഷൻ പരിസരത്തെ ടാക്സിക്കാരെ വശത്താക്കി ആളുകളെ അങ്ങോട്ടെത്തിക്കാനുള്ള ശ്രമം തുടങ്ങി. അതോടെ ചിന്നസാമിയുടെ കഷ്ടകാലവും തുടങ്ങി. എന്നും ഹൗസ് ഫുൾ ആയിരുന്ന തിയേറ്ററിൽ അവാർഡ് സിനിമയ്ക്കുള്ള ആളുകൾ

പോലുമില്ലാതായതുപോലെയായി ചിന്നസാമിയുടെ "റെയിൻബോ ടൂറിസ്റ്റ് ഹോം". ആളുകൾ കുറഞ്ഞപ്പോൾ പണിക്കാരുടെ എണ്ണം കുറച്ചു. ഒരുവിധം അദ്ദേഹം പിടിച്ചു നിന്നു.

ആയിടയ്ക്കാണ്, അതായത് ഞാൻ താമസം തുടങ്ങുന്നതിന്റെ രണ്ടാഴ്ച മുമ്പ് ഒരു യുവതിയും, യുവാവും അവിടെ ആത്മഹത്യ ചെയ്തത്. സമ്പന്നയായ യുവതിയുടെ വീട്ടിലെ ഡ്രൈവറായിരുന്നു പോലും യുവാവ്. ആന്ധ്രയിൽ നിന്നും നാട് വിട്ട് അവർ ബാംഗ്ലൂരിൽ എത്തി. അവിടെ ബന്ധുക്കൾ തിരയുന്നതറിഞ്ഞതോടെ തുംകൂറിലേക്ക് മാറി. ഒന്നിച്ച് ജീവിക്കാൻ കഴിയില്ലെന്നറിഞ്ഞതോടെ ഒന്നിച്ച് മരിക്കാൻ അവർ തീരുമാനിച്ചു. ആ തീരുമാനം ചിന്നസാമിയേയും തകർക്കുമെന്ന് അവർ കരുതിയിട്ടുണ്ടാവില്ല. പിന്നെ ലോഡ്ജിലേക്ക് ആരും വന്നില്ല. ചിന്നസാമിയും ഒരു പയ്യനും മാത്രമായി അവിടുത്തെ അന്തേവാസികൾ. രണ്ടാഴ്ചയ്ക്ക് ശേഷം ആദ്യമായി എത്തുന്ന താമസക്കാരൻ ഞാനായിരുന്നു. ഞാൻ താമസം തുടങ്ങിയതിന്റെ പിറ്റേ ദിവസം പന്ത്രണ്ടംഗങ്ങളുള്ള ഒരു തീർത്ഥാടക സംഘം അവിടെയെത്തി. തമിഴ്നാട്ടിൽ നിന്നും വന്ന ഒരു കുടുംബമായിരുന്നു അത്. ബാംഗ്ലൂരും മൈസൂരുമെല്ലാം കറങ്ങിയ ശേഷം സിദ്ധ ഗംഗാമട്ടിൽ തീർത്ഥാടനത്തിന് എത്തിയതായിരുന്നു അവർ. അതിനടുത്ത ദിവസം ജനതാദൾ സമ്മേളനത്തിൽ പങ്കെടുക്കാൻ ചില നേതാക്കൻമാരും അനുയായികളും അവിടെയെത്തി. തീർത്ഥാടക സംഘം ഒഴിയുമ്പോഴേക്കും അടുത്ത സംഘമെത്തിയത് ചിന്നസാമിയെ അതിയായി സന്തോഷിപ്പിച്ചു.

ചുരുക്കത്തിൽ ഞാനവിടെ എത്തിയതിനുശേഷമാണ് ഇതെല്ലാം സംഭവിച്ചത്. അദ്ദേഹത്തെ ഉപേക്ഷിച്ചു പോയ ഭാഗ്യദേവതയുമായാണ് ഞാനവിടെയെത്തിയതെന്ന് അദ്ദേഹം ആത്മാർത്ഥമായി വിശ്വസിച്ചു. ഞാൻ പോകുമ്പോൾ ഭാഗ്യദേവതയും എന്നോടൊപ്പം പോകുമെന്ന് അദ്ദേഹം ഭയപ്പെട്ടു.

അദ്ദേഹത്തിനുവേണ്ടി കുറച്ചു ദിവസം കൂടി അവിടെ താമസിക്കാമെന്ന് ഞാൻ തീരുമാനിച്ചു. എല്ലാ ദിവസവും രാവിലെ ഹോട്ടലിലേക്ക് പോകും. രാത്രി തിരിച്ച് വരും. കുറേക്കാലം ഈ പതിവ് തുടർന്നു. അപ്പോഴേക്കും അദ്ദേഹത്തിന്റെ പഴയ ജോലിക്കാരെല്ലാം തിരികെയെത്തിയിരുന്നു. ലോഡ്ജിൽ ഒറ്റ മുറി പോലും ഒഴിവില്ലാതായി. ചില ദിവസങ്ങളിൽ ജോലിക്കാർക്കായി ഒഴിച്ചിട്ടിരുന്ന ചില മുറികൾ പോലും അദ്ദേഹം താമസക്കാർക്ക് നൽകി. അപ്പോഴൊന്നും എന്റെ മുറിയെ കുറിച്ച് അദ്ദേഹം ചിന്തിച്ചിരുന്നതേയില്ല. അവിടെ തിരക്ക് കൂടാൻ വേറൊരു കാരണം

കൂടിയുണ്ടായിരുന്നു. നടരാജ ടൂറിസ്റ്റ് ഹോമിൽ മദ്യപാനവും വ്യഭിചാരവും തുടങ്ങിയതോടെ മാനം മര്യാദയുള്ളവരാരും അങ്ങോട്ട് പോകാതെയായി.

അങ്ങിനെ ഞാനവിടുത്തെ വാടകയൊന്നുമില്ലാത്ത ഒരു സ്ഥിരം അന്തേവാസിയായി മാറി. ചിന്നസാമിയുടെ ബാങ്ക് ലോൺ തീരുകയും, ബാങ്ക് എക്കൗണ്ടിൽ പണം നിറയുകയും ചെയ്തു. ഒന്ന് രണ്ട് വർഷം കൂടി ഹോട്ടലിലെ ജോലി ചെയ്ത് ഞാനതവസാനിപ്പിച്ചു. റെയിൻബോ ടൂറിസ്റ്റ് ഹോമിന്റെ മാനേജർ സ്ഥാനം ചിന്നസാമി വാഗ്ദാനം ചെയ്തെങ്കിലും ഞാനതു നിരസിച്ചു. വേറൊന്നും കൊണ്ടല്ല, എനിക്ക് ചിത്രം വരക്കാനുള്ള സ്ഥലവും സമയവും വേണമായിരുന്നു. ലോഡ്ജ് ചിത്രരചനയ്ക്ക് പറ്റിയ സ്ഥലമായിരുന്നില്ല. ഒരു വില്ലയായിരിക്കും അതിനു പറ്റിയ സ്ഥലമെന്ന് ഞാൻ മനസ്സിലാക്കി. അങ്ങിനെയാണ് ഈ വില്ല ഞാൻ വാടകയ്ക്ക് എടുക്കുന്നത്. ചിത്രരചന ഇവിടേയും, താമസം ലോഡ്ജിലും. ഏതാണ്ട് ഒരുഭയ ജീവിയെപ്പോലെയാണ് ഞാൻ കഴിഞ്ഞുകൂടുന്നത്.

ഇപ്പോൾ നിങ്ങളുടെ സംശയം തീർന്നിട്ടുണ്ടാകും. ഇനി നമുക്ക് ഓരോ കട്ടൻചായ കുടിയാകാം. സംസാരം അതിനു ശേഷമാകാം.

“ചായ ഞാനുണ്ടാക്കാം, നിങ്ങൾ ഇവിടെത്തന്നെ ഇരിയ്ക്ക്.” സക്കീർ അഹമ്മദ് വെള്ളം കുടിച്ച ഗ്ലാസുമായി കവിത അടുക്കളയിലേക്ക് പോയി. അരുൺ കുമാർ കൊണ്ടുവന്ന ചിത്രങ്ങൾ ചുരുൾ നിവർത്തി മേശപ്പുറത്ത് വെക്കാൻ തുടങ്ങി. അവയിലോരോന്നും കാണിച്ച് സക്കീർ ഭായിയുടെ അഭിപ്രായമറിയാൻ അവൻ അതിയായി ആഗ്രഹിച്ചു. അതോടൊപ്പം ചെറിയൊരു പേടിയും അവനു അനുഭവപ്പെട്ടു. മുമ്പ് എട്ടാം ക്ലാസിൽ പഠിക്കുമ്പോൾ ഗാന്ധിജിയുടെ ചിത്രം വരച്ച് വിജയൻ മാഷെ കാണിച്ചപ്പോഴുണ്ടായിരുന്ന അതേ പേടി, “വളരെ നന്നായിട്ടുണ്ട്. ഇനിയും വരയ്ക്കണം.” വിജയൻമാഷ് പറഞ്ഞ വാക്കുകൾ അവനിപ്പോഴും ഓർമ്മയുണ്ട്.

അരുൺ കുമാർ ചിത്രങ്ങളുടെ ചുരുൾ നിവർത്തി സക്കീർ ഭായിയുടെ മുന്നിലേക്ക് വെച്ചു. അയാൾ ഓരോന്നും വിശദമായി പരിശോധിച്ചു. “ഇതിലെ സമയമേതാണ്.” എ കമ്പനി ഓഫ് എ ഫ്ലവർ (A company of a Flower) എന്ന ചിത്രം വെളിച്ചമുള്ള ഭാഗത്തേക്ക് നീക്കി വെച്ച് അയാൾ ചോദിച്ചു. ‘മഴക്കാലം’ അരുൺ കുമാർ പറഞ്ഞു. ഹ...ഹ... സക്കീർ അഹമ്മദ് ചിരിച്ചു. കുലുങ്ങി കുലുങ്ങി ചിരിച്ചു. താൻ പറഞ്ഞത് വിഡ്ഢിത്തമായി പോയെന്ന് അരുൺ കുമാറിന് തോന്നി. എത്ര ആലോചിട്ടും പറഞ്ഞ വിഡ്ഢിത്തമെന്തെന്ന് അവനു മനസ്സിലായില്ല. അവൻ വിഷണ്ണനായി.

അടുക്കളയിൽ കട്ടൻചായയിൽ പഞ്ചസാര ഇളക്കിക്കൊണ്ടിരുന്നപ്പോഴാണ് പുറത്തെ ചിരി കവിത കേട്ടത്. താനില്ലാത്തപ്പോൾ എന്ത് തമാശയാണാവോ അവർ പറഞ്ഞത്? സക്കീർ ഭായ് ഇത്രമാത്രം ചിരിക്കാൻ അരുൺ കുമാർ എന്തായിരിക്കും പറഞ്ഞിരിക്കുക. ഇത്രകാലത്തെ പരിചയത്തിനിടയിൽ ഒരു തമാശ പോലും അവൻ പറയുന്നത് താൻ കേട്ടിട്ടില്ല. എപ്പോഴും വലിയ ഗൗരവത്തിലായിരിക്കും. സംസാരം തന്നെ വളരെ കുറവ്. ഇനി അവന്റെ ചിത്രങ്ങൾ വല്ലതും കണ്ട് ചിരിച്ചുപോയതായിരിക്കുമോ? അവൾ കട്ടൻ ചായയുമായി വേഗത്തിൽ അവരുടെയടുത്തേക്ക് വന്നു.

സക്കീർ അഹമ്മദ് ചായ അൽപ്പം കുടിച്ചു. അതിനുശേഷം അയാൾ പറഞ്ഞു തുടങ്ങി. മഴക്കാലമാണെന്ന് ഏതു കുട്ടിക്കും മനസ്സിലാകും . ഞാൻ ചോദിച്ചത് അതല്ല, രാവിലെയാണോ? ഉച്ചയാണോ? അതോ വൈകുന്നേരമോ?

“അത്രയൊന്നും ഞാൻ ചിന്തിച്ചിരുന്നില്ല.” അരുൺ കുമാർ പറഞ്ഞു. സാരമില്ല തുടക്കത്തിൽ എല്ലാവരും അങ്ങിനെയാണ്. ഞാനും അങ്ങിനെയായിരുന്നു. പിന്നീട് എല്ലാം ശരിയായിക്കൊള്ളും. അരുൺ കുമാറിന് ആശ്വാസമായി. അയാൾ ചിരിച്ചപ്പോൾ കവിത അടുത്തില്ലാതിരുന്നത് നന്നായി. തന്നെ പരിഹസിക്കാൻ അവൾക്കിതൊരവസരമായേനെ. തന്നെ ശുണ്ഠിപിടിപ്പിച്ച് ചിരിക്കാൻ അവൾക്ക് നല്ല രസമാണ്. അത്തരം അവസരങ്ങൾ അവൾ പാഴാക്കാറില്ല.

അരുൺ കുമാർ സക്കീർ അഹമ്മദിന്റെ മുഖത്തേക്ക് തന്നെ നോക്കിക്കൊണ്ടിരുന്നു. അയാൾ തുടർന്നു, സന്ധ്യാനേരം മനസ്സിൽ കണ്ടാണ് വരച്ചിരുന്നതെങ്കിൽ കുറച്ചുകൂടി നന്നായേനെ. മൂർത്തവും ലളിതവുമായ ചിത്രങ്ങളിൽ കാലദേശങ്ങളുടെ സൂക്ഷ്മമായ അംശങ്ങൾ ചാലിച്ചിടണമെന്നാണ് എന്റെ വ്യക്തിപരമായ അഭിപ്രായം. അമൂർത്തമായ കല കാലദേശങ്ങൾക്കപ്പുറം ഉദാത്തമായ ഉന്മാദാവസ്ഥ തന്നെയാണ്. ഉന്മാദത്തിന്റെ കൊടുമുടിയിൽ, കലാകാരന്റെ അന്ത്യത്തോടെ കല പൂർണ്ണമാകുന്നു. നിന്റെ ചിത്രങ്ങളിൽ കളർ വിന്യാസത്തിൽ ചില പോരായ്മകളുണ്ടെന്ന് തോന്നുന്നു. പ്രാഥമിക നിറങ്ങളുമായി ഇഴപിരിയാൻ കഴിയാത്ത ചങ്ങാത്തം നിരന്തരം തുടർന്നുകൊണ്ടിരുന്നാൽ മാത്രമേ നമ്മുടെ ഭാവനയിലുള്ള നിറങ്ങൾ ചിത്രങ്ങളാക്കി മാറ്റാൻ കഴിയൂ. കുറേ കാലത്തെ പരിചയവും പരിശ്രമവുമുണ്ടെങ്കിൽ ഇതി നേടിയെടുക്കാവുന്നതാണ്. എന്റെ ചിത്രങ്ങൾ ആദ്യം വിലയിരുത്തി പോരായ്മ കണ്ടെത്തിയത് ഞാൻ തന്നെയായിരുന്നു. ഒരു ശിക്ഷണത്തിന്റെ കുറവ് എന്റെ ചിത്രങ്ങളിൽ മുഴുനീളെ ഞാൻ കണ്ടെത്തി. അതു പരിഹരിക്കാൻ

ഞാനെന്താണ് ചെയ്തതെന്നോ? എന്റെ മുഴുവൻ ചിത്രങ്ങളും പെറുക്കിക്കൂട്ടി നേരെ മദ്രാസ്സിലേക്ക് വണ്ടി കയറി. ബാംഗ്ലൂരിലെ ഒരു സുഹൃത്ത് തന്ന അഡ്രസ്സുമായി മദ്രാസ്സ് ഫൈൻ ആർട്ട്സ് (Madras Fine Arts) കോളേജ് അധ്യാപകനായ ദേവേന്ദ്ര ചാറ്റർജി സാറിനെ കണ്ടു. നാലഞ്ചു ദിവസം അദ്ദേഹത്തിന്റെ കൂടെത്തന്നെ താമസിച്ചു. വിശ്വകലയുടെ ആത്മാവ് തൊട്ടറിയാൻ അദ്ദേഹം എന്നെ സഹായിച്ചു.

അതുകൊണ്ട് എന്റെ ലളിതമായ ഉപദേശം ഇതാണ്. നീ നല്ലൊരു കലാകാരനാകും നിർബന്ധമായും ദേവേന്ദ്ര ചാറ്റർജി സാറിനെ കാണണം. അദ്ദേഹം പെൻഷൻ പറ്റി ഇപ്പോൾ നാട്ടിലാണ്. മദ്രാസ്സിൽ പോകുന്നതിന് പകരം കൊൽക്കത്ത വരെ പോകണം. പ്രായത്തിന്റെ ബുദ്ധിമുട്ടുണ്ടെങ്കിലും നിന്നെ അദ്ദേഹം സഹായിക്കും. സക്കീർ അഹമ്മദ് പറഞ്ഞതു മുഴുവനും കവിതയ്ക്ക് മനസ്സിലായിരുന്നില്ല. അവൾ എല്ലാം കേട്ടിരുന്നതല്ലാതെ ഒന്നും പറഞ്ഞില്ല. അരുൺ കുമാറിന് കാര്യങ്ങളെല്ലാം വ്യക്തമായിരുന്നു. ഒന്നും പറയാതെ തന്നെ എല്ലാം അവനും കേട്ടിരുന്നു.

നേരം സന്ധ്യയോടടുത്തു. കാണികളും കളിക്കാരുമൊഴിഞ്ഞ് മൈതാനം ശൂന്യമായി. ഭാലിയുടെ വാച്ചുകൾ മരക്കൊമ്പുകളിൽ നിന്ന് ഉരുകിയൊലിച്ച് വിജനമായ മൈതാനിയിലാകമാനം പരന്നു. ഘടികാരത്തിന്റെ സൂചികൾ നിലച്ച്, സമയത്തിന്റെ പുറത്തേക്ക് ഒരിക്കലും ആരംഭിക്കാത്തതും, ഒരിക്കലുമവസാനിക്കാത്തതുമായ ഒരു ബിന്ദുവിലേക്ക് തറച്ചു നിന്നു.

2
മുല്ലപ്പൂ മണമുള്ള പ്രണയം

അരുൺ കുമാർ എത്തുമ്പോൾ ആശുപത്രി കിടക്കയിൽ തളർന്നു കിടക്കുകയായിരുന്നു അച്ഛൻ. തൊട്ടടുത്തുള്ള ഒരു ബെഞ്ചിൽ അമ്മയും മയങ്ങുകയായിരുന്നു. അച്ഛന്റെ മുഖത്ത് നല്ല ക്ഷീണമുണ്ട്. പ്രഷറും, ഷുഗറും, കൊളസ്ട്രോളുമെല്ലാം അദ്ദേഹത്തെ തളർത്തിയിരുന്നു. അമ്പത് കഴിയുമ്പോഴേക്കും ഓരോരോ രോഗങ്ങളും തലപൊക്കും. അച്ഛനു അമ്പത്തഞ്ച് വയസ്സ് കഴിഞ്ഞു. മുമ്പൊരിക്കലും അച്ഛൻ ഇതുപോലെ കിടന്നത് അവൻ കണ്ടിട്ടില്ല. ആശുപത്രിയിൽ പോകുന്നതേ അച്ഛന് ഇഷ്ടമായിരുന്നില്ല. വല്ല പനിയോ തലവേദനയോ വന്നാൽ വീട്ടിൽ തന്നെ പുതച്ച് കിടക്കും.

“രണ്ട് ദിവസം കെടന്നാൽ എല്ലാം നേരെയാകും.” ഇതായിരുന്നു അച്ഛന്റെ രീതി.

അരുൺ കുമാർ അച്ഛനരികിൽ ഇരുന്നു. അച്ഛൻ ഉറങ്ങുകയായിരുന്നു. അരുൺ കുമാറിനെ കണ്ടപ്പോൾ അയാളുടെ കണ്ണുകൾ ആർദ്രമായി. അയാൾ അരുൺ കുമാറിന്റെ ഒരു കൈ, തന്റെ മാറിലേക്ക് ചേർത്തുവെച്ച് മെല്ലെ തലോടാൻ തുടങ്ങി. കുട്ടിക്കാലത്തുപോലും അച്ഛൻ അങ്ങിനെ ചെയ്തിരുന്നതായി അവനു ഓർക്കാൻ കഴിഞ്ഞില്ല. അച്ഛൻ അവനെ ഒരുപാട് സ്നേഹിച്ചിരുന്നു. അതവനറിയാം. എന്നാൽ ഒരിക്കൽ പോലും അച്ഛൻ സ്നേഹം പ്രകടിപ്പിച്ചിരുന്നില്ല. അച്ഛൻ

അങ്ങിനെയായിരുന്നു. കടലോളം സ്നേഹം മനസ്സിൽ കൊണ്ടുനടക്കുന്ന ഒരാൾ. അരുൺ കുമാറിനും സങ്കടം വന്നു. അച്ഛൻ ഇത്ര ക്ഷീണിതനായി അവൻ കണ്ടിട്ടില്ല. ശരീരത്തിലെ മാംസമെല്ലാം ഉരുകിപ്പോയതു പോലെ ശരീരം പകുതിയായിരിക്കുന്നു. തൊലിയിലെല്ലാം ചുളിവുകൾ വീണിട്ടുണ്ട്. കണ്ണുകൾ രണ്ടും കുഴിയിൽ താണതു പോലെ, അവ രണ്ടും ദൂരെയെങ്ങോ ദൃഷ്ടിയുറപ്പിച്ച പോലെ അവനു തോന്നി. അവൻ അച്ഛന്റെ നെറ്റിയിൽ കൈവെച്ചു. പനിയില്ല, വിയർപ്പുണ്ട്. വിയർപ്പ് തുള്ളികൾ അവൻ കൈ കൊണ്ട് തുടച്ചുമാറ്റി.

അമ്മ അവൻ വന്നത് അറിഞ്ഞില്ല. അവർ നല്ല ഉറക്കത്തിലാണ്. ഒരുപക്ഷേ രാത്രി മുഴുവൻ അച്ഛന് കൂട്ടിരുന്ന് ഇപ്പോഴെങ്ങാനും ഉറങ്ങിപ്പോയതായിരിക്കും. അവൻ കിടക്കയിൽ നിന്നെഴുന്നേറ്റ് അമ്മയെ വിളിച്ചുണർത്തി. അവർ പെട്ടെന്ന് എഴുന്നേറ്റ്, സാരി നേരെയാക്കി കിടക്കയ്ക്കരികെ മാറി നിന്നു. ഡോക്ടർ പരിശോധിക്കാൻ വന്നതാകും, അവർ കരുതി. തൊട്ടുമുന്നിൽ അരുൺ കുമാറാണെന്ന് ഒരു നിമിഷം കഴിഞ്ഞപ്പോഴാണ് അവർക്ക് മനസ്സിലായത്.

“ഞ്ഞ് അങ്ങ് പോയിരുന്നോ?” അവർ ചോദിച്ചു.

“ഇല്ല നേരെ ഇങ്ങോട്ടു പോന്നു. ഇവിടെ വന്നിട്ട് പോകാമെന്ന് കരുതി.” അവൻ പറഞ്ഞു.

അതേതായാലും നന്നായി. അച്ഛൻ നിന്നെ അറീക്കണ്ടാന്ന് പറഞ്ഞതാ. അറീക്കാതെ പറ്റ്വോ. ഏഴ് ദെവസായി ഇവിടെ വന്നിട്ട്, മുറിവൊണങ്ങ്ന്നില്ല. അവർ പറഞ്ഞ മുറിവ് ഏതെന്ന് അവനു മനസ്സിലായില്ല. രണ്ടു ദിവസമായി ആശുപത്രിയിലാണ്. നീയൊന്ന് വരണം. ഇത്രമാത്രമാണ് അമ്മ അവനോട് പറഞ്ഞത്. അച്ഛന് ഷുഗറുണ്ട്. ചിലപ്പോൾ അത് അധികരിച്ചിരിക്കും, രണ്ട് ദിവസം ആശുപത്രിയിൽ കിടന്ന് ഇൻസുലിൻ ഇഞ്ചക്ഷൻ എടുത്താൽ അത് നോർമലാകും, ഇത്രയൊക്കെയാണ് അവൻ കരുതിയത്. അമ്മ വിളിച്ചപ്പോൾ ഒന്നും പറഞ്ഞതുമില്ല. നാട്ടിൽ വന്ന് അച്ഛനേയും കണ്ട് വേഗം തിരിച്ചുപോകാമെന്നാണ് അവൻ കരുതിയത്.

“ഇതാ ഇതു നോക്ക്” അച്ഛന്റെ പുതപ്പ് കാലിൻ മേൽ നിന്ന് മേലോട്ടുയർത്തുന്നതിനിടയിൽ അവർ പറഞ്ഞു. അച്ഛന്റെ വലതു കാലിലെ തള്ളവിരൽ തുണികൊണ്ട് പൊതിഞ്ഞിരിക്കുന്നു. അതിനു ചുറ്റിലും നീർക്കെട്ടുമുണ്ടായിരുന്നു.

“ഇതെങ്ങിനെ പറ്റിയതാ?” അവൻ ചോദിച്ചു.

“തെക്കേപ്പൊറത്തെ ചാമ്പക്കേടെ ചോട്ടിൽ നിന്ന് ഈറ്റള് കുത്തിപ്പോയതാ. അന്നേരം ഒന്നൂല്ലായിരുന്നു. മോന്തിക്കാ വേദന ത!!ൊടങ്ങ്യേത്. പിറ്റേന്ന് ഇങ്ങോട്ട് പോന്നു. വേദനയ്ക്കൊരു കൊറവ്വല്ല. മോന്ത്യായാൽ കുത്തിപ്പറിക്കുന്ന വേദന. ഒരു പോള കണ്ണടക്കില്ല. ഞാനെന്തു ചെയ്യും.” അവരുടെ വാക്കുകളിൽ ആശങ്കയും വേദനയുമുണ്ടായിരുന്നു.

അവൻ അമ്മയെ ആശ്വസിപ്പിച്ചു.

“ഒന്ന് രണ്ട് ദിവസം കൊണ്ട് എല്ലാം ശരിയാകും. ഷുഗർ കുറയാത്തതുകൊണ്ടാണ് മുറിവ് ഉണങ്ങാത്തത്. ഇഞ്ചക്ഷൻ കൊടുക്കുന്നത് കൊണ്ട് ഷുഗർ വേഗത്തിൽ കുറയും. പിന്നെ നാളെയോ മറ്റന്നാളോ നമുക്കിവിടെ നിന്ന് പോകാം.” അവന്റെ വാക്കുകൾ അച്ഛനും ശ്രദ്ധിക്കുന്നുണ്ടായിരുന്നു. അവൻ പറഞ്ഞത് ശരിയാണെന്ന് അദ്ദേഹത്തിനും തോന്നി. ഇന്നലെ രാത്രി വേദനയ്ക്ക് അൽപ്പം കുറവുണ്ടായിരുന്നു. രാവിലെയായപ്പോൾ നീർക്കെട്ടിനും ശമനമുണ്ട്. ചിലപ്പോൾ മുറിവുണങ്ങുന്നതിന്റെ ലക്ഷണമായിരിക്കാം. അവൻ വന്നത് വലിയ ആശ്വാസമായി. നാലഞ്ച് ദിവസം കടുത്ത വേദന അനുഭവിച്ചപ്പോൾ തന്നെ അവനെ വിളിക്കേണ്ടതായിരുന്നുവെന്ന് അദ്ദേഹത്തിന് തോന്നി. വിവരമറിഞ്ഞ് അവൻ നേരേ ആശുപത്രിയിൽ എത്തുകയായിരുന്നു. കുളിയും പല്ലുതേപ്പുമൊന്നും കഴിഞ്ഞിട്ടുണ്ടാവില്ല. വീട്ടിലേക്ക് പോകുന്നതാണ് നല്ലത്. വീട്ടിലേക്ക് അരമണിക്കൂർ യാത്രയേയുള്ളൂ. പോയിവരുന്നതാണ് നല്ലത്.

“നീ വീടുവരെ പോയി വന്നാൽ മതി. അപ്പോഴേക്കും ഡോക്ടർ വരും.” അച്ഛൻ പറഞ്ഞു.

അരുൺ കുമാർ ആശുപത്രിയിൽ നിന്നിറങ്ങി രണ്ട് മിനിറ്റ് നടന്നാൽ നാഷനൽ ഹൈവേയിലെത്താം. അവിടെ നിന്ന് കൊയിലാണ്ടി ബസിനോ, പേരാമ്പ്ര ബസിനോ കയറിയാൽ ഇരിങ്ങലിൽ ഇറങ്ങാം. ബസിറങ്ങിയാൽ നേരെ വീട്ടിലേക്ക് പോകണം. ആരോടും സംസാരിച്ച് നിൽക്കാൻ നേരമില്ല. കുളി കഴിഞ്ഞ് വസ്ത്രം മാറി വേഗം ആശുപത്രിയിലേക്കു തന്നെ തിരിച്ചുപോകണം. സാധാരണ നാട്ടിലേക്ക് വരുമ്പോൾ ബസിറങ്ങിയാൽ ഒരു മണിക്കൂറെങ്കിലും കഴിഞ്ഞാണ് വീട്ടിലെത്തുക. നാട്ടുകാരോടും പരിചയക്കാരോടും വർത്തമാനം പറഞ്ഞ് വീട്ടിലെത്താൻ ഒരുപാട് സമയമെടുക്കും. ഒരാളേയും ഒഴിവാക്കാൻ കഴിയില്ല. എല്ലാവരും അടുത്ത പരിചയക്കാരാണ്. പരസ്പരം അറിയാത്തവരായി ആരുമുണ്ടാവില്ല. താമസം നഗരത്തിലാണെങ്കിലും അരുൺ കുമാർ ഇപ്പോഴും ഒരു തനി നാട്ടിൻപുറത്തുകാരനാണ്. എല്ലാതരത്തിൽപെട്ടവരുമായും അവൻ ഇടപഴകുമായിരുന്നു.

ഇരിങ്ങലിൽ ബസ്സിറങ്ങുമ്പോൾ അവിടെ അധികമാരുമുണ്ടായിരുന്നില്ല. മുന്നിലുള്ള പലകയിൽ മീൻ നിരത്തിവെച്ച്, കയ്യിലൊരു പേപ്പർ കഷ്ണവും പിടിച്ച് ഈച്ചയെ ആട്ടിത്തെളിച്ച് പോക്കർ മാപ്പിള ഇരിപ്പുണ്ടായിരുന്നു. നാണുവേട്ടൻ സാധനങ്ങൾ കെട്ടിക്കൊടുക്കുന്ന തിരക്കിൽ ആയിരുന്നു. പെട്ടിക്കടയിലെ തൂക്കിയിട്ട മാഗസിനുകൾക്കിടയിലൂടെ അച്ചുവേട്ടന്റെ തല അരുൺ കുമാറിന് കാണാമായിരുന്നു. പോക്കർ മാപ്പിളയാണ് ആദ്യം അവനെ കണ്ടത്. എല്ലാവരോടും ലോഗ്യം പറഞ്ഞ് അവൻ വേഗം വീട്ടിലേക്ക് നടന്നു.

ദൂരെ നിന്നു തന്നെ വാതിൽ തുറന്നിരിക്കുന്നത് കാണായി. നാരായണിയമ്മ വീട്ടിലുണ്ട്. ചിലപ്പോൾ വിനോദുമുണ്ടായിരിക്കും. കുറച്ച് മുമ്പാണ് അവൻ ആശുപത്രിയിൽ നിന്നും പോന്നത്. പെട്ടന്ന് തന്നെ ഹോട്ടലിലേക്ക് പോകണം. അവിടെ അവൻ എത്തിയിട്ടില്ലെങ്കിൽ കുമാരേട്ടൻ വിഷമിക്കും. ഉച്ചയ്ക്കുള്ള ഊണിന്റെ സമയത്ത് വലിയ തിരക്കായിരിക്കും. അച്ഛനുണ്ടായിരുന്നെങ്കിൽ എല്ലാ കാര്യങ്ങളും അദ്ദേഹം നോക്കുമായിരുന്നു. സുഖമില്ലാതെ കിടക്കുമ്പോഴും അച്ഛൻ ഹോട്ടലിനെ കുറിച്ച് വേവലാതിപ്പെടുമായിരുന്നു.

“കച്ചോടത്തിന് മങ്ങലേറ്റാൽ തിരിച്ചുപിടിക്കുക വലിയ പ്രയാസാ”. ഇത്രയും കാലം ഒരു മങ്ങലുമേൽക്കാതെ അച്ഛൻ നടത്തിക്കൊണ്ടു പോന്നു. ഇപ്പോൾ ആരോഗ്യം ക്ഷയിച്ചിരിക്കുന്നു. ഇനി പഴയതുപോലെ നടത്താൻ അച്ഛനുകഴിയില്ല. ഓൾറൗണ്ടറായ ഒരു ക്രിക്കറ്റ് കളിക്കാരനെ പോലെയായിരുന്നു അച്ഛൻ. ക്യാഷ് കൗണ്ടറിലിരിക്കുന്നതിന് പുറമെ, സാധനങ്ങൾ സപ്ലൈ ചെയ്യുക, മേശ തുടക്കുക, പാകം ചെയ്യുക... തുടങ്ങി എല്ലാ ജോലിയും അച്ഛൻ ചെയ്യുമായിരുന്നു. ഒരു മുതലാളിയെ പോലെ അദ്ദേഹം പെരുമാറിയിട്ടില്ല. പണിക്കാരും അവരിൽ ഒരാളായി അച്ഛനെ കണ്ടു.കുമാരേട്ടനാണെങ്കിൽ സ്വന്തം ജ്യേഷ്ഠനെപ്പോലെയാണ് അച്ഛനെ കണ്ടത്. അച്ഛന് വല്ല അത്യാവശ്യവും വരുമ്പോൾ കുമാരേട്ടനായിരുന്നു എല്ലാം നോക്കിനടത്തിയിരുന്നത്. കുമാരേട്ടനെ ഒരു മാണിക്യക്കല്ല് വീണുകിട്ടുന്നതുപോലെ കിട്ടുകയായിരുന്നു. ഒരിക്കൽ ഒരു ചെറുപ്പക്കാരനേയും കൊണ്ട് വല്യമ്മാവൻ വീട്ടിൽ വരികയായിരുന്നു. വല്ല്യമ്മാവന് മരക്കച്ചോടമായിരുന്നു. കച്ചവടത്തിനായി പല നാട്ടുകളിലും പോവാറുണ്ടായിരുന്നു. നിലമ്പൂരിൽ നിന്ന് കൂടെ കൂട്ടിയതാണത്രെ ചെറുപ്പക്കാരനെ. അച്ഛൻ പുതിയ വീട് താമസം തുടങ്ങിയ സമയത്തായിരുന്നു അത്.

“നല്ല ചെറുക്കനാ പണിയെല്ലാം വിശ്വസിച്ചേൽപ്പിക്കാം. കൊറച്ച് കാലം ഒരു ചായപ്പീട്യേൽ നിന്നിരുന്നു. ആട വല്ല്യകച്ചോടൊന്നുല്ല”.

വലിയ ദാരിദ്ര്യോം, പാവം തോന്നി ഞാനിങ്ങ് കൂടെ കൂട്ടി. ഇവിടെ അച്ഛതനൊരു സഹായാല്ല്യോന്ന് കരുതി".

വല്ല്യമ്മാവനെ അച്ഛൻ ധിക്കരിച്ചില്ല. കുമാരേട്ടനെ കൂടെ കൂട്ടി. കുറച്ച് ദിവസങ്ങൾകൊണ്ട് തന്നെ കുമാരേട്ടന്റെ കഴിവ് അച്ഛന് ബോധ്യപ്പെട്ടു. കറികളുടെ രുചിയും നിറവും മാറി. ഹോട്ടലിൽ തിരക്ക് കൂടി. കുമാരേട്ടൻ ഹോട്ടലിന്റെ എല്ലാമായി മാറി.

അരുൺ കുമാർ അകത്ത് ചെല്ലുമ്പോൾ വിനോദ് ഇസ്തിരിയിടുകയായിരുന്നു. ഇളയച്ഛന്റെ മകനാണ് വിനോദ്. അരുൺ കുമാറും അവനും സമപ്രായക്കാരായിരുന്നു. പത്താം ക്ലാസ് തോറ്റതിന് ശേഷം കുറച്ച് കാലം ട്യൂട്ടോറിയൽ കോളേജിൽ ചേർന്നു. നാരായണൻ മാഷ്ടെ അടി സഹിക്കാൻ കഴിയാഞ്ഞിട്ടാണത്രെ പരീക്ഷയ്ക്ക് മുമ്പേ അവൻ പഠനം നിർത്തി. ഇളയമ്മ അവനെയോർത്തു കരയുമ്പോൾ, അവൻ റെയിൽവേ സ്റ്റേഷനടുത്തുള്ള വയലിൽ ക്രിക്കറ്റ് കളിക്കുകയായിരിക്കും. അല്ലെങ്കിൽ ഏതെങ്കിലും കൂട്ടുകാരുമൊത്ത് മൂരാട് പുഴയിൽ ചൂണ്ടയിടും. അതിനിടയിൽ പയ്യോളിയിലെ ഒരു തുണിക്കടയിൽ കുറച്ച് കാലം നിന്നിരുന്നു. അധികം വൈകാതെ അതും നിർത്തി. വിസയെടുത്ത് ഗൾഫിൽ പോകണമെന്ന് പറഞ്ഞ് കുറച്ച് കാലം അതിന് പിന്നാലെ നടന്നു. ഒന്നും ശരിയായില്ല. ഇളയമ്മയുടെ കരച്ചിൽ മാത്രം ബാക്കിയായി. ഒരു ദിവസം അമ്മയുടെ മുന്നിൽ ഇളയമ്മ ഏറെനേരം കരഞ്ഞു. അച്ചന്റെ കടയിൽ നിർത്താൻ അവർ അമ്മയോടു അപേക്ഷിച്ചു. കടയിൽ പണിക്കാരുടെ ആവശ്യമില്ലായിരുന്നു. എന്നിട്ടും അച്ഛൻ അവനെ പണിയ്ക്ക് നിർത്തി. ആദ്യം പുറം ജോലികൾ ഏൽപ്പിച്ചു. മാർക്കറ്റിൽ പോയ് മീനും പച്ചക്കറികളും വാങ്ങുക, പാൽ കൊണ്ടുവരിക, തുടങ്ങിയ ജോലികളൊക്കെ അവൻ ചെയ്തു. ക്രമേണെ വീട്ടിലും അവന്റെ സഹായ കിട്ടി. അച്ഛന് സുഖമില്ലാതായതിന് ശേഷം അവനും കുമാരേട്ടനും കൂടിയാണ് ഹോട്ടൽ നടത്തുന്നത്. കുമോരേട്ടന് അടുക്കളയിൽ നിന്നിറങ്ങാൻ നേരം കിട്ടില്ല. എന്നിട്ട് വിനോദിനും മറ്റ് പണിക്കാർക്കും വേണ്ട നിർദ്ദേശങ്ങൾ അദ്ദേഹം കൊടുത്തുകൊണ്ടിരുന്നു. അതുകൊണ്ട് അച്ഛനില്ലാതിരുന്നിട്ടും കച്ചവടത്തിന് കുറവൊന്നുമുണ്ടായില്ല.

"ആഹാ. ഇതാര്? നീ ആസ്പത്രീൽ പോയിരുന്നോ? അതോ നേരിട്ട് വരുന്ന വരവോ?" ഇസ്തിരിയിടുന്നതിന്നിടയിൽ അവൻ ചോദിച്ചു. അച്ഛന്റെ മുണ്ടും ഷർട്ടുമായിരുന്നു അവൻ ഇസ്തിരിയിട്ടുകൊണ്ടിരുന്നത്. അച്ഛൻ വെള്ള ഷർട്ടാണ് ഇടുക. വെള്ള നിറത്തിലല്ലാത്ത ഷർട്ട് ഒരിക്കലും അച്ഛൻ ധരിച്ചിരുന്നതായി അരുൺ കുമാർ കണ്ടിട്ടില്ല. അച്ഛൻ തന്നെയാണ് അദ്ദേഹത്തിന്റെ മുണ്ടും ഷർട്ടും ഇസ്തിരിയിടുക.

“ഞാൻ ആശുപത്രിയിൽ നിന്നാണ് വരുന്നത് ഒന്ന് കുളിച്ച് ഡ്രസ്സ് മാറണം. വേഗം തന്നെ തിരിച്ചുപോവുകയും വേണം. നീ വേഗം കടയിലേക്ക് പോയ്ക്കോ. അവിടെ കുമാരേട്ടൻ വിഷമിക്കുന്നുണ്ടാകും.” വിനോദ് എന്തെങ്കിലും പറയുന്നത് കാത്തു നിൽക്കാതെ അരുൺ കുമാർ അവന്റെ മുറിയിലേക്ക് പോയി. ഒരു തോർത്ത് മുണ്ടുമെടുത്ത് അവൻ കുളിമുറിയിലേക്ക് നടന്നു. വേഗത്തിൽ കുളി കഴിഞ്ഞ് അടുക്കളയിൽ ചെന്നുനോക്കി. നാരായണിയമ്മ കഞ്ഞിവെക്കുന്ന തിരക്കിലാണ്. വിനോദ് പറഞ്ഞിട്ടുണ്ടാകും അവൻ പോകുന്നതിന് മുമ്പ് കഞ്ഞി തയ്യാറാക്കാൻ. അരുൺ കുമാർ വന്നതൊന്നും അവർ അറിഞ്ഞിരുന്നില്ല. കഞ്ഞിവെച്ച് കഴിഞ്ഞാൽ തുണിയലക്കണം, മുറ്റം വൃത്തിയാക്കണം, അതു കഴിഞ്ഞാൽ വീട് പൂട്ടി താക്കോൽ അവറാൻ മാപ്പിളേടെ വീട്ടിൽ കൊടുത്ത് അവർക്ക് അവർക്ക് പോകാം. അമ്മ ഉണ്ടെങ്കിൽ വൈകുന്നേരമാണ് അവർ പോവുക. അതുവരെ അല്ലറ ചില്ലറ ജോലികളിൽ അമ്മയെ സഹായിക്കും. അവർ വന്നില്ലായിരുന്നെങ്കിൽ അമ്മയുടെ കാര്യം കഷ്ടമായേനേ. അച്ഛൻ ആശുപത്രിയിലായതോടെ രാവിലെ വന്ന് പണി തീർത്തിട്ട് പോകും. കുമാരേട്ടനാണ് അവരെ കൊണ്ടുവന്നത്. പാലത്തിന് അക്കരെയായിരുന്നു അവരുടെ വീട്.

“ഇങ്ങളെന്തെങ്കിലും കൊടുത്താൽ മതി. കൂലി കണക്കാക്കിയൊന്നും കൊടുക്കേണ്ട.” കുമാരേട്ടന്റെ വാക്കുകൾ അമ്മയുടെ സംശയം തീർത്തു. ദിവസവും കൂലി കൊടുക്കേണ്ടി വരുമോയെന്ന് അമ്മയ്ക്ക് സംശമുണ്ടായിരുന്നു.

തുണിയലക്കൽ, നിലം തുടയ്ക്കൽ, മുറ്റം അടി, മുറ്റം അടിച്ചുവാരൽ, തുടങ്ങിയ പണികളായിരുന്നു അവർ ചെയ്തിരുന്നത്. അടുക്കളയിലുള്ള ഒരു പണിയും അവരെ കൊണ്ട് ചെയ്യിച്ചിരുന്നില്ല. ഒരു ഹരിജൻ സ്ത്രീ ഉണ്ടാക്കുന്ന ഭക്ഷണം കഴിക്കുന്നതിനെ കുറിച്ച് അമ്മയ്ക്ക് ചിന്തിക്കാനേ കഴിയുമായിരുന്നില്ല. അങ്ങിനെയുള്ള ഒരു തറവാട്ടിലായിരുന്നു അമ്മ ജനിച്ചതും വളർന്നതും. അച്ഛന്റെ തറവാട് അത്രയൊന്നും കേമമായിരുന്നില്ല. അമ്മയെപ്പോലെയുള്ള നാട്യങ്ങളൊന്നും അച്ഛനില്ലാതിരുന്നത്. അതു കൊണ്ട് കൂടിയായിരിക്കാം. അമ്മയുടെ സ്വഭാവം ഏച്ചിയിലേയ്ക്കും പകർന്ന് കിട്ടിയിട്ടുണ്ട്. നാരായണിയമ്മയെ പണിക്ക് നിർത്തുന്നതിൽ ഏറ്റവും എതിർപ്പ് പ്രകടിപ്പിച്ചത് അവളായിരുന്നു. എന്നാൽ അവരെ ക്കൊണ്ട് ഏറ്റവും ഗുണം ലഭിച്ചതു അവൾക്കാണ്. അമ്മുവിനെ പ്രസവിച്ചപ്പോൾ അമ്മയുടെ കൂടെ അവരല്ലാതെ മറ്റാരുമുണ്ടായിരുന്നില്ല. സഹായത്തിന് ആരെയെങ്കിലും കിട്ടുമോയെന്ന് സോമേട്ടൻ വളരെയധികം ശ്രമിച്ചതാണ്. ആരെയും കിട്ടാതായപ്പോൾ അവരോട് ചോദിച്ച

നോക്കിയതാണ്. അവർ സന്തോഷത്തോടെ നാലഞ്ച് ദിവസം ഏച്ചിയ്ക്കു വേണ്ടി ആശുപത്രിയിൽ നിന്നു. ഏച്ചിയുടെ ഇരുപത്തിയെട്ട് കുളി ദിവസം മൂവായിരം രൂപ അവരുടെ കയ്യിൽ വെച്ചുകൊടുത്തപ്പോൾ അവർ വാങ്ങാൻ കൂട്ടാക്കിയിരുന്നില്ല. സോമേട്ടൻ നിർബന്ധിച്ചിട്ടാണ് അവർ അത് വാങ്ങിയത്.

ഏച്ചിയുടെ പ്രസവശേഷം അടുക്കളപ്പണിയും അവർക്ക് ചെയ്യേണ്ടി വന്നു. ഏച്ചിയുടേയും അമ്മുവിന്റേയും കാര്യം നോക്കാനല്ലാതെ അമ്മയ്ക്ക് ഒന്നിനും സമയമുണ്ടായിരുന്നില്ല. ഏച്ചിയ്ക്കുള്ള രാവിലത്തെ കുത്തരിച്ചോറും ചമ്മന്തിയുമുണ്ടാക്കാൻ പോലും അമ്മയ്ക്ക് നേരം കിട്ടിയില്ല. നാരായണിയമ്മയുണ്ടാക്കിയ കുത്തരിച്ചോറും ചമ്മന്തിയും തിന്നുമ്പോൾ ഏച്ചിയിൽ തീണ്ടലിന്റെ ജീർണ്ണിച്ച, ആർത്തവ രക്തം കട്ട പിടിച്ച്, പുറത്ത് പോകാതെ, വെളുത്ത കോട്ടൺ തുണി കൊണ്ട് കെട്ടിപ്പൊതിഞ്ഞ് പുതിയകാലത്തിലും മാറാതെ, അങ്ങിനെ... അങ്ങിനെ.

അരുൺ കുമാറും വിനോദും ഒന്നിച്ചാണ് വീട്ടിൽ നിന്നിറങ്ങിയത്. അരുൺ കുമാർ ആശുപത്രിയിലേക്കും, വിനോദ് കടയിലേക്കും പോയി. അരുൺ കുമാർ അവിടെയെത്തുമ്പോൾ അച്ഛൻ കിടക്കയിൽ ചാരിയിരുന്ന് പത്രം വായിക്കുകയായിരുന്നു. മുഖത്ത് ആശ്വാസത്തിന്റെ ലക്ഷണമുണ്ട്. അരുൺ കുമാർ അച്ഛന്റെ മുണ്ടും ഷർട്ടും, കഞ്ഞിയും അമ്മയെ ഏൽപ്പിച്ച് വേഗം തന്നെ ഡോക്ടറെ കാണാൻ പോയി. ഒ പിയിൽ വലിയ തിരക്കുണ്ടായിരുന്നില്ല. വിവിധ ഒ പി കൗണ്ടറുകൾക്ക് മുമ്പിൽ രോഗികൾ ഊഴവും കാത്തിരിപ്പുണ്ടായിരുന്നു. ചില്ലുവാതിലിനരികെ രോഗികളുടെ പേര് വിളിച്ചിരുന്ന ഒരു നേഴ്സിനെ സമീപിച്ച് അരുൺ കുമാർ കാര്യം ധരിപ്പിച്ചു. ചെറിയൊരു കാത്തിരിപ്പിനു ശേഷം, അവൻ അകത്ത് പ്രവേശിച്ചു.

“ഇരിക്കൂ.” ഡോക്ടർ ചൂണ്ടികാണിച്ച കസേരയിൽ അവനിരുന്നു. കേസ് ഷീറ്റ് ഡോക്ടറുടെ മേശപ്പുറത്ത് വെച്ചു. അദ്ദേഹം അതിലൂടെ തിടുക്കത്തിലൊന്ന് കണ്ണോടിച്ചു.

“ഷുഗർ നോർമലാണ്, നാളെ വീട്ടിലേക്ക് പോകാം. ഇടയ്ക്കിടയ്ക്ക് ഷുഗർ ചെക്ക് ചെയ്യണം.” കേസ് ഷീറ്റ് തിരിച്ചു അവനെ ഏൽപ്പിക്കുന്നതിനിടയിൽ അയാൾ പറഞ്ഞു. അരുൺ കുമാർ ഡോക്ടർക്ക് നന്ദി പറഞ്ഞ് പുറത്തിറങ്ങി.

തിരിച്ച് മുറിയിലെത്തുമ്പോൾ അമ്മ കഞ്ഞി കുടിക്കുകയായിരുന്നു. ഒരു പണിയും ചെയ്യാനില്ലാത്തതു കൊണ്ട് അമ്മ വീർപ്പുമുട്ടുന്നുണ്ടാകും. വീട്ടിലാകുമ്പോൾ ഒരു സെക്കന്റ് പോലും വെറുതെയിരിക്കില്ല.

എന്തെങ്കിലും ചെയ്തുകൊണ്ടിരിക്കും. ആശുപത്രിയൽ അച്ഛനു കാവലിരിക്കുകയല്ലാതെ അമ്മയ്ക്ക് ഒന്നും ചെയ്യാനുണ്ടായിരുന്നില്ല.

ഗുളികപോലും നഴ്സുമാർ കൃത്യസമയത്ത് വന്ന് എടുത്ത് കൊടുക്കും.

"ഡോക്ടറെന്തു പറഞ്ഞു." അമ്മ തിരക്കി.

നാളെ പോകാം. മധുരമുള്ളതൊന്നും കൊടുക്കാൻ പാടില്ലെന്നും പറഞ്ഞു. ഡോക്ടർ അങ്ങിനെ പറഞ്ഞില്ലെങ്കിലും ഒരു നിയന്ത്രണം നല്ലതാണെന്ന് അവനു തോന്നി. ഇല്ലെങ്കിൽ ഇടയ്ക്കിടയ്ക്ക് ആശുപത്രിയിൽ വരേണ്ടി വരും. അച്ഛൻ ഒന്നും പ്രതികരിച്ചില്ല. ഇതൊന്നും തനിക്കത്ര ബുദ്ധിമുട്ടുള്ള കാര്യമല്ല എന്നുള്ള ഭാവമായിരുന്നു അദ്ദേഹത്തിന്. ആശുപത്രിയിൽ കിടക്കുമ്പോഴും ഹോട്ടൽ എങ്ങിനെ നടന്നുപോകുന്നുവെന്ന വേവലാതിയായിരുന്നു അദ്ദേഹത്തിന്. തനിക്ക് ശേഷം അതു അനാഥമായി പോകുമല്ലോയെന്നും അദ്ദേഹം ഭയപ്പെട്ടു. മകൻ പഠിപ്പുള്ളവനാണ്. അവൻ അത് ഏറ്റെടുത്ത് നടത്തുമോയെന്ന് സംശയമാണ്.

"നീ കടേലോട്ട് പോ . ഉച്ചയ്ക്ക് നല്ല തെരക്കുണ്ടാകും. അത് കഴിഞ്ഞ് വന്നാൽ മതി. വരുമ്പം അമ്മയ്ക്ക് ക!!ൊറച്ച് ചോറെടുക്കാൻ മറക്കണ്ട." അച്ഛൻ പറയാൻ കാത്തിരിക്കുകയായിരുന്നു. അവൻ അവിടെയിരുന്ന് മുഷിയുന്നതിലും നല്ലത് കടയിൽ പോകുന്നതാണ്. വിനോദിനും കുമാരേട്ടനും ചെറിയ സഹായവുമാകും. അരുൺ കുമാർ വേഗത്തിൽ റോഡിലിറങ്ങി. നടക്കാനുള്ള ദൂരമേയുള്ളൂ. സഹകരണാശുപത്രിയിൽ നിന്ന് പുതിയ സ്റ്റാന്റിലേക്ക് അഞ്ച് മിനുറ്റ് മതി. അവിടുന്ന് എടോടിയിലേക്ക് മൂന്നോ നാലോ മിനിറ്റ് നടന്നാൽ ഹോട്ടലിലെത്താം. കുറഞ്ഞ ദൂരമാണെങ്കിലും അവിടം വരെ നടക്കാൻ അവന് താൽപ്പര്യം തോന്നിയില്ല. ഒരു ഓട്ടോ വിളിച്ച് അവിടെയിറങ്ങി.

അരുൺ കുമാർ കയറി ചെല്ലുമ്പോൾ ഹോട്ടലിൽ മോശമല്ലാത്ത തിരക്കുണ്ടായിരുന്നു. കുമാരേട്ടൻ തലങ്ങും വിലങ്ങും ഓടി നടക്കുന്നുണ്ട്. ഒരു പയ്യനും, ഒരു ചെറുപ്പക്കാരനും കുമാരേട്ടനെ സഹായിക്കുന്നുണ്ട്. അവരെ രണ്ടുപേരേയും അരുൺ കുമാറിന് അറിയില്ലായിരുന്നു. വിനോദ് ക്യാഷ് കൗണ്ടറിലിരിപ്പുണ്ട്. അരുൺ കുമാറിനെ കണ്ടപ്പോൾ അവൻ വേഗമിറങ്ങി വന്ന് അവനെ പിടിച്ച് അവിടെയിരുത്തി.

"നീ കുറച്ച് നേരം അവിടെയിരിക്ക്. ഞാൻ കറി വിളമ്പിക്കൊടുക്കട്ടെ". അത്രയും പറഞ്ഞ് വിനോദ് അടുക്കളഭാഗത്തേക്ക് പോയി. കറിപ്പാത്രവുമായി അവനെ കണ്ടപ്പോഴാണ് കുമാരേട്ടൻ ക്യാഷ് കൗണ്ടരിലേക്ക് നോക്കിയതും അരുൺ കുമാറിനെ കണ്ടതും. ഒന്ന് ചിരിച്ച്, അവിടെത്തന്നെയിരുന്നോയെന്ന് ആംഗ്യം കാണിച്ച് കുമാരേട്ടൻ ചോറു വിളമ്പുന്ന ജോലിയിൽ മുഴുകി.

ഉച്ചവരെ കുമാരേട്ടൻ അടുക്കളയിൽ വെപ്പുപണിയിലായിരിക്കും. അദ്ദേഹത്തെ സഹായിക്കാൻ നാണിയമ്മയുമുണ്ടാകും. അവർ കുമാരേട്ടനേക്കാൾ മുമ്പ് ജോലിയിലുണ്ടായിരുന്നു. എന്നാൽ അവർ ഉണ്ടാക്കുന്ന കറികൾക്കൊന്നും വേണ്ടത്ര രുചിയുണ്ടായിരുന്നില്ല. കുമാരേട്ടനാകട്ടെ കറികളുണ്ടാക്കുന്നതിൽ ഓരോ ദിവസവും പുതിയ പുതിയ പരീക്ഷണങ്ങൾ നടത്തി. അദ്ദേഹത്തിന്റെ ഇഞ്ചിക്കറിയുടേയും, മോരുകറിയുടേയും രുചിയറിഞ്ഞ് അഞ്ചുവിളക്കിനടുത്തുള്ള കോടതി വക്കീലൻമാർ പോലും അവിടെയെത്തിയിരുന്നു. മുളകിട്ടതും പുട്ടും തിന്നാൻ താഴെയങ്ങാടിയിലെ ചെറുപ്പക്കാർ കൂട്ടത്തോടെ ചിലപ്പോഴൊക്കെയെത്തിയിരുന്നു. കുമാരേട്ടൻ വന്നതോടെ അച്ഛന്റെ ഭാഗ്യവും തെളിഞ്ഞു. ഭാഗ്യത്തിന്റെ ഒരംശം കുമാരേട്ടനും നൽകാൻ അച്ഛൻ പിശുക്കൊന്നും കാണിച്ചില്ല. റെയിൽവെ പുറമ്പോക്ക് ഭൂമിയോടു ചേർന്ന് ഒരു ഏഴ് സെന്റ് സ്ഥലം വാങ്ങി അവിടെ വീടു വെച്ച് കൊടുത്തത് അച്ഛനായിരുന്നു. തറവാട്ടിൽ അമ്മയുടെ ഓതി ഭാഗത്തുള്ള തെങ്ങുകൾ മുറിച്ചുകൊണ്ടു വന്നാണ് വീടുണ്ടാക്കിയത്. ഓടു മേഞ്ഞ ചെറിയ വീട്ടിൽ ഒരാഴ്ചയോളം അദ്ദേഹത്തിന്റെ അമ്മയും താമസിച്ചിരുന്നു. അമ്മ വന്ന് പാലു കാച്ചണമെന്ന് കുമാരേട്ടനു നിർബന്ധമായിരുന്നു. പ്രായത്തിന്റേയും അസുഖത്തിന്റേയും ബുദ്ധിമുട്ടുകൾ ഉണ്ടായിട്ടും മകന്റെ പാലു കാച്ചൽ ചടങ്ങിന് വന്ന് ഒരാഴ്ചയോളം താമസിച്ചാണ് അവർ നിലമ്പൂരിലേക്ക് മടങ്ങിയത്. അഞ്ചാറ് മാസം കഴിഞ്ഞ് അവർ മരിക്കുകയും ചെയ്തു. മരണ വാർത്ത രാവിലെ അറിഞ്ഞപ്പോൾ അച്ഛൻ കുമാരേട്ടനെ വീട്ടിലേക്ക് വിളിപ്പിക്കുകയായിരുന്നു. അച്ഛൻ നേരിട്ടു തന്നെ കുമാരേട്ടനോടു കാര്യം പറഞ്ഞു. ഒന്നും പറയാതെ കുറച്ചു നേരം അദ്ദേഹം നിലത്തേക്ക് നോക്കിനിന്നു. അച്ഛൻ ആശ്വസിപ്പിക്കാനെന്നോണം കുമാരേട്ടന്റെ തോളിൽ കൈവെച്ചു.

അപ്പോഴാണ് എല്ലാവരേയും നടുക്കിക്കൊണ്ട് കുമാരേട്ടൻ കരഞ്ഞത്. തൊട്ടടുത്ത് നിൽക്കുകയായിരുന്ന അച്ഛന്റെ തോളിലേക്ക് തല ചായ്ച്ച്, അദ്ദേഹം തേങ്ങി, തേങ്ങിക്കരഞ്ഞു. ഇത്ര മുതിർന്ന ഒരാൾ പരസ്യമായി ഇങ്ങിനെ കരയുന്നത് ഇതിന് മുമ്പൊരിക്കലും അരുൺ കുമാർ കണ്ടിരുന്നില്ല. പിന്നീട് അതിനെകുറിച്ച് കുമാരേട്ടനോടു ചോദിച്ചപ്പോൾ അദ്ദേഹം പറഞ്ഞ മറുപടി കേട്ട് രണ്ടു ദിവസം അരുൺ കുമാറിന് ഉറങ്ങാൻ പോലും കഴിഞ്ഞിരുന്നില്ല.

മാങ്ങയണ്ടിയ്ക്കുള്ളിലുമുണ്ടൊരു ജീവിതം

ഞങ്ങളഞ്ച് മക്കളാണ്. രണ്ട് ഏട്ടത്തിമാരും ഒരു അനിയനും ഒരു അനിയത്തിയും. അച്ഛൻ നേരത്തെ മരിച്ചു. ലോറിയിൽ മരം കേറ്റലായിരുന്നു അച്ഛന്റെ പണി. ഒരു ദെവസം ലോറീന്ന് മരം വീണ് അച്ഛൻ

ആസ്പത്രീലായി. കൊറച്ച് ദെവസം കഴിഞ്ഞ് അച്ഛൻ മരിച്ച. ഞാനന്ന് എട്ടാം ക്ലാസിലാണ് പഠിച്ചിരുന്നത്. അമ്മയും ഏട്ടത്തിമാരും കരഞ്ഞ പ്പോൾ അവരുടെ കൂടെ ഞാനും കരഞ്ഞു. ഉറക്കെ... ഉറക്കെ... എന്റെ ക്ലാസിലെ കുട്ട്യോള് അടുത്തുള്ളതൊന്നും ഞാനോർത്തില്ല. എന്റെ അലർച്ചയിൽ ആ പ്രദേശമാകെ നടുങ്ങി.

ശവമടക്കിന് ശേഷം എല്ലാരും പോയി. ഏഴ് ദെവസം കയിഞ്ഞ പ്പം കുടുംബക്കാരും പോയി. പിന്നെ ഞങ്ങള് മാത്രമായി. അച്ഛനുള്ള കാലത്ത് തന്നെ പട്ടിണിയായിരുന്നു. അച്ഛൻ പോയതോടെ അത് കൂടി. പിന്നെ ഞങ്ങള് കയിഞ്ഞ് കൂടിയത് പറഞ്ഞാൽ ആരും വിശ്വസിക്കി ല്ല. അത്ര കഷ്ടത്തിലായിരുന്നു. ഞാൻ ചുരുക്കിപ്പറയാം. ഭാഗ്യത്തിന് പൊരേന്റെട്ടത്ത് ഒരു ഈർച്ചമില്ല് വന്നിരുന്നു. ആടത്തെ പണിക്കാർക്ക് ചോറും ചായേം വെച്ച് കൊടുക്കുന്ന പണി അമ്മയ്ക്ക് കിട്ടി. ഉച്ച കയിഞ്ഞ് അമ്മ കൊണ്ടോരുന്ന ചോറും കാത്ത് ഞങ്ങളിരിക്കും. അമ്മയുടെ ഓതിയും ബാക്കിവരുന്ന ചോറും അമ്മ കൊണ്ടുവരും. ഒരിക്കലും പയിപ്പ് തീരില്ല. ചെല ദെവസം ഒരാൾക്ക് ഒരു പിടി വറ്റ് തെകയില്ല. ഉള്ളത് തിന്ന് പള്ള നറച്ച് വെള്ളം കുടിക്കും. മോന്തിക്കാണ് ക!!ാറെച്ചെങ്കിലും പയിപ്പ് മാറുന്നത്. മില്ലിലെ കൂലി കൊണ്ട് കപ്പയും അരിയും മാങ്ങും. ഏട്ടത്തിമാർ രണ്ടാളും കപ്പപ്പുഴക്കും കഞ്ഞിയുമുണ്ടാക്കും. അന്തിക്ക് മുമ്പേ എല്ലാരും കൂടി അത് തിന്നും. പിന്നെ ഏതെങ്കിലും ഒരു മൂലയിൽ ചുരുണ്ടുകൂടി ഒറങ്ങും. അമ്മയ്ക്കും ഏട്ടത്തിമാർക്കും എന്തെങ്കിലും ചെയ്യാ നുണ്ടാകും. പരീത് മാപ്പ്ള കൊടുത്ത അടയ്ക്ക ഉരിക്കുക, വെള്ളത്തിൽ കുതിർത്ത ഒണങ്ങിയ ഓല മടയുക, അങ്ങിനെ എന്തെങ്കിലും പണി യുണ്ടാകും. മയക്കാലമായാൽ അത്തരം പണികളൊന്നുമുണ്ടാകില്ല. ഈർച്ചമില്ലിൽ ആയ്ചയിൽ ഒന്നോ രണ്ടോ പണിയുണ്ടാകും. ബാക്കി ദെവസങ്ങളിൽ പട്ടിണിയാണെന്ന് പറയാം. മിക്ക ദെവസങ്ങളിലും മാങ്ങയണ്ടി തിന്നാണ് ഞങ്ങൾ ജീവിച്ചത്.

ഞങ്ങടെ വീടിന്റെ മേലോട്ട് മലയായിരുന്നു. മല ആരതാണെന്ന് അന്നെനിക്കറിഞ്ഞു കൂടായിരുന്നു. പിന്നീടാണ് നിലമ്പൂർ കോവിലകം വകയാണെന്ന് മനസ്സിലായത്. അതിന്റെ തായ്ഭാഗത്ത് ഞങ്ങടെ വീടിന്നോട് ചേർന്ന് ഒരുപാട് മാവുകളുണ്ടായിരുന്നു. തടിച്ച് ആകാശം മുട്ടെ വളർന്നവ, അവയുടെ മോളിൽ ആരും കയറിയിരുന്നില്ല. ഏപ്രിൽ, മെയ് മാസങ്ങളിൽ പഴുത്ത് വീഴുന്ന മാങ്ങകൾ പെറുക്കാൻ പലരും വരുമായിരുന്നു. അതിരാവിലെയും ഉച്ചയ്ക്കും ഒരു മൊറം മാങ്ങ വീതം ഞാൻ പെറുക്കുമായിരുന്നു. ഞങ്ങളെല്ലാം പള്ള നറച്ച് തിന്നാലും മാങ്ങ ബാക്കിയായിരുന്നു. മാങ്ങയോടൊപ്പം പറങ്കി മാങ്ങയും ഞാൻ

തിന്നുമായിരുന്നു. മല മുഴുവൻ പറങ്കി മാവായിരുന്നു. ഒരോ കൊല്ലവും കശുവണ്ടി ആരെങ്കിലും പാട്ടത്തിനെടുക്കും. അണ്ടിപെറുക്കുന്ന പണിക്കാരോടൊപ്പം ചെലപ്പം ഞാനും കൂടും. അവര് കഞ്ഞി കുടിക്കുമ്പോൾ എനിക്കും തരുമായിരുന്നു. വേനൽ കാലം മാങ്ങ തിന്നും കശുമാങ്ങ തിന്നും ഒരു വിധം ബുദ്ധിമുട്ടില്ലാതെ കഴിഞ്ഞു പോകും. മഴക്കാലമാണ് കഷ്ടം. അമ്മയ്ക്ക് പണിയുണ്ടാകില്ല. തിന്നാനാണെങ്കിൽ ഒന്നുമുണ്ടാകില്ല. അമ്മ ആരോടെങ്കിലും പൈസ കടം വാങ്ങി ചെല ദെവസങ്ങളിൽ കഞ്ഞിയുണ്ടാക്കിയിരുന്നു. മറ്റ് ദെവസങ്ങളിൽ മാങ്ങയണ്ടിയായിരുന്നു ഞങ്ങടെ ഭക്ഷണം. വേനൽകാലത്ത് സൂക്ഷിച്ചുവെക്കുന്ന അണ്ടികൾ, പൊതിച്ച്, പരിപ്പെടുത്ത് വെള്ളത്തിൽ കുതിർത്ത് വെച്ച് കറപോക്കും. പിന്നെ ഇത്തിരി അരിയും ചേർത്ത് അരച്ചെടുത്ത് പത്തിരിയോ, കൊഴുക്കട്ടയോ ഉണ്ടാക്കും. അതൊന്നും തിന്നാൽ എന്റെ പള്ള നെറയില്ല. ഒരു ദെവസം പയിച്ച് സഹികെട്ടപ്പോൾ ഞാൻ മലയിലേക്ക് കയറി. മലയിൽ എന്തെങ്കിലും തിന്നാൻ കിട്ടുമെന്ന് കരുതിയല്ല അങ്ങിനെ ചെയ്തത്. അപ്പോൾ അങ്ങിനെ തോന്നി. അതുകൊണ്ട് മല കയറി. മഴ തൊടങ്ങിയ സമയമായിരുന്നു അത്. മലയിൽ മുളച്ചു പൊന്തിയ കശുവണ്ടിത്തയ്യിന്റെ രണ്ട് ഭാഗങ്ങളിലും പച്ചനിറത്തിൽ വിടർന്നുനിന്ന പരിപ്പുകൾ എന്റെ ശ്രദ്ധയിൽപെട്ടു. അധികം പഴക്കമെത്താത്ത പരിപ്പുകൾ അടർത്തിയെടുത്ത് ഞാൻ തിന്നാൻ തുടങ്ങി. കുറച്ചധികം തിന്നപ്പോൾ മടുത്തു. സുരേന്ദ്രനും ലക്ഷ്മിക്കും (എന്റെ അനിയനും അനിയത്തിയും) കൊടുക്കാൻ വേണ്ടി കൊറച്ച് ട്രൗസറിന്റെ കീശയിൽ കരുതിവെച്ചു. പിന്നെ എന്തുചെയ്യണമെന്ന് എനിക്കറിയില്ലായിരുന്നു. കൊറച്ച് സമയം വെറുതെ നടന്നു. കശുവണ്ടി പാട്ടത്തിനെടുത്തവർ വെട്ടിത്തെളിച്ച കുറ്റിക്കാടുകൾ മഴയിൽ തളിർത്ത് പൊങ്ങിയതിന്റെ വിടവിലൂടെ നനഞ്ഞ് ചീഞ്ഞളിഞ്ഞ എലകൾക്ക് മോളിലൂടെ ഒന്നും ചെയ്യാനില്ലാതെ നടക്കുമ്പോൾ ചെറിയ തോതിൽ മഴ പെയ്യുന്നുണ്ടായിരുന്നു. മഴ നനഞ്ഞ് ചെന്നാൽ അമ്മ ചീത്ത പറയും. ആ സമയത്ത് നനയുകയല്ലാതെ വേറെ വഴിയില്ല. ഞാൻ ഒരു കുറ്റൻ കാഞ്ഞിരമരച്ചോട്ടിലേക്ക് മാറിനിന്നു. അതിനപ്പുറം അവിടെ നിന്നാൽ നിലമ്പൂർ ടൗണിലെ നളന്ദ ബേക്കറിയിൽനിന്ന് ആകാശത്തിലേയ്ക്ക് ഉയർന്നു പൊന്തുന്ന കറുത്ത പൊകപടലങ്ങൾ കാണാം. ഉയർന്ന കുന്നിൻ ചെരുവിൽ ഓടുമേഞ്ഞ ഏതാനും വീടുകളും കാണാമായിരുന്നു. കുമ്മായം വീശിയ അവയുടെ ചൊമരുകൾ ദൂരെ നിന്ന് തന്നെ നന്നായി കാണാമായിരുന്നു.

മഴയ്ക്ക് ശക്തി കൂടി. ഇപ്പോൾ പൊകച്ചുരുളുകൾ തീരെ കാണാതായി. എടയ്ക്കിടെ വീശിയടിച്ച കാറ്റിൽ മഴത്തുള്ളികൾ എന്നെ വേദനിപ്പിച്ചു.

ഞാൻ നനഞ്ഞ് കുളിച്ചു. ശരീരത്തിലൂടെ മയത്തുള്ളികൾ ഒലിച്ചിറങ്ങി. ഞാൻ കാഞ്ഞിരത്തടിയോടു ചേർന്ന് നിന്നു. അപ്പോളാണ് ഞാനത് കണ്ടത്. കാഞ്ഞിരത്തിന്റെ മൊകളിലേക്ക് തഴച്ച് വളർന്ന കാച്ചിലിന്റെ വള്ളികൾ. വള്ളിയുടെ പടർപ്പ് കണ്ടപ്പോൾ മണ്ണിനടിയിൽ വലിയ കെഴങ്ങുണ്ടാകുമെന്ന് എനിക്കുറപ്പുണ്ടായിരുന്നു. അടുത്ത് കണ്ട ഒരുണങ്ങിയ മരക്കൊള്ളിയെടുത്ത് ഞാൻ കിളയ്ക്കാൻ തുടങ്ങി. നനഞ്ഞ് കുതിർന്ന മണ്ണിലൂടെ എന്റെ മരക്കൊള്ളി താഴാൻ തുടങ്ങി. അപ്പോൾ ഞാനോർത്തത് പാഠ പുസ്തകത്തിൽ പഠിച്ച ആദിമ മനുഷ്യനെയാണ്. അവർ കായ്കനികൾ തിന്നു, മൃഗങ്ങളെ വേട്ടയാടി, കിഴങ്ങുകൾ കുഴിച്ചെടുത്തും വിശപ്പടക്കി. ഗുഹകളിൽ അന്തിയുറങ്ങി തലമുറകൾക്ക് ജന്മം നൽകി, ഉള്ളത് പങ്കുവെച്ച് അവർ ജീവിച്ചു.

എന്റെ കൈകൾ മണ്ണിന്റെ ഗർഭത്തിലേക്ക് താണുതാണുപോയി. ഒടുവിൽ ജീവനുള്ള ഒരു ശിശുവിനെ പുറത്തെടുക്കുന്നതു പോലെ വലിയൊരു കാച്ചിൽ കിഴങ്ങ് ഞാൻ കുഴിച്ചെടുത്തു. തോളിലേറ്റി മലയിറങ്ങുമ്പോൾ ഒരു വിജയിയുടെ ഭാവമായിരുന്നു എനിയ്ക്ക്. ഉമ്മറപ്പടി കേറുന്നതിന് മുമ്പേ ഞാനമ്മയെ വിളിച്ചു.

“അമ്മേ... ആമ്മേ...” എന്റെ വിളി കേട്ട് അമ്മ പുറത്തേക്ക് വന്നു. അമ്മ അടുക്കളേൽ എന്തോ പണിയിലായിരുന്നു. എന്താണാവോ വെച്ചുണ്ടാക്കുന്നതെന്ന് ഞാനാലോചിക്കാതിരുന്നില്ല. എന്റെ അറിവിൽ വെച്ചുണ്ടാക്കാൻ പറ്റുന്നതൊന്നും അവിടെയുണ്ടായിരുന്നില്ല. ചെലപ്പോൾ അമ്മ ആരോടെങ്കിലും പൈസ കടം വാങ്ങിയിട്ടുണ്ടാകും. അകത്തു നിന്ന് എന്തോ വേകുന്ന മണം വരുന്നുണ്ട്. അമ്മ ഇന്ന് കടം വാങ്ങേണ്ടിയിരുന്നില്ല. ഇന്നത്തെ കാര്യം ഞാൻ നോക്കുമായിരുന്നു. എല്ലാർക്കും വയറു നിറയെ തിന്നാനുള്ളതാണല്ലോ തോളിലുള്ളത്. അമ്മയ്ക്ക് ഇതു കാണുമ്പോൾ സന്തോഷമാകും. സുരേന്ദ്രനും ലക്ഷ്മിക്കും ഞാനിന്ന് ഏട്ടൻ തന്നെയായിരിക്കും. കല്ല്യാണിയേട്ടത്തിയായിരിക്കും ഇതു മുറിച്ചു കഷ്ണങ്ങളാക്കി അടുപ്പത്ത് വെക്കുക. അമ്മ വെളമ്പിത്തരും. ഒന്നിച്ചിരുന്ന് തിന്നുമ്പോൾ എല്ലാരും എന്നെ നോക്കാതിരിക്കില്ല. എന്റെ മൊകം ആ നേരം എങ്ങനെയായിരിക്കും. ഈശ്വരാ അതോർക്കാൻ തന്നെ വയ്യ.

ഇങ്ങനെയൊക്കെ ഞാൻ ചിന്തിച്ചെങ്കിലും അമ്മയുടെ പെരുമാറ്റം എന്നെ തളർത്തിക്കളഞ്ഞു.

“ഏടായിരുന്നെടാ, ത്രേം നേരം. ചെക്കൻ നനഞ്ഞ് കുളിച്ച് വന്നത് കണ്ടില്ലേ. പനി പിടിച്ചാ നെന്റെ തന്ത കൊണ്ട്വോവ്വോ ആസ്പത്രീല്.” അമ്മ ചീറി. ആരോടോള്ള വെറുപ്പ് എന്നോട് തീർക്കുന്നത് പോലെ.

ചെല നേരത്ത് അമ്മ അങ്ങിനെയാണ്. വെളിച്ചപ്പാടിനെ പ്പോലെ ഒറഞ്ഞ് തുള്ളും. ഒരിക്കൽ, അച്ഛൻ കള്ള് കുടിച്ച് വന്ന ഒരു ദെവസം. ഞാൻ റേഷൻ പീടികേന്ന് വരാൻ വൈകി. അമ്മ ഇതേപോലെ ഒറഞ്ഞ് തുള്ളിയിരുന്നു. അല്ലെങ്കിലും ഈയിടെയായി അമ്മ അങ്ങിനെയാണ്. പെട്ടെന്ന് ദേഷ്യപ്പെടും. ആരോടെന്നില്ലാതെ പിറുപിറുക്കും. പാവം അമ്മ. അവരെ പറഞ്ഞിട്ട് കാര്യമില്ല. ഞങ്ങളെ പോറ്റാൻ വേണ്ടി അമ്മ ഒരുപാട് കഷ്ടപ്പെട്ടു. എല്ല് മുറിയെ പണിയെടുത്തും, വിശന്നപ്പോ മുണ്ടു മുറുക്കിയുടുത്തും, സൂക്കേട് വന്നപ്പോ ആസ്പത്രീൽ പോയില്ല, ഒറങ്ങേണ്ട നേരത്ത് ഒറങ്ങീല്ല, എല്ലാം ഞങ്ങൾക്ക് വേണ്ടിയായിരുന്നു.

മയ നനഞ്ഞപ്പം ഞാനിതൊന്നും ഓർത്തില്ല. പയിച്ചിട്ട് കൊടല് കരിയുമ്പം, ആർക്കാ മഴേനേം വെയിലിനേം നോക്കാൻ പറ്റ്വാ? പക്ഷികളും മൃഗങ്ങളും എരതേടുന്നത് മയ നോക്കീറ്റാ? പണ്ട് കാട്ടില് ജീവിച്ച മനുഷൻമാർ വെറും മയേത്തായിരുന്നില്ലേ? ഒന്ന് നനഞ്ഞതിന് ഇത്ര തുള്ളാനുണ്ടോ? പനി വന്നാൽ രണ്ടോ മൂന്നോ ദെവസം പൊതച്ച് കെടക്കണം. അതങ്ങ് മാറിക്കൊള്ളും. അത്രേം ദെവസം സ്കൂളിൽ പോക്ക് മൊടങ്ങും. അല്ലെങ്കിലും സ്കൂളിൽ ശരിയ്ക്ക് പോകാറുണ്ടോ? ആഴ്ചയിൽ രണ്ടോ മൂന്നോ ദെവസം. ബാക്കി ദെവസങ്ങൾ തെണ്ടി ത്തിരിയും. എങ്ങിന്യാ പോക്വാ. രാവിലെ കട്ടൻ ചായേം കുടിച്ച് പോയി വൈകുന്നേരം ആകണ്ടേ? തലകറങ്ങീട്ട് നടക്കാൻ പറ്റ്വോ? തലേകൊല്ലം വരെ റവ കിട്ടീരുന്നു. എട്ടിലെത്ത്യപ്പോൾ അതും കിട്ടാതായി. പിന്നെ ഞാനെങ്ങനെ പോകും? നിങ്ങൾ പറ.

ഇതെല്ലാം എന്റെ ചെറിയ മനസ്സിന്റെ തോന്നലുകളായിരിക്കാം. പറഞ്ഞെന്ന് മാത്രം. ഞാൻ വലിച്ചു നീട്ടുന്നില്ല. എന്നെ ചീത്ത പറഞ്ഞ ഒടനെ അമ്മ അകത്തേക്കാണ് പോയത്. വേഗത്തിൽ തന്നെ ഒരു തോർത്തുമുണ്ടുമായി തിരിച്ചുവന്നു. അപ്പോളാണ് എന്റെ തോളിലുള്ള വസ്തു അമ്മ ശ്രദ്ധിച്ചത്.

“എന്താടായിത്?” തോർത്തുമുണ്ട് എന്റെ തലയിൽ വെച്ചോണ്ട് അമ്മ ചോദിച്ചു.

“കാച്ചിൽ” ഞാൻ മറുപടി പറഞ്ഞു.

“കണ്ടിക്കേണ്ടോ? ആരാന്റെ പറമ്പീ കേറി കക്കാനും തൊടങ്ങ്യോ നീ?” അമ്മയുടെ മുഖത്ത് വെറുപ്പും സങ്കടവും ഒരുപോലെ വന്നു. എനി എന്താ സംഭവിക്ക്യാന്ന് പറയാൻ പറ്റില്ല. ചെലപ്പം തല്ലും അല്ലെങ്കിൽ ആരോടെന്നില്ലാതെ ചീത്ത പറഞ്ഞ് കരയും. രണ്ടായാലും ഞങ്ങളുടെ സമാധാനം പോകും.

"ഇത് കട്ടതല്ല, മലേന്ന് കെളച്ചെടുത്തതാ." കാച്ചിൽ അമ്മയുടെ കയ്യിലേക്ക് കൊടുത്തുകൊണ്ട് ഞാൻ പറഞ്ഞു. അവർ എന്നേയും കയ്യിലുള്ള കെഴങ്ങിനേയും സംശയത്തോടെ മാറി മാറി നോക്കി. അതിന്റെ തോല് നഖം കൊണ്ട് നുള്ളിയെടുത്ത് വിശദമായി പരിശോധിച്ചു.

"ഇത് കാട്ട് കണ്ടിക്കേങ്ങാ. തിന്നാ ളുറല് കിട്ടും." എന്റെ അധ്വാനത്തിന്റെ ഫലം തെക്കേപ്പുറത്തെ പുളിമരച്ചോട്ടിലേക്കെറിയുന്നതിനിടയിൽ അമ്മ പറഞ്ഞു. എനിയ്ക്ക് സങ്കടം വന്നു. ഞാൻ കരഞ്ഞില്ല. അമ്മ എന്തൊക്കെയോ പിറുപിറുത്ത് കൊണ്ട് അകത്തേക്ക് പോയി.

ഞനവിടത്തന്നെ നിന്നു. എല്ലാം നേടി പെട്ടെന്ന് തന്നെ ഇല്ലാതായതു പോലെ എനിയ്ക്ക് തോന്നി. എന്റെ ട്രൗസർ നനഞ്ഞിരുന്നു. അതു മാറ്റാതെ നേരെ അടുപ്പിനടുത്തേക്ക് നടന്നു. തീച്ചൂടേറ്റപ്പോൾ അൽപ്പം ആശ്വാസം തോന്നി. ഏറെ നേരം അവിടെയിരുന്നു. ട്രൗസർ ഉണങ്ങി. മനസ്സ് ശാന്തമായി.

അന്ന് മോന്തിയ്ക്ക് ഉപ്പും മൊളകുമിട്ട വാഴക്കണ്ട തിന്ന് ഞങ്ങൾ വെശപ്പടക്കി. കാച്ചിലുമായി വന്നപ്പോൾ മണത്തത് വാഴക്കണ്ടയായിരുന്നു. ഞങ്ങളുടെ അടുക്കളയിലെ ഭക്ഷണത്തിന്റെ മണവും രുചിയും എന്റെ ഓർമ്മയിൽ ഇപ്പോഴുമുണ്ട്. കാച്ചിൽ, കപ്പ, വാഴക്കണ്ട, ചെറുകേങ്ങ്, ചേമ്പ്, ചേന, മാങ്ങയണ്ടി ഇതെല്ലാം വെന്തുവരുമ്പോളുണ്ടാകുന്ന മണം എന്റെ മൂക്കിലിപ്പോഴുമുണ്ട്. വേനൽക്കാലത്ത് വല്ലപ്പോഴും അമ്മയുണ്ടാക്കുന്ന ചോറിന്റെയും കറിയുടേയും മണവും രുചിയും, മഴക്കാലത്തേക്ക് മനസ്സിൽ സൂക്ഷിക്കാൻ ഞങ്ങൾ ശ്രമിക്കാറുണ്ട്. ചെല നേരങ്ങളിൽ മുളകിട്ട അയലയോ, മത്തിയോ എന്റെ ഓർമ്മയിലേക്ക് കടന്ന് വായിൽ വെള്ളം നെറയ്ക്കും. അപ്പോൾ ദരിദ്രമായ ഞങ്ങളുടെ ജീവിതത്തെ കുറിച്ച് ഓർത്ത് എന്റെ കണ്ണ് നെറയും. നല്ല കറികളും കൂട്ടി വയറു നെറയെ ചോറു തിന്നാൻ പറ്റുന്ന ഒരുകാലം വരുമെന്ന് എടയ്ക്കിടയ്ക്ക് ഞാൻ സ്വപ്നം കാണാറുണ്ടായിരുന്നു. അതുകൊണ്ടായിരിക്കാം ദൈവം എന്നെ ഹോട്ടൽ പണിക്കാരനാക്കിയത്.

നല്ല മഴയുള്ള രാത്രി. ആ കൊല്ലത്തെ ഏറ്റവും വലിയ മഴ അന്നാണെന്ന് തോന്നി. എടയ്ക്കിയ്ക്ക് വീശിയ ശക്തമായ കാറ്റിൽ മഴത്തുള്ളികൾ, ചരൽക്കല്ലുകൾ വാരിയെറിയുന്നതു പോലെ പൊരപ്പൊറത്ത് ചറ പറ ചറ പറാ...ന്ന് വീണുകൊണ്ടിരുന്നു. അകത്ത് എല്ലായെടത്തും ചോർന്നൊലിച്ചു. അവിടങ്ങളിലെല്ലാം അമ്മ പാത്രങ്ങൾ നെരത്തിവെച്ചു. കഞ്ഞിക്കലം മുതൽ ചായപ്പാനി വരെ അക്കൂട്ടത്തിലുണ്ടായിരുന്നു. നനയാതെ എങ്ങനെ കെടക്കുമെന്നായിരുന്നു എന്റെ ചിന്ത. പടിഞ്ഞാറ്റേ മുറിയിൽ ചോർച്ചയായിരുന്നില്ലേ. മഴ പെയ്യുകയായിരുന്നു.

നടുവിലകത്ത് അടുക്കള ഭാഗത്ത് മാത്രമാണ് ചോർച്ചയ്ക്ക് അൽപ്പം കൊറവുണ്ടായിരുന്നത്. ചാണകം മെഴുകിയ, നനവൊണങ്ങാത്ത, ആ ചൊമരരികിൽ പായ വിരിച്ച്, അശാന്തമായ മനസ്സുകളോടെ ഞങ്ങൾ കെടന്നു.

സ്നേഹത്തിന്റെ പുതപ്പിനുള്ളിൽ, പരസ്പരമറിഞ്ഞ്, ഒന്നും പറയാതെ, മഴയുടെ ഇരമ്പൽ ശബ്ദത്തിനിടയിൽ, അന്നം ചെന്നിറങ്ങാത്ത വയറിനുള്ളിൽ അപശബ്ദം, നിരത്തിവെച്ച പാത്രങ്ങളിലേക്ക്, ഓലക്കീറുകൾക്കിടയിലൂടെ ഉറ്റി വീഴുന്ന മഴത്തുള്ളികളുടെ ണിം... ണിം... ണിം..., ശബ്ദത്തിനിടയിൽ, ഉറക്കത്തിന്റെ ശാന്തി തേടി, സങ്കടങ്ങളുടെ സർക്കസ് കൂടാരത്തിനുള്ളിൽ, അന്തമില്ലാത്ത രാത്രിയുടെ തളർച്ചയിലേയ്ക്ക്, ജീവിതം ജീവിച്ചു തീർക്കുകയല്ലാതെ, മറ്റെന്ത് മാർഗ്ഗങ്ങളാണ് ഞങ്ങൾക്കുണ്ടായിരുന്നത്.

പിറ്റെ ദെവസം അമ്മയില്ലാത്ത നേരം നോക്കി തെക്കേപ്പൊറത്തെ പുളിമരച്ചോട്ടിലേക്ക് ഞാനെറങ്ങി. തലേന്ന് അമ്മ വലിച്ചെറിഞ്ഞ കാച്ചിൽ തപ്പിയെടുക്കലായിരുന്നു എന്റെ ഉദ്ദേശം. മുട്ടോളം പൊന്തി പുല്ലിനിടയിൽ നിന്നും ഞനത് കണ്ടെടുത്തു. പിന്നെ അതിന്റെ നാലിലൊരു ഭാഗമെടുത്ത് കഷ്ണങ്ങളാക്കി. മാങ്ങയണ്ടിയുടെ പരിപ്പും ചേർത്ത് വേവിച്ചു. വെന്തു കഴിഞ്ഞപ്പോൾ വെള്ളം ഊറ്റിക്കളഞ്ഞ് അമ്മിമേൽ അരച്ചെടുത്തു. പിന്നെ ചെറിയ ഉരുകളാക്കി ആവിയിൽ വേവിച്ചെടുത്തു. സംശയത്തോടെ, ചെറിയ പേടിയോടെ ഒന്നെടുത്ത് ഞാൻ തിന്നു. നല്ല കാന്താരി മൊളക്. ഉപ്പ് ലേശം കൊറവുണ്ടായിരുന്നു. നല്ല കാന്താരി മൊളക് അരച്ചെടുത്ത്, എന്റെ സ്പെഷ്യൽ കൊഴക്കട്ട ഓരോന്നായി തിന്നു. സുരേന്ദ്രനും ലക്ഷ്മിക്കും ഓരോന്നു വീതം കൊടുത്തു. അന്ന് മോന്തിക്കോ പിറ്റേന്ന് പകലോ എനിയ്ക്ക് ശുറലോ, ചർദ്ദിയോ വന്നില്ല. അമ്മ പറഞ്ഞതു പോലൊന്നും സംഭവിച്ചില്ല. എന്റെ ആദ്യ പരീക്ഷണം വിജയമായി. പിന്നീടുള്ള ദെവസങ്ങളെല്ലാം പരീക്ഷണത്തിന്റെ നാളുകളായിരുന്നു. തിന്നാൻ പറ്റുമെന്ന് എനിയ്ക്ക് തോന്നിയ എല്ലാതരം എലകളും ഞാൻ പറിച്ചുകൊണ്ടുവന്നു. ചെറുതായി അരിഞ്ഞെടുത്ത്, അതിൽ ചിരകിയ തേങ്ങ ചേർത്ത് ഉപ്പേരി പോലെ വേവിച്ചെടുത്ത് ദെവസവും ഞാൻ തിന്നു. ഒരിക്കൽപോലും വയറിളക്കം വന്നില്ല. സ്കൂളിൽ പോന്ന ദെവസങ്ങളിൽ എല ഉപ്പേരി വാഴയിലയിൽ പൊതിഞ്ഞെടുക്കും. മറ്റ് കുട്ടികൾ കാണാതെ, എവിടെയെങ്കിലും വെച്ച് ഞാനത് തിന്നും. ഒരു ദെവസം ക്ലാസിൽ പഠിക്കുന്ന നാരായണ പിഷാരടി എന്റെ രഹസ്യം കണ്ടുപിടിച്ചു. അതിനു ശേഷം എനിയ്ക്കൊരു പേരും കിട്ടി "എലതീനി കുമാരൻ". ഞാനതൊന്നും കാര്യമാക്കിയില്ല. എന്റെ പരീക്ഷണങ്ങൾ തുടർന്നു. അതോടെ ഞാനൊരു നിഗമനത്തിലെത്തി.

ഭൂമിയിൽ മനുഷ്യൻമാർക്ക് തിന്നാൻ പറ്റാത്തതായി ഒന്നുമില്ല.

എടയ്ക്കിയ്ക്ക് നെലമ്പൂര് പോകുന്നത് അമ്മേനേം കല്ല്യാണേടത്തീനേം കാണാൻ വേണ്ടി മാത്രമല്ല. അവർക്ക് പള്ള നെറച്ചെന്തെങ്കിലും വാങ്ങിക്കൊടുക്കാൻ കൂടിയാണ്. നെലമ്പൂരങ്ങാടീന്ന് കൈ നെറയെ സാദനോം വാങ്ങിയാണ് ഞാൻ വീട്ടിലെത്തുക. കല്ല്യാണേടത്തിയാണ് എല്ലാം വെച്ചുണ്ടാക്കുക. അമ്മയ്ക്ക് ഒന്നിനും വയ്യാതായി.സുരേന്ദ്രന്റെ ഭാര്യയ്ക്ക് കുട്ട്യോളെ നോക്കാൻ തന്നെ നേരോണ്ടാവില്ല. അതിനെടയിൽ ഒരു കാര്യം മറന്നു. കല്ല്യാണേടത്തി മാത്രം കല്ല്യാണം കഴിച്ചില്ല.

“എനിക്കെനി കല്ല്യാണം വേണ്ട, ഞാനമ്മേന്റെ കൂടെ കയിഞ്ഞോളാം”. കല്ല്യാണത്തെ കുറിച്ച് പറയുമ്പോൾ ഏട്ടത്തി ഇതേ മറുപടിയാണ് പറയുക. കല്ല്യാണം കയിച്ച് കുടുംബോം, കുട്ട്യോളും വേണോന്ന് അവരും ആഗ്രഹിച്ചിട്ടുണ്ടാകും. കെട്ടുപ്രായത്തിൽ ആർക്കും അത് സാധിച്ചില്ല. പ്രായം മുപ്പത് കഴിഞ്ഞതിൽ പിന്നെ അവരും കല്ല്യാണം വേണ്ടെന്ന് വെച്ചു. അമ്മാളുവേട്ടത്തിയെ ഒരു കരിങ്കല്ല് പണിക്കാരനാരനാണ് കല്ല്യാണം കയിച്ചത്. നാണുവേട്ടന്റെ നാട് അങ്ങ് കന്യാകുമാരീലെങ്ങാനും ആണ്. അച്ഛന്റെ കൂടെ പണിക്കുണ്ടായിരുന്ന ഉസ്മാൻ മാപ്പിളയായിരുന്നു കല്ല്യാണത്തിന് മുൻകൈ എടുത്തത്. പൊന്നും പണവും കൊടുക്കാനുണ്ടായിരുന്നില്ല. നാണുവേട്ടനു ഏട്ടത്തിയെ ഇഷ്ടപ്പെട്ടു. അങ്ങിനെ കല്ല്യാണവും നടന്നു. അവരിപ്പം മുക്കത്താണ് താമസിക്കുന്നത്. രണ്ട് മക്കളുണ്ട്. ലക്ഷ്മി ഒരുത്തന്റെ കൂടെ ഒളിച്ചോടുകയായിരുന്നു. എന്റെ പെങ്ങൻമാരിൽ അവളായിരുന്നു സുന്ദരി. നിലമ്പൂരിലെ തുന്നൽക്കാരൻ ഗണേശന്റെ കൂടെ ഒരുനാൾ അവൾ ഒളിച്ചോടി. പിന്നെ രജിസ്റ്റർ കല്ല്യാണം നടത്തി. അവളിന്ന് നല്ല നെലയിലാണ് ജീവിക്കുന്നത്. സുരേന്ദ്രന്റെ കാര്യം കഷ്ടം. അവന്റെ ഭാര്യയ്ക്ക് എന്നും സൂക്കേടാ. പണിയ്ക്ക് പോയി കിട്ടുന്ന പണം ചികിത്സയ്ക്ക് തെകയൂല്ല. അതിനിടയിൽ അമ്മേനേം ഏട്ടത്തീനേം എങ്ങനെ നോക്കാനാ. ഞാൻ പോകുന്ന ദെവസങ്ങളിൽ എന്തെങ്കിലും ഏട്ടത്തിടെ കയ്യിൽ കൊടുക്കും. ഞാനെറങ്ങേണ്ട താമസം അതും കൂടി സുരേന്ദ്രൻ വാങ്ങും. പാവം നിവൃത്തിയുണ്ടായിട്ടല്ല, ഗതികേടുകൊണ്ടാ. തറവാടിന്റെ വടക്ക് ഭാഗത്താണ് ഏട്ടൻ വീടു വെച്ചത്. ചെറിയൊരു വീട്. ഏട്ടന് വലിയ ബുദ്ധിമുട്ടുണ്ടായിരുന്നില്ല. രണ്ടാൺ കുട്ടികളാണ്. അതിലൊരുത്തൻ പണിയ്ക്ക് പോകും. രണ്ടാമൻ രമേശൻ ഐ ടി ഐ പാസായി ജോലി അന്വേഷിക്കുന്നു.

ഞാനും എന്റെ കുടുബവും എങ്ങിനെയായിരുന്നെന്ന് ഇപ്പോൾ മനസ്സിലായിട്ടുണ്ടാകും. എന്നെപോലെ എത്രപേരുണ്ടാകും, ഒരുപാടു

പേർ, എണ്ണിയാലൊടുങ്ങാത്തത്ര. ജനനത്തിനും മരണത്തിനുമിടയിൽ ജീവിച്ചു തീർക്കാൻ പെടാപാട് പെടുന്നവർ. എന്നെ കുറിച്ച് ചിന്തിക്കുമ്പോൾ ഞാൻ അവരെ കുറിച്ചും ചിന്തിക്കും. ഞാനും അവരും ഒന്നുതന്നെയാണ്. വിശാലമായ ഈ ഭൂമിയിൽ ഒന്നുമില്ലാത്തവർ. നല്ലൊരു ഊണിനു വേണ്ടി, നല്ലൊരു ഷർട്ടിനും മുണ്ടിനും വേണ്ടി, സ്വപ്നം കാണുന്നവർ. അവരോടോപ്പം എന്നെയും ഓർക്കുക.

സമയം 3 മണി കഴിഞ്ഞു. അമ്മയ്ക്കുള്ള ചോറുമായി അരുൺ കുമാർ ആശുപത്രിയിൽ എത്തി. അമ്മ അവനെ കാത്തിരിക്കുന്നത് പോലെ തോന്നി. തിരക്ക് കാരണം അൽപ്പം വൈകിയതാണ്. അമ്മ ഒരു പാത്രത്തിൽ കുറച്ച് ചോറെടുത്ത് അച്ഛന് കൊടുത്തു. അച്ഛന് നല്ല വിശപ്പുണ്ടായിരുന്നു. അദ്ദേഹം അത് മുഴുവനും തിന്നു.

വൈകുന്നേരം വിനോദ് എത്തിയപ്പോൾ അരുൺ കുമാർ വീട്ടിലേയ്ക്ക് പോയി. കഴിഞ്ഞ നാലഞ്ച് ദിവസമായി വിനോദാണ് ആശുപത്രിയിൽ നിൽക്കുന്നത്. രണ്ടാളും നിൽക്കേണ്ടതില്ല. വിനോദ് നിർബന്ധിച്ചിട്ടാണ് അരുൺ കുമാർ വീട്ടിലേയ്ക്ക് പോയത്. തലേ ദിവസത്തെ യാത്രാക്ഷീണമുള്ളതുകൊണ്ട് നന്നായൊന്നുറങ്ങിക്കോട്ടെയെന്ന് അവൻ കരുതിക്കാണും.

ഇരുട്ട് വീണ ചെമ്മൺ പാതയിലൂടെ നടക്കുമ്പോൾ തണുത്ത കാറ്റ് വീശുന്നുണ്ടായിരുന്നു. അടുത്തെവിടെയോ നിന്ന് കൊക്കുകൾ ചേക്കേറുമ്പോഴുണ്ടാകുന്ന ശബ്ദം കേൾക്കാം. ദേശീയ പാതയിലൂടെ പോകുന്ന വാഹനങ്ങളുടെ ശബ്ദം അകന്നകന്ന് പോയ്ക്കൊണ്ടിരുന്നു. വഴിയിലെങ്ങും ആരെയും കണ്ടില്ല. വീടുകളിലെല്ലാം വൈദ്യുതി ദീപം തെളിഞ്ഞു. ചില വീടുകളിൽ നിന്ന് ടെലിവിഷൻ സീരിയലിലെ സംഭാഷണം കേൾക്കാമായിരുന്നു.

വീട്ടിലെത്തി കുളിച്ച് വസ്ത്രം മാറിക്കഴിഞ്ഞപ്പോൾ ഇനിയെന്ത് ചെയ്യണമെന്ന് ചിന്തിക്കുകയായിരുന്നു അരുൺ കുമാർ. ഉറങ്ങാൻ സമയമായിട്ടില്ല. കൂട്ടിനാണെങ്കിൽ ആരുമില്ല. വിനോദുണ്ടായിരുന്നെങ്കിൽ അൽപ്പനേരം വർത്തമാനം പറഞ്ഞിരിക്കാമായിരുന്നു. രാത്രിയ്ക്കുള്ള ഭക്ഷണവും കരുതിയിട്ടില്ല. അടുക്കളയിൽ തിന്നാൻ പറ്റിയതൊന്നും കാണില്ല. നാലഞ്ച് ദിവസമായി ആളില്ലാത്തതാണല്ലോ. വേണമെങ്കിൽ കഞ്ഞിയുണ്ടാക്കാം. അതാകുമ്പോൾ എളുപ്പത്തിലുണ്ടാക്കാം. പക്ഷെ ഒന്നിനും ഒരു താൽപ്പര്യവുമില്ല. ചെറിയമ്മാവന്റെ വീട്ടിൽ പോയാൽ ഭക്ഷണം അവിടെ നിന്ന് കഴിക്കാം. സരളയേയും കാണാം. കുറച്ചുനാളായി അവളെ കണ്ടിട്ട്. അവൻ വാതിൽ പൂട്ടി പുറത്തിറങ്ങി. അമ്മയുടെ തറവാട് തന്നെയായിരുന്നു ചെറിയമ്മാവന്റെ വീട്. റെയിൽ ലൈനിന്റെ

പടിഞ്ഞാറ് കുമാരേട്ടന്റെ വീടിന്നടുത്തു തന്നെയാണ് അമ്മയുടെ തറവാട്. ഭാഗം വെച്ചപ്പോൾ തറവാട് ചെറിയമ്മാവനാണ് കിട്ടിയത്. ഇരിങ്ങൽ പാറയ്ക്കടുത്തുള്ള സ്ഥലം വലിയമ്മാവനെടുത്തു. വലിയമ്മാവൻ അവിടെയാണ് വീടു വെച്ചത്. അമ്മയ്ക്ക് തറവാട് നിൽക്കുന്ന പറമ്പിന്റെ പകുതിയും അഞ്ച് കണ്ടം വയലും കിട്ടി. അമ്മയുടെ സ്ഥലം ഇപ്പോഴും അവിടെയുണ്ട്. തേങ്ങ പറിക്കാനും പറമ്പ് കിളപ്പിക്കാനുമൊക്കെ അമ്മ തന്നെയാണ് പോവുക. അച്ഛന് അതിനൊന്നും നേരമുണ്ടായിരുന്നില്ല. കോളേജില്ലാത്ത ദിവസങ്ങളിൽ അമ്മയുടെ കൂടെ അരുൺ കുമാറും പോകും. അമ്മയറിയാതെ അല്ലാത്ത ദിവസങ്ങളിലും അവൻ പോകുമായിരുന്നു.

സ്കൂളിൽ പഠിക്കുന്ന കാലത്ത് പലപ്പോഴും അവിടെ താമസിച്ചിട്ടുണ്ട്. കോളേജിലായപ്പോൾ രാത്രി നിൽക്കാൻ അമ്മ സമ്മതിച്ചിരുന്നില്ല. അമ്മ പല തടസ്സങ്ങളും പറയുമായിരുന്നു. അതൊന്നും അരുൺ കുമാറിനെ തൃപ്തിപ്പെടുത്തുന്നതായിരുന്നില്ല. ഒരിക്കൽ അമ്മ വെട്ടിത്തുറന്നു പറഞ്ഞു.

"ആട രണ്ട് ബാല്യക്കാരത്ത്യോളുണ്ട്. നീ ചെറിയ ചെക്കനാന്നാ വിചാരം. എന്നെക്കൊണ്ടൊന്നും പറയിപ്പിക്കണ്ട". അമ്മയ്ക്ക് പ്രായോഗിക ബുദ്ധി വേണ്ടുവോളമുണ്ട്. സ്വന്തം തറവാടാണെങ്കിലും സരളയും ദേവയാനിയും അവനു മുറപ്പെണ്ണുങ്ങളാണ്. ദേവയാനിയ്ക്ക് അരുൺ കുമാറിനേക്കാൾ ഒരു വയസ്സ് കൂടുതലാണ്. സരള രണ്ട് മൂന്ന് വയസ്സിനിളയതും. മുറപ്രകാരം സരളയെ അരുൺ കുമാറിന് കല്ല്യാണം കഴിക്കാവുന്നതാണ്. അങ്ങിനെയൊന്ന് ഭാവിയിൽ സംഭവിക്കാതിരിക്കാനാണ് അമ്മയുടെ ശ്രമം. അരുൺ കുമാർ എം ബി എ കഴിഞ്ഞ് കോയമ്പത്തൂരിൽ നിന്നും നാട്ടിൽ വന്നപ്പോൾ സരളയെ കല്ല്യാണം കഴിക്കാനുള്ള ആഗ്രഹം പ്രകടിപ്പിച്ചിരുന്നു. അന്ന് ഏറ്റവും കൂടുതൽ എതിർത്തിരുന്നത് അമ്മയായിരുന്നു. സ്വന്തം ആങ്ങളയുടെ മകളായിരുന്നിട്ടും അമ്മ എന്തിനാണ് ഇത്രമാത്രം എതിർക്കുന്നതെന്ന് അരുൺ കുമാർ പലപ്പോഴും ആലോചിച്ച് നോക്കിയിരുന്നു. രണ്ട് കാരണങ്ങളാണ് അവന് കണ്ടെത്താനായത്. അമ്മായിയോടു പണ്ടെങ്ങോ അമ്മയ്ക്കുണ്ടായിരുന്ന സൗന്ദര്യപ്പിണക്കം. മറ്റൊന്ന് ചെറിയമ്മാവന്റെ സാമ്പത്തിക സ്ഥിതി അത്രയൊന്നും മെച്ചമായിരുന്നില്ല. അമ്മയാണെങ്കിൽ സാമ്പത്തിന്റെ കാര്യത്തിൽ വലിയ കണിശക്കാരിയാണ്. പണമുണ്ടാക്കുമെന്നല്ലാതെ അതെങ്ങനെ ചെലവാക്കണമെന്ന് അച്ഛനറിയില്ലായിരുന്നു. ദേവയാനിയുടെ കല്ല്യാണത്തിന് വേണ്ടി ചെറിയമ്മാവൻ വിറ്റ വയല് അച്ഛനെ കൊണ്ട് വാങ്ങിപ്പിച്ചത് അമ്മയായിരുന്നു.

സരളയുടെ കല്ല്യാണത്തിനും ചെറിയമ്മാവൻ സ്ഥലം വിറ്റിരുന്നു. തറവാട്ടിൽ അമ്മയുടെ ഭാഗത്തോട്ടു ചേർന്ന് ഇരുപത് സെന്റ് സ്ഥലം അച്ഛൻ വാങ്ങിയതും അമ്മ നിർബന്ധിച്ചിട്ടായിരുന്നു. സ്വന്തമായുള്ള ഒരു ഹോട്ടലുകൊണ്ടാണ് അച്ഛൻ ഇതെല്ലാം നേടിയെടുത്തത്. അമ്മയെ കല്ല്യാണം ആലോചിച്ചപ്പോൾ ചെറിയമ്മാവന് അച്ഛനെ ഇഷ്ടമായിരുന്നില്ല.

"ഓന് എന്തുണ്ടായിട്ടെന്താ ആരാന്റെ എച്ചിലെടുക്കണ്ടേ". അമ്മയുടെ മുഖത്ത് നോക്കി ചെറിയമ്മാവൻ അന്ന് പറഞ്ഞു. അമ്മ ഒന്നും പറഞ്ഞില്ല. അമ്മയ്ക്ക് അച്ഛനെ ഇഷ്ടപ്പെട്ടിരുന്നു. അച്ഛനൊരു പാവമാണെന്ന് അമ്മയ്ക്ക് തോന്നിയത്രെ. അമ്മ അത് വലിയമ്മാവനോട് തുറന്ന് പറഞ്ഞു. പിന്നെ വലിയമ്മാവനാണ് എല്ലാവരേയും കൊണ്ട് സമ്മതിപ്പിച്ചത്. അദ്ദേഹം ചെറിയമ്മാവനെ പോലെയായിരുന്നില്ല. നല്ല ലോക പരിചയമുണ്ടായിരുന്നു. തറവാട്ട് മഹിമയ്ക്കൊന്നും അദ്ദേഹം വലിയ വില കൽപ്പിച്ചില്ല. അങ്ങിനെ അമ്മയുടെ കല്ല്യാണം കഴിഞ്ഞു.

അമ്മയുടെ നിഗമനം തെറ്റിയില്ല. അച്ഛനൊരു പാവം തന്നെയായിരുന്നു.സ്നേഹമുള്ള ഒരു ഭർത്താവും, പിതാവുമായിരുന്നു അദ്ദേഹം. അച്ഛന്റെ തറവാട് കരിമ്പനപ്പാലത്തായിരുന്നു. അച്ഛനെ കൊണ്ട് ഇരിങ്ങലിൽ, അമ്മയുടെ നാട്ടിൽ ത്തന്നെ സ്ഥലം വാങ്ങിച്ച് വീടു വെപ്പിച്ചത് അമ്മയുടെ സാമർത്ഥ്യം കൊണ്ടായിരുന്നു. കരിമ്പനപ്പാലത്ത് എവിടെയെങ്കിലും വീടുണ്ടാക്കാനായിരുന്നു അദ്ദേഹത്തിന് താൽപ്പര്യം. അമ്മ സമ്മതിച്ചില്ല, അമ്മ വലിയമ്മാവനെ കണ്ടു. അദ്ദേഹമായിരുന്നു സ്ഥലം കച്ചവടം ചെയ്തത്. അന്ന് വലിയ വില കൊടുത്താണ് സ്ഥലം വാങ്ങിയത്. വിലയെ കുറിച്ച് ചോദിച്ചവരോടെല്ലാം അദ്ദേഹം ഇങ്ങനെ പറഞ്ഞത്രെ.

"ഓള് എന്റെ ഒരേയൊരനിയത്തിയാ. ഇവിടായാൽ എനിക്കെപ്പളും ഓളെ കാണാല്ലോ". ഇതുപോലെ പറ്റിയ സ്ഥലം പിന്നീട് കിട്ടീന്ന് വരില്ല. വലിയമ്മാവൻ പറഞ്ഞത് ശരിയായിരുന്നു. അമ്മയോടു അദ്ദേഹത്തിന് വലിയ സ്നേഹമാണ്, അമ്മയ്ക്ക് തിരിച്ചും. സരള വലിയമ്മാവന്റെ മകളായിരുന്നെങ്കിൽ, ഒരു പക്ഷെ അമ്മ ഇതിന് സമ്മതിക്കുമായിരുന്നു. വലിയമ്മാലവനി പെൺമക്കളുണ്ടായിരുന്നില്ല. രണ്ടാൺ മക്കൾ, ശശിയും രമേശനും. ചെറിയമ്മവനാകട്ടെ രണ്ടും പെൺ മക്കൾ. ദേവയാനിയെ കല്ല്യാണം കഴിച്ചത് ഒരു തിക്കോടിക്കാരനായിരുന്നു, ദാസേട്ടൻ. അദ്ദേഹം കെ എസ് ആർ ടി സി യിലെ ഡ്രൈവറായിരുന്നു. ഒരപകടത്തിൽ പരിക്കു പറ്റി ഇപ്പോൾ വീട്ടിലാണ്. ദേവയാനി ദാസേട്ടനെ പരിചരിച്ച് അദ്ദേഹത്തിന്റെ വീട്ടിലായിരുന്നു. തറവാട്ടിൽ വന്ന് താമസിക്കാനൊന്നും അവൾക്ക് നേരമുണ്ടായിരുന്നില്ല.

എപ്പോഴെങ്കിലും വന്ന് കൊറച്ച് നെല്ലോ, തേങ്ങയോ മറ്റ് വല്ലതുമൊക്കെയായി തിരിച്ചുപോകും.

സരളയെ കല്ല്യാണം കഴിപ്പിച്ചത് വില്ല്യാപ്പള്ളിയിലായിരുന്നു. അനന്തഗോപൻ മിലിട്ടറിയിൽ ആയിരുന്നു. ഏകദേശം അരുൺ കുമാറിന്റെ പ്രായം തന്നെയായിരുന്നു അവനും. അരുൺ കുമാറിനേക്കാൾ അൽപ്പം കറുപ്പും, പൊക്കവും കൂടുതലായിരുന്നു അവന്. പത്തോ ഇരുപതോ ദിവസത്തെ ലീവിന് വരുമ്പോഴാണ് അവൻ സരളയുമൊന്നിച്ച് ജീവിച്ചത്. അല്ലാത്തപ്പോഴൊക്കെ അവൾ സ്വന്തം തറവാട്ടിൽ ത്തന്നെ കഴിച്ചു കൂട്ടി.

അരുൺ കുമാർ വീട്ടിലെത്തുമ്പോൾ സരളയും അമ്മായിയും ടെലിവിഷൻ കാണുകയായിരുന്നു. ഏഴ് മണിക്ക് തുടങ്ങിയ ഏതോ സീരിയലിൽ മുഴുകിയിരിക്കുകയായിരുന്നു രണ്ടുപേരും. ചെറിയമ്മാവൻ അവിടെയൊന്നും ഉള്ളതായി തോന്നിയില്ല. ചിലപ്പോൾ അകത്ത് കിടക്കുന്നുണ്ടാകും. അമ്മായി സീരിയൽ കാണുന്നതിനിടയിൽ ഒരു പാത്രത്തിലേക്ക് കത്തികൊണ്ട് എന്തോ മുറിച്ചിടുന്നുണ്ടായിരുന്നു. ഉപ്പേരിക്കുള്ള പയറാണ് അതെന്ന് അരുൺ കുമാറിന് മനസ്സിലായി. സരള മഞ്ഞയിൽ നീലപ്പുള്ളികളുള്ള ഒരു മാക്സിയാണ് ധരിച്ചിരുന്നത്. അവൾ മുമ്പത്തേക്കാൾ കുറച്ച് തടിച്ചിട്ടുണ്ട്. സൗന്ദര്യവും കൂടിയതുപോലെ അവനു തോന്നി.

അമ്മായിയാണ് അരുൺ കുമാറിനെ ആദ്യമായി കണ്ടത്. അവനെ കണ്ട ഉടനെ അവർ കത്തിയും പാത്രവുമായി എഴുന്നേറ്റ് കസേര അവനു നേരെ നീക്കിയിട്ടു.

"നീ ആസ്പത്രീൽ പോയിരുന്നോ?". അവർ ചോദിച്ചു.

"ഉവ്വ്. രാവിലെ ആശുപത്രീലേക്കാണ് പോയത്. ഇപ്പോൾ അവിടെ നിന്നാണ് വരുന്നത്".

"അച്ഛന് എങ്ങനേണ്ട്".

"നല്ല കുറവുണ്ട്. നാളെ വീട്ടിലേക്ക് വരാം". സംസാരത്തിനിടയിൽ അരുൺ കുമാർ സരളയെ നോക്കിയിരുന്നു. അവൾ ഒന്നു ചിരിച്ചു. അവൾ എന്തെങ്കിലും ചോദിക്കുമെന്ന് അവൻ ആശിച്ചു. റിമോട്ട് കയ്യിലിട്ട് തിരിച്ചുകൊണ്ട് ടെലിവിഷനിൽ തന്നെ നോക്കിനിന്നതല്ലാതെ അവൾ ഒന്നും ചോദിച്ചില്ല.

"നിന്റെ ചെറിയമ്മാവൻ ആസ്പത്രീലേക്ക് പോയിരുന്നു. കൊറച്ച് മുമ്പാണ് പോയത്". വരാന്തയുടെ ഇടത്തേയറ്റത്തിരുന്ന ഒരു കട്ടിലിൽ ഇരുന്ന് ബാക്കിയുള്ള പയർ മുറിച്ചിടുന്നതിനിടയിൽ അമ്മായി പറഞ്ഞു.

അരുൺ കുമാർ അതിന് മറുപടിയൊന്നും പറഞ്ഞില്ല. സരളയുമായി വല്ലതും പറഞ്ഞിരിക്കണമെന്ന് അവൻ ആഗ്രഹിച്ചു. സംസാരമെല്ലാം നിങ്ങൾ തമ്മിൽ മതിയെന്ന ഭാവത്തിൽ അവൾ സീരിയലിൽ മുഴുകി യിരുന്നു. മുമ്പ് അവൾ ഇങ്ങനെയായിരുന്നില്ല. അരുൺ കുമാറിനെ കാണുമ്പോൾ നിർത്താതെ സംസാരിച്ചു കൊണ്ടിരിക്കും. ഒരുപാട് ചോദ്യങ്ങൾ അവനോടു അവൾ ചോദിച്ചിട്ടുണ്ട് മുമ്പ് പലപ്പോഴായി. കല്ല്യാണം കഴിഞ്ഞതോടെ അവൾ വല്ലാതെ മാറിപ്പോയി. അങ്ങനെ കണ്ടാൽ കാണാത്തത് പോലെ നടിച്ചു. തമ്മിൽ കാണുന്നതും സംസാ രിക്കുന്നതും പരമാവധി ഒഴിവാക്കി. എന്തിനാണ് അവൾ ഇത്രമാത്രം അകൽച്ച കാണിച്ചത്. അവളെ കല്ല്യാണം കഴിക്കാൻ അവൻ ഏറെ കൊതിച്ചിരുന്നെന്ന് അവൾക്ക് നന്നായി അറിയാം. അവൻ സ്നേഹി ച്ചിരുന്ന ഒരേയൊരു പെണ്ണ് അവളായിരുന്നുവെന്നും അവൾക്കറിയാം. കല്ല്യാണം നടക്കാതെ പോയത് അവന്റെ കുറ്റം കൊണ്ടായിരുന്നില്ല. അവൻ എം ബി എ കഴിഞ്ഞ് കോയമ്പത്തൂരിൽ നിന്നും നാട്ടിൽ വന്ന സമയത്തായിരുന്നു. സരളയെ വിവാഹം ചെയ്യുന്നതിനെ കുറിച്ച് വീട്ടിൽ സൂചിപ്പിച്ചത് അമ്മായിക്കും ചെറിയമ്മാവനും വലിയ താൽപ്പര്യമായി രുന്നു. അമ്മയും ഏച്ചിയും എതിർത്തു. അച്ഛൻ ആരുടെ പക്ഷത്തും ചേർ ന്നില്ല. എല്ലാവർക്കും സമ്മതമെങ്കിൽ എനിയ്ക്കും സമ്മതം എന്ന മട്ടിൽ നിന്നു. എതിർപ്പുകളെ അരുൺ കുമാർ കാര്യമാക്കിയില്ല. അതെല്ലാം ക്രമേണെ ഇല്ലാതാകുമെന്ന് അവൻ കണക്ക് കൂട്ടി. അവന്റെ കണക്ക് കൂട്ടൽ തെറ്റി. അമ്മ പാറപോലെ ഉറച്ചു നിന്നു.

“ഓളിവിടെ കാലു കുത്തുന്ന ദെവസം എന്റെ ശവം നിങ്ങൾക്ക് കാണാം”. അമ്മ അവസാനത്തെ തന്ത്രം തന്നെയെടുത്തു. പിന്നെ അരുൺ കുമാർ ഒന്നും പറഞ്ഞില്ല. വീട്ടിൽ നിന്നിറങ്ങാതെ മിക്ക ദിവ സങ്ങളിലും അവൻ മുറിക്കുള്ളിൽ തന്നെ കഴിച്ചുകൂട്ടി. വീട്ടിൽ ആരും പരസ്പരം മിണ്ടാതെ അന്യരെ പോലെ ദിവസങ്ങൾ തള്ളിനീക്കി.

ജീവിതത്തിൽ നേടാൻ ആഗ്രഹിച്ചത് മാത്രം നേടിയില്ല. സരളയെ അവൻ അതിയായി സ്നേഹിച്ചിരുന്നു. അവളോടൊത്തുള്ള ജീവിതത്തെ അവൻ സ്വപ്നം കണ്ടു. മുറപ്പെണ്ണായതു കൊണ്ട് എല്ലാവരും സമ്മതി ക്കുമെന്ന് അവൻ കരുതി. അമ്മയുടെ കാര്യത്തിൽ നേരത്തെ സംശയമു ണ്ടായിരുന്നു. എന്നാൽ ഇത്രമാത്രം എതിർപ്പുണ്ടാകുമെന്ന് കരുതിയില്ല. യുദ്ധത്തിൽ അമ്മ ജയിച്ചു, അവൻ തോറ്റു. ഇനിയും യുദ്ധമുണ്ടാകുമെന്ന് അവനറിയാമായിരുന്നു. അമ്മയെ തോൽപ്പിക്കണമെന്ന വാശിയോടെ അവൻ കാത്തിരുന്നത്. വെറുതെയായില്ല. സരളയുടെ കല്ല്യാണത്തിന് ശേഷം അമ്മ പുതിയൊരാലോചനയുമായി അവനെ സമീപിച്ചു.

സോമേട്ടന്റെ ബന്ധത്തിൽപെട്ട കുട്ടിയായിരുന്നു. ഏച്ചിയാണ് ഒരു കല്ല്യാണത്തിന് കുട്ടിയെ അമ്മയ്ക്ക് കാണിച്ചുകൊടുത്തത്. നല്ല സാമ്പത്തിക ശേഷിയുള്ളവർ, കുട്ടി ബി എഡിന് പഠിക്കുന്നു. കല്ല്യാണത്തിന് അവർക്കും താൽപ്പര്യമായിരുന്നു. അരുൺ കുമാറിന് അവളേയും അവൾക്ക് അരുൺ കുമാറിനേയും ഇഷ്ടപ്പെട്ടാൽ കല്ല്യാണം നടത്താൻ ഇരുവീട്ടുകാർക്കും സമ്മതമായിരുന്നു. ഏച്ചിയാണ് അവനോടു കാര്യം സൂചിപ്പിച്ചത്. അമ്മയെ തോൽപ്പിക്കാനുള്ള അവസരം കാത്തിരിക്കുകയായിരുന്നു അവൻ. അവസരം ഒത്തുവന്നപ്പോൾ എല്ലാവരും കേൾക്കെ അവൻ പ്രഖ്യാപിച്ചു.

"എനിയ്ക്ക് വേണ്ടി ആരും കല്ല്യാണം ആലോചിക്കണ്ട".

"നീ സന്യാസിക്കാൻ തീരുമാനിച്ചോ". ഏച്ചിയാണ് അതു ചോദിച്ചത്. മറുപടിയൊന്നും പറയാതെ അവൻ ഇറങ്ങിപ്പോയി.

സീരിയൽ കഴിഞ്ഞെന്ന് തോന്നുന്നു. സരള ചാനലുകൾ മാറ്റിക്കൊണ്ടിരുന്നു. മിക്ക ചാനലുകളിലും റിയാലിറ്റി ഷോകളാണ്. ഇപ്പോൾ അതിന്റെ കാലമാണ്. റിയാലിറ്റി ഷോയിൽ നിന്ന് ഒരു കുട്ടി പുറത്തായിരിക്കുന്നു. കുട്ടി കരയുന്നുണ്ട്. അവതാരികയും. അവതാരിക കുട്ടിയെ കെട്ടിപ്പിടിച്ച് വീണ്ടും വിതുമ്പി. എല്ലാ വിതുമ്പലുകളും ക്യാമറ ഒപ്പിയെടുക്കുന്നുമുണ്ട്. അവതാരിക കണ്ണ് തുടച്ചുകൊണ്ട് അകത്തേക്ക് കയറിപ്പോയി. അവതാരിക കുട്ടിയെ കെട്ടിപ്പിടിച്ച് വീണ്ടും വിതുമ്പി. ചാനലിൽ കൂട്ടക്കരച്ചിൽ. സരളയുടെ കണ്ണുകളിലേക്ക് തന്നെ അരുൺ കുമാർ നോക്കിനിന്നു. അവൾ കണ്ണെഴുതിയാൽ കാണാൻ നല്ല ഭംഗിയാണ്. കണ്ണെഴുതുന്ന ശീലമൊന്നും അവൾക്കില്ലായിരുന്നു.

"വേശ്യകളാണ് കണ്ണെഴുതുക". അവൾ പറയുമായിരുന്നു. അരുൺ കുമാറാണ് അവളെ കണ്ണെഴുതാൻ പ്രേരിപ്പിച്ചത്. എപ്പോഴായിരുന്നു അത്. അവൾ പത്താം ക്ലാസിൽ പഠിക്കുമ്പോഴാണെന്ന് തോന്നുന്നു. അവൻ ഓർക്കാൻ ശ്രമിച്ചു.

അവന്റെ ഓർമ്മകൾ വർഷങ്ങൾക്ക് പിറകിൽ, റെയിൽ പാളത്തിന്റെ പടിഞ്ഞാറ് വശത്ത്, തെങ്ങുകൾക്കിടയിലുള്ള, വെള്ള മണൽ നിറഞ്ഞ നടപ്പാതയിൽ, ഇരുവശത്തും മടഞ്ഞിട്ട മുടി റിബൺ കൊണ്ട് കെട്ടി, നീലപ്പാവാടയും ബ്ലൗസുമിട്ട് ഭാരമുള്ള സ്കൂൾ ബാഗ് പിറകിൽ തൂക്കിയിട്ട് ധൃതിയിൽ സ്കൂളിലേക്ക് നടന്നു വരുന്ന സരളയെ കൗതുകത്തോടെ നോക്കി നിന്ന അരുൺ കുമാർ. അവൻ അവളെ കാത്തു നിൽക്കുകയായിരുന്നു. ട്യൂഷനുള്ളതുകൊണ്ട് അവൾ രാവിലെ ഇറങ്ങും. അരുൺ കുമാറിന് കോളേജിൽ പോകേണ്ടതും ആ സമയത്തായിരുന്നു. അവളുടെ കൂടെ നടക്കാൻ റെയിൽപ്പാളം കടന്ന് കൈതപ്പൊന്തയ്ക്കരികെ

അവൻ എന്നും വന്നു നിൽക്കും. കൈതപ്പൊന്തയ്ക്കടുത്തെത്തുമ്പോൾ അവൾക്ക് പേടിയാവുമായിരുന്നു. ചെറിയ ക്ലാസിൽ പഠിക്കുമ്പോൾ അമ്മായിയാണ് അവളെ പൊന്തയ്ക്കിപ്പുറം കടത്തിവിടുക. അപ്പോൾ ആ ജോലി അരുൺകുമാർ ഏറ്റെടുത്തു.

സരള മുമ്പിലും അവൻ പിന്നിലുമായി അവർ നടന്നു. കൈതപ്പൊന്തയിൽ നിന്നും കുളക്കോഴികൾ കരഞ്ഞു. അവയുടെ കോ...കോ... ശബ്ദം അവിടമാകെ നിറഞ്ഞു നിന്നു. പൊന്തയ്ക്ക് ചുറ്റുമുള്ള ഇരുട്ട് സരളയ്ക്ക് എന്നും പേടിയായിരുന്നു. അവൾ വേഗത്തിൽ നടന്നു.

"ഒരു കാര്യം കൂടി ചെയ്താൽ നീ കൂടുതൽ സുന്ദരിയാകും." അവളോടൊപ്പം നടക്കുന്നതിനിടയിൽ അവൻ പറഞ്ഞു.

"എന്ത് കാര്യം." തിരിഞ്ഞ് കൊണ്ട് അവൾ ചോദിച്ചു.

"നീ കൺമഷി എഴുതിയാൽ നല്ല ഭംഗിയുണ്ടാകും. പെണ്ണിന്റെയഴക് കണ്ണാണ്. നീയെന്താ കൺമഷിയിടാത്തത്. എനിക്കതൊന്നും ഇഷ്ട്ടേല്ല. വേശ്യകളാ കൺമഷിയിട്ട് അണിഞ്ഞൊരുങ്ങുക."

അവളുടെ മനസ്സിൽ എങ്ങിനെയോ അബദ്ധധാരണകൾ കടന്നുകൂടിയിരുന്നു. ആരാണ് അവളോടിതെല്ലാം പറഞ്ഞത്? ഇത്ര ചെറുപ്പത്തിലേ വേശ്യകളെ കുറിച്ചൊക്കെ അവൾ മനസ്സിലാക്കിയിരിക്കുന്നു.

"അതെല്ലാം നിന്റെ തോന്നലുകളാണ്.മങ്ങാട്ടുമ്മൽ സരോജിനി ടീച്ചർ വേശ്യയാ? അയിരാണിത്തറയിലെ കമല വക്കീൽ വേശ്യയാ? അവരെല്ലാം ദിവസവും കൺമഷിയെഴുതാറുണ്ടല്ലോ?."

"അരുണേട്ടന് എല്ലാ പെണ്ണുങ്ങളുടേയും കണ്ണ് നോക്കലാ പണി."

"എന്റെ പണി അതല്ല. ശ്രദ്ധയിൽപ്പെട്ട കാര്യം പറഞ്ഞെന്ന് മാത്രം. നിനക്കിഷ്ടമില്ലെങ്കിൽ വേണ്ട." സംസാരത്തിനിടയിൽ അവൾ ഇരിങ്ങൽ അങ്ങാടിയിലെത്തി. സരളയ്ക്ക് കൊയിലാണ്ടി ബസ്സിലാണ് കയറേണ്ടത്. അരുൺ കുമാർ വടകരയ്ക്ക് ബസ്സ് കയറി. അവിടെനിന്നാണ് മടപ്പള്ളിക്ക് പോവുക. സരള ബസ്സിൽ കയറിയാലേ അവൻ അവിടെ നിന്ന് പുറപ്പെടുകയുള്ളൂ.

അരുൺ കുമാറിന് ഉച്ചയാകുമ്പോഴേക്കും ക്ലാസ് കഴിയും. വീട്ടിലെത്തി ഭക്ഷണം കഴിച്ച് നാല് മണി കഴിയുമ്പോഴേക്കും അവൻ ഇരിങ്ങൽ അങ്ങാടിയിലേക്ക് തിരിച്ചെത്തും. സരള ബസ്സിറങ്ങിയാൽ അവളുടെ കൂടെ കൈതപ്പൊന്ത വരെ നടക്കും. ഇതായിരുന്നു പതിവ്. മഴക്കാലമായാൽ റെയിൽപ്പാളത്തിനിരുവശവും വെള്ളം നിറയും. മുട്ട് വരെ തുണി പൊക്കിപ്പിടിച്ച് വേണം നടക്കാൻ. ചിലപ്പോൾ അട്ടയും കടിക്കും. ഒരു ദിവസം സ്കൂൾ വിട്ടു വരുമ്പോൾ സരളയുടെ കാൽമുട്ടിന്റെ മടക്കിൽ

ഒരട്ട കടിച്ചു. കൈതപ്പൊന്തയ്ക്കടുത്തെത്തി, പാവാടയിലെ വെള്ളം പിഴിയുമ്പോഴാണ് അവൾ അതിനെ കണ്ടത്. പിന്നെ വെളിച്ചപ്പാടിനെ പോലെ അവൾ തുള്ളാൻ തുടങ്ങി. അരുൺ കുമാർ പറഞ്ഞിട്ടൊന്നും അവൾ തുള്ളൽ നിറുത്തിയില്ല, കരച്ചിലും. ഒടുവിൽ അവളുടെ രണ്ട് കാലുകളും അവൻ പിടിച്ചുവെച്ചു. വഴുവഴുപ്പുള്ള അട്ടയെ അവൻ പിഴുതു മാറ്റി. കല്ലുകൊണ്ട് അമർത്തിയപ്പോൾ അതിന്റെ വായിൽ നിന്നും രക്തം പുറത്തേക്ക് ചാടി. സരള പേടിച്ച് ദൂരേക്ക് മാറിനിന്നു. അതിനു ശേഷം അട്ടയുടെ കാര്യം പറഞ്ഞ് അവൻ അവളെ പേടിപ്പിക്കുമായിരുന്നു.

സരള പത്താം ക്ലാസിൽ പഠിക്കുമ്പോൾ അരുൺ കുമാർ ആദ്യത്തെ പ്രേമലേഖനം കൊടുത്തു. കോളേജിലെ ചില സുഹൃത്തുക്കൾ അവനെ പ്രേരിപ്പിക്കുകയായിരുന്നു.

“നീ സ്നേഹിക്കുന്നുണ്ടെന്ന് അവൾ അറിയണം. ഇല്ലെങ്കിൽ അവളെ വേറെ ആൺപിള്ളേർ കൊണ്ടുപോകും”. കൂട്ടുകാരുടെ ഉപദേശം അവൻ അനുസരിച്ചു. അവൾ സ്കൂൾ വിട്ടു വരുന്ന ഒരു ദിവസം, നടത്തത്തിനിടയിൽ അവളുടെ ബാഗിന്റെ പിൻവശത്തെ കള്ളിയിൽ ആ കത്ത് അവൻ വെച്ചു, അവളറിയാതെ. കൈതപ്പൊന്തയ്ക്കരികെയെത്തി തിരിഞ്ഞു നടക്കുമ്പോൾ അവൻ അവളോടു പറഞ്ഞു.

“നിന്റെ ബാഗിന്റെ പിൻവശം ഒരു കടലാസ് കഷ്ണമുണ്ട്. ആരും കാണാതെ അത് വായിക്കണം.”

അന്ന് രാത്രി അവന് ശരിക്കും ഉറങ്ങാൻ കഴിഞ്ഞില്ല. മനസ്സ് നിറയെ സരളയായിരുന്നു. അവളുടെ കണ്ണുകൾ, അവളുടെ നോട്ടം, അവളുടെ ചിരി, എല്ലാം അവന്റെ മുന്നിൽ തെളിഞ്ഞു. സരളയേക്കാൾ സുന്ദരികളായ എത്രയോ പെൺകുട്ടികൾ അവന്റെ കോളേജിലുണ്ട്. അവരൊന്നും അവനെ ആകർഷിച്ചില്ല. അവരേക്കാൾ എന്ത് പ്രത്യേകതയാണ് അവൾക്കുള്ളതെന്ന് അവൻ പലവട്ടം ആലോചിച്ചു നോക്കിയിട്ടുണ്ട്. ഒന്നും അവന് മനസ്സിലായില്ല. കുട്ടിക്കാലം മുതൽ തന്നെ ഒരുപക്ഷേ അവൻ അവളെ സ്നേഹിച്ചിട്ടുണ്ടാകാം. അങ്ങിനേയും ചിലപ്പോൾ തോന്നിയിട്ടുണ്ട്.

പ്രണയം വല്ലാത്തൊരു കുഴിയാണ്. വീണുപോയാൽ കര കയറുക എളുപ്പമല്ല. ചിലപ്പോൾ മുറിപ്പാടുകൾ അവശേഷിച്ചെന്നു വരാം. അതൊരിക്കലുമുണങ്ങാതെ ഇടയ്ക്കിടയ്ക്ക് നീറ്റിക്കൊണ്ടിരിക്കും. ചിലപ്പോൾ സുഖം നിറഞ്ഞൊരോർമ്മയിൽ പിൽക്കാല ജീവിതം നാം കെട്ടിപ്പടുക്കും. അതുമല്ലെങ്കിൽ കഴിഞ്ഞകാല വിഡ്ഢിത്തത്തെ സ്വയം പുച്ഛിക്കും.

പിറ്റേ ദിവസം സരളയോടൊപ്പം നടന്നപ്പോൾ അവളിലെന്തെങ്കിലും മാറ്റമുള്ളതായി തോന്നിയില്ല. അവൾ എഴുത്ത് വായിച്ചിട്ടുണ്ടാവില്ലേ?

മറന്നു കാണുമോ? ദേവയാനിയെ പേടിച്ച് കീറിക്കളഞ്ഞ് കാണുമോ? അവന് സംശയമായി.

"എന്റെ എഴുത്ത് വായിച്ചിരുന്നോ"? അവൻ ചോദിച്ചു.

"അതെ, ചെല വരികൾ എനിയ്ക്ക് മനസ്സിലായില്ല. ന്നാലും നല്ല സാഹിത്യാട്ടോ".

"വരികളെ കുറിച്ചുള്ള നിരൂപണമല്ല എനിക്കറിയേണ്ടത്. നിന്റെ അഭിപ്രായമാണ്. എന്താ അഭിപ്രായം"? ഒന്നുമറിയാത്തവളെ പോലെയാണ് അവൾ പെരുമാറിയത്. അവൾ എപ്പോഴും അങ്ങിനെ യായിരുന്നു. ചോദ്യങ്ങൾക്കൊന്നും അവൾ ഉത്തരം നൽകില്ല. വേറെ പലതും പറഞ്ഞുകൊണ്ടിരുന്നു.

"അരുണേട്ടാ വടക്കോട്ടുള്ള പാസഞ്ചർ വണ്ടി പോയിക്കാണുമോ"? ശ്രദ്ധ തിരിക്കാൻ അവൾ ചെയ്ത ഒരു സൂത്രമായിരുന്നു ആ ചോദ്യം. അതിന്റെ പൊള്ളത്തരം അവൾക്കറിയാമായിരുന്നു. എന്നിട്ടും അവൾ അങ്ങിനെ തന്നെ ചോദിക്കുകയായിരുന്നു.

"എന്താ പാസഞ്ചറിൽ നിന്നെ കാണാൻ ആരെങ്കിലും വരുന്നു ണ്ടോ?". അവന് ദേഷ്യം വന്നു. അവൾ തിരിഞ്ഞ് അവനെ നോക്കിച്ചി രിച്ചു. അവളെ മനസ്സിലാക്കാൻ തനിയ്ക്ക് കഴിയുന്നില്ലല്ലോയെന്ന് അവൻ സങ്കടപ്പെട്ടു. പലപ്പോഴായി അരുൺ നൽകിയ കത്തുകൾക്കൊന്നും അവൾ മറുപടി നൽകിയില്ല. അവൾക്ക് അവനോടു സ്നേഹമായിരുന്നു. അതു പറയാനുള്ള പ്രായമോ പക്വതയോ അവൾക്കില്ലായിരുന്നു. അവൾ ക്കൊന്നറിയാം, മറ്റാരേക്കാൾ അവനോടു സ്നേഹമുണ്ട്. അതിന്റെ മറ്റ് വശങ്ങളൊന്നും അവൾക്കറിയില്ല. അതു പറയാനും അവൾക്കറിയില്ല. തനിക്ക് മുന്നേ അവൻ ബസ് കയറിയപ്പോൾ അവൾക്ക് മനസ്സിലായി, അവന് ദേഷ്യമുണ്ട്. വൈകുന്നേരം കാണുമ്പോൾ എന്ത് പറയും ? അപ്പോൾ തോന്നുന്നത് പറയാം. അവൾ സമാധാനിച്ചു.

ഒരു ദിവസം മോരു വാങ്ങാൻ അവൾ വീട്ടിൽ വന്നു. അമ്മ കുളിമു റിയിലായിരുന്നു. അരുൺ കുമാറല്ലാതെ വേറെയാരുമുണ്ടായിരുന്നില്ല. അവൾ വന്നയുടനെ അടുക്കളയിലേക്ക് പോയി. അമ്മ കുളിമുറിയിലാ ണെന്നറിഞ്ഞ്, തിരിച്ചുവന്ന് അരുൺ കുമാറിന്റെ മുറിയുടെ വാതിൽക്കൽ നിന്നു. അവൻ പരീക്ഷയ്ക്കുള്ള നോട്ട് തയ്യാറാക്കുന്ന തിരക്കിലായിരുന്നു. അവളെ കണ്ടപ്പോൾ അവൻ നോട്ട് മടക്കിവെച്ച്, അവളുടെ കൈ പിടിച്ച് വലിച്ചു, പിന്നെ അവളുടെ അരക്കെട്ട് ചേർത്തുപിടിച്ച് അവൻ അവളെ ഉയർത്തി. പെട്ടെന്നുണ്ടായ പ്രവർത്തിയിൽ ഒരു നിമിഷം അവൾ ശങ്കിച്ചു. എന്തു ചെയ്യണമെന്നറിയാതെ അവൾ ഭയന്നു. ആരെങ്കിലും

കണ്ടാൽ എന്താകും സ്ഥിതി? അവൾ അവന്റെ ഇരു തോളിലും ഇടിച്ചു.

"അരുണേട്ടാ, താഴെയിറക്ക്, പ്ലീസ്... അവൾ കെഞ്ചി.

"എന്നെ ഇഷ്ടമാണെന്ന് പറയാതെ താഴെയിറക്കില്ല". അവൻ അവൻ ഉറപ്പിച്ചു പറഞ്ഞു. അവളുടെ വായിൽ നിന്നും അത്തരമൊരു വാക്കിനു വേണ്ടി കാത്തിരിക്കുകയായിരുന്നു. ഇതുവരെ അവൾ ഒഴിഞ്ഞുമാറി. ഇന്നേതായാലും രണ്ടിലൊന്നറിയണം. അവൻ തീരുമാനിച്ചു. അമ്മ വീട്ടിലുണ്ടെന്ന കാര്യം പോലും അവൻ മറന്നു. അവൻ അവളെ നിബന്ധിച്ചുകൊണ്ടിരുന്നു.

"ഇഷ്ടാ... ഒരുപാട്." അവൾ പറഞ്ഞൊപ്പിച്ചു.

അവൻ അവളെ താഴെയിറക്കി. അവൾ വേഗത്തിൽ മുറിയിൽ നിന്ന് പുറത്തിറങ്ങി. അമ്മ അപ്പോഴേക്കും കുളി കഴിഞ്ഞ് വരാന്തയിലേക്ക് വന്നു. അരുൺ കുമാർ ഒന്നുമറിയാത്തതുപോലെ പുസ്തകം കയ്യിലെടുത്തു. ഒരു നിമിഷം കഴിഞ്ഞെങ്കിൽ എല്ലാം അമ്മ കാണുമായിരുന്നു. ഭാഗ്യത്തിന് അതുണ്ടായില്ല. പുസ്തകം കയ്യിലെടുത്തു കൊണ്ട് തന്നെ അവൻ വരാന്തയിലേക്ക് വന്നു. അമ്മ അവളോടെന്തെല്ലോ വർത്തമാനം പറയുകയാണ്. അവൻ ഇടംകണ്ണിട്ട് അവളെ നോക്കി. കൺമഷിയെഴുതി മനോഹരമാക്കിയ കണ്ണുകൾ, അവളറിയാതെ അവളെ തന്നെ നോക്കി നിൽക്കാൻ അവൻ കൊതിച്ചു.

ടെലിവിഷൻ സ്ക്രീനിൽ റിയാലിറ്റി ഷോ കഴിഞ്ഞിരിക്കുന്നു. ഇനി വാർത്തയ്ക്കുള്ള സമയമാണ്. സരള ചാനലുകൾ മാറ്റിക്കൊണ്ടിരുന്നു. അമ്മ വരാന്തയിലുണ്ടായിരുന്ന മേശയ്ക്ക് മുകളിൽ ചോറും കറിയും നിരത്താൻ തുടങ്ങി. പാത്രത്തിലെ ചോറിൽ നിന്ന് നീരാവി പൊങ്ങിക്കൊണ്ടിരുന്നു. നല്ല ചൂടുള്ള കുത്തരിച്ചോറ്. രാത്രിയിൽ ചൂടുള്ള ചോറുതന്നെ വേണമെന്ന് ചെറിയമ്മാവന് നിർബന്ധമാണ്. ഉച്ചയ്ക്കുള്ള ചോറ് രാത്രിയിൽ അദ്ദേഹം കഴിക്കാറില്ല. രാത്രി തണുത്ത ചോറ് തിന്നാൽ ദഹിക്കില്ലത്രെ. ഉച്ചയ്ക്ക് പുഴുങ്ങലരിച്ചോറും രാത്രി കുത്തരിച്ചോറുമാണ് ചെറിയമ്മാവനിഷ്ടം. ചെറിയമ്മാവന്റെ ഇത്തരം ശീലങ്ങൾ കാരണം അമ്മായിക്ക് രണ്ടുനേരം ചോറ് വെക്കേണ്ടി വന്നു.

അമ്മായി അരുൺ കുമാറിനെ ചോറിന് ക്ഷണിച്ചു. ചോറു തിന്നുന്നതിനിടയിൽ അവൻ വാർത്തകൾ ശ്രദ്ധിച്ചു. പ്രധാന വാർത്തയ്ക്ക് ശേഷം ചർച്ചയായിരുന്നു. ബലാത്സംഘം ചെയ്യപ്പെട്ട ഒരു കുട്ടിയായിരുന്നു ചാനലുകാരുടെ ഇര.

പെൺകുട്ടികളുടെ പുതിയ കാലത്തെ വസ്ത്രധാരണ രീതിയെ അനുകൂലിച്ചും പ്രതികൂലിച്ചും ചർച്ചകൾ നടന്നു കൊണ്ടിരുന്നു. വസ്ത്രധാരണവും

ബലാത്സംഘവും തമ്മില!!ന്തെ് ബന്ധമാണുള്ളതെന്ന് ചിലർ സംശയിച്ചു. അരുൺ കുമാറിന് മുഷിപ്പ് തോന്നി. വാർത്താചാനലുകളിലൊക്കെയും ചർച്ചകളായിരുന്നു. മണിക്കൂറുകൾ നീണ്ടു നിൽക്കുന്ന ചർച്ചകൾ. അവരേയും കുറ്റം പറഞ്ഞിട്ട് കാര്യമില്ല. വ്യവഹാര രൂപങ്ങളിലെല്ലാം മാറ്റം വന്നിട്ടുണ്ട്. അനിവാര്യമായ മാറ്റങ്ങളിൽ നിന്ന് ഒന്നിനും ഒഴിഞ്ഞു നിൽക്കാനാവില്ല. സമയത്തിന്റെ വേഗതയ്ക്കനുസരിച്ച് മാറ്റത്തിന്റെ വേഗതയും കൂടുന്നു.

ഊണ് കഴിച്ച് അമ്മായിയോടു യാത്ര പറഞ്ഞ് അവിടെ നിന്നിറങ്ങി. നല്ല ഇരുട്ട്.മൊബൈൽ ഫോൺ വെളിച്ചത്തിൽ വഴി അവ്യക്തമായി തെളിഞ്ഞു.ടോർച്ച് വാങ്ങേണ്ടതായിരുന്നു. അമ്മായി ഏറെ നിർബന്ധിച്ചതാണ്. പുറത്ത് ഇത്ര ഇരുട്ടുണ്ടെന്ന് അപ്പോൾ തോന്നിയില്ല. ഇനി പറഞ്ഞിട്ട് കാര്യമില്ല. റെയിൽപ്പാളത്തിനടുത്തെത്തിയാൽ അങ്ങാടിയിലേക്കുള്ള ആരെങ്കിലുമുണ്ടാകും. ആരുമില്ലെങ്കിലും പ്രയാസമില്ല. തുറസ്സായ സ്ഥലമാണ്. തെങ്ങിൻതോട്ടവും, കൈതകൾ നിറഞ്ഞ തോടും കഴിഞ്ഞാൽ കൃഷിയില്ലാത്ത വയൽ പ്രദേശമാണ്. സന്ധ്യകഴിഞ്ഞാൽ പൊന്തയ്ക്കുള്ളിൽ നിന്നും മൂർഖൻ പാമ്പുകൾ പുറത്തിറങ്ങും. ആൾപ്പെരുമാറ്റമറിഞ്ഞാൽ അവറ്റകൾ പൊന്തയ്ക്കുള്ളിലേക്ക് തന്നെ പോയ്മറയും. ചെറിയമ്മാവൻ എത്രയോ തവണ അവയെ കണ്ടിട്ടുണ്ട്. ഇരുട്ട് വീണാൽ ടോർച്ചോ, ചൂട്ടയോ ഇല്ലാതെ ചെറിയമ്മാവൻ ഇതുവഴി പോകാറില്ല.

വയലിനടുത്തെത്തിയപ്പോൾ ഇരുട്ടിന്റെ കട്ടികുറഞ്ഞു. തെക്കും വടക്കുമായി നീണ്ടുകിടക്കുന്ന വയലിന്റെ നടുവിലൂടെയുള്ള ഒറ്റയടിപ്പാതയ്ക്കു മുകളിൽ നക്ഷത്രങ്ങളുടെ നേർത്ത പ്രകാശം അരിച്ചിറങ്ങുന്നുണ്ടായിരുന്നു. മൺകട്ടകൾക്കിടയിൽ നിന്നുള്ള ചീവിടിന്റെ കരച്ചിലുകൾ. ഒരു കൂട്ട പ്രാർത്ഥന പോലെ തോന്നി അരുൺ കുമാറിന്. അവൻ വേഗത്തിൽ നടന്നു. വഴിയിലെങ്ങും ആരുമുണ്ടായിരുന്നില്ല. മുമ്പൊക്കെ രാത്രി 10മണി കഴിഞ്ഞാലും ഇരിങ്ങലങ്ങാടിയിൽ നിന്ന് തിരിച്ചുവരുന്നവരും ഹൈവേയിലേക്ക് പോകുന്നവരൊക്കെയുണ്ടാകുമായിരുന്നു. ഇപ്പോൾ എല്ലാവരും നേരത്തെ വീടണയുന്നു. ഉറങ്ങുന്നതിന്നു മുമ്പെ ടെലിവിഷനു മുമ്പിൽ സമയം കളയുന്നു. പീടികക്കോലായിലിരുന്ന് രാഷ്ട്രീയം പറയാനും നാട്ടുവർത്തമാനം പറയാനും ഇന്നാരെയും കിട്ടില്ല. അണുകുടുംബത്തിലേക്ക് എല്ലാം ചുരുക്കപ്പെട്ടിരിക്കുന്നു.

വിജനമായ വഴിയിലൂടെ നടക്കുമ്പോൾ മുമ്പെങ്ങുമില്ലാത്ത ഒരു ശൂന്യത അരുൺ കുമാറിന് അനുഭവപ്പെട്ടു. സരളയെ കുറിച്ചുള്ള ചിന്തകൾ അവനെ വല്ലാതെ അലട്ടുന്നുണ്ടായിരുന്നു. സരളയെ കുറിച്ചുള്ള എല്ലാ

ഓർമ്മകളും സുഖകരമായിരുന്നു. ഇന്നിപ്പോൾ അവൾ വല്ലാതെ അകന്നു പോയിരിക്കുന്നു. അവൾ വേറൊരാളുടെ ഭാര്യയായിരുന്നപ്പോഴും മനസ്സ് അവളോടൊപ്പമുണ്ടായിരുന്നു. ഇപ്പോൾ സരളയുടെ മുഖത്ത് അകൽച്ചയുടേയും വെറുപ്പിന്റേയും മിന്നലാട്ടമുണ്ടെന്ന് അവനു തോന്നി. ജീവിതത്തിൽ താൻ സ്നേഹിച്ചിരുന്ന ഒരേയൊരു പെണ്ണിൽ നിന്ന് ഇത്രയും അവൻ പ്രതീക്ഷിച്ചില്ല. അവന്റെ സാന്നിധ്യത്തെ അവഗണിക്കുകയും, സംസാരിക്കാനുള്ള അവസരങ്ങളിൽ നിന്ന് ബോധപ്പൂർവ്വം ഒഴിയുകയും ചെയ്യുകയായിരുന്നു അവൾ. അതിനുമാത്രം തെറ്റൊന്നും താൻ ചെയ്തിട്ടില്ലല്ലോയെന്ന് അവൻ പരിതപിച്ചു. അവൾ തന്റേതല്ലെന്നറിഞ്ഞിട്ടും അവളെ സ്നേഹിച്ചു. മനസ്സിൽ എപ്പോഴും സരളയുണ്ടായിരുന്നു.

വീട്ടിലെത്തി തളർച്ചയോടെ കട്ടിലിലേക്ക് വീഴുകയായിരുന്നു. ശരീരത്തിലെവിടെയെല്ലാമോ വേദനിക്കുന്നതു പോലെ, അവൻ ഉറങ്ങാൻ ശ്രമിച്ചു. എല്ലാ ചിന്തകളും വെടിഞ്ഞ്, കമിഴ്ന്ന് കിടന്ന്, തലയിണയിൽ മുഖമമർത്തി ഉറക്കത്തെ കാത്ത്, ശാന്തമായ ഇരുട്ടിൽ, തനിച്ച്, തികച്ചും ഒറ്റപ്പെട്ടവനെപ്പോലെ അവൻ കിടന്നു. കിടക്കയിൽ തിരിഞ്ഞും മറിഞ്ഞു കിടന്നതല്ലാതെ ഉറക്കം വന്നില്ല. ഉറങ്ങിയില്ലെങ്കിൽ പിറ്റേദിവസം തലവേദനയാണ്. പലതും ഓർക്കുന്നതുകൊണ്ടാണ് ഉറക്കം വരാത്തത്. ഒന്നും ചിന്തിക്കാതെ മനസ്സ് ശൂന്യമാക്കി ഉറക്കത്തെ കാത്ത് കിടക്കുമ്പോൾ അതു വേഗം തന്നെ വന്നണയും. ഇതെല്ലാം അവനറിയാം. അങ്ങിനെയെല്ലാം അവൻ ശ്രമിക്കുകയും ചെയ്തു. എന്നിട്ടും അവൻ ഓരോന്ന് ഓർത്തുകൊണ്ടിരുന്നു.

കഴിഞ്ഞ വർഷത്തെ കളരിപ്പടിക്കൽ ക്ഷേത്രോത്സവം അമ്മായിയും ചെറിയമ്മാവനും, അമ്മൂമ്മയുമെല്ലാം ക്ഷേത്രത്തിൽ പോയ ദിവസം. തറവാട്ടിൽ സരള തനിച്ച്. അവൾക്കും പോകണമെന്നുണ്ടായിരുന്നു. കുട്ടിക്കാലം മുതലേ എല്ലാ ഉത്സവങ്ങൾക്കും അവൾ പോകാറുണ്ടായിരുന്നു. ഇപ്പ്രാവശ്യം അമ്മായി സമ്മതിച്ചില്ല.

"നീ പോരണ്ട, കുഞ്ഞാറ്റയ്ക്ക് ജലദോഷം വരും. അവിടെയെല്ലാം ബയങ്കര പൊട്യാ". അമ്മായി തറപ്പിച്ചു പറഞ്ഞു. കുഞ്ഞിന് പനിയോ ജലദോഷമോ വരുമെന്ന പേടിച്ച് അവൾ പോയതുമില്ല. അവർ പോയപ്പോൾ അവൾ തനിച്ചായി. കുഞ്ഞാറ്റ ഉറങ്ങുകയാണ്. സരള ചില പഴയ 'നാന' വീക്കിലിയെടുത്ത് വരാന്തയിലെ കട്ടിലിൽ വന്നിരുന്നു. അതിന്റെ ഓരോ പേജും മറിച്ച് ചിത്രങ്ങൾ നോക്കിക്കൊണ്ടിരുന്നു. ആദ്യ പേജിൽ തന്നെ സൽമാൻ ഖാന്റെ ചിത്രമായിരുന്നു. മസിലുകൾ പ്രദർശിപ്പിച്ചുകൊണ്ട് അർദ്ധ നഗ്നനായി നിൽക്കുന്ന ഒരു ചിത്രം. ചിത്രം കണ്ടപ്പോൾ 'ജീവൻ ടോണിന്റെ' പരസ്യമാണ് അവൾക്ക്

ഓർമ്മ വന്നത്. കുറച്ച് നേരം അവൾ ആ ചിത്രം നോക്കിയിരുന്നു. പുരുഷൻമാരായാൽ ഇതുപോലുള്ള ശരീരം വേണമെന്ന് അവൾക്ക് തോന്നി. ഇതുപോലൊരാളെ അവൾ ഒരിക്കലും കണ്ടിരുന്നില്ല. മരം മുറിക്കുന്ന കേളപ്പേട്ടന്റെ ശരീരവും ഏതാണ്ടിതുപോലെയാണെന്ന് അവൾക്ക് ഓർമ്മ വന്നു. കേളപ്പേട്ടൻ കരി പോലെ കറുത്തിട്ടാണ്, വെളു ത്തിരുന്നെങ്കിൽ സൽമാൻ ഖാനെപ്പോലെ ആയേനേ. കേളപ്പേട്ടനെ സൽമാൻഖാനായി സങ്കൽപ്പിച്ചപ്പോൾ അവൾക്ക് ചിരി വന്നു.

അകത്ത് ഉറങ്ങിക്കിടന്ന കുഞ്ഞാറ്റ ഒന്നു കരഞ്ഞു. സരള അകത്തേ യ്ക്കോടി. അതെങ്ങാനും ഉണർന്നാൽ ചിലപ്പോൾ കരച്ചിൽ നിർത്തില്ല. അവൾ വേഗം അതിനടുത്ത് കിടന്നു. മൂളിപ്പാട്ട് പാടി അതിനെയുറക്കി. രാവിലെ കുളിയെല്ലാം കഴിഞ്ഞ് ഒരു മണിക്കൂറിലധികം അവൾ ഉറങ്ങും. ഈ സമയത്താണ് സരള അവളുടെ ജോലിയെല്ലാം തീർക്കുക. ഇന്ന് അമ്മായിയും ചെറിയമ്മാവനും അമ്പലത്തിൽ പോകുന്നതു കൊണ്ട് പണിയെല്ലാം നേരത്തെ കഴിഞ്ഞിരുന്നു. സരള അൽപ്പനേരം കുഞ്ഞിനെ നോക്കി നിന്നു. പിന്നെ പുറത്തിറങ്ങി. വാതിൽ കടന്ന് വരാ ന്തയിലേക്കിറങ്ങുമ്പോൾ ആരോ ഒരാൾ അങ്ങോട്ടേക്ക് വരുന്നതു കണ്ടു. ജാതി മരത്തിന്റെ മറവിൽ ആളെ മനസ്സിലായില്ല. ആളെ മനസ്സിലായ പ്പോൾ അവളുടെ ഹൃദയമിടിപ്പ് കൂടി. അരുൺ കുമാർ ബാംഗ്ലൂരിൽ നിന്നും വന്നിട്ടുണ്ടെന്ന് അവൾ അറിഞ്ഞിരുന്നു. ഈ നേരത്ത് അവിടെ അവൾ പ്രതീക്ഷിച്ചില്ല. നാട്ടിൽ വരുമ്പോഴെല്ലാം അവിടെക്കുള്ള വരവ് പതിവാ യിരുന്നു. അമ്മായിയേയും ചെറിയമ്മാവനേയും കാണാനാണെന്നാണ് ഭാവം. ആരെ കാണാനാണ് വരുന്നതെന്ന് സരളയ്ക്ക് നന്നായറിയാം. ഇപ്പോൾ വരുന്നതും തന്നെ കാണാനായിരിക്കും. അവൾ ഊഹിച്ചു.

അരുണേട്ടൻ അൽപ്പം ക്ഷീണിച്ചിട്ടുണ്ട്. മീശയുടെ കട്ടി കൂടിയതു പോലെ, ഉറക്കമൊഴിഞ്ഞതു പോലെയുള്ള കൺപോളകൾ. വെളുപ്പിൽ നീല വരകളുള്ള ഷർട്ട് നന്നായി ചെരുന്നുണ്ട്. മുണ്ട് ഉടുത്തപ്പോൾ ഒന്ന് ചെറുതായതു പോലെ. പാന്റ്സ് തന്നെയാണ് അരുണേട്ടന് ചേരുക. അതാകുമ്പോൾ കുറച്ചു കൂടി നീളം തോന്നിക്കും.

അരുൺ കുമാർ വരാന്തയിലേക്ക് കയറി അവിടെയുണ്ടായിരുന്ന കട്ടിലിൻമേൽ ഇരുന്നു. സരള കട്ടിലിനരികെ ചുമരിൽ ചാരി നിൽ ക്കുകയായിരുന്നു. എന്ത് പറയണമെന്ന് രണ്ടുപേരും ആലോചിക്കുക യായിരുന്നു. പരസ്പരം നോക്കാനുള്ള ധൈര്യം അവർക്കില്ലായിരുന്നു. അരുൺ കുമാർ കട്ടിലിൻ മേലുണ്ടായിരുന്ന സിനിമാ മാസികയുടെ പേജുകൾ അലസമായി മറിച്ചുകൊണ്ടിരുന്നു. അരുൺ കുമാർ ഒന്നും

പറയാതെയായപ്പോൾ സരള തന്നെയാണ് പറഞ്ഞു തുടങ്ങിയത്.

"അരുണേട്ടൻ ഇന്നലെയാണോ വന്നത് ?".

"അതെ". അവൻ മറുപടി പറഞ്ഞു. ഇതുവരെ ഒരു തുടക്കത്തിനു വേണ്ടിയുള്ള കാത്തിരിപ്പായിരുന്നു. സമാധാനമായി. അവൻ അവൾക്കു നേരെ തിരിഞ്ഞിരുന്നു. മാഗസിൻ താഴെ വെച്ചു.

"നീ തടിച്ചിട്ടുണ്ട്". ആദ്യമായി കാണുന്നതു പോലെ അവളെ നോക്കി അവൻ പറഞ്ഞു.

"പ്രസവം കഴിഞ്ഞാൽ എല്ലാ സ്ത്രീകളും തടിക്കും. അതു സാധാരണ മാണ്". അവൾ പറഞ്ഞു. അതു ശരിയാണെന്ന് അവനും തോന്നി. ഏച്ചി വളരെ മെലിഞ്ഞിട്ടായിരുന്നു. കല്ല്യാണത്തിനു മുമ്പ് പല ആയുർവേദ മരുന്നുകളും അമ്മ ഏച്ചിക്ക് നൽകി. ഒന്നു തടി വെക്കാൻ, എന്നിട്ടും ഏച്ചി തടിച്ചില്ല. പ്രസവിച്ച ശേഷമാണ് ഏച്ചി തടിച്ചത്. ഇപ്പോൾ തടി കുറക്കാനുള്ള മരുന്നാണ് ഏച്ചി കഴിക്കുന്നത്.

തടി അൽപ്പം കൂടിയിട്ടുണ്ടെങ്കിലും സരളയുടെ സൗന്ദര്യത്തിനു കുറവൊന്നുമുണ്ടായിരുന്നില്ല. വട്ടത്തിലുള്ള വെളുത്ത മുഖം, ഒന്നു കൂടി തുടുത്തിരിക്കുന്നു. വളരെ അലസമായാണ് കൺമഷി എഴുതിയിരിക്കു ന്നത്. പുരികത്തിനു പുറത്തും കൺതടത്തിലും അതു വ്യാപിച്ചിട്ടുണ്ട്. മുമ്പ് കൺമഷിയിടാൻ പറഞ്ഞപ്പോൾ വേശ്യകളാണ് അങ്ങനെ ചെയ്യു ന്നത!!ന്നെ് പറഞ്ഞവൾ ഇന്ന് കൺമഷിയിൽ കുളിച്ചത് കണ്ടപ്പോൾ അരുൺ കുമാറിന് ചിരിക്കാനാണ് തോന്നിയത്.

"നീ കണ്ണാടിയിൽ നോക്കാതെയാണോ കൺമഷിയെഴുതിയത്".

"എന്തേ വൃത്തിയായില്ലേ ?". അവൾ തിരക്കി.

"അതു കണ്ണാടിയിൽ നോക്കുമ്പോളറിയാം".

എന്തോ പിഴവുണ്ടെന്ന് അവൾക്കും തോന്നി. കൺമഷിയിടുമ്പോ ഴാണ് മോള് കരഞ്ഞത്. പിന്നെ കണ്ണാടിയിൽ നോക്കാനൊന്നും നേരം കിട്ടിയില്ല. അവളുടെ അരികിലേക്കോടി അവളെ ഉറക്കുകയായിരുന്നു. പിന്നെ കണ്ണാടിയുടെ കാര്യവും മറന്നു.

സരള അകത്തേക്ക് പോയി. അവൾ കണ്ണാടി നോക്കാൻ പോയ താണെന്ന് അവനറിയാം. അവനു സ്വയം നിയന്ത്രിക്കാൻ കഴിഞ്ഞില്ല. അവളുടെ ചുവന്ന് തുടുത്ത ചുണ്ടുകളും, കരിമഷിയെഴുതിയ കണ്ണുകളും അവന്റെ മനസ്സിൽ തെളിഞ്ഞു. അവൾ മറ്റൊരാളുടെ ഭാര്യയാണെന്ന കാര്യം മറന്നു. സദാചാര ചിന്തയ്ക്കപ്പുറം ജീവശാസ്ത്രപരമായ ഒരുൾവിളി അവനിലുണ്ടായി. അവൾക്കു പിന്നാലെ അവനും അകത്തേയ്ക്ക് കയറി.

ഇടനാഴിയിൽ നേരിയ ഇരുട്ട് പരന്നിരുന്നു. അവൾ പടിഞ്ഞാറ്റയിലുണ്ടാകുമെന്ന് കരുതി അവൻ അവിടേയ്ക്ക് നടന്നു. അവിടെ സരളയുടെ കുഞ്ഞ് ഉറങ്ങുന്നുണ്ടായിരുന്നു. ഇടത്തോട്ടു തിരിഞ്ഞാൽ മുകളിലേക്കുള്ള കോണിയാണ്. അതിന്റെ തെക്കു ഭാഗത്തുള്ള തെക്കേ മുറിയിലേയ്ക്ക് അരുൺ കുമാർ എത്തി നോക്കി. സരള അവിടെയുണ്ട്. കണ്ണാടി വെളിച്ചത്തിലേക്ക് പിടിച്ച് കണ്ണുകൾ തുടയ്ക്കുകയാണ് അവൾ.

അവന്റെ ഹൃദയം പട...പട... മിടിയ്ക്കാൻ തുടങ്ങി. അതിന്റെ ശബ്ദമല്ലാതെ മറ്റൊന്നും അവൻ കേട്ടില്ല. ശരീരം മുഴുവൻ പനി പിടിച്ചതുപോലെ ഉഷ്ണം നിറഞ്ഞു. പെട്ടെന്ന് ഭാരം കുറഞ്ഞതു പോലെ. കാലുകളുടെ ശക്തി ക്ഷയിച്ച് കൈകൾ വിറയുന്നതുപോലെ അവനു തോന്നി. ക്ഷീണിതനായി, നിയന്ത്രിക്കാൻ കഴിയാത്ത ശ്വാസഗതിയോടെ, വിറക്കുന്ന കൈകൾ രണ്ടും പിന്നിൽ നിന്ന് അവളുടെ തോളിൽ വെക്കുമ്പോൾ കൗമാരകാല കൗശലങ്ങളത്രയും അവനിൽ നിറഞ്ഞു.

അരുൺ കുമാർ അവളെ തന്നിലേക്ക് പിടിച്ചമർത്തി. ഇതെല്ലാം പ്രതീക്ഷിച്ചതുപോലെ, വളരെ അനുസരണയോടെ അവൾ അവന്റെ കണ്ണുകളിലേക്ക് നോക്കി. അവളുടെ കണ്ണുകൾ നിറയുന്നത് അവനറിഞ്ഞു. അവനും കരയണമെന്ന് തോന്നി. രണ്ടുപേരും അൽപ്പനേരം കെട്ടിപ്പിടിച്ച് നിന്നു. അവൻ അവളുടെ നെറ്റിയിലും, കവിളിലും, ചുംബനങ്ങൾ കൊണ്ട് നിറച്ചു. ഈറൻ മാറാത്ത മുടിയിഴകളിൽ അവൻ പതുക്കെ തലോടി. പിന്നെ അവളുടെ ചെവിയിൽ ഇങ്ങനെ മന്ത്രിച്ചു.

"നിന്നെ മറക്കാൻ ഞാനില്ലാതാകണം. എന്നെ നീ വെറുക്കരുത്, പ്ലീസ്". അധികമൊന്നും പറയാൻ അവനാകുമായിരുന്നില്ല. കുറ്റബോധം അവനെ തളർത്തിയിരുന്നു. ഒരിക്കൽ കൂടി അവൻ അവളുടെ കണ്ണുകളിലേക്ക് നോക്കി. ദയനീയമായ ഒരു നോട്ടം. പിന്നെ ഒന്നും പറയാതെ അവിടെ നിന്നിറങ്ങി. താഴേക്ക്... താഴേക്ക്... ഉറക്കത്തിന്റെ തീർത്ഥപ്പടവുകൾ സാവധാനമിറങ്ങി അവൻ നടന്നു. ഗാഢമായ ഒരു നിദ്രയിലേയ്ക്ക്.

3
എത്തിപ്പിടിക്കുന്ന ജീവിതങ്ങൾ

അരുൺ കുമാർ നാട്ടിലേക്ക് പോന്നതിന് ശേഷം കവിതയ്ക്കും നാട്ടിലേക്ക് വരണമെന്ന ചിന്തയായിരുന്നു. അവനില്ലാത്ത തുംകൂറിലെ ഓരോ സായാഹ്നവും അവൾക്ക് വിരസമായിരുന്നു. ഒന്നും ചെയ്യാനില്ലാതെ രണ്ട് ദിവസം അവൾ തള്ളി നീക്കി. അച്ഛന് അസുഖം വന്നതുകൊണ്ടാണ് അരുൺ കുമാറിന് പെട്ടന്ന് പോകേണ്ടിവന്നത്. ഇല്ലെങ്കിൽ അവർ ഒരുമിച്ചാണ് അധികവും നാട്ടിലേക്ക് പോവുക. ഇപ്രാവശ്യം അവൻ നേരത്തെ പോയി. ഇനി എങ്ങിനെയെങ്കിലും ഒരാഴ്ച ത്തെ ലീവ് സംഘടിപ്പിക്കണം. ചാറ്റർജി സാർ മനസ്സലിവുള്ളയാളാണ്. താണുകേണ് പറഞ്ഞാൽ ലീവ് തരാതിരിക്കില്ല. തക്കതായ കാരണം വേണം. എന്താണ് പറയുക, അമ്മയ്ക്ക് അസുഖമാണെന്ന് പറഞ്ഞാലോ? അതുവേണ്ട. ആ പാവത്തിനെ അസുഖക്കാരിയാക്കേണ്ട. കുടുംബത്തിൽ ആർക്കെങ്കിലും കല്ല്യാണമാണെന്ന് പറയാം. ലീനയുടെ കല്ല്യാണക്കാ ര്യം പറയാം. അവളാകുമ്പോൾ അനുജത്തിയാണല്ലോ. അമ്മയുടെ അനുജത്തിയുടെ മകൾ. അവൾക്ക് തന്നേക്കാൾ ഒരു വയസ്സ് കുറവാണ്. കല്ല്യാണാലോചനകൾ നടക്കുന്നുണ്ട്. ഈ വർഷം തന്നെ കല്ല്യാണമു ണ്ടാകും. ഇപ്പോഴേ ലീവ് എടുത്താൽ കല്ല്യാണത്തിന് കൂടാൻ പറ്റുമെന്ന് തോന്നുന്നില്ല. എന്തായാലും ഇപ്പോഴത്തെ കാര്യം നടക്കട്ടെ. ബാക്കി അപ്പോൾ എന്തെങ്കിലും വഴി കാണാം.

ഓഫീസിലേക്ക് പോകുമ്പോൾ ചാറ്റർജി സാറിനെ കണ്ട് എങ്ങി നെയെങ്കിലും ലീവ് സംഘടിപ്പിക്കണമെന്ന് മാത്രമായിരുന്നു അവളുടെ ചിന്ത. ലഞ്ച് സമയത്ത് അവൾ ജി എമ്മിനെ കണ്ടു. ഏറെ നേരം

കെഞ്ചിപറഞ്ഞിട്ടാണ് അവൾക്ക് ലീവ് കിട്ടിയത്. ഏഴ് ദിവസത്തെ ലീവ് എട്ടാം ദിവസം ഓഫീസിലെത്തണം. മേലാൽ ഇത്തരം കാര്യങ്ങൾക്ക് ലീവ് അനുവദിക്കില്ലെന്ന് അദ്ദേഹം താക്കീത് ചെയ്യുകയും ചെയ്തു.

വൈകിട്ട് അത്യാവശ്യം വേണ്ട ഡ്രസ്സുമെടുത്ത് അവൾ വില്ലയിൽ നിന്നുമിറങ്ങി. ഒന്നും വാങ്ങിവെച്ചിരുന്നില്ല. സാധാരണ നാട്ടിൽ പോകുമ്പോൾ എന്തെങ്കിലുമൊക്കെ വാങ്ങും. അമ്മയ്ക്ക് ഒന്നോ രണ്ടോ സാരി. കിരണിന് ജീൻസും ഷർട്ടും. വീട്ടിലേക്കാവശ്യമായ പാത്രങ്ങൾ. അങ്ങനെ എന്തെങ്കിലും. അരുൺ കുമാറും അവളും ചേർന്നാണ് ഇതെല്ലാം വാങ്ങുക. കഴിഞ്ഞ പ്രാവശ്യം കിരണിന് ഒരു മൊബൈൽ ഫോൺ വാങ്ങിയപ്പോൾ അതിന്റെ പണം കൊടുത്തത് അരുൺ കുമാറായിരുന്നു. നാട്ടിലേക്ക് പോകുമ്പോൾ ഏച്ചിയുടെ മക്കൾക്ക് വല്ലതും വാങ്ങുമെന്നല്ലാതെ മറ്റൊന്നും അവൻ വാങ്ങാറുണ്ടായിരുന്നില്ല.

ഒമ്പത് മണിക്ക് മുമ്പെ അവൾ ബാംഗ്ലൂരിലെത്തി. ഭാഗ്യത്തിന് കോഴിക്കോട്ടേക്കുള്ള ബസ് അവിടെയുണ്ടായിരുന്നു. ഒമ്പത് മുപ്പതിന്നാണ് അത് പുറപ്പെടുക. സീറ്റുമുണ്ട്. മുമ്പത്തെ പോലെയുള്ള തിരക്ക് ഇപ്പോഴില്ല. കെ എസ് ആർ ടി സി ബസുകൾ ധാരാളമുണ്ട്. അത്യാവശ്യം ട്രെയിനുകളുമുണ്ട്. ബസ്സ് പുറപ്പെടാൻ ഇനിയും സമയമുണ്ട്. ഷോപ്പിംഗിനൊന്നും നേരമില്ല. അപ്പോഴാണ് അവൾ ഓർത്തത് ഉച്ചയ്ക്ക് ശേഷം ഒന്നും കഴിച്ചിട്ടില്ലെന്ന് ഹോട്ടലിൽ കയറാൻ അവൾക്ക് താൽപ്പര്യം തോന്നിയില്ല. അവൾ അടുത്തുള്ള ഒരു ബേക്കറിയിൽ നിന്ന് രണ്ട് സാന്റ്‌വിച്ചും ഒരു കുപ്പി വെള്ളവും വാങ്ങി. വെള്ളം അവിടെ നിന്നു തന്നെ കുറച്ച് കുടിച്ചു. പിന്നെ ബസ്സിൽ തന്റെ സീറ്റിൽ തന്നെ വന്നിരുന്നു. യാത്രക്കാരെല്ലാം സീറ്റിൽ സ്ഥാനം പിടിച്ചിരുന്നു. കവിത മൊബൈൽ ഫോൺ എടുത്ത് വീട്ടിലേക്ക് വിളിച്ചു. ഫോൺ റിംഗ് ചെയ്യുന്നുണ്ട്. അമ്മ തൊഴുത്തിലോ മറ്റോ ആയിരിക്കും. കിരൺ മറ്റെവിടെയെങ്കിലും അച്ഛൻ വീട്ടിൽ തന്നെയുണ്ടാകും. അവൾ ഊഹിച്ചു. കുറച്ചു നേരം റിംഗ് ചെയ്തപ്പോഴാണ് ഫോണെടുത്തത്. അപ്പുറത്ത് അച്ഛനായിരുന്നു.

“ഹലോ അച്ഛാ ഇത് ഞാനാണ് . ഞാനിപ്പോൾ ബസ്സിലാണുള്ളത്. നാളെ രാവിലെ കോഴിക്കോട് എത്തും. അച്ഛൻ സ്റ്റാന്റിലെത്തണം.”

സാധാരണ അരുൺ കുമാറിന്റെ കൂടെ നാട്ടിലേക്ക് പോകുമ്പോഴും അവൾ അച്ഛനെ വിളിച്ചറിയിക്കുമായിരുന്നു. അവൾ എത്തുന്നതിനു മുമ്പേ അച്ഛൻ അവിടെ എത്തുക പതിവായിരുന്നു. മകൾ ഒരു മുന്നറിയിപ്പുമില്ലാതെ പുറപ്പെടുന്നതിന്റെ കാരണമറിയാതെ അയാൾ കുഴങ്ങി.

“മോളേ നീയിത്ര പെട്ടെന്ന്...” അയാൾ മുഴമിപ്പിച്ചില്ല അതിനു മുമ്പെ അവൾ മറുപടി പറഞ്ഞു.

“ഒന്നുമില്ല അച്ഛാ... നിങ്ങളെ ഒന്നു കാണണമെന്ന് തോന്നി. ബാക്കിയെല്ലാം ഞാൻ വന്നിട്ട് പറയാം. വേറെ വിശേഷമൊന്നുമില്ലല്ലോ .”

“ഇല്ല” . അയാൾ പറഞ്ഞു. എന്നാൽ നാളെ കാണാം. അവൾ ഫോൺ കട്ടു ചെയ്തു.

ഒമ്പതരയ്ക്കു തന്നെ ബസ്സ് പുറപ്പെട്ടു. ബസ്സിന്റെ മധ്യ ഭാഗത്ത് സൈഡ് സീറ്റിലാണ് കവിതയിരുന്നത്. അവളുടെ സീറ്റിൽ പ്രായം ചെന്നൊരു സ്ത്രീയാണുണ്ടായിരുന്നത്. ബസ്സ് പുറപ്പെടുന്നതിന് മുമ്പേ അവർ പരസ്പരം പരിചയപ്പെട്ടിരുന്നു. അവരുടെ വീട് കുരാച്ചുണ്ടിലാണ്. മകളും കുടുംബവും ബാംഗ്ലൂരിലാണ് താമസം. ഒരാഴ്ച മകളുടെ കൂടെ താമസിച്ച് തിരിച്ചു പോവുകയാണ്. അവരും തനിച്ചാണ്. ഈ പ്രായത്തിലും തനിച്ച് യാത്ര ചെയ്യുന്ന അവരോട് കവിതയ്ക്ക് വലിയ ബഹുമാനം തോന്നി. അവരുടെ അരികെയിരുന്നപ്പോൾ ചെറിയൊരു സുരക്ഷിതത്ത്വബോധവും അവൾക്കുണ്ടായി.

തുറന്നിട്ട ഗ്ലാസിന്റെ വിടവിലൂടെ തണുത്ത കാറ്റ് ബസ്സിനുള്ളിലേക്ക് വീശിക്കൊണ്ടിരുന്നു. കവിത ഗ്ലാസ് തള്ളി നീക്കി. ഇപ്പോൾ മുന്നിലും പിന്നിലുമുള്ള ചെറിയ വിടവുകളിലൂടെ കാറ്റ് ഉള്ളിലേക്ക് കടന്നു. അതിന്റെ തണുപ്പ് അത്ര അഹ്യമായി തോന്നിയില്ല. അവൾ ഗ്ലാസിനുള്ളിലൂടെ പുറത്തേക്ക് നോക്കിയിരുന്നു. വൈദ്യുത വിളക്കിന്റെ വെളിച്ചത്തിൽ ഉറങ്ങാത്ത നഗരത്തിന്റെ വീർപ്പുമുട്ടലുകൾ കണ്ടപ്പോൾ തന്റെ ഗ്രാമത്തെ കുറിച്ച് അവൾ ഓർത്തു. നാഷനൽ ഹൈവേയുമായി ബന്ധിപ്പിക്കുന്ന മേപ്പയ്യൂർ കൊല്ലം റോഡും, ഇരിങ്ങത്ത് നടുവണ്ണൂർ റോഡുമല്ലാതെ താർ ചെയ്ത ഒരു റോഡു പോലും അവളുടെ ഗ്രാമത്തിലുണ്ടായിരുന്നില്ല. ഒരു എൽ പി സ്കൂൾ ഒഴികെ ഒറ്റ പൊതുസ്ഥാപനം പോലും അവിടെയില്ല. അത്തരമൊരു ഗ്രാമത്തിൽ നിന്നും ഈ മഹാനഗരത്തിൽ എത്തിപ്പെട്ടത് തന്റെ നിയോഗമായിരിക്കാമെന്ന് അവൾക്ക് തോന്നി. ബി എസ് സി കഴിഞ്ഞ് ബി എഡിന് പോയിരുന്നെങ്കിൽ ഒരു പക്ഷെ ഉവിടെയൊന്നും എത്തിപ്പെടില്ലായിരുന്നു. ഏതെങ്കിലും പാരലൽ കോളേജിലോ അൺ എയ്ഡഡ് സ്കൂളിലോ തുച്ഛ വരുമാനത്തിൽ ജോലി ചെയ്യുന്നുണ്ടാകും. ബി എഡിന് അഡ്മിഷൻ കിട്ടിയിട്ടും എം എസ് സി തന്നെ തുടരാൻ അച്ഛനാണ് അന്ന് പറഞ്ഞത്. അമ്മ അച്ഛന്റെ അഭിപ്രായത്തിന് എതിരായിരുന്നു. അമ്മയുടെ വിചാരം ബി എഡ് കഴിഞ്ഞാൽ ടീച്ചറായി എന്നാണ്. കാലം മാറിയതൊന്നും അമ്മയ്ക്കറിയില്ല. അവരെ കുറ്റം പറഞ്ഞിട്ടും കാര്യമില്ല. രാവിലെ നാലുമണിക്കുണർന്നാൽ രാത്രി ഒമ്പത് മണിവരെ അവർക്ക് വിശ്രമമുണ്ടാകില്ല. അതിരാവിലെ കവിതയ്ക്കും കിരണിനുമുള്ള ഉച്ചയൂണ് തയ്യാറാക്കണം. പശുവിനെ കറക്കണം, ചായയുണ്ടാക്കണം, അതുകഴിഞ്ഞാൽ പശുവിന്

കാടിവെള്ളവും വൈക്കോലും കൊടുക്കൽ, തൊഴുത്ത് വൃത്തിയാക്കൽ, അങ്ങിനെ നൂറുകൂട്ടം പണികൾ കാണും. എല്ലാം അവർ ഒറ്റയ്ക്ക് ചെയ്യേണ്ടിയിരുന്നു.

പാവപ്പെട്ട കുടുംബമായിരുന്നു അവരുടേത് . അച്ഛന്റെ പേര് കൃഷ്ണൻ. മെലിഞ്ഞ ശരീരം. ഇരുണ്ട നിറം. ഒത്ത ഉയരം. മുതുക് മുന്നോട്ട് അൽപ്പം വളഞ്ഞിട്ടുണ്ട്. എന്നും അതിരാവിലെ ഉണരും. ഉണർന്ന് കഴിഞ്ഞാൽ ഒരു കട്ടൻ ചായ കിട്ടണം. പണ്ടുമുതലുള്ള ശീലമാണ്. ശീലങ്ങൾ മാറ്റിയെടുക്കുക അത്ര എളുപ്പമല്ല. അയാളുടെ ഈ ശീലം മാറ്റിയെടുക്കാൻ കവിത കുറേയേറെ ശ്രമിച്ചതാണ്. നടന്നില്ല.

"അച്ഛാ... കുറേക്കാലം കഴിയുമ്പോൾ നിങ്ങളുടെ വയറ്റിൽ പുണ്ണ് നിറയും. നിങ്ങൾക്ക് പല്ല് തേച്ച ശേഷം പാലൊഴിച്ച ചായ കുടിച്ചാൽ പോരേ ?"

പലപ്രാവശ്യം അവൾ പറഞ്ഞതാണ്. അതൊന്നും അയാൾ കണക്കിലെടുത്തില്ല. അയാൾ ശീലം തുടർന്നു. രാവിലെ പാല് കടയിൽ കൊടുക്കണം. നരക്കോട് സെന്ററിലുള്ള ചായക്കടേലും മാമ്പൊയിലുള്ള പാച്ചറേട്ടന്റെ കടയിലും പാല് കൊടുക്കണം. അതു കഴിഞ്ഞ് തിരിച്ച് വന്നാലും വിശ്രമമില്ല. ചായകുടി കഴിഞ്ഞ് പശുക്കളെ കുളിപ്പിക്കണം. അക്കാര്യത്തിലും അയാൾക്ക് അയാളുടേതായ രീതികളുണ്ട്. എല്ലാ ദിവസവും അവയെ കുളിപ്പിക്കണം. മനുഷ്യരെ പോലെ വൃത്തിയും വെടിപ്പും അവറ്റകൾക്കും വേണമെന്നാണ് മൂപ്പരുടെ കാഴ്ചപ്പാട്. കുളിപ്പിച്ച് കഴിഞ്ഞാൽ പറമ്പിലെവിടെയെങ്കിലും കെട്ടിയിടും. പിന്നെ കൈക്കോട്ടും മൺ വെട്ടിയുമെടുത്ത് പണിക്കിറങ്ങും. സ്വന്തം പറമ്പിലും വയലിലും അയാൾ കൃഷി ചെയ്തു. തെങ്ങും കമുങ്ങും നിറഞ്ഞ പറമ്പിൽ പല തരത്തിലുള്ള കൃഷിയും ചെയ്തു പോന്നു. വാഴ, ചേമ്പ്. ചേന, കാച്ചിൽ, മഞ്ഞൾ, ഇഞ്ചി എല്ലാം അയാൾ കൃഷി ചെയ്തു. വാഴ കൃഷിയിലായിരുന്നു ഏറെ താൽപ്പര്യം. വയൽ പ്രദേശം പാട്ടത്തിനെടുത്ത് എല്ലാ വർഷവും അയാൾ നേന്ത്രവാഴ കൃഷി ചെയ്തു. കവിതയുടേയും കിരണിന്റേയും പഠനത്തിന് അതിൽ നിന്നുള്ള വരുമാനമാണ് ഉപയോഗിച്ചിരുന്നത്. പറമ്പിൽ നിന്നുള്ള വരുമാനത്തിൽ നിന്നും നിത്യച്ചെലവ് കണ്ടെത്തി.

ഈയിടേയായി തേങ്ങയുടേയും അടയ്ക്കയുടേയും വിലയിടിവ് അയാളെ വല്ലാതെ കഷ്ടത്തിലാക്കി. കവിതയ്ക്കൊരു ജോലിയായതോടെയാണ് അതിൽ നിന്നും കരകയറിയത്. ഇപ്പോൾ ജീവിച്ചു പോകാൻ വലിയ ബുദ്ധിമുട്ട് ഉണ്ടായിരുന്നില്ല. എന്നിട്ടും തന്റെ ജോലിയെല്ലാം പഴയതു പോലെ അയാൾ തന്നെ ചെയ്തു പോന്നു. ചായക്കടക്കാരൻ ഗോവിന്ദേട്ടൻ ചിലപ്പോഴൊക്കെ പറയും "കൃഷ്ണാ നിന്റെ മോൾക്ക് ഉദ്യോഗായില്ലേ? ഇനി കുറച്ച് വിശ്രമിച്ചൂടെ?" അയാൾ മറുപടിയൊന്നും പറയില്ല. ഒന്ന്

ചിരിക്കുക മാത്രം ചെയ്യും. തന്റെ കുടുംബത്തിന്റെ ക്ഷേമവും സമാധാനവുമല്ലാതെ മറ്റൊന്നിനെ കുറിച്ചും അയാൾ ചിന്തിച്ചില്ല.

കവിതയും കിരണും പഠിക്കാൻ മിടുക്കരായിരുന്നു. അവരെ നല്ല രീതിയിൽ പഠിപ്പിക്കണമെന്നായിരുന്നു അയാളുടെ ഏറ്റവും വലിയ ആഗ്രഹം. കിരണിന് എൻട്രൻസ് ഫീസ് കൊടുക്കാൻ ഉണക്കി സൂക്ഷിച്ച അടയ്ക്ക വിറ്റാണ് അയാൾ പണം സ്വരൂപിച്ചത്. അവന് മെറിറ്റിൽ തന്നെ സീറ്റ് കിട്ടി. മുക്കം എഞ്ചിനിയറിംഗ് കോളേജിൽ ചേർന്നു. ഒരു കൊല്ലം കൂടി കഴിഞ്ഞാൽ അവന്റെ പഠനം പൂർത്തിയാകും. അവനെ കുറിച്ച് അയാൾക്ക് വേവലാതിയൊന്നുമില്ല. കവിതയെ കുറിച്ചോർക്കുമ്പോൾ അയാൾ മൗനിയാകും. അവൾക്ക് വയസ്സ് ഇരുപത്തിനാല് കഴിഞ്ഞു. പറ്റിയ ഒരാളുടെ കയ്യിൽ ഏൽപ്പിക്കണം. അതിനായി തന്റെ കയ്യിൽ ഒന്നുമില്ലെന്ന് പറഞ്ഞ് പെണ്ണിന്റെ കല്ല്യാണം നടത്താതിരിക്കാൻ പറ്റുമോ? ഇപ്പോൾ തന്നെ കല്ല്യാണപ്രായം കഴിഞ്ഞു. ഇനി ഒട്ടും വൈകിച്ച് കൂടാ. നല്ല ഒരു ബന്ധം ഒത്തു വന്നാൽ വയൽ വിൽക്കാം. അതല്ലാതെ വേറെ മാർഗ്ഗമൊന്നുമില്ല. ഇങ്ങനെയൊക്കെ അയാൾ കണക്ക് കൂട്ടിയെങ്കിലും ഭാര്യയോട് അതേ കുറിച്ചൊന്നും പറഞ്ഞില്ല. കവിതയുടെ കല്ല്യാണത്തെ കുറിച്ച് അവർ പറയുമ്പോഴെല്ലാം അയാൾ ഒന്ന് മൂളുകമാത്രം ചെയ്തു. കവിതയുടെ കാര്യത്തിൽ തന്റെ വേവലാതി അയാൾ പുറത്ത് കാണിച്ചില്ല. ഈയടുത്ത കാലത്തായി അവളെ കുറിച്ച് മാത്രമാണ് അയാളുടെ ചിന്ത.

സീറ്റിലുണ്ടായിരുന്ന അമ്മച്ചി തട്ടി വിളിച്ചപ്പോഴാണ് കവിത മയക്കത്തിൽ നിന്നുണർന്നത്.

"നീ വല്ലതും കഴിച്ചോ കൊച്ചേ... ഇതാ ഈ പഴം തിന്നോ ."

റോബസ്റ്റ് പഴം പോലെയുള്ള ഒരു പഴം അവർ അവൾക്ക് നേരെ നീട്ടി. ബസ്സിൽ കയറുന്നതിന് മുമ്പ് ഒരു സാന്റ്‌വിച്ച് തിന്നതാണ്. ഒരെണ്ണം കയ്യിലുണ്ട്. ഒന്ന് മയങ്ങിപ്പോയതുകൊണ്ട് അത് തിന്നാനും പറ്റിയിരുന്നില്ല. അവൾ ബാഗിൽ നിന്നും സാന്റ്‌വിച്ചെടുത്ത് അമ്മച്ചിക്കു നേരെ നീട്ടി.

"വേണ്ട മോളേ... എനിക്ക് ബേക്കറി സാധനങ്ങളൊന്നും പിടിക്കത്തില്ല. പോരാൻ നേരത്ത് നല്ലതുപോലെ കഴിച്ചതുമാണ്. എന്നാലും ഇടയ്ക്കിടയ്ക്ക് വല്ലതും കഴിക്കണം. മോനതറിയാം. അതുകൊണ്ടാ അവൻ പഴം വാങ്ങി വോറൊരു കവറിലിട്ട തന്നത് ."

പഴം തിന്നുന്നതിനിടയിൽ അമ്മച്ചി പറഞ്ഞു. അവരുടെ മടിയിൽ അഞ്ചെട്ട് പഴങ്ങളുണ്ടായിരുന്നു. കവിത കയ്യിലുണ്ടായിരുന്ന സാന്റ്‌വിച്ചും ഒരു പഴവും തിന്നു. കുപ്പി തുറന്ന് വെച്ച് വെള്ളവും കുടിച്ചു. വെള്ളം

അകത്ത് ചെന്നപ്പോൾ വയറു നിറഞ്ഞതു പോലെ തോന്നി. അമ്മച്ചിയും കുറച്ച് വെള്ളം കുടിച്ചു. ബാക്കി വന്ന പഴങ്ങൾ അവർ പ്ലാസ്റ്റിക് കവറിൽ ചുരുട്ടി മടിയിൽ തന്നെ വെച്ചു.

"ആഹാരം കയ്യിൽ വെച്ച് വെശന്നോണ്ടിരിക്കാൻ പാടില്ല. ദൈവ കോപമുണ്ടാകും." അമ്മച്ചി പറഞ്ഞു.

കവിത മറുപടി ഒന്നും പറഞ്ഞില്ല. രാവിലെ വീട്ടിലെത്തുന്നതിലുള്ള സന്തോഷത്തിലായിരുന്ന അവൾ. അഞ്ചോ ആറോ മാസം കൂടുമ്പോ ഴാണ് എല്ലാവരേയും ഒന്ന് കാണാൻ പറ്റുക. അപ്പോഴൊക്കെ രണ്ടോ മൂന്നോ കൊല്ലം കഴിഞ്ഞ് വരുന്നതു പോലെയാണ് തോന്നുക. വീട്ടി ലെത്തിയാൽ ദിവസങ്ങൾ വളരെ പെട്ടെന്ന് കടന്നുപോകും. ഒന്നിനും നേരമുണ്ടാകില്ല.

കവിത കാലത്തു തന്നെ കോഴിക്കോട്ടെത്തി. അച്ഛൻ അൽപ്പം വൈകിയാണ് എത്തിയത്. രണ്ടുപേരും പുതിയ സ്റ്റാന്റിലെത്തി ബസ് കയറി. ഉള്ളാളത്തേക്കുള്ള ബസ്സിലാണ് അവർ കയറിയത്. രാവിലെ വടക്കോട്ട് ബസ് കുറവായിരുന്നു. ബസ്സിൽ ദീർഘയാത്രക്കാർ കുറവാ യിരുന്നു. പലരും വടകര, കൊയിലാണ്ടി, തലശ്ശേരി എന്നിവിടങ്ങളിൽ ഇറങ്ങേണ്ടവരായിരുന്നു. ഇപ്പോൾ ദീർഘയാത്രയ്ക്ക് ബസ്സിൽ ആളുണ്ടാ വില്ല. ലോക്കൽ ട്രെയിനുകളുണ്ട്. തുച്ഛമായ ചെലവിൽ സുഖകരമായ യാത്ര. അതുകൊണ്ട് ട്രെയിനിൽ യാത്രക്കാർ കൂടി. ബസ്സിൽ കുറയുകയും ചെയ്തു. കവിതയും അച്ഛനും ഒരേ സീറ്റിൽ ഇരുന്നു. അവൾക്ക് അമ്മയുടെ അസുഖത്തെ കുറിച്ച് പലതും അച്ഛനിൽ നിന്നുമറിയേണ്ടതുണ്ടായിരു ന്നു. ഫോണിലൂടെ സംസാരിക്കുമ്പോൾ അതേകുറിച്ച് അധികമൊന്നും ആരും തന്നെ പറയാറില്ല. വീട്ടിലേയും നാട്ടിലേയും എല്ലാ വിശേഷ ങ്ങളും അപ്പപ്പോൾ അവർ അറിയിച്ചിരുന്നു. അമ്മയുടെ അസുഖത്തെ പറ്റി ചോദിക്കുമ്പോൾ "ഇപ്പോൾ നല്ല സുഖമുണ്ട്" എന്ന മറുപടിയാണ് കിട്ടുക. അമ്മയ്ക്ക് കുറച്ചുകാലമായി ബ്ലീഡിംഗിന്റെ അസുഖമുണ്ട്. അവർ ആരോടും പറഞ്ഞില്ല. ഇടയ്ക്കിടയ്ക്ക് തലചുറ്റലും ക്ഷീണവും വരുമ്പോൾ കുറച്ച് നേരം കിടക്കും. ക്ഷീണം മാറിയാൽ ഓരോ പണിയിൽ മുഴുകും. ദിവസങ്ങൾ കഴിയുന്തോറും ക്ഷീണവും തലചുറ്റലും കൂടി വന്നു. വീട്ടിലെ പണികളൊന്നും ചെയ്യാൻ അമ്മയ്ക്ക് വയ്യാതായി. പശുവിനെ കറക്കലും തീറ്റ കൊടുക്കലുമെല്ലാം അച്ഛൻ തന്നെ ചെയ്തു. രാവിലെ പൊടിയരി കൊണ്ട് കഞ്ഞിയുണ്ടാക്കി അമ്മയ്ക്ക് കൊടുത്തു. ഉച്ചയ്ക്കുള്ള ചോറും അച്ഛൻ തന്നെയുണ്ടാക്കി. അച്ഛൻ അടുക്കള പണി ചെയ്യുന്നതിൽ അമ്മ സങ്കടപ്പെട്ടു. എത്ര വയ്യാതായാലും അടുക്കള ജോലി അമ്മ തന്നെ ചെയ്യു മായിരുന്നു. കഴിഞ്ഞ മഴക്കാലം കടുത്ത പനിയും വിറയലും വന്നപ്പോൾ ജാനകിയമ്മായിയെ വിളിച്ചതാണ്. അമ്മയുടെ അസുഖം മാറുന്നതു വരെ

അവർ വീട്ടിലുണ്ടായിരുന്നു. അവരുണ്ടായിരുന്നതു കൊണ്ട് അച്ഛന് അടുക്കളയിൽ കയറേണ്ടി വന്നില്ല. അച്ഛനും അമ്മായിയും ജ്യേഷ്ഠാനുജൻമാരുടെ മക്കൾ ആയിരുന്നു. ആങ്ങളയും പെങ്ങളും. അവർക്ക് അച്ഛനേക്കാൾ നാലഞ്ച് വയസ്സ് കൂടുതലായിരുന്നു. അച്ഛൻ അവരെ ഏട്ടത്തി എന്നാണ് വിളിച്ചിരുന്നത്. അവരുടെ ഭർത്താവ് നേരത്തെ മരിച്ചു പോയിരുന്നു. ഒരു മകളുള്ളത് കല്ല്യാണം കഴിച്ചയച്ചു.

ജാനകിയമ്മായിയെ വിളിക്കാൻ അമ്മ നിർബന്ധിച്ചതാണ്. അച്ഛൻ കേട്ടില്ല. ഇതെല്ലാം താൻ തന്നെ ചെയ്യുമെന്ന ഭാവമായിരുന്നു അദ്ദേഹത്തിന്. രണ്ട് മൂന്ന് ദിവസങ്ങൾ അങ്ങിനെ കടന്നു പോയി. അച്ചന്റെ പ്രയാസം കണ്ട് സഹിക്കാതെ ഒരു ദിവസം രാവിലെ അമ്മ എഴുന്നേറ്റ് പശുവിനെ കറക്കാൻ തൊഴുത്തിലേക്ക് പോയി. അച്ഛൻ ഉണരുന്നതിനു മുമ്പെ പശുവിനെ കറക്കണമെന്ന് അവർക്ക് തോന്നി. പാത്രങ്ങളുമായി തൊഴുത്തിലെത്തിയത് ഓർമ്മയുണ്ട്. പിന്നീടുണ്ടായതൊന്നും അവർ അറിഞ്ഞില്ല. അച്ഛൻ മൂത്രമോഴിക്കാൻ പുറത്തിറങ്ങിയപ്പോൾ തൊഴുത്തിനരികെ മങ്ങിയ വെളിച്ചത്തിൽ എന്തോ കിടക്കുന്നത് കണ്ട് ചെന്ന് നോക്കിയപ്പോഴാണ് അത് അമ്മയാണെന്നറിഞ്ഞത്.

മൂന്ന് ദിവസം മുഹമ്മദ് ഡോക്ടറുടെ ആശുപത്രിയിൽ കിടന്നു. ആശുപത്രിയിൽ അച്ഛനെ സഹായിക്കാൻ ജാനകിയമ്മായി ഉണ്ടായിരുന്നു. അവരുള്ളതുകൊണ്ട് അച്ഛന് വീട്ടിൽ വന്ന് അത്യാവശ്യകാര്യങ്ങൾ നിർവഹിക്കാൻ കഴിഞ്ഞു. നാലാം ദിവസം ഡിസ്ചാർജ് ചെയ്യുമ്പോൾ ഒരെഴുത്ത് കവറിലാക്കി ഡോക്ടർ അച്ഛനെ ഏൽപ്പിച്ചു.

"മെഡിക്കൽ കോളേജിൽ കാണിക്കണം ഗർഭപാത്രത്തിന് ചെറിയ തകരാറുണ്ട്." ഡോക്ടർ പറഞ്ഞു. അതിനു ശേഷം അമ്മയുടെ അസുഖത്തെ കുറിച്ച് കവിതയ്ക്ക് വേവലാതിയാണ്.

"അമ്മയ്ക്ക് എങ്ങനെയുണ്ട്?" അവൾ ചോദിച്ചു.

"അമ്മയ്ക്ക് നല്ല സുഖമുണ്ട്. വർഗീസ് ഡോക്ടറെ കാണിച്ചതിനു ശേഷം നല്ല മാറ്റമുണ്ട്. അമ്മയെ കാണുമ്പോൾ നിനക്കതു മനസ്സിലാകും."

"ഓപ്പറേഷൻ വേണ്ടി വരുമോ?" അവൾ വീണ്ടും തിരക്കി.

"അമ്മയെ ആദ്യം കാണിച്ചപ്പോൾ ഓപ്പറേഷൻ വേണ്ടി വരുമെന്ന് ഡോക്ടർ പറഞ്ഞിരുന്നു. ഒരു മാസം മരുന്ന് കഴിച്ചിട്ട് ചെന്നപ്പോൾ ഇപ്പോൾ അതിന്റെ ആവശ്യമില്ലെന്ന് പറഞ്ഞു. ' അവൾക്ക് ആശ്വാസമായി.

ഒരു ഓപ്പറേഷൻ താങ്ങാനുള്ള ശേഷി അമ്മയ്ക്കുണ്ടാവില്ലെന്ന് അവൾക്ക് തോന്നി. അവൾ അച്ഛനോടു പിന്നെയും പലതും ചോദിച്ചു കൊണ്ടിരുന്നു.

ബസ്സ് കോരപ്പുഴപ്പാലത്തിന്റെ നടുവിൽ നിൽക്കുകയാണ്. എതിരെ വന്ന ലോറിയുടെ സൈഡിൽ ഉരസി മുന്നോട്ടും പിന്നോട്ടും പോകാനാവാതെ ബസ് അവിടെ തന്നെ നിന്നു. കണ്ടക്ടറും ക്ലീനറും ബസിൽ നിന്നിറങ്ങി ലോറിക്കാരനുമായി എന്തോ തർക്കിക്കുകയാണ്. കവിത പുഴയിലേക്ക് നോക്കിയിരുന്നു. സൂര്യൻ ഉയർന്നു വരുന്നതേയുള്ളൂ. ആകാശത്തിന്റെ വക്കുകളിൽ വെളിച്ചത്തിന്റെ ചുവന്ന രേഖകൾ വെള്ളത്തിനു മുകളിൽ ഇളകിയാടിക്കൊണ്ടിരുന്നു. ദൂരെ, അരണ്ട വെളിച്ചത്തിൽ നേർത്ത മൂടുപടമണിഞ്ഞ തെങ്ങിൻ തലപ്പുകൾ കാണായി. ഇടുങ്ങിയ പുഴയുടെ ഇരു കരകളിലും ഇടതൂർന്ന തെങ്ങുകൾ. അതിലൊന്നിൽ നിന്ന് ഒരു പരുന്ത് വെള്ളത്തിനു മുകളിലൂടെ താഴ്ന്ന് പറന്നുകൊണ്ടിരുന്നു. ഏറെ നേരമായിട്ടും ബസ് അതേ നിൽപ്പ് തന്നെയായിരുന്നു. യാത്രക്കാരിൽ ചിലർ പുറത്തിറങ്ങി. കാര്യം തിരക്കി. കവിതയും അച്ഛനും അവിടെ തന്നെയിരുന്നു. അവൾ ഓർക്കുകയായിരുന്നു. ഇതുപോലൊരു സംഭവം മുമ്പെപ്പോഴോ തന്റെ ജീവിതത്തിലുണ്ടായിട്ടുണ്ട്. പെട്ടെന്നാണ് മൂരാട് പാലത്തെ കുറിച്ച് അവൾക്ക് ഓർമ്മ വന്നത്. ഡിഗ്രി ഫൈനൽ ഇയറിന് പഠിക്കുന്ന കാലം. ഒരു ഞായറാഴ്ച ഉച്ചയ്ക്ക് നസീമയുടെ വീട്ടിലേക്ക് പോകുകയായിരുന്നു അവൾ. നസീമ അവളുടെ ഏറ്റവും അടുത്ത കൂട്ടുകാരിയായിരുന്നു. പലപ്രാവശ്യം അവൾ വീട്ടിലേക്ക് ക്ഷണിച്ചെങ്കിലും പോകാൻ കഴിഞ്ഞിരുന്നില്ല. അച്ഛൻ ഒരു പ്രത്യേകതരക്കാരനാണ്. മറ്റാരുടെയെങ്കിലും വീട്ടിൽ ഒറ്റയ്ക്ക് പോകുന്നത് അച്ഛന് ഇഷ്ടമായിരുന്നില്ല. ഏറെ നിർബന്ധിച്ചിട്ടാണ് അച്ഛൻ സമ്മതിച്ചത്. വൈകുന്നേരത്തിന് മുമ്പേ തിരിച്ചെത്തുകയും വേണം. നസീമയാണെങ്കിൽ എളുപ്പത്തിലൊന്നും അവിടെ നിന്നും ഇറങ്ങാൻ സമ്മതിക്കില്ല. രാവിലെ തന്നെ എത്തണമെന്നാണ് അവൾ പറഞ്ഞത്. ഊണിന്റെ സമയത്തെങ്കിലുമെത്തണം. ഊണ് കഴിച്ച് അധികം വൈകാതെ തിരിച്ചുപോരുകയും വേണം. ഇല്ലെങ്കിൽ അച്ഛൻ വഴക്കുപറയും.

ബസ് മൂരാട് പാലത്തിലേക്ക് കടന്നു. എതിരെ നിന്ന് ഒരു ബസ് വരുന്നുണ്ടായിരുന്നു. അത് ഒരു കുഴിയിൽ താണു. ബോഡി ഇപ്പുറത്തെ ബസിൽ തട്ടി നിന്നു. പിന്നെ രണ്ട് ബസുകൾക്കും മുന്നോട്ടും പിന്നോട്ടും പോകാൻ കഴിയാതായി. ഒരു മണിക്കൂറിലധികം സമയമെടുത്തു ബ്ലോക്ക് ഒഴിവാകാൻ. നസീമയുടെ വീട്ടിലെത്തുമ്പോൾ സമയം വൈകിയിരുന്നു. ബസ് പുറപ്പെട്ടപ്പോൾ കവിത നസീമയെ കുറിച്ചു തന്നെ ആലോചിക്കുകയായിരുന്നു. അവൾ ഗൾഫിൽ നിന്ന് വന്നിട്ടുണ്ട്. കല്ല്യാണം കഴിഞ്ഞ് അധികം താമസിയാതെ അവൾ ഗൾഫിലേക്ക് പോയിരുന്നു. പ്രസവത്തിനു വേണ്ടിയാണ് നാട്ടിലേക്ക് വന്നത്. ഇപ്പോൾ പ്രസവം കഴിഞ്ഞ് രണ്ട് മൂന്ന് മാസമായി. അവളേയും കുഞ്ഞിനേയും ഇതുവരെ പോയി

കണ്ടിട്ടില്ല. ഇപ്രാവശ്യം എന്തായാലും അവളെ പോയി കാണണം. എത്രകാലമായി അവളെ കണ്ടിട്ട്.

കല്ല്യാണത്തിന് കണ്ടതാണ്. ഫൈനൽ ഇയർ ഡിഗ്രി പരീക്ഷയ്ക്ക് മുമ്പായിരുന്നു കല്ല്യാണം. പരീക്ഷ എഴുതിയെങ്കിലും റിസൽട്ട് വരുന്നതിന് മുമ്പേ അവൾ പോയിരുന്നു. ആദ്യമൊക്കെ അവൾ കത്തയക്കുമായിരുന്നു. വീട്ടിൽ ഫോണില്ലാത്ത കാലമായിരുന്നു അത്. മാസത്തിൽ രണ്ടോ മൂന്നോ തവണ അവൾ കത്തുകളയക്കും. അവയ്ക്കെല്ലാം വിശദമായ മറുപടിയും അയക്കാറുണ്ട്. മൊബൈൽ ഫോൺ വാങ്ങി നമ്പർ അയച്ചുകൊടുത്തതിനു ശേഷമാണ് കത്തുകൾ നിന്നത്. അങ്ങോട്ടേക്ക് വിളിക്കുമ്പോൾ അവൾ കട്ട് ചെയ്ത് തിരിച്ചുവിളിക്കും.

"നിന്റെ കാശ് കളയണ്ട. എനിക്കെന്തെങ്കിലുമൊരു ചെലവ് വേണ്ടേ?" അവൾ പണ്ടേ അങ്ങിനെയായിരുന്നു. ഒന്നിനും ഒരു പിശുക്ക് കാണിക്കില്ല. അവളുടെ ബാഗിൽ എപ്പോഴും പണം കാണും. കൂടെയുള്ളവർക്ക് എന്തും വാങ്ങിച്ച് കൊടുക്കുകയും ചെയ്യും.

ഈയിടെയായി ഫോൺ വിളിയും കുറഞ്ഞിട്ടുണ്ട്. പ്രസവം കഴിഞ്ഞപ്പോൾ വിളിച്ചിരുന്നു. അതിപ്പോൾ രണ്ട് മൂന്ന് മാസമായി. അവളെ അങ്ങോട്ടേക്ക് വിളിക്കേണ്ടതായിരുന്നു. ജോലിത്തിരക്കിൽ പലതും മറന്നുപോകുന്നു.

അമ്മ അവരേയും കാത്ത് വരാന്തയിൽ തന്നെ ഇരിപ്പുണ്ട്. മഞ്ഞ വോയിൽ സാരിയും അതിനൊത്ത ബ്ലൗസുമാണ് അമ്മ ധരിച്ചിരിക്കുന്നത്.

കാഴ്ചയിൽ നല്ല വൃത്തിയുള്ള വേഷം. അമ്മയുടെ വെളുത്ത് മെലിഞ്ഞ ശരീരത്തിന് നന്നായി ചേരുന്നുണ്ട്. കവിത വരുന്നതു കൊണ്ടാണ് അവർ നല്ല സാരിയുടുത്തത്. ഇപ്പോൾ അവർക്ക് ആവശ്യത്തിന് സാരിയും ബ്ലൗസുമുണ്ട്. എല്ലാം കവിത വാങ്ങിക്കൊടുത്തതായിരുന്നു. മുമ്പൊക്കെ കീറിപ്പറിഞ്ഞ സാരിയാണ് വീട്ടിൽ അവർ ധരിച്ചിരുന്നത്. അവർക്ക് അതേ ഉണ്ടായിരുന്നുള്ളൂ. നല്ല സാരിയെ കുറിച്ചൊന്നും അവർ ചിന്തിച്ചിരുന്നില്ല. ഇപ്പോൾ പഴയ സാരിയെങ്ങാനുമുടുത്താൽ കവിത വഴക്ക് പറയും. അവൾ വീട്ടിലില്ലാത്തപ്പോൾ അവർ ഇപ്പോഴും പഴയ സാരിയുടുക്കാറുണ്ട്. പഴയതൊന്നും അത്ര പെട്ടെന്ന് ഉപേക്ഷിക്കാൻ പറ്റില്ലല്ലോ?

അച്ഛനും മോളും വരുന്നത് കണ്ട് അവർ മുറ്റത്തേക്കിറങ്ങി. അവരെ കണ്ടപ്പോഴാണ് ആശ്വാസമായത്. ഇത്രയും നേരം അവരെ തന്നെ പ്രതീക്ഷിച്ചിരിക്കുകയായിരുന്നു. സാധാരണ ഇതിനുമുമ്പെ എത്താറുണ്ടായിരുന്നു. കോരപ്പുഴപ്പാലത്തിൽ ബസ് ബ്ലോക്ക് ആയതൊന്നും

അമ്മ അറിയില്ല. മുറ്റത്തേക്ക് കയറുമ്പോൾ തന്നെ അമ്മയ്ക്ക് നല്ല മാറ്റം വന്നിട്ടുണ്ടെന്ന് കവിതയ്ക്ക് മനസ്സിലായി. മുമ്പത്തെ ക്ഷീണം നല്ലപോലെ മാറിയിട്ടുണ്ട്. വളരെ ചെറിയ തോതിലെങ്കിലും അമ്മ തടിച്ചിട്ടില്ലേയെന്നും അവൾ സംശയിച്ചു.

"നിങ്ങൾ കൊറേ വൈകീല്ലോ? എന്തു പറ്റി?" കവിതയുടെ കയ്യിൽ നിന്ന് ബാഗ് വാങ്ങുന്നതിനിടയിൽ അമ്മ ചോദിച്ചു. കോരപ്പുഴപ്പാലത്തിൽ ബസ്സ് ബ്ലോക്കായിരുന്നു. അകത്തേക്ക് നടക്കുന്നതിനിടയിൽ അവൾ പറഞ്ഞു.

"നീ വേഗം കുളിച്ച് വാ. ചായ കുടിക്കാം." അമ്മ അടുക്കളയിലേക്ക് പോയി. അച്ഛൻ മുണ്ടും മാറ്റി തൊഴുത്തിലേക്കാണ് പോയത്. പശുവിനെ തൊഴുത്തിനടുത്തുള്ള പ്ലാവിൽ കെട്ടി അതിനു കുറച്ച് പുല്ലിട്ടു കൊടുത്തു. എല്ലാ ദിവസവും ഈ നേരമാവുമ്പോഴേക്കും അതിനെ കുളിപ്പിച്ച് തൊടിയിലെവിടെയെങ്കിലും കെട്ടിയിട്ടുണ്ടാകും. ഇന്നിപ്പോൾ ചായ കുടി കഴിഞ്ഞിട്ടാവാം അതിനെ കുളിപ്പിക്കൽ എന്ന് അയാൾ തീരുമാനിക്കുകയായിരുന്നു. അതുകഴിഞ്ഞ് വയലിലേക്ക് പോകണം. കുറച്ച് മുമ്പ് വാഴയ്ക്ക് വളമിട്ടതാണ്. അത് നനയ്ക്കണം. അതുകഴിഞ്ഞാൽ ഇന്ന് വേറെ പണിയൊന്നും ചെയ്യേണ്ടെന്ന് അയാൾ തീരുമാനിച്ചു. വീട്ടിൽ കവിതയുണ്ട്. ഇന്ന് അവളുടെ കൂടെ ചെലവഴിക്കണം. ഉച്ചയ്ക്കുള്ള ഊണിന് വിശേഷിച്ചെന്തെങ്കിലും വാങ്ങണം. ഇറച്ചി അവൾക്കിഷ്ടമാണ്. മാധവിയമ്മയോട് ഒരു കോഴിയെ വാങ്ങാമെന്ന് അയാൾ തീരുമാനിച്ചു. തൊഴുത്തിൻമേൽ വീണു കിടന്ന ഒരു ഉണങ്ങിയ ഓലയുമെടുത്ത് അയാൾ വിറകു പുരയിലേക്ക് നടന്നു. ഓല വിറകു പുരയോടു ചാരി വെച്ച് അടുക്കളയിലേക്ക് നടന്നു.

അടുക്കളയിലേക്ക് കയറിയപ്പോൾ തന്നെ സാമ്പാറിന്റെ മണമടിക്കാൻ തുടങ്ങി. അടുക്കളയിലുള്ള ചെറിയ മേശമേൽ ഇഡ്ഡലിയും സാമ്പാറും നിരത്തിവെച്ചിട്ടുണ്ട്. ചെറിയൊരു പാത്രത്തിൽ പച്ചമുളക് ചമ്മന്തിയുമുണ്ട്.

"നിങ്ങളിരിക്ക്. അവൾ കുളി കഴിഞ്ഞ് ഇപ്പം വരും." ചായയിൽ പഞ്ചസാര ചേർത്ത് രുചിച്ചു നോക്കുന്നതിന്നിടയിൽ അമ്മ പറഞ്ഞു. അയാൾ സ്റ്റൂൾ നീക്കിയിട്ട് അവിടെയിരുന്നു. അധികം കാത്തിരിക്കേണ്ടി വന്നില്ല. തോർത്ത് മുണ്ടും തലയിൽ ചുറ്റി കവിത വന്നു. അവളും അച്ഛന്റെ അരികിൽ ഇരുന്നു. പച്ചമുളകിന്റെ ചമ്മന്തി കണ്ടപ്പോൾ ആദ്യം തന്നെ അൽപ്പമെടുത്ത് വായിലിട്ട് രുചിച്ചു.

"ഹായ് നല്ല എരിവ്. അമ്മേ ഇത് നമ്മുടെ പിന്നാമ്പുറത്തെ കാന്താരിമൊളകാണോ?"

"അതെ." ആവി പറക്കുന്ന ചായ മേശപ്പുറത്ത് വെക്കുന്നതിന്നിടയിൽ അമ്മ പറഞ്ഞു.

സാമ്പാറിന്ന് നല്ല രുചിയുണ്ടായിരുന്നു. ഉച്ചയൂണിന് കൂടി കണക്കാക്കിയാണ് അമ്മ സാമ്പാറുണ്ടാക്കിയത്. അതാണിത്ര രുചി. കവിത ഓരോ കഷ്ണം മുറിച്ചെടുത്ത് സാമ്പാറിൽ മുക്കി സാവധാനം തിന്നു തുടങ്ങി. അച്ഛൻ നാലഞ്ചെണ്ണമെടുത്ത് സാമ്പാറൊഴിച്ച് കുഴച്ച് ചോറു തിന്നുന്നതു പോലെയാണ് തിന്നിരുന്നത്. ചായ കുടി കഴിഞ്ഞ് ആദ്യം എഴുന്നേറ്റത് അച്ഛനായിരുന്നു. അദ്ദേഹത്തിന് പിന്നാലെ അവളും എഴുന്നേറ്റു. മുടി പിൻ കഴുത്തിലൂടെ മാറിലേക്ക് ഒതുക്കിയിട്ട് അടുക്കള വരാന്തയുടെ അറ്റത്ത് വെച്ചിരുന്ന ബക്കറ്റിലെ വെള്ളമെടുത്ത് കൈ കഴുകി. കൈ കഴുകുന്ന വെള്ളം ഒലിച്ചിറങ്ങുന്നത് ചാമ്പമരച്ചുവട്ടിലാണ്. ചാമ്പമരച്ചുവട്ടിലെ അഴുകിയ പഴങ്ങൾ അപ്പോഴാണ് അവൾ കണ്ടത്. അവൾ മരത്തിലേക്ക് നോക്കി. പഴങ്ങളെല്ലാം കൊഴിഞ്ഞുപോയിരുന്നു. കുറച്ചു പഴങ്ങൾ മാത്രം മരത്തിൽ അവശേഷിച്ചിരുന്നു. കവിത ഒരെണ്ണം പറിച്ച് വായിലിട്ടു. മുമ്പൊക്കെ കായകൾ പഴുത്ത് വരുമ്പോഴേക്കും അവൾ തിന്നു തീർക്കും. ഉപ്പും കൂട്ടിയാണ് തിന്നുക. പഴുത്ത ചാമ്പക്കയ്ക്കു വേണ്ടി അവളും കിരണും വഴക്കിടാറുണ്ടായിരുന്നു. ഇന്ന് ഓരോരുത്തരും ഓരോ വഴിക്കായി. ചാമ്പക്ക ആർക്കും വേണ്ടാതെ മരച്ചുവട്ടിൽ തന്നെ വീണളിഞ്ഞു.

അവൾ ഓർക്കുകയായിരുന്നു. എട്ടിലോ ഒമ്പതിലോ പഠിക്കുമ്പോഴായിരുന്നു ചാമ്പത്തൈ നട്ടത്. ഒരു ദിവസം അച്ഛൻ എവിടെ നിന്നോ കൊണ്ടുവന്ന് അവളുടെ കയ്യിൽ കൊടുത്തു.

"കവിതേ, ഇത് നനവുള്ള ഭാഗത്തെവിടെയെങ്കിലും കുഴിച്ചിട്. പൊടിച്ചു വരുന്നതുവരെ ദെവസവും നനയ്ക്കണം." അച്ഛൻ പറഞ്ഞതു പോലെ അവൾ ചെയ്തു. അടുക്കള വരാന്തയോടു ചേർന്ന് നനവുള്ള സ്ഥലം നോക്കി അതു നട്ടു. നനവുള്ള മണ്ണാണെങ്കിലും ദിവസവും നനച്ചു. അച്ഛൻ തെങ്ങിന് വളം ചെയ്യുമ്പോഴെല്ലാം അവൾ ചാമ്പക്കയ്ക്കും വളം ചെയ്തു. നാലഞ്ച് കൊല്ലം കൊണ്ട് അതു കായ്ക്കാൻ തുടങ്ങി. നിറയെ കായകളുണ്ടാകും. അതു കാണാൻ തന്നെ നല്ല ഭംഗിയുണ്ടാകും. കവിത അതിന്റെ പരുപരുത്ത തടിയിൽ മെല്ലെ തലോടിക്കൊണ്ടിരുന്നപ്പോൾ സ്നേഹത്തിന്റെ നേർത്തൊരുകാറ്റ് അവളെ തഴുകി കടന്നു പോയി.

തലേ ദിവസം ഉറങ്ങാത്തതുകൊണ്ട് ഉച്ച വരെ കവിത ഉറങ്ങി. ഊണ് കഴിക്കാൻ അമ്മ വിളിച്ചപ്പോഴാണ് അവൾ ഉണർന്നത്. അച്ഛൻ നനയെല്ലാം കഴിഞ്ഞ് നേരത്തെയെത്തിയിരുന്നു. പശുവിനെ കുളിപ്പിച്ച് തൊടിയിൽ കെട്ടിയ ശേഷം അടുക്കളയിൽ അമ്മയെ

സഹായിക്കുകയായിരുന്നു ഇതുവരെ. കോഴിയെ വാങ്ങിക്കൊണ്ടുവന്നതും പാകപ്പെടുത്തിയതും അച്ഛനായിരുന്നു. വീട്ടിൽ കോഴിക്കറി വെക്കുമ്പോഴെല്ലാം അച്ഛൻ തന്നെയായിരുന്നു അതെല്ലാം ചെയ്തിരുന്നത്. അമ്മയ്ക്ക് കോഴിയെ കൊല്ലുന്നതും പൊളിക്കുന്നതും കാണുന്നതും തന്നെ സങ്കടമായിരുന്നു. പൊളിച്ച് കഷ്ണങ്ങളാക്കിക്കൊടുത്താൽ കറി വെക്കും അമ്മ വെക്കുന്ന കറിയ്ക്ക് നല്ല രുചിയുണ്ടാകും.

കവിത മുഖം കഴുകി അടുക്കളയിലേക്ക് വന്നു. അച്ഛൻ ഊണ് കഴിക്കാനുള്ള വാഴയില തുടച്ച് വൃത്തിയാക്കുകയായിരുന്നു. വാഴയില കണ്ടപ്പോൾ താനൊരു അതിഥിയായോ എന്ന് അവൾക്ക് തോന്നി. സാധാരണ അതിഥികൾ ആരെങ്കിലും ഉള്ളപ്പോഴോ, പണിക്കാരാരെങ്കിലും ഉള്ളപ്പോഴോ ആണ് ഇലയിൽ വിളമ്പുക. അല്ലാത്തപ്പോഴൊക്കെ പാത്രത്തിലാണ് വിളമ്പുക. കവിത ഒരു സ്റ്റൂൾ നീക്കിയിട്ട് അവിടെയിരുന്നു. വിശപ്പില്ലായിരുന്നു. എന്നാലും ഒന്നിച്ചിരുന്ന് കഴിക്കാമെന്ന് തോന്നി. അച്ഛൻ ഇലയിൽ വിളമ്പിയ ചോറ് കുറച്ചെടുത്ത് തിരികെ പാത്രത്തിലേക്ക് തന്നെയിട്ടു. അത്രയും തിന്നാനുള്ള വിശപ്പില്ല. വേണമെങ്കിൽ ഇത് കഴിച്ചിട്ടാകാം.

"ഇന്ന് കോഴിയൊന്നും വേണ്ടായിരുന്നു. കിരൺ വന്നിട്ട് മതിയായിരുന്നു." പച്ചടി രുചിച്ചു നോക്കുന്നതിനിടയിൽ അവൾ പറഞ്ഞു.

"അവൻ വരുന്ന ദെവസം ഒന്ന് വാങ്ങാം. നീ കഴിക്ക്." അമ്മയാണ് മറുപടി പറഞ്ഞത്. പഠിക്കുന്ന കാലത്ത് ഓണത്തിനോ വിഷുവിനോ ആണ് ഇറച്ചിയുണ്ടാക്കിയിരുന്നത്. അല്ലാത്ത ദിവസങ്ങളിലൊന്നും ആരും തന്നെ അതിനെ കുറിച്ച് ചിന്തിച്ചിരുന്നില്ല. അച്ഛന്റെ സാമ്പത്തിക സ്ഥിതി എല്ലാവർക്കുമറിയാമായിരുന്നു.

ഊണ് കഴിഞ്ഞപ്പോൾ കവിതയ്ക്ക് അരുൺ കുമാറിനെ വിളിക്കണമെന്ന് തോന്നി. വരുന്ന വഴിയിൽ ബാംഗ്ലൂരിൽ നിന്ന് വിളിച്ചതാണ്. അച്ഛന്റെ അസുഖമെല്ലാം ഭേദമായി എന്ന് അവൻ പറഞ്ഞിരുന്നു. തിരിച്ച് തുംകൂറിലേക്ക് പോകുന്നത് എപ്പോഴാണെന്ന് അന്വേഷിക്കുകയും ചെയ്യാം. മൂന്ന് നാല് ദിവസം കഴിഞ്ഞിട്ടാണെങ്കിൽ ഒന്നിച്ചു പോകാം. നേരത്തെ വിളിച്ചപ്പോൾ പോകുന്ന കാര്യത്തെ പറ്റി അവൻ വ്യക്തമായി ഒന്നുംപറഞ്ഞിരുന്നില്ല. ജോലി ഒഴിവാക്കാൻ അമ്മ വല്ലാതെ നിർബന്ധിക്കുന്നതായി അവൻ സൂചിപ്പിച്ചിരുന്നു. അവന് ജോലി ഒഴിവാക്കിയാലും ബുദ്ധിമുട്ടില്ല. അച്ഛൻ ആവശ്യത്തിന് സമ്പാദിച്ചിട്ടുണ്ട്. നാട്ടിൽ ഹോട്ടൽ നോക്കി നടത്തുകയും ചെയ്യാം. താൻ അവനെ പോലെയല്ല. കിരണിനു വേണ്ടിയെടുത്ത ലോൺ അടച്ചുതീർക്കണം. കല്യാണത്തിനു മുമ്പെ വീട്ടിലെ അറ്റകുറ്റപ്പണികൾ ചെയ്തു തീർക്കണം. അവൾ ചിന്തിക്കുകയായിരുന്നു.

കവിത മൊബൈൽ ഫോൺ എടുത്ത് അരുൺ കുമാറിനെ വിളിച്ചു.

"കവിതേ ഞാൻ നിന്നെ വിളിക്കണമെന്ന് വിചാരിച്ചിരിക്കുകയായിരുന്നു."അവൻ ആദ്യമേ പറഞ്ഞു.

"അത് നീ എപ്പഴും പറയുന്നതാണ്. നിന്നെ ഞാൻ ആദ്യമായി വിളിക്കുകയല്ലല്ലോ? അതു പോട്ടെ നീ പോകുന്ന കാര്യമെന്തായി? ഞാൻ തിങ്കളാഴ്ച പോകും. അമ്മ പിടിമുറുക്കിയോ?"

"അതെല്ലാം പിന്നെ പറയാം. തിങ്കളാഴ്ച ഞാനുമുണ്ട്. നമുക്കൊരുമിച്ച് പോകാം."

കവിതയ്ക്ക് സമാധാനമായി. അമ്മയുടെ നിർബന്ധത്തിനെങ്ങാനും അവൻ വഴങ്ങിയിരുന്നെങ്കിൽ തുംകൂറിലെ തന്റെ ജീവിതം എത്ര വിരസമായേനെയെന്ന് അവൾ ചിന്തിച്ചു.

"അരുൺ നാളെ എനിയ്ക്കൊരു കൂട്ടുകാരിയുടെ വീടുവരെ പോകണം. നീ കൂടെ വരുമോ?"

"അയ്യോ ഞാനില്ല. ഒരു പരിചയവുമില്ലാത്ത ഒരാളുടെ വീട്ടിൽ..."

"അവൾക്ക് നിന്നെ അറിയാം. ഞാൻ എല്ലാം അവളോട് പറഞ്ഞിട്ടുണ്ട്.നിന്റെ വീടിന്നടുത്ത് തന്നെയാണ് അവളുടെ വീടും. കരിമ്പനപ്പാലത്ത് ബസ്സിറങ്ങി രണ്ട് മിനിറ്റ് നടന്നാൽ മതി. പ്ലീസ് അരുൺ നീ വരണം."

"ഞാൻ നോക്കട്ടെ."

"താങ്ക് യൂ...അരുൺ. ഞാൻ നാളെ വിളിക്കാം. അവൾ ഫോൺ കട്ട് ചെയ്തു." ഇനി കിരണിനെ വിളിക്കണം. ശനിയും ഞായറും അവന് ക്ലാസുണ്ടാവില്ല. വെള്ളിയാഴ്ച വൈകുന്നേരം വീട്ടിലേക്ക് വരാൻ പറയണം. തിങ്കളാഴ്ച കാലത്ത് തിരിച്ചുപോയാൽ ക്ലാസ് സമയത്തിന് മുമ്പേ അവന് കോളേജിലെത്താം. കവിത വീട്ടിലുണ്ടെന്നറിഞ്ഞാൽ അവൻ വരും. ഏച്ചിയോട് അവന് അതിയായ സ്നേഹവും ബഹുമാനവുമായിരുന്നു.

കിരണിനെ വിളിച്ചതിന് ശേഷം അവൾക്ക് നസീമയെ വിളിക്കണമെന്ന് തോന്നി. പിന്നെ വേണ്ടെന്ന് വെച്ചു. ഒരു മുന്നറിയിപ്പില്ലാതെ പോകുന്നതാണ് നല്ലത്. അവൾ തീരുമാനിച്ചു. ഫോണും കയ്യിൽ പിടിച്ച് അലൾ തൊടിയിലേയ്ക്കിറങ്ങി. തെങ്ങുകളും കവുങ്ങുകളും നിറഞ്ഞ പറമ്പാണെങ്കിലും ചൂടുണ്ടായിരുന്നു. വർഷംതോറും ചൂട് കൂടി വരികയാണ്. ഫിബ്രുവരി മാസത്തിലൊന്നും ഇത്ര ചൂട് മുമ്പുണ്ടായിരുന്നില്ല.ഇനിയുള്ള കാലം എന്താണ് സംഭവിക്കുകയെന്ന് ദൈവത്തിനറിയാം. ചൂട് സഹിക്കാൻ കഴിയാതെയാകും ആളുകൾ മരിക്കുക.

കവിത വീടിന് പിന്നിൽ പറമ്പിന്റെ അറ്റത്തുള്ള നെല്ലിമരത്തിന്റെ ചുവട്ടിലേക്ക് നടന്നു. കുട്ടിക്കാലത്തെ ഓർമ്മകളും അവൾക്കൊപ്പം

നടന്നു. സ്കൂളില്ലാത്ത ദിവസങ്ങളിൽ അധിക സമയവും അതിന് ചുവട്ടിലായിരിക്കും. കിരണാണ് നെല്ലിക്ക എറിഞ്ഞു വീഴ്ത്തുക. വീണുകഴിഞ്ഞാൽ വലുത് അവൻ തന്നെയെടുക്കും. നെല്ലിമരത്തിന് നല്ല ഉയരമുണ്ടായിരുന്നു. അച്ഛന്റെ കുട്ടിക്കാലം മുതലെ അതിന് ഇത്ര വലിപ്പമുണ്ടായിരുന്നു പോലും. അന്നൊക്കെ നിറയെ കായകൾ ഉണ്ടാകുമായിരുന്നു. ഇപ്പോൾ കായകളുടെ എണ്ണവും വലിപ്പവും കുറഞ്ഞു.

കവിത മരത്തിന് ചുവട്ടിലെത്തി മുകളിലേക്ക് നോക്കി. ആകാശത്തിന്റെ ഉച്ചിയിലേക്ക് പടർന്നുയർന്ന അതിന്റെ ചില്ലകളിൽ ചിലത് ഉണങ്ങിയിരുന്നു. ഇരുനൂറ് വർഷത്തിലധികം പഴക്കമുണ്ടായിരുന്നു ആ മരത്തിന്. ഇനിയും കുറേക്കാലം അതിൽ കായകളുണ്ടാകും. അതൊന്നും എറിഞ്ഞു വീഴ്ത്താൻ ആരുമുണ്ടാവില്ല. ആർക്കും ഒന്നിനും നേരമുണ്ടാവില്ല.

കവിത വിണ്ടുകീറിയ തടിയിലെ ഉണക്ക തൊലികൾ ഓരോന്നായ് അടർത്തിയെടുത്ത്, മിനുസമുള്ള ഭാഗത്ത് കവിളമർത്തി, ഇരുകൈകൾ കൊണ്ടും അതിനെ കെട്ടിപ്പിടിച്ച് നേർത്ത ശബ്ദത്തിൽ അവൾ പറഞ്ഞു.

"എന്റെ ബാല്യം എന്റെ നാവാണ്. നാവുള്ളിടത്തോളം കാലം ഞാനീ മുത്തശ്ശിയെ മറക്കില്ല." അവൾ അതിന്റെ തൊലിയിൽ ചുണ്ടുകളമർത്തി. പുരാതനവും, വന്യവുമായ, അവൾക്ക് തിരിച്ചറിയാൻ കഴിയാത്ത ഒരു ഗന്ധം അവളുടെ ആത്മാവിലേക്കിറങ്ങുന്നത് അവളറിഞ്ഞു. അന്നേരം ശരീരത്തിലാകെയും മുമ്പെങ്ങുമറിഞ്ഞിട്ടില്ലാത്ത ഒരാനന്ദം, ഉറവ പൊട്ടി ഒഴുകാൻ തുടങ്ങി. എല്ലാം കറങ്ങുന്നതായും, നെല്ലിമരവും അവളും കറങ്ങി, കറങ്ങി, ഒരുപൊട്ടുപോലെയായി, ഒടുവിൽ ഇല്ലാതായി, എല്ലാം ശൂന്യമായതുപോലെ അവൾക്ക് തോന്നി.

പിറ്റേദിവസം നേരത്തെ എഴുന്നേൽക്കണമെന്ന് കരുതിയാണ് കവിത ഉറങ്ങാൻ കിടന്നത്. എഴുന്നേൽക്കുമ്പോൾ ഏഴ് മണി കഴിഞ്ഞിരുന്നു. എത്രയോ കാലമായി അഞ്ച് മണിക്ക് ഉണരുന്ന ശീലമാണ്. തലേദിവസത്തെ യാത്രാക്ഷീണം കൊണ്ടായിരിക്കാം കുറച്ചധികം ഉറങ്ങിപ്പോയത്. അവൾ വേഗത്തിൽ ബ്രഷുമെടുത്ത് കുളിമുറിയിലേക്ക് കയറി. സിമന്റിട്ട തറയിൽ പലയിടത്തും പൂപ്പൽ പിടിച്ചതായി അവൾ കണ്ടു. ചുമരിൽ ചിലയിടങ്ങളിൽ സിമന്റ് പൊട്ടിയടർന്നിട്ടുണ്ട്. ഒന്ന് രണ്ട് ഓടും പൊട്ടിയിട്ടുണ്ട്. ഓട് എല്ലാ കൊല്ലവും തേങ്ങയോ ഓലയോ വീണ് പൊട്ടാറുണ്ട്. അച്ഛൻ തന്നെയാണ് അതൊക്കെ ശരിയാക്കുക. ഓട് മാറ്റി കോൺക്രീറ്റ് ചെയ്യണം. വീടിനും ചില അറ്റകുറ്റപ്പണികളൊക്കെ ചെയ്യണം. അവൾ കണക്കുകൂട്ടി. രണ്ട് കിടപ്പുമുറിയും ഒരു സ്വീകരണമുറിയുമാണ് വീട്ടിലുണ്ടായിരുന്നത്. കിണറിനോടു ചേർന്ന് വീട്ടിൽ നിന്നൽപ്പം വിട്ടാണ് കുളിമുറിയുള്ളത്. വരാന്തയിൽ നിന്നും കയറുന്ന

ഇടനാഴിയും അടുക്കളയുമൊഴിച്ചാൽ വേറെ സൗകര്യങ്ങളൊന്നും ആ വീടിനുണ്ടായിരുന്നില്ല. കിടപ്പുമുറിയ്ക്ക് പിന്നിൽ ഒരു ബാത്ത്റൂമെങ്കിലും കെട്ടിയുണ്ടാക്കണം. ഈ വർഷം കഴിയട്ടെ. മൊത്തത്തിൽ എന്തെല്ലാം മാറ്റം വരുത്തണമെന്ന് നോക്കണം.കുളിമുറി ഏതായാലും കോൺക്രീറ്റ് ചെയ്യണം. പിന്നെ തേങ്ങയും ഓലയും വീഴുന്നത് പേടിക്കേണ്ട. അടുത്ത വർഷം എന്തെങ്കിലുമൊക്കെ ചെയ്യണം. അവൾ തീരുമാനിച്ചു.

രാവിലെത്തെ ചായയും കഴിഞ്ഞ് വീട്ടിൽ നിന്നിറങ്ങുമ്പോൾ എട്ടര കഴിഞ്ഞിരുന്നു. പത്ത് മണിക്ക് മുമ്പെ നസീമയുടെ വീട്ടിലെത്തണം. വൈകിയാൽ ഊണ് കഴിക്കാതെ അവൾ വിടില്ല. പിന്നെ അരുൺ കുമാറിന്റെ വീട്ടിൽ പോക്ക് നടക്കില്ല. ഉച്ചയാവുമ്പോഴേക്കും തിരിച്ചെത്തണം. മാറിൽ നിന്ന് വഴുതിയ ചുരിദാർ ഷാൾ നേരെയാക്കി അവൾ വേഗത്തിൽ നടന്നു. വളര കട്ടികുറഞ്ഞ സിൽക്ക് തുണികൊണ്ടുള്ള ചുരിദാർ ആണ് അവൾ ധരിച്ചിരുന്നത്. ബ്രൗൺ നിറത്തിലുള്ള, പുതിയ ഫാഷനിലുള്ള ചുരിദാർ ആയിരുന്നു അത്. ഇപ്പോൾ ബാംഗ്ലൂരിൽ ഇറങ്ങുന്ന പുതിയ ഫാഷനിലുള്ള വസ്ത്രങ്ങൾ അവൾ വാങ്ങാറുണ്ടായിരുന്നു. ഫാഷൻ വസ്ത്രങ്ങളോടുള്ള അമിത താൽപ്പര്യമൊന്നും അവൾക്കുണ്ടായിരുന്നില്ല.

കോളേജിൽ പഠിക്കുന്ന കാലത്ത് കൂട്ടുകാരികളിൽ പലരും പുതിയ ഫാഷൻ വസ്ത്രങ്ങൾ ധരിച്ചു വരുന്നത് അസൂയയോടെ അവൾ നോക്കി നിന്നിട്ടുണ്ട്. അന്നൊന്നും തനിക്കുമിതുപോലെ ധരിക്കാൻ കഴിയുന്ന ഒരു നാൾ വരുമെന്ന് അവൾ കരുതിയിട്ടുണ്ടാവില്ല. അന്ന് സാധിക്കാതിരുന്ന മോഹങ്ങൾ ഒരു പ്രതികാര ദാഹത്തോടെ തീർക്കുകയായിരുന്നു അവൾ.

മേപ്പയ്യൂരെത്തിയപ്പോഴാണ് ഒരു കാര്യം ഓർത്തത്. നസീമയുടെ കുഞ്ഞിന് ഒരുടുപ്പ് വാങ്ങണം. നേരത്തെ വാങ്ങാൻ സമയം കിട്ടിയിരുന്നില്ല. അല്ലെങ്കിലും ഒരു കാര്യത്തിനും ഇപ്പോൾ സമയം കിട്ടാറില്ല. തന്റെ കാര്യത്തിൽ സമയം വേഗം പോയിക്കൊണ്ടിരിക്കുകയാണെന്ന് അവൾക്ക് തോന്നാറുണ്ട്. ഒരു ബിസിനസ് എക്സിക്യൂട്ടീവ് ആയതിന് ശേഷമാണ് സമയം ഇങ്ങനെ ഓടാൻ തുടങ്ങിയതെന്ന് അവൾക്കറിയാമായിരുന്നു. രാവിലെ ഓഫീസിലെത്തിയാൽ വൈകുന്നേരം വരെ സമയത്തോട് അവൾ പോരാടുകയാണ് പതിവ്. കമ്പനിയിൽ ഓരോ വർക്കിനും സമയക്ലിപ്തതയുണ്ട്. അതിനുള്ളിൽ ചെയ്തു തീർക്കണം. സമയ പരിധിക്കുള്ളിൽ ചെയ്തു തീർക്കാൻ കഴിഞ്ഞില്ലെങ്കിൽ “ഇന്നെഫിഷ്യൻസി” ആയികണക്കാക്കും. പിന്നെ ശമ്പളത്തിന്റെ ഗ്രാഫ് സ്റ്റഡിയായോ പിന്നെ താഴേയ്ക്കോ പോയെന്നരിക്കും.

കവിതയ്ക്ക് ഇതുവരെ അങ്ങനെ സംഭവിച്ചിട്ടില്ല. ഇന്നെഫിഷ്യൻസി ആവാതിരിക്കാൻ അവൾ കഠിനമായി പരിശ്രമിച്ചു. കഴിഞ്ഞ രണ്ട് വർഷത്തിനുള്ളിൽ ശമ്പള വർദ്ധനവ് നേടിയെടുക്കാനും അവൾക്ക് കഴിഞ്ഞു. പരിശ്രമിച്ചാൽ ഉയരത്തിലെത്താമെന്ന ആത്മവിശ്വാസം അവൾക്കുണ്ടായിരുന്നു.

കവിത രണ്ട് മൂന്ന് കടകളിൽ കയറി. ഉടുപ്പുകളൊന്നും അവൾക്കിഷ്ടപ്പെട്ടില്ല. അവൾ വടകരയ്ക്കുള്ള ബസ്സിൽ കയറി. ഉടുപ്പ് പയ്യോളിയിൽ നിന്ന് വാങ്ങാമെന്ന് തീരുമാനിച്ചു. ബസ്സിൽ നല്ല തിരക്കായിരുന്നു. നേരെ നിൽക്കാൻ പോലും സ്ഥലമുണ്ടായിരുന്നില്ല. സ്കൂൾ കുട്ടികളുടെ തിക്കിലും തിരക്കിലും എങ്ങനെയോ കയറി പറ്റിയതായിരുന്നു. പത്ത് മണി കഴിഞ്ഞാൽ തിരക്ക് കുറയും. അവൾ കോളേജിൽ പോയിരുന്ന കാലം ഈ യാത്രാദുരിതം എത്രയോ അനുഭവിച്ചതാണ്. അന്നൊക്കെ തിരിച്ച് വീട്ടിലെത്തുമ്പോൾ തളർന്ന് അവശയായി പോകുമായിരുന്നു. കുറച്ച് നേരം കിടന്ന് ക്ഷീണം തീർത്താലെ എന്തെങ്കിലും ചെയ്യാൻ പറ്റുമായിരുന്നുള്ളൂ.

പയ്യോളി അങ്ങാടി കഴിഞ്ഞതിന് ശേഷമാണ് ബസ്സ് വേഗത്തിൽ ഓടാൻ തുടങ്ങിയത്. ആളെ കയറ്റാൻ പറ്റാത്തതുകൊണ്ട് സ്റ്റോപ്പൊഴിവാക്കിയാണ് ബസ്സ് ഓടുന്നത്. കവിത ഡ്രൈവറുടെ സീറ്റിന് പിന്നിലുള്ള കമ്പികളിൽ പിടിച്ച് നിൽക്കുകയാണ്. കോളേജിൽ പഠിച്ചിരുന്ന കാലത്തും ഇതേ സ്ഥലത്ത് നിൽക്കാനാണ് അവൾ ഇഷ്ടപ്പെട്ടിരുന്നത്. അവിടെയാകുമ്പോൾ കുറച്ചുകൂടി സുരക്ഷിതമായി നിൽക്കാം. നടുവിലെങ്ങാനും പെട്ടുപോയാൽ കണ്ടക്ടർ തള്ളിത്തള്ളി പിന്നിലേയ്ക്കാക്കും. പിന്നെ ഞരമ്പ് രോഗികളായ പുരുഷൻമാരുടെ വൃത്തികെട്ട ചുടുനിശ്വാസം സഹിച്ച് യാത്രചെയ്യണം. ഒരിക്കൽ ഒരു മധ്യവയസ്കൻ അവളെ തൊട്ടുരുമ്മി നിൽക്കുകയായിരുന്നു. അവൾ പരമാവധി സൈഡിലേക്ക് നീങ്ങിനിൽക്കുമ്പോഴും അയാൾ പറ്റിച്ചേർന്നു തന്നെ നിന്നു. ക്രമേണെ ഉറപ്പുള്ളതെന്തോ തന്റെ ചന്തിയിൽ ഉരസുന്നതു പോലെ അവൾക്ക് തോന്നി. പിന്നെ കവടി ഉഴിഞ്ഞ് നിരത്തുന്നതു പോലെ അയാളുടെ കൈകൾ അവളുടെ ശരീരത്തിലെവിടെയെല്ലാമോ സഞ്ചരിച്ചപ്പോൾ സകല നിയന്ത്രണങ്ങളും വിട്ട് അവൾ അലറി.

"ബസ്സ് നിറുത്തൂ... ബസ്സ് നിറുത്തൂ... എനിക്കിറങ്ങണം. ഇയാളെന്നെ ശല്യം ചെയ്യുന്നു." ബഹളത്തിന്നിടയിലും അവളുടെ ശബ്ദം മുഴങ്ങി നിന്നു. എല്ലാവരും അവളെ നോക്കി. കണ്ടക്ടർ ഒന്നും കേട്ടതായി ഭാവിച്ചില്ല. നീയെന്തിന് ഇതിൽ വലിഞ്ഞു കയറി എന്ന ഭാവത്തിൽ ഒരു നോട്ടവും നോക്കി അയാൾ ജോലിയിൽ മുഴുകി. ആൾക്കാരുടെ നോട്ടമായിരുന്നു അവളെ ഏറെ വേദനിപ്പിച്ചത്. ഒരു കാഴ്ച വസ്തുവിനെ പോലെ എല്ലാവരും

തന്നെ നോക്കുന്നതായി അവൾക്ക് തോന്നി. തൊട്ടരികിൽ കോളേജ് പിള്ളേർ അടക്കിപ്പിടിച്ച് സംസാരിക്കുകയും ചിരിക്കുകയും ചെയ്യുന്നുണ്ട്. അതെല്ലാം അവൾ കേൾക്കുന്നുണ്ടായിരുന്നു. ബസ്സ് നിറുത്താതെ ഓടുകയായിരുന്നു. ആരും തന്നെ അവളുടെ വാക്കുകൾക്ക് വില കൽപ്പിച്ചില്ല. അവൾക്ക് കരയണമെന്ന് തോന്നി. അമ്മയെ കെട്ടിപ്പിടിച്ച്, അമ്മയുടെ മടിയിൽ തല ചായ്ച്ച് പൊട്ടി...പൊട്ടിക്കരയാൻ അവൾ കൊതിച്ചു.

പയ്യോളിയിൽ ഇറങ്ങിയപ്പോൾ അടച്ചിട്ട ഇരുട്ട് മുറിയിൽ നിന്ന് പുറത്തു വന്ന ആശ്വാസമായിരുന്നു അവൾക്ക്. അവൾ അരുൺ കുമാറിനെ വിളിച്ചു.

“നീയെവിടെയാ? ബസ്റ്റോപ്പിലെത്തിയോ?”

“ഇല്ല. ഞാൻ അങ്ങോട്ടേക്ക് വരികയാണ്.” അവൻ പറഞ്ഞു.

“ഞാൻ പയ്യോളിലുണ്ട്, ഒരുടുപ്പ് വാങ്ങി പത്തുമിനിറ്റിനകം എത്താം.” അവൾ ഫോൺ കട്ടുചെയ്തു.

കവിത കണക്ക് കൂട്ടിയത് പോലെ കൃത്യസമയത്ത് തന്നെ അവർ രണ്ടുപേരും പാലയാട്ട് നടയിലെത്തി. അവിടെ നിന്ന് വലത്തോട്ടുള്ള റോഡിലൂടെ കുറച്ച് ദൂരം മുന്നോട്ട് നടന്നാൽ ഇടതു ഭാഗത്ത് കാണുന്ന വീടാണ് നസീമയുടേത്. ഇരുഭാഗത്തും നിരനിരയായി ഓട്ടോറിക്ഷ നിർത്തിയിട്ട വീതി കുറഞ്ഞ റോഡിലൂടെ അവർ നടന്നു. “അതാ ആ കാണുന്നതാണ് നസീമയുടെ വീട്.” നടക്കുന്നതിന്നിടയിൽ അവൾ പറഞ്ഞു. ഒട്ടും പരിചയമില്ലാത്ത ഒരാളുടെ വീട്ടിൽ ആദ്യമായി പോവുകയാണ്. അതിന്റെയൊരു ജാള്യത അരുൺ കുമാറിനുണ്ട്. അതൊന്നും അവൻ പ്രകടിപ്പിച്ചില്ല. അവൻ അവളുടെ പിന്നിലായി നടന്നു.

“അരുൺ നിനക്കിവിടെ ആരെയെങ്കിലും പരിചയമുണ്ടോ?”

“ഇല്ല. ഞാനാദ്യമായാണ് ഈ ഭാഗത്തേക്ക് വരുന്നത് തന്നെ. അച്ഛന്റെ വീട് കരിമ്പനപ്പാലത്താണെങ്കിലും അതുവഴിയൊന്നും വരാറില്ലായിരുന്നു.”

മനോഹരമായി കെട്ടിയുയർത്തിയ ഒരു വീടിനു മുന്നിൽ അവർ നിന്നു. വീട് ഇതുതന്നെയാണോയെന്ന് കവിതയ്ക്ക് സംശയം തോന്നി. അഞ്ചാറ് കൊല്ലം മുമ്പ് വന്നപ്പോൾ ഇതുപോലൊരു മതിലുണ്ടായിരുന്നില്ല. വീടിന് മാറ്റമൊന്നും വന്നിരുന്നില്ല. മതിലിൽ കാലിത്തീറ്റയുടെ പരസ്യം എഴുതിവെച്ചിട്ടുണ്ട്. അകിട് തൂങ്ങി നിൽക്കുന്ന കുറേ പശുക്കളുടെ ചിത്രങ്ങളും. അതിലൊന്ന് സ്നേഹത്തോടെ കുട്ടിയെ നക്കിക്കൊണ്ടിരിക്കുന്നതുപോലെ. മതിലിന് നടുവിൽ ഒരു കറവക്കാരനും പാൽ നിറഞ്ഞു തുളുമ്പുന്ന ഒരു പാത്രവും. അതിന് മുകളിലായി കേരളാ ഫീഡ്സിന്റെ

പരസ്യവാചകവും എഴുതിവെച്ചിട്ടുണ്ട്.

കവിത ഗെയ്റ്റ് തുറന്ന് അകത്തേയ്ക്ക് കയറി. പിന്നാലെ അരുൺ കുമാറും. മുറ്റത്ത് കടും നീല ഡിസൈനുള്ള ഒരു ഇന്നോവ കാർ കിടപ്പുണ്ട്. മുമ്പ് ഞാൻ വന്നപ്പോൾ ഒരു വെള്ള മാരുതിയാണുണ്ടായിരുന്നതെന്ന് കവിത ഓർത്തു. അന്ന് മടങ്ങിപ്പോകുമ്പോൾ അതേ കാറിൽ നസീമ തന്നെയാണ് അവളെ പയ്യോളി വരെ കൊണ്ടുപോയി വിട്ടത്. കയറുമ്പോഴും ഇറങ്ങുമ്പോഴും അതിന്റെ ഡോർ തുറക്കാൻ പ്രയാസപ്പെട്ടപ്പോൾ നസീമ തന്നെയാണ് അവളെ സഹായിച്ചത്. അന്ന് ഹൈവേയിൽ കൂടി എത്ര വേഗത്തിലാണ് അവൾ വണ്ടി ഓടിച്ചിരുന്നത്. ഓർക്കുമ്പോൾ ഇപ്പോഴും പേടിയാകുന്നു.

കവിത കോളിംഗ് ബെല്ലിന്റെ സ്വിച്ചമർത്തി. അവൾ ആദ്യം വന്നപ്പോൾ ഉമ്മയായിരുന്നു വാതിൽ തുറന്നത്. ഏകദേശം നാൽപ്പത്തിയഞ്ച് വയസ്സ് പ്രായം തോന്നിക്കുന്ന സുന്ദരിയായ സ്ത്രീ ആയിരുന്നു അവർ. പച്ചനിറത്തിലുള്ള ഒരു കോട്ടൺ സാരിയായിരുന്നു അവർ ഉടുത്തിരുന്നത്. കറുത്ത തട്ടത്തിന് മുകളിൽ സാരിയുടെ അറ്റം കൊണ്ട് മൂടിയപ്പോൾ മുഖം മാത്രമാണ് കാണാനുണ്ടായിരുന്നത്. മറ്റാരെങ്കിലുമായിരിക്കരുമെന്ന് കരുതിയാണ് അവർ വാതിൽ തുറന്നത്. വാതിൽ തുറന്നപ്പോൾ കവിതയെയാണ് കണ്ടത്. നസീമയുടെ കൂട്ടുകാരിയായിരിക്കുമെന്ന് ഉമ്മയ്ക്ക് മനസ്സിലായിക്കാണും. അവർ നസീമയെ വിളിച്ചു.

“നസീമാ... നസീമാ... നിന്നെ കാണാൻ ഒരാൾ വന്നിരിക്കുന്നു.” ഉമ്മ അകത്തേയ്ക്ക് നീട്ടി വിളിച്ചു.

നസീമ വാതിൽക്കലേയ്ക്ക് വന്നു. അവൾ കവിതയ!!െ കൈ പിടിച്ച് അകത്തേയ്ക്ക് കയറ്റി.

“ഇവൾ നിന്റെ ക്ലാസിലാ ?” ഉമ്മ ചോദിച്ചു.

“അതെ, ബാക്കിയെല്ലാം പിന്നെ പറയാം. ബിരിയാണി വേണം. വേഗം അടുക്കളയിലേയ്ക്ക് പോ... പോ... പോ... ‘ അവൾ സ്നേഹപൂർവ്വം ഉമ്മയെ അടുക്കളയിലേയ്ക്ക് തള്ളി. പിന്നെ കവിതയുടെ കൈ പിടിച്ച് മുകളിലുള്ള മുറിയിലേയ്ക്ക് കയറിപ്പോയി.

ഗ്രാനൈറ്റ് പതിച്ച കോണിപ്പടികൾ കയറുമ്പോൾ വീടിന്റെ വലിപ്പത്തെ കുറിച്ചും അതിലെ സൗകര്യങ്ങളെ കുറിച്ചുമായിരുന്നു കവിത ചിന്തിച്ചിരുന്നത്. വിശാലമായ സ്വീകരണ മുറി. അതിൽ ഒരു വശത്ത് രണ്ട് പഴയ മട്ടിലുള്ള സോഫകൾ. അതിന് മുൻവശം ടെലിവിഷൻ സ്റ്റാന്റ്. ചുമരിനോട് ചേർന്നുള്ള ചില്ലിട്ട അലമാരയിൽ നിറയെ പുസ്തകങ്ങൾ. സ്വീകരണ മുറിയോട് ചേർന്ന് രണ്ട് കിടപ്പുമുറികളാണുണ്ടായിരുന്നത്. മുകളിലും രണ്ട് കിടപ്പു മുറികളും ഒരു ഹാളുമാണുണ്ടായിരുന്നത്.

അതിലൊന്ന് നസീമയുടേതായിരുന്നു. നസീമയുടെ കിടപ്പുമുറിയിൽ കട്ടിലും കിടക്കയും ഒഴിച്ച് ഒരു ഷെൽഫും ഒരു മേശയുമാണ് ഉണ്ടായിരുന്നത്.ഷെൽഫിൽ നിറയെ അവളുടെ പുസ്തകങ്ങളും തുണികളുമാണുണ്ടായിരുന്നത്.

മുറിയിൽ കയറിയ ഉടനെ നസീമ ഫാനിന്റെ സ്വിച്ചിട്ടു. നേരിയ ഒരു കറ... കറ... ശബ്ദത്തോടെ അതു കറങ്ങാൻ തുടങ്ങി. കാറ്റിന് ചൂടുണ്ടെങ്കിലും കവിതയ്ക്ക് അൽപ്പം ആശ്വാസം തോന്നി. ഏറെ നേരം അവർ സംസാരിച്ചിരുന്നു. പിന്നെ താഴെയിറങ്ങി അടുക്കളയിലേയ്ക്ക് പോയി. അവിടെ ഉമ്മ ചെമ്മീൻ പൊരിച്ചെടുക്കുന്നുണ്ട്. മറിയത്താത്ത സവാള അരിയുകയായിരുന്നു. ഇടയ്ക്കിടയ്ക്ക് തട്ടത്തിന്റെ അറ്റം കൊണ്ട് കണ്ണ് തുടയ്ക്കുന്നുണ്ട്.

"മറിയത്താത്താ നിങ്ങൾ കുറേ നേരമായില്ലേ കരയുന്നത്.ഇനി ഞാൻ കരയാം." നസീമ കത്തി വാങ്ങി സവാള മുറിച്ചെടുക്കാൻ തുടങ്ങി. ഒരെണ്ണം മുറിക്കുമ്പോഴേക്കും അവളുടെ കണ്ണ് നിറഞ്ഞു.

"ഹോ... എന്നെ കൊണ്ട് പറ്റില്ല, നിങ്ങൾ തന്നെ ചെയ്യ്." അവൾ കത്തി തിരിച്ചു കൊടുത്തു.

"നിന്നെ കെട്ടിക്കൊണ്ടു പോകുന്നിടത്ത് മറിയത്താത്ത ഉണ്ടാവില്ല ഇതൊന്നും ചെയ്യാൻ." ചെമ്മീൻ വറുക്കുന്നതിനിടയിൽ ഉമ്മ പറഞ്ഞു.

"അതിന്ഞാൻപോകുമ്പോൾമറിയത്താത്താനേംകൊണ്ടുപോകും. നിങ്ങൾ പോരില്ലേ മറിയത്താത്താ?" അവൾ അവരെ പിന്നിൽ നിന്ന് കെട്ടിപ്പിടിച്ചു.

"മാണ്ട മോളേ. വെശർപ്പ് മണക്കും."

"മണക്കട്ടെ. നിങ്ങളുടെ വിയർപ്പ് മണം എനിയ്ക്കിഷ്ടാ." അവൾ വെറുതെ പറഞ്ഞതായിരുന്നില്ല. അവൾക്ക് അവരോടു അതിയായ സ്നേഹവും ബഹുമാനവുമാണ്. കുട്ടിക്കാലം മുതലേ അവരായിരുന്നു അവളെ വളർത്തിയത്. ഉമ്മയേക്കാൾ അവളുടെ കാര്യങ്ങളെല്ലാം ചെയ്തു കൊടുത്തത് അവരായിരുന്നു. ഭർത്താവും മക്കളുമില്ലാത്ത അവർ നസീമയുടെ വീട്ടിൽ തന്നെയാണ് താമസം. വീട്ടിലെ ഒരംഗത്തെ പോലെ എല്ലാവരും അവരോടു പെരുമാറി.

ഉച്ചയായി. അടുക്കളയോടു ചേർന്നുള്ള തീൻമുറിയിൽ നസീമയും കവിതയും ഭക്ഷണത്തിനിരുന്നു. മറിയത്താത്ത ചൂടുള്ള ചെമ്മീൻ ബിരിയാണി അവരുടെ പ്ലേറ്റിലേക്ക് വിളമ്പി. മുറിയാകെ വെന്ത മീനിന്റെ മണം പരന്നു. നസീമ പച്ചമുളകിന്റെ ചമ്മന്തിയും തൈരും കവിതയുടെ പ്ലേറ്റിലേക്ക് വിളമ്പിക്കൊടുത്തു.

“ഉമ്മയുണ്ടാക്കുന്ന ബിരിയാണിക്ക് ഭയങ്കര ടേസ്റ്റാ. നീ കഴിച്ചു നോക്ക്.” അവൾ പറഞ്ഞത് ശരിയാണെന്ന് കവിതയ്ക്ക് തോന്നി. നല്ല രുചിയുണ്ട്. മുമ്പൊരിക്കലും ഇത്ര രുചിയുള്ള ബിരിയാണി കഴിച്ചിട്ടില്ല.

“നീ പറഞ്ഞത് ശരിയാണ്. നല്ല ടേസ്റ്റുണ്ട്.” കഴിക്കുന്നതിനിടയിൽ കവിത പറഞ്ഞു.

“നിന്നോടു വേറൊരു രഹസ്യം പറയാം. ഉമ്മ സാമ്പാർ വെക്കും. പക്ഷെ വായിൽ വെക്കാൻ കൊള്ളില്ല. കായം കലക്കിയ ഒരു വെള്ളം. അതാണ് ഉമ്മയുടെ സാമ്പാർ.” അതും പറഞ്ഞ് നസീമ ചിരിച്ചു. കവിതയ്ക്കും ചിരി വന്നു. അപ്പോഴാണ് അവൾ അമ്മയെ കുറിച്ചോർത്തത്. അമ്മയ്ക്ക് ബിരിയാണി ഉണ്ടാക്കുന്നതറിയില്ല. എന്നാൽ സാമ്പാർ ഉണ്ടാക്കുന്നത് നന്നായിട്ടറിയാം. അമ്മ ഉണ്ടാക്കുന്ന സാമ്പാറിന്റെ രുചി അവളുടെ നാവിൽ വന്നു.

“നിനക്ക് നല്ല സാമ്പാർ കൂട്ടാം. എന്റെ വീട്ടിൽ ഒരു ദിവസം വാ.” അവൾ നസീമയെ ക്ഷണിച്ചു.

“നോക്കട്ടെ. ഒരു ദിവസം ഞാൻ വരും.” അങ്ങനെ പറഞ്ഞതല്ലാതെ പിന്നീടൊരിക്കലും നസീമ കവിതയുടെ വീട്ടിൽ പോയില്ല. ഏറെ നാളുകൾക്ക് ശേഷം രണ്ടാമതും കവിത തന്നെയാണ് അവളുടെ വീട്ടിലേയ്ക്ക് വന്നത്.

കവിത കോളിംഗ് ബെല്ലിന്റെ സ്വിച്ച് ഒരു പ്രാവശ്യം കൂടി അമർത്തി. അകത്ത് ആളനക്കമുണ്ട്. അധികനേരം കാത്തു നിൽക്കേണ്ടി വന്നില്ല. വാതിൽ പതുക്കെ തുറന്ന് ഒരു സ്ത്രീ വരാന്തയിലേക്കിറങ്ങി. കവിതയ്ക്ക് ആളെ മനസ്സിലായി. അവർക്ക് അവളേയും. “മറിയത്താത്ത” കവിത സ്വയം പറഞ്ഞു. അവർക്ക് ഒരു മാറ്റവും വന്നിട്ടില്ല. മുമ്പ് ബിരിയാണി വിളമ്പി തരുമ്പോഴുള്ള അതേ പുഞ്ചിരി. അരുൺ കുമാർ കവിതയുടെ ഭർത്താവാണെന്ന് അവർ കരുതി.രണ്ടുപേരേയും അവർ അകത്തേക്ക് ക്ഷണിച്ചു. അരുൺ കുമാറും കവിതയും അവരുടെ കൂടെ അകത്തേയ്ക്ക് കടന്ന് കോണി കയറി നസീമയുടെ മുറിയിലേക്ക് പ്രവേശിച്ചു. നസീമ കുളി കഴിഞ്ഞ് മുടി ചീകിയൊതുക്കുമ്പോഴാണ് രണ്ടു പേരും പ്രവേശിച്ചത്. കവിതയെ കണ്ടപ്പോൾ പെട്ടെന്ന് അവൾക്ക് വിശ്വസിക്കാനായില്ല. ഒരു മുന്നറിയിപ്പുമില്ലാതെ കവിത വരുമെന്ന് നസീമ കരുതിയിരുന്നില്ല. അവൾ ചീർപ്പ് കിടക്കയിലേക്കിട്ട് കവിതയെ കെട്ടിപ്പിടിച്ചു. കുറച്ചു നേരത്തേക്കെങ്കിലും അവൾ അരുൺ കുമാറിനെ മറന്നു. മനപ്പൂർവ്വമായിരുന്നില്ല കവിതയെ കണ്ട സന്തോഷത്തിൽ അങ്ങനെ സംഭവിച്ചതായിരുന്നു.

"സോറി, ഇരിക്കാൻ പറയാൻ മറന്നു" സോഫയിലുണ്ടായിരുന്ന തുണിയെടുത്ത് മാറ്റുന്നതിന്നിടയിൽ നസീമ അരുൺ കുമാറിനോടായി പറഞ്ഞു. ഇതുവരെ അവർ നിൽക്കുകയായിരുന്നു. താൻ വന്നത് ഒരു അധിക പറ്റായിപ്പോയെന്ന് പോലും അവന് തോന്നിത്തുടങ്ങിയിരുന്നു. നസീമയുടെ ഉപചാരത്തിൽ അവൻ സന്തുഷ്ടനായിരുന്നു. മുറി നിറയെ വെളുത്തുള്ളിയുടെ ഗന്ധം തങ്ങി നിൽക്കുന്നതായി അവന് തോന്നി. ഏച്ചി പ്രസവിച്ച് കിടന്ന സമയത്ത് മുറിയിൽ ഇതുപോലുള്ള ഗന്ധമുണ്ടായിരുന്നു. പ്രസവം കഴിഞ്ഞാൽ സ്ത്രീകളുടെ പ്രധാന ഭക്ഷണം ഉള്ളി ആണോയെന്ന് പോലും അവൻ സംശയിച്ചു.

കവിത തൊട്ടിലിൽ ഉറങ്ങുകയായിരുന്ന കുഞ്ഞിനെയെടുത്ത് മടിയിൽ വെച്ചു. കുനിഞ്ഞ് അതിന്റെ കവിളിൽ ഉമ്മവെച്ചു. ഉറക്കത്തിൽ ഞെട്ടിയുണർന്ന കുഞ്ഞ് കരയാൻ തുടങ്ങി. കവിത അതിനെ തോളിലിട്ട് പതുക്കെ ഒരു മൂളിപ്പാട്ട് പാടി മുറിയിൽ അങ്ങോട്ടുമിങ്ങോട്ടും നടക്കാൻ തുടങ്ങി. കുട്ടി കരച്ചിൽ നിറുത്തിയില്ല. അത് കൂടുതൽ ഉച്ചത്തിൽ കരയാൻ തുടങ്ങി. നസീമ അതിനെ വാങ്ങി, ഹാളിലേക്കിറങ്ങി. അവിടെ ഉണ്ടായിരുന്ന ഒരു സോഫയിലിരുന്ന് അതിനെ മുലയൂട്ടി. കുഞ്ഞിന്റെ കരച്ചിൽ പെട്ടെന്ന് നിന്നു.

"പെണ്ണേ നീയെത്ര ശ്രമിച്ചാലും അവളുടെ കരച്ചിൽ നിറുത്താൻ കഴിയില്ല". തെല്ല് പരിഹാസത്തോടെ നസീമ തിരിച്ചു വന്ന് കവിതയുടെ കാതിൽ മെല്ലെ പറഞ്ഞു.

"അതെന്താ" പെട്ടെന്ന് കാര്യം മനസ്സിലാകാതെ വളരെ നിഷ്കളങ്കതയോടെ അവൾ അന്വേഷിച്ചു.

"കാരണം നിന്റെ മുലയിൽ പാലില്ല. നീ വേഗം കല്ല്യാണം കഴിക്കാൻ നോക്ക്.' അപ്പോഴാണ് അവളുടെ പരിഹാസത്തിന്റ പൊരുൾ കവിതയ്ക്ക് മനസ്സിലായത്. അവൾ അരുൺ കുമാറിനെ നോക്കി. അവൻ ഒന്നും കേട്ടിട്ടില്ല. അവൾക്ക് സമാധാനമായി. അവൻ അവിടെയുണ്ടായിരുന്ന ഒരു ആരോഗ്യമാസിക മറിച്ചു നോക്കുകയായിരുന്നു. മറിയത്താത്ത മുറിയിലേക്ക് കൊണ്ടുവന്ന ഹോർലിക്സും ബിസ്കറ്റും കഴിച്ച് അവർ മടങ്ങി. ഉച്ചവരെ നിൽക്കാൻ സമയമുണ്ടായിരുന്നില്ല. നസീമ ഏറെ നിർബന്ധിച്ചതാണ്. പിന്നെ വരാമെന്ന് പറഞ്ഞ് അവർ ഇറങ്ങുകയായിരുന്നു. തിരിച്ച് അരുൺ കുമാറിന്റെ അച്ഛനേയും കണ്ടാണ് കവിത മടങ്ങിയത്.

4
കണ്ണുകൾ കായ്ക്കുന്ന മരം

ദൈവം ഇരുട്ടിന്റെ പുതപ്പ കൊണ്ട് മൂടി എല്ലാ ജീവജാല ങ്ങളേയും ഉറക്കുന്ന രാത്രി. അരുൺ കുമാറിന് മാത്രം ഉറങ്ങാൻ കഴിഞ്ഞില്ല. തന്റെ കിടക്കയിൽ മലർന്ന് കിടന്ന് എന്തെ ല്ലാമോ ഓർക്കുകയായിരുന്നു അവൻ. തുറന്നിട്ട ജാലകത്തിനുള്ളിലൂടെ അനേകം നക്ഷത്രങ്ങൾ തിളങ്ങി നിൽക്കുന്നത് അവൻ കണ്ടു. അവയിൽ ചിലത് പെട്ടെന്ന് ഇല്ലാതായി പോകുന്നതു പോലെ അവന് തോന്നി. നക്ഷത്രങ്ങളും, ഭൂമിയും, ആകാശവുമൊക്കെ സൃഷ്ടിച്ചവന്റെ കഴിവ് അപാരം തന്നെ. അവൻ ആലോചിക്കുകയായിരുന്നു. ഒരർത്ഥത്തിൽ അങ്ങിനെയൊന്നും ചിന്തിച്ചിട്ട് കാര്യമില്ല, എങ്ങുമെത്തില്ല. ഉത്തരം കിട്ടാത്ത ചോദ്യങ്ങൾ ഒന്നൊന്നായി കടന്ന് വരും. അതിനുള്ള ഉത്ത രങ്ങൾ കണ്ടെത്താൻ ഒന്നല്ല പല ജന്മങ്ങൾ വേണ്ടിവരും. എന്നാലും കണ്ടെത്തിയെന്ന് വരില്ല.

അരുൺ കുമാർ ഓർക്കുകയായിരുന്നു. കവിതയ്ക്കൊപ്പം സക്കീർ ഭായിയുടെ വില്ലയിലേക്ക് പോയ ദിവസം. 2008 ആഗസ്റ്റ് മാസത്തിലെ ഒരു ഒഴിവുദിനമായിരുന്നു അന്ന്. ഇടയ്ക്കിടയ്ക്ക് ചാറ്റൽ മഴ പെയ്യുന്നു ണ്ടായിരുന്നു. കവിതയുടെ കയ്യിൽ കുടയുണ്ട്. ചാറ്റൽ മഴയ്ക്ക് ശക്തി കൂടുമ്പോൾ അവൻ അവളോടൊപ്പം ചേർന്ന് നടക്കും. മഴയ്ക്ക് ശക്തി കുറയുമ്പോൾ അവളിൽ നിന്നും മാറി നടക്കും. ചാറ്റൽ മഴയത്ത് പുറത്തിറങ്ങാൻ അവൾക്ക് താൽപ്പര്യമുണ്ടായിട്ടല്ല, അവൻ വിളിച്ചതു കൊണ്ട് വന്നതാണ്. അവനെ എപ്പോഴും അവൾ അനുസരിച്ചിരുന്നു.

സുഹൃത്തിനെന്നതിനപ്പുറം എന്തോ ഒരടുപ്പം അവനോട് അവൾക്കു ണ്ടായിരുന്നു. അവനിലെ എന്ത് ഗുണമാണ് തന്നെ ആകർഷിച്ചതെ ന്ന് പലപ്പോഴും അവൾ വിശകലനം ചെയ്തു നോക്കിയിട്ടുണ്ട്. ഒരുപാട് ഗുണങ്ങളുണ്ടെങ്കിലും അവനിലെ നിഷ്കളങ്കതയാണ് തന്നെ ആകർ ഷിച്ചതെന്ന് അവൾക്ക് തോന്നിയിരുന്നു. തൃശ്ശൂരിലെ ഒഴിവുദിനങ്ങൾ അവനോടൊപ്പം ചെലവഴിച്ചതും അതുകൊണ്ടായിരുന്നു.

ചെരിഞ്ഞ് പെയ്യുന്ന മഴപ്പൊടികൾ അവരെ നനയ്ക്കുന്നുണ്ടായിരുന്നു. കവിത കുട താഴ്ത്തിപ്പിടിച്ചു. ജീൻസ് നനഞ്ഞാൽ ഉണങ്ങാൻ സമയമെ ടുക്കും. നീല ജീൻസും വെളുപ്പിൽ കറുത്ത പുള്ളികളുള്ള കുർത്തയുമായി രുന്നു അവളുടെ വേഷം. കറുത്ത ജീൻസും ക്രീം കളർ ടീഷർട്ടുമായിരുന്നു അരുൺ കുമാർ ധരിച്ചിരുന്നത്. വസ്ത്രം നനയുന്ന വേവലാതിയൊന്നും അവനുണ്ടായിരുന്നില്ല. അത്തരം കാര്യങ്ങളെ കുറിച്ചൊന്നും അവൻ ചിന്തിച്ചിരുന്നില്ല. സക്കീർ ഭായിയെ കണ്ടതിനു ശേഷം തന്നിലെ കലാകാരനെ തട്ടിയുണർത്തണമെന്ന ചിന്തയായിരുന്നു അവന്. പെയിന്റിംഗുമായി ബന്ധപ്പെട്ട ധാരാളം പുസ്തകങ്ങൾ അവൻ സംഘ ടിപ്പിച്ചിരുന്നു. അതിലൂടെ പ്രശസ്തരായ പലരുടേയും പെയിന്റിംഗുകൾ അവൻ കണ്ടു. സക്കീർ ഭായിയെ കണ്ടതിന് ശേഷമായിരുന്നു ഈ മാറ്റ ങ്ങളെല്ലാം. ഒഴിവു കിട്ടുമ്പോഴെല്ലാം അവൻ സക്കീർ ഭായിയെ സന്ദർ ശിച്ചു. കലയെ കുറിച്ച് പലതും ചർച്ച ചെയ്തു. എല്ലാം നല്ലതിനാണെന്ന വിശ്വാസത്തോടെ വീണ്ടും അദ്ദേഹത്തെ കാണാനിറങ്ങിയതായിരുന്നു.

അരുൺ കുമാറും കവിതയും സക്കീർഭായിയുടെ വില്ലയിലെത്തുമ്പോ ഴേക്കും ചാറ്റൽ മഴ നിന്നിരുന്നു. വലിയ മഴയ്ക്ക് മുമ്പേ അവിടെ എത്തി യതിൽ അവർ ആശ്വസിച്ചു. സക്കീർ ഭായി വരാന്തയിലെ ഒരു ചൂരൽ കസേരയിൽ ഇരിപ്പുണ്ടായിരുന്നു. കുറേ നേരമായി അതേ ഇരിപ്പാണ്. ചാറ്റൽ മഴ കാരണം പുറത്തിറങ്ങിയില്ല. പിന്നെ മഴയും നോക്കി അവിടെ ഇരുന്നു. പ്രാതൽ കഴിക്കാനും മറന്നു. അതിരാവിലെ ഒരു കട്ടൻ കാപ്പി കുടിച്ചതാണ്. പിന്നെ ഒന്നും കഴിച്ചിട്ടില്ല. എന്തെങ്കിലും ഉണ്ടാക്കി കഴിക്കാൻ അവിടെയൊന്നുമുണ്ടായിരുന്നില്ല ഒരു പാക്കറ്റ് ബിസ്കറ്റ് അല്ലാതെ. കട്ടൻ കാപ്പിയും ബിസ്കറ്റും കഴിച്ചാണ് പലപ്പോഴും അയാൾ വിശപ്പടക്കിയത്.

അരുൺ കുമാറിനേയും കവിതയേയും കണ്ടപ്പോൾ അയാൾക്ക് സന്തോഷമായി. ഒരു ദിവസമെങ്കിലും ആരോടെങ്കിലും വർത്തമാനം പറഞ്ഞിരിക്കാം. ദിവസങ്ങൾ പലതും ഒന്നും ചെയ്യാനില്ലാതെ കടന്ന് പോവുകയായിരുന്നു. ചിലപ്പോൾ ജീവിതത്തോടു വല്ലാത്ത മടുപ്പും മരവിപ്പും തോന്നിയിരുന്നു. ആരും കൂട്ടിനില്ലാതെ, തനിച്ച് ഇനിയുമെത്ര

കാലം? അയാൾക്ക് തന്നെ നിശ്ചയമില്ല. കാലം തടസ്സമില്ലാതെ കടന്ന് പോകും, അതിനൊപ്പം തന്റെ ജീവിതവും. ഒന്നും ബാക്കി വെക്കാതെ...

സക്കീർ അഹമ്മദ് അരുൺ കുമാറിനേയും കവിതയേയും സ്വീകരിച്ചു. രണ്ട് കസേരകൾ കൂടി വരാന്തയിലേക്ക് എടുത്തിട്ടു. അവിടെയിരിക്കു മ്പോൾ മഴയും ആസ്വദിക്കാം.

"ഈ ചിണുങ്ങിയ മഴയത്ത് നിങ്ങളെ ഒട്ടും പ്രതീക്ഷിച്ചില്ല. ഞാൻ പുറത്ത് പോകാൻ നിൽക്കുകയായിരുന്നു. മഴ കാരണം വൈകിയതാണ്." കസേര നീക്കിയിടുന്നതിന്നിടയിൽ സക്കീർ ഭായ് പറഞ്ഞു.

ഈ നേരമത്രയും അരുൺ കുമാറും കവിതയും സക്കീർഭായിയെ തന്നെ ശ്രദ്ധിക്കുകയായിരുന്നു. അവർ മറുപടി ഒന്നും പറഞ്ഞില്ല. സക്കീർ ഭായി അസാധാരണമായി ക്ഷീണിച്ചതു പോലെ അവർക്ക് തോന്നി. കവിത അതേ പറ്റി എന്തോ അരുൺ കുമാറിന്റെ ചെവിയിൽ പറഞ്ഞു.

"എനിക്കും തോന്നുന്നുണ്ട് വല്ല അസുഖവും വന്നതായിരിക്കുമോ ?" അരുൺ കുമാർ പതുക്കെ പറഞ്ഞു.

"എന്താ രണ്ടുപേരും പിറുപിറുക്കുന്നത്" അവരുടെ ഒളിച്ചുകളി കണ്ട് സക്കീർ ഭായ് ചോദിച്ചു. ഒന്നുമില്ല ഭായ്. അരുൺ കുമാർ പറഞ്ഞു. താങ്കൾ വളരെ ക്ഷീണിച്ചതുപോലെ തോന്നുന്നു. അസുഖം വല്ലതുമുണ്ടോ?

ഹേയ്... അങ്ങിനെ കാര്യമായിട്ടൊന്നുമില്ല. കുറച്ച് ദിവസമായി വല്ലാത്ത ദാഹവും ക്ഷീണവും. ഈ സീസണിൽ അത്ര ദാഹം തോന്നേണ്ട കാര്യമില്ല. എന്നിട്ടും തൊണ്ട വരളുന്ന ദാഹം. സഹികെട്ട് ഇന്നലെ ഒരു ഡോക്ടറെ കണ്ടു. അയാൾ പരിശോദിച്ച് തീർപ്പ് കൽപ്പിച്ചിരിക്കുന്നു. ഞാനൊരു പ്രമേഹ രോഗിയാണ്. സംസാരിക്കുമ്പോൾ താനൊരു രോഗിയാണെന്നുള്ള ചിന്തയൊന്നും അദ്ദേഹത്തിന്നുണ്ടായിരുന്നില്ല. മറിച്ച് ആരെയോ പരിഹസിക്കുന്ന ഭാവമായിരുന്നു മുഖത്ത്. അന്യ നാട്ടിൽ കൂട്ടിന്നാരുമില്ലാതെ രോഗിയായി കഴിയുന്ന അവസ്ഥയെ കുറിച്ച് അദ്ദേഹം മുമ്പേ ചിന്തിച്ചിരിക്കാം. നിരർത്ഥകമായ ഭാവിയെ കുറിച്ചും അദ്ദേഹം ചിന്തിച്ചിട്ടുണ്ടാകാം. സക്കീർ ഭായിയുടെ സംസാരം കേട്ടപ്പോൾ അവർക്ക് രണ്ടുപേർക്കും അങ്ങിനെയാണ് തോന്നിയത്.

സക്കീർ ഭായ് കസേരയിൽ നിന്നെഴുന്നേറ്റ് മുറ്റത്തേക്കിറങ്ങി. ഞാനുടനെ വരാം. അതുവരെ നിങ്ങൾ സംസാരിച്ചിരിക്ക്. പോകുന്നതി ന്നിടയിൽ അദ്ദേഹം പറഞ്ഞു. അരുൺ കുമാറും കവിതയും അദ്ദേഹത്തി നൊപ്പം പുറത്തിറങ്ങി. അവർ വീടും പരിസരവും വീക്ഷിക്കുകയായിരുന്നു.

സക്കീർ ഭായ് എവിടേയ്ക്കോ തിരക്കിട്ട് പോകുന്നത് അവർ നോക്കി നിന്നു.

ചുറ്റും നിരവധി വില്ലകളുണ്ട്. അധികവും ഓട് മേഞ്ഞവ. തീപ്പെട്ടി പോലെ അടുക്കിവെച്ച കോൺക്രീറ്റ് കെട്ടിടങ്ങളുണ്ട്. സക്കീർ ഭായിയുടേത് ഓട് മേഞ്ഞ വില്ലയായിരുന്നു. മുറ്റത്ത് പടർന്ന് പന്തലിച്ച പേരമരത്തിന്റെ ചില്ലകൾ ഓടിനു മുകളിലേക്ക് ചാഞ്ഞ് നിൽപ്പുണ്ട്. ഇലകൾ വീണ് നിറഞ്ഞ മുറ്റത്ത് പുല്ലുകൾ കാട് പിടിച്ച് കിടക്കുന്നു. വരാന്തയിൽ നിന്ന് മുറ്റത്തേക്കിറങ്ങുന്ന സ്റ്റെപ്പിലും പേരയിലകൾ നിറഞ്ഞ് കിടപ്പുണ്ട്. ത്തുത്ത് വാരാത്ത വരാന്തയും മുറ്റവും കാണുമ്പോൾ ആൾത്താമസമില്ലാത്ത വില്ലയാണെന്ന് തോന്നും.

സക്കീർ ഭായി തിരിച്ചുവരുമ്പോൾ അരുൺ കുമാറും കവിതയും എന്തോ പറഞ്ഞ് ചിരിക്കുകയായിരുന്നു. അദ്ദേഹത്തെ കണ്ടപ്പോൾ അവർ ചിരി നിറുത്തി. എന്നിട്ടും കവിത വായ പൊത്തി ചിരിക്കുന്നു ണ്ടായിരുന്നു. എന്തോ കാര്യമായ തമാശയാണ് അവർ പറയുന്നതെന്ന് അദ്ദേഹം ഊഹിച്ചു.

"രണ്ടുപേരും നല്ല തമാശ മൂഡിലാണല്ലോ?" വരാന്തയിലേക്ക് കയറുമ്പോൾ സക്കീർ ഭായ് പറഞ്ഞു.

"തമാശയൊന്നുമല്ല ഭായ്. ഞാൻ മുത്തച്ഛൻ കോണകമുടുത്ത് നിൽക്കുന്ന ഒരു ചിത്രം വരച്ചിട്ടുണ്ടെന്ന് ഇവളോടു പറയുകയായിരുന്നു." അവൾ അതിന് പറഞ്ഞ മറുപടി കേൾക്കണോ? അവൻ ഒരു കള്ളച്ചിരി യോടെ അവളെ നോക്കി. അവൾ ഒന്നും പറയരുതെന്ന് കണ്ണ് കൊണ്ട് ആഗ്യം കാണിക്കുന്നുണ്ടായിരുന്നു. അവൻ അത് ഗൗനിച്ചില്ല.

"ഞാൻ കോണകമുടുത്ത് നിൽക്കുന്ന ഒരു ചിത്രം താങ്കളെ കൊണ്ട് വരപ്പിക്കണമെന്ന്." അതും പറഞ്ഞ് ചിരിക്കുകയാണ് അവൾ. ഇപ്പോൾ തന്നെ വരക്കണോ? ഞാൻ റെഡി. സക്കീർ ഭായ് അവളെ കളിയാ ക്കാനെന്നോണം പറഞ്ഞു. അവൾ നാണിച്ചു പോയി. അരുൺ കുമാർ അങ്ങിനെ പറയുമെന്ന് അവൾ കരുതിയില്ല. തമാശ ഒട്ടും പറയാത്ത ആളാണ്. ചിലപ്പോൾ ഇതു പോലെ എന്തെങ്കിലും കഴമ്പില്ലാതെ സംസാരിക്കും. അത് മറ്റുള്ളവരെ എങ്ങിനെ ബാധിക്കുമെന്നൊന്നും ചിന്തിക്കാറില്ല. അൽപ്പം നാണിച്ചുപോയെങ്കിലും തമാശയിൽ അവളും പങ്കുചേർന്നു.

സക്കീർ ഭായിയുടെ കയ്യിൽ ഒരു വലിയ പൊതിയുണ്ടായിരുന്നു. അതിൽ മൂന്ന് പേർക്ക് തിന്നാനുള്ള പുലാവുണ്ടായിരുന്നു. സക്കീർ ഭായിക്ക് നല്ല വിശപ്പുണ്ടായിരുന്നു. അദ്ദേഹം പെയിന്റ് പറ്റിപ്പിടിച്ച

മേശമേൽ പാത്രങ്ങൾ നിരത്തി. ഒരു കട്ടൻ കാപ്പി കൂടി വേണമെന്ന് അദ്ദേഹം ആഗ്രഹിച്ചിരുന്നു. വിശപ്പ് കാരണം അതൊന്നുമുണ്ടാക്കാനു ള്ള നേരമുണ്ടായിരുന്നില്ല. അടുക്കളയിലെ ബക്കറ്റിൽ തലേദിവസം ശേഖരിച്ച് വെച്ച വെള്ളത്തിൽ നിന്ന് മൂന്ന് ഗ്ലാസ് നിറച്ച് അദ്ദേഹം മേശപ്പുറത്ത് വെച്ചു.

"വരൂ... എന്റെ പ്രിയപ്പെട്ട അതിഥികളെ നമുക്ക് വിശപ്പിനെ ആദ്യം തളച്ചിടാം. എന്നിട്ടാവാം സംസാരം." ആഹാരം ഓരോ പാത്രത്തിലേ ക്കും വിളമ്പുന്നതിന്നിടയിൽ പുറത്തേക്ക് നോക്കി അദ്ദേഹം വിളിച്ചു. അരുൺ കുമാറും കവിതയും ഓരോ കസേരയിൽ ഇരുന്നു. കവിതയ്ക്ക് വിശപ്പില്ലായിരുന്നു. എന്നിട്ടും അവൾ ഇരുന്നു. അതാണല്ലോ മര്യാദ.

കുറച്ച് നേരത്തേക്ക് ആരുമൊന്നും സംസാരിച്ചില്ല. സക്കീർ ഭായ് ചൂടുള്ള പുലാവ് ആർത്തിയോടെ തിന്നുകൊണ്ടിരുന്നു. രാവിലെ ഒന്നും കഴിക്കാതിരുന്നതു കൊണ്ട് മറ്റൊന്നിനെക്കുറിച്ചും അദ്ദേഹം ചിന്തിച്ചില്ല. വിശക്കുന്നവന് ആഹാരത്തെ കുറിച്ചല്ലാതെ മറ്റെന്തുണ്ട് ചിന്തിക്കാൻ. അദ്ദേഹം തീറ്റ തുടർന്നു.

ആരും ഒന്നും പറയാതായപ്പോൾ അരുൺ കുമാർ തന്നെ പറഞ്ഞ് തുടങ്ങി.

"ഞാൻ ഇന്നലെ ഒരു സ്വപ്നം കണ്ടു." ആഹാരം കഴിച്ചുകൊണ്ടി രുന്ന സക്കീർ ഭായിയെ നോക്കി അവൻ പറഞ്ഞു. അതിൽ നിങ്ങളു ണ്ടായിരുന്നു.

"ഞാനോ?" ആഹാരം ചവച്ചുകൊണ്ട് അദ്ദേഹം ചോദിച്ചു.

സക്കീർ അഹമ്മദിന് അതൊരു തമാശയായിട്ടാണ് തോന്നിയത്. തന്റെ ജീവിതത്തിൽ രണ്ടേ രണ്ടാളുകളാണ് തന്നെ സ്വപ്നം കണ്ടതായി പറഞ്ഞത്. ഉമ്മയും രതിയും. അതും വർഷങ്ങൾക്ക് മുമ്പ്. അതിനു ശേഷം ആദ്യമായാണ് ഒരാൾ ഇങ്ങനെ പറയുന്നത്. സക്കീർ അഹമ്മദിന് കൗതുകം തോന്നി.അദ്ദേഹം വിരലിന്നിടയിൽ പറ്റിപ്പി ടിച്ച വറ്റിന്റെ മണികൾ നാവു കൊണ്ട് നക്കിയെടുക്കുന്നതിന്നിടയിൽ അരുൺ കുമാറിനെ തന്നെ ശ്രദ്ധിക്കുകയായിരുന്നു. കവിതയും അരുൺ കുമാറിനെ തന്നെ നോക്കിയിരുന്നു.

"പറയൂ... ചങ്ങാതി കേൾക്കട്ടെ, സ്വപ്നത്തിൽ ഞാനെന്തു ചെയ്യു കയായിരുന്നു?" അവസാനത്തെ ചോറുമണിയും വായിലാക്കുന്നതി നിടയിൽ സക്കീർ അഹമ്മദ് ചോദിച്ചു. സക്കീർ ഭായിയുടെ പ്ലെയിറ്റ് കാലിയായിരുന്നു. അരുൺ കുമാറിന്റേയും കവിതയുടേയും പ്ലെയിറ്റിൽ പകുതിയിലധികം ബാക്കിയിരിപ്പുണ്ട്. കവിത ആഹാരം മതിയാക്കി

പ്ലെയിറ്റ് ഒരു ഭാഗത്തേക്ക് നീക്കിവെച്ചു. അരുൺ കുമാർ പറയുന്നത് കേൾക്കാൻ അവൾക്കും താൽപ്പര്യമുണ്ടായിരുന്നു. അവൻ പറയുന്നത് ആത്മാർത്ഥമായിട്ടായിരിക്കും. അതവൾക്കറിയാം.

സക്കീർ അഹമ്മദ് കഥ കേൾക്കാനുള്ള തയ്യാറെടുപ്പോടെ കസേരയിലേക്ക് ചാഞ്ഞിരുന്നു. കൈ കഴുകുന്നതിനെ കുറിച്ചോ പാത്രങ്ങൾ കഴുകുന്നതിനെ കുറിച്ചോ അപ്പോൾ ആരും ചിന്തിച്ചിരുന്നില്ല. പുറത്ത് മഴ പെയ്തു തുടങ്ങി. ചാറ്റൽ മഴയ്ക്ക് ശേഷമുള്ള കനത്ത മഴ. മഴത്തുള്ളികൾ ഓടിനു പുറത്ത് ചരൽക്കല്ലുകൾ വീഴുന്നതു പോലെ വീണുടഞ്ഞു. ശക്തമായ കാറ്റിൽ പേരമരത്തിന്റെ ചില്ലകൾ ഓടിനു മുകളിൽ ഉരസുന്ന ശബ്ദം കേൾക്കാമായിരുന്നു.

അരുൺ കുമാർ പറഞ്ഞു തുടങ്ങി. ഞാൻ വലിയൊരു കുന്നിൻ ചരിവിലായിരുന്നു. അതിന്റെ നെറുകയിൽ നിന്ന് ആരോ എന്നെ അങ്ങോട്ടേക്ക് വിളിക്കുന്നതായി തോന്നി. കുന്നിനെത്ര ഉയരമുണ്ടെന്നോ, അവിടേയ്ക്ക് നടന്നെത്താൻ പറ്റുമോ എന്നൊന്നും അപ്പോൾ ഞാൻ ചിന്തിച്ചിരുന്നില്ല. അതിനു മുകളിൽ എങ്ങിനെയെങ്കിലും എത്തണം . അതായിരുന്നു എന്റെ ചിന്ത. മുമ്പൊരിക്കലും അത്രയും വലിയൊരു കുന്ന് ഞാൻ കയറിയിട്ടുണ്ടായിരുന്നില്ല. കൂട്ടുകാരോടൊത്ത് തിരുനെല്ലിയിലും, ഇടയ്ക്കലിലുമുള്ള ചെറിയ കുന്നുകൾ കയറിയതല്ലാതെ മറ്റൊരു കുന്നോ മലയോ ഞാൻ കയറിയിരുന്നില്ല. കുറ്റിച്ചെടികളും മരങ്ങളും, കാട്ടുപുല്ലും, പാറക്കെട്ടുകളും നിറഞ്ഞ അതിന്റെ താഴ്‌വാരത്ത് മുകളിലേയ്ക്ക് കയറാനുള്ള ഒരു വഴി കണ്ടുപിടിക്കാൻ ഏറെ പണിപ്പെട്ടു. എല്ലായിടങ്ങളിലും പുല്ല് നിറഞ്ഞ് മൂടപ്പെട്ടിരിക്കുന്നു. എപ്പോഴെങ്കിലും ആരെങ്കിലുംനടന്നിരുന്ന ഒരു വഴിയെങ്കിലും കണ്ടെത്തുമെന്ന് എനിയ്ക്ക് ഉറപ്പുണ്ടായിരുന്നു. തലയോളം വളർന്നു നിന്ന പുല്ലുകൾക്കിടയിലൂടെ എറെ നേരം നടന്നു. അവസാനം ഒരു ഇടുങ്ങിയ വഴി കണ്ടെത്തി. അതിലൂടെ പതുക്കെ മുകളിലേയ്ക്ക് കയറാൻ തുടങ്ങി. വിജനമായ ആ കുന്നിൻ പ്രദേശത്ത് തനിച്ചാണെന്ന കാര്യം ഞാൻ മറന്നു. എനിയ്ക്ക് മുകളിലെത്തണമായിരുന്നു. അതുമാത്രമായിരുന്നു എന്റെ ലക്ഷ്യം.

പുല്ല് രണ്ടു ഭാഗത്തേക്കും വകഞ്ഞ് മാറ്റിക്കൊണ്ടാണ് ഞാൻ നടന്നത്. പുൽത്തൈലം മണക്കുന്ന പുല്ല് എന്റെ രണ്ട് കൈകളിലും പോറലേൽപ്പിച്ചിരുന്നു. പോറിയ ഭാഗങ്ങളിൽ ചെറിച്ചിലും നീറ്റലുമുണ്ടായിരുന്നു. അതൊന്നും അത്ര സാരമുള്ളതായിരുന്നില്ല. അരമണിക്കൂറിലധികം നടന്നു കാണും. വലിയൊരു പാറക്കല്ലിന്നടുത്തെത്തി. പാറക്കല്ലിനു മീതെ വെള്ളമൊഴുകിയ നീർച്ചാൽ. പാറക്കല്ലിനു താഴെ നീർച്ചാൽ രണ്ടായി പിരിഞ്ഞിരുന്നു. മഴക്കാലത്ത് കുത്തിയൊഴുകുന്ന

വെള്ളം പാറയിൽ തട്ടി രണ്ടായി വേർപ്പിരിഞ്ഞ് ഒഴുകിയതായിരിക്കാം. പാറയിൽ അൽപ്പനേരമിരുന്നു. ശരീരത്തിലെവിടെയെല്ലാമോ നീറ്റലുമുണ്ട്. കാലിന് തളർച്ചയുമുണ്ട്. കുറച്ചുനേരമിരുന്നപ്പോൾ ആശ്വാസം തോന്നി.

ചുറ്റിലും നിശ്ശബ്ദത. ഒരു ചീവീടിന്റെ കരച്ചിൽ പോലുമില്ല. പക്ഷികളെല്ലാം ഉപേക്ഷിച്ചു പോയ ഒരിടം പോലെ . നേർത്ത കാറ്റിൽ ഇലകളുരയുന്ന മർമ്മരം മാത്രം. എങ്ങും പച്ചയുടെ ഗന്ധം. ശ്വസിക്കുന്തോറും മൂക്കിലും തലച്ചോറിലും ശരീരത്തിലെവിടെയെല്ലാമോ എത്തിച്ചേരുന്ന ഗന്ധം. പ്രാചീനവും, വന്യവും, നിലനിൽപ്പിന്റേതുമായ ആ ഗന്ധത്തിൽ കണ്ണുകളടച്ച്, ഒരു പ്രാർത്ഥനയിലെന്നപോലെ എന്നെത്തന്നെ മറന്ന് ഏറെ നേരം ഞാനിരുന്നു.

വെള്ളച്ചാലിലൂടെയുള്ള വഴി കുറച്ചുകൂടി വ്യക്തമായിരുന്നു. ചെറുതും വലുതുമായ കുഴികളുള്ള നീർച്ചാലിലൂടെയുള്ള നടത്തം പ്രയാസം നിറഞ്ഞതായിരുന്നു. മുകളിലേയ്ക്ക് കയറുന്തോറും പുല്ലിന്റെ ശല്യം കുറഞ്ഞു വന്നു. ഉരുളൻ പാറക്കല്ലുകൾക്കിടയിൽ ഒറ്റപ്പെട്ട മരങ്ങളും കുറ്റിച്ചെടികളും കാണുകയായി. പുല്ലുകൾക്കിടയിൽ ഇരുട്ടിന്റെ കട്ടികുറഞ്ഞു. വെളിച്ചത്തിലേയ്ക്ക് എത്തിയതു പോലെ.

മല കയറാൻ തുടങ്ങിയിട്ട് ഒരു മണിക്കൂറെങ്കിലുമായിക്കാണും. എവിടെ വരെയെത്തി എന്നറിയാൻ ഒരു മാർഗ്ഗവുമുണ്ടായിരുന്നില്ല. പകുതി ദൂരം പിന്നിട്ടിട്ടുണ്ടാവുമെന്ന് ഊഹിച്ചു. ഇനിയും ഏറെ നേരം നടക്കണം. ഞാൻ നടത്തം തുടർന്നു. കാലിന്നിടയിലൂടെ ഒരു ഓന്ത് ഓടി മറഞ്ഞു. യാത്രയിൽ കണ്ട ആദ്യത്തെ ജീവി. ചിലപ്പോൾ പാമ്പോ മറ്റ് ജീവികളോ ഉണ്ടാകാം. ഒരു ധൈര്യത്തിനു വേണ്ടി ഒരു വടിക്കഷ്ണം മുറിച്ചെടുത്തു.

വടികയ്യിലുണ്ടെങ്കിൽ ഒരു രക്ഷയാണ്. ഓന്തുകളെ ഇനിയും കണ്ടേക്കാം. അവറ്റകളെ പണ്ടേ എനിയ്ക്ക് പേടിയാണ്. കുട്ടിക്കാലത്ത് കളിച്ചുകൊണ്ടിരിക്കുമ്പോൾ കാലുകൾക്കിടയിലൂടെ മിന്നൽ വേഗത്തിൽ അവ ഓടി മറയും. ചിലപ്പോൾ തെങ്ങിന്റേയോ, മാവിന്റേയോ പകുതി ദൂരം വരെ ഓടിക്കയറി അതിന്റെ ഉണ്ടക്കണ്ണുകളിലൂടെ ഞങ്ങളെ നോക്കും. പിന്നെ അതിന്റെ ചെവിയ്ക്ക് താഴെ വീർത്ത് വീർത്ത് വരികയും, ഞങ്ങളറിയാതെ ഞങ്ങളുടെ രക്തം കുടിക്കുകയും ചെയ്യുമായിരുന്നു.

മുകളിലേക്ക് കയറുന്തോറും പുല്ല് കുറഞ്ഞു വന്നു. കുറ്റിച്ചെടികൾ കൂടുതൽ കാണപ്പെട്ടു. എന്റെ തൊട്ടുമുമ്പിലൂടെ ഒരു കാട്ടുകോഴി പറന്നു പോയി. അടുത്തുള്ള കുറ്റിച്ചെടികൾക്കിടയിലെവിടെയോ അത് മറഞ്ഞു. നിശ്ശബ്ദമായ താഴ്‌വരയിൽ നിന്ന് മുകളിലേക്ക് പോകുന്തോറും കൂടുതൽ

അനക്കങ്ങൾ അനുഭവപ്പെട്ടു തുടങ്ങി. ഇനിയും ഏറെ നടക്കാനുണ്ട്. ഇരുട്ട് വീഴുന്നതിന് മുമ്പേ തിരിച്ചിറങ്ങണം. ക്ഷീണവും തളർച്ചയും വകവെക്കാതെ നടത്തത്തിന്റെ വേഗത കൂട്ടി. കൂർത്ത കല്ലുകളിൽ തട്ടി കാലുകൾ നീറി. അതൊന്നും വകവെക്കാതെ ഞാൻ നടന്നു. വീണ്ടും വലിയൊരു പാറക്കല്ലിനടുത്തെത്തി. എല്ലായിടത്തും പാറക്കല്ലുകൾ മാത്രം. കറുത്ത് പൂപ്പൽ പിടിച്ച പാറക്കല്ലുകൾ. അവിടെ നിന്ന് താഴേയ്ക്ക് നോക്കിയാൽ താഴ്‌വാരം കാണാം. താഴ്‌വാരത്തിനപ്പുറത്ത് വീണ്ടുമൊരു കുന്ന്. അവയ്ക്കിടയിൽ വയലുകൾ. വയലുകളിൽ മേയുന്ന പശുക്കളെ ചെറുതായി തോന്നിച്ചു. താഴ്‌വാരം തെങ്ങുകളാൽ മൂടപ്പെട്ടതു പോലെ തോന്നി. അപ്പുറത്തെ കുന്നിലും എന്നെപ്പോലെ ആരെങ്കിലും കാണും. അവരാരെങ്കിലും എന്നെ കാണുന്നുണ്ടാകുമോ? ആർക്കറിയാം. ഞാൻ ചുറ്റുമൊന്ന് കണ്ണോടിച്ചു. ഏതാണ്ടൊരു മൊട്ടക്കുന്ന് പോലെ തോന്നിച്ചു. പാറക്കൂട്ടങ്ങൾക്കിടയിൽ ഒറ്റപ്പെട്ട് കുറ്റിച്ചെടികളൊഴികെ ഒന്നും തന്നെ കാണാനുണ്ടായിരുന്നില്ല. നേരം ഉച്ച കഴിഞ്ഞു. ചൂടിന് കുറവൊന്നുമുണ്ടായിരുന്നില്ല. ശരീരത്തിൽ വിയർപ്പ് ചാലിട്ടൊഴുകി. വിശപ്പും ദാഹവും എന്നെ തളർത്തി. ലക്ഷ്യത്തിലെത്താൻ കഴിയുമോ എന്ന് ഞാൻ ഭയപ്പെട്ടു. ഈ ദൂരമെല്ലാം നടന്നത് വെറുതെയാകുമോ?

“ഹോ ! ദൈവമേ മുകളിലെത്താനുള്ള കരുത്ത് നീ എനിക്ക് നൽകേണേ”. ഞാൻ പ്രാർത്ഥിച്ചു. എല്ലാ ശക്തിയുമുപയോഗിച്ച് നടന്നു.

കുന്നിന്റെ മുകളിൽ വിശാലമായ ഒരു തടാകമുണ്ടായിരുന്നു.അതിനു ചുറ്റും ഉയരം കുറഞ്ഞ പുല്ലുകൾ നിറഞ്ഞിരുന്നു. ഒരു കുറ്റിച്ചെടി പോലും എങ്ങും കാണാനുണ്ടായിരുന്നില്ല. നിരന്തരമായി വീശിക്കൊണ്ടിരുന്ന കാറ്റിൽ പുല്ലുകൾ ആടിയുലഞ്ഞു കൊണ്ടിരുന്നു. കാറ്റിന്റെ മുരളൽ ശബ്ദമല്ലാതെ മറ്റൊന്നും കേൾക്കാനുണ്ടായിരുന്നില്ല. തിരമാലകൾ പോലെ ഒന്നിനു പിറകെ ഒന്നായി കാറ്റ് വീശുകയായിരുന്നു. വിയർപ്പിൽ കുളിച്ചിരുന്ന എന്റെ ശരീരം തണുക്കാൻ തുടങ്ങി.

ഞാൻ തടാകത്തിന്റെ അരികിലേക്ക് നടന്നു. നല്ല തെളിഞ്ഞ വെള്ളം. ജലസസ്യങ്ങൾക്കിടയിലൂടെ ചെറിയ മീനുകൾ നീന്തി തുടിക്കുന്നത് കാണാമായിരുന്നു. പല വർണ്ണങ്ങളിലുള്ള മീനുകൾ കാണാൻ മനോഹരമായിരുന്നു. അത്തരം മീനുകളെ ഞാനൊരിക്കലും കണ്ടിരുന്നില്ല. അവ ഇടയ്ക്കിടയ്ക്ക് വെള്ളത്തിന് മുകളിലേയ്ക്ക് വരികയും വീണ്ടും അടിത്തട്ടിലേയ്ക്ക് പോവുകയും ചെയ്തു.

വെള്ളത്തിന്റെ തെളിമയും ശുദ്ധിയും കണ്ടപ്പോൾ അൽപ്പം കുടിക്കണമെന്ന് തോന്നി. നല്ല ദാഹമുണ്ടായിരുന്നു. ഒരുപാട് നേരം നടന്ന് ശരീരത്തിലെ വെള്ളം മുഴുവൻ വിയർത്തു പോയിരുന്നു. ഞാൻ

കൈക്കുമ്പിളിലാക്കി ഒരു കവിൾ കുടിച്ചു. നല്ല തണുപ്പ് വീണ്ടും വീണ്ടും കുടിക്കണമെനന് തോന്നുന്ന പച്ച വെള്ളത്തിന്റെ ശരിയായ രുചി ഞാൻ പിന്നെയും പിന്നെയും കുടിച്ചു. വയറ് നിറഞ്ഞു. ക്ഷീണമെല്ലാം പെട്ടെന്ന് മാറിയപോലെ. നല്ല ഉന്മേഷം. ഞാൻ കാലും മുഖവും കഴുകി.

തടാകം ചുറ്റിക്കാണണമെന്നുണ്ടായിരുന്നു. അതത്ര എളുപ്പമായിരുന്നില്ല. സമയമെടുക്കും. വൈകുന്നേരമാകുമ്പോൾ താഴ്‌വരയിൽ ഇരുട്ട് പരക്കും. അതിനു മുന്നേ കുന്നിറങ്ങണം. തടാകക്കരയിലെ മിനുസമുള്ള ഉണങ്ങിയതു പോലെയുള്ള പുല്ലുകൾ കാലു കൊണ്ട് ചവിട്ടിയൊതുക്കി. അതിനു മുകളിൽ ഞാൻ മലർന്നു കിടന്നു.

മുകളിൽ വിശാലമായ ആകാശം. ചാരമേഘങ്ങൾ അലക്ഷ്യമായി എങ്ങോട്ടെന്നില്ലാതെ നീങ്ങുന്നുണ്ടായിരുന്നു. ഒരു നിമിഷം ഞാൻ കണ്ണുകളടച്ചു. വീണ്ടും തുടർന്നു. എനിയ്ക്ക് കണ്ണുകളെ വിശ്വസിക്കാൻ കഴിഞ്ഞില്ല. അരികിൽ എനിയ്ക്ക് മീതെ, ആകാശത്തിന് കീഴെ ഇലകളും പൂക്കളും കൊഴിഞ്ഞുപോയ ഒരു മരം. പുല്ലുകളല്ലാതെ ഒരു മരം പോലും ഞാൻ കണ്ടിരുന്നില്ല. അതവിടെ ഉണ്ടായിട്ടും ഞാൻ കാണാതെ പോയതാണോ? അതോ പെട്ടെന്നുണ്ടായതോ? എനിയ്ക്കറിയില്ല. ഒറ്റത്തടിയായി വളർന്ന്, പിന്നെ അനേകം കൊമ്പുകളും, ശാഖകളുമായി പടർന്ന് പന്തലിച്ചാണ് മരത്തിന്റെ നിൽപ്പ്. കൊഴിഞ്ഞു വീഴാത്ത ഇലകൾക്കിടയിൽ ഓരോ കുല കായകൾ (അതോ പഴങ്ങളോ?). ഓരോ കുലയിലും രണ്ടുവീതം കായകളാണുണ്ടായിരുന്നത്. അതിനെ കുറിച്ചാണ് എനിയ്ക്ക് പറയാനുള്ളത്. ആദ്യത്തെ നോട്ടത്തിൽ എന്റെ തലച്ചോറിലൂടെ ഒരു വൈദ്യുതി കടന്നു പോയതുപോലെ തോന്നി. ഞാൻ ചാടി എഴുന്നേറ്റു. പിന്നെയും മുകളിലേയ്ക്ക് നോക്കി. കണ്ണുകൾ... കണ്ണുകൾ...എന്റെ കണ്ണുകളെ എനിയ്ക്ക് വിശ്വസിക്കാൻ കഴിഞ്ഞില്ല. തടാകത്തിലെ വെള്ളം കണ്ട് എന്റെ കണ്ണുകളെ കഴുകി തുടച്ച് ഞാൻ വീണ്ടും നോക്കി. ഇപ്രാവശ്യം ഞാൻ ശരിക്കും കണ്ടു. അവ കണ്ണുകളായിരുന്നു. കായകളായിരുന്നില്ല. ഓരോ കുലയിലും രണ്ടു വീതം കണ്ണുകൾ. അവയെല്ലാം എന്നെ തന്നെ നോക്കുകയായിരുന്നു. ആ നോട്ടത്തിൽ രോഷമോ?ദൈന്യതയോ? അറിയില്ല. ഒന്നുമറിയില്ല. അന്നേരം അതിനെ കുറിച്ചൊന്നും ചിന്തിക്കാൻ കഴിയുമായിരുന്നില്ല. കാലിന്നടിയിലെ പുല്ലുകൾ പോലും എഴുന്നേറ്റ് നിന്നതു പോലെ തോന്നി. കാറ്റിന്റെ ശബ്ദം പെട്ടെന്ന് നിലച്ചതു പോലെ. എങ്ങും പേടിപ്പെടുത്തുന്ന നിശ്ശബ്ദത പ്രകൃതിയാകെ എന്നെ തന്നെ തുറിച്ചു നോക്കുന്നതായി തോന്നി. കണ്ണിൽ ഇരുട്ട് മൂടി. ഭാരം കുറഞ്ഞു. ഒരു പഞ്ഞിക്കെട്ടുപോലെ മലയടിവാരത്തേയ്ക്ക് ഞാൻ ഓടുകയായിരുന്നില്ല. പറക്കുകയായിരുന്നു. എന്റെ കാലുകൾ തളരുകയും എവിടെയെല്ലാമോ വീഴുകയും ചെയ്തു.

ഒടുവിൽ ഇതുപോലെ താങ്കളുടെ മുന്നിൽ ഈ മേശയ്ക്കിപ്പുറത്തുള്ള കസേരയിൽ ഇരിക്കുന്നതാണ് കണ്ടത്. സ്വപ്നത്തെ കുറിച്ച് പറഞ്ഞ് കഴിഞ്ഞപ്പോൾ നിങ്ങൾ എന്നോടു ചോദിച്ചത് ഇങ്ങനെയായിരുന്നു.

"നീ കണ്ട കണ്ണുകൾ സ്ത്രീകളുടേതായിരുന്നോ?". നിങ്ങളുടെ ചോദ്യം കുഴപ്പം പിടിച്ചതായിരുന്നു. അപ്പോഴാണ് ഞാൻ അതിനെ കുറിച്ച് ആലോചിച്ചത്. അവ പുരുഷന്റേതോ, സ്ത്രീയുടേതോ? ഞാൻ ഓർക്കാൻ ശ്രമിച്ചു. എനിയ്ക്കൊരുത്തരം കിട്ടിയില്ല.

നാളിതുവരെ സ്ത്രീയുടേയും പുരുഷന്റേയും കണ്ണുകൾ വേണ്ടത്ര ഞാൻ നിരീക്ഷിച്ചിട്ടുണ്ടായിരുന്നില്ല. ഏച്ചിയുടേയും സരളയുടേയും കണ്ണികളെ കുറിച്ച് ഞാനോർത്തു. പിന്നെ കവിതയുടെ കണ്ണുകളെ കുറിച്ചോർത്തു. ഏച്ചിയും സരളയും കണ്ണിൽ മഷിയെഴുതും. സരളയെ അതിനെ പ്രേരിപ്പിച്ചതു പോലും ഞാനായിരുന്നു. എന്നിട്ടും മരത്തിലെ കണ്ണുകളെ എനിയ്ക്ക് വേർതിരിച്ചറിയാനായില്ല.

എന്റെ നിസ്സഹായാവസ്ഥ കണ്ടിട്ടാവാം നിങ്ങൾ പറഞ്ഞു.

"സംശയിക്കാനൊന്നുമില്ല ആ കണ്ണുകൾ പെണ്ണിന്റേതു തന്നെ".

എനിക്കും ഏതാണ്ടങ്ങിനെ തോന്നിത്തുടങ്ങിയിരുന്നു. നിങ്ങൾ പറഞ്ഞതോടെ അതുതന്നെയാണ് ശരിയെന്ന് തോന്നി. നിങ്ങൾ ഇത്രയും കൂടി പറഞ്ഞു. നീ ഒരു കലാകാരനാണ്. സ്വപ്നങ്ങളിൽ കലാകാരന് ദൃഷ്ടാന്തമുണ്ട്. നിനക്കത് കണ്ടെത്താൻ കഴിയും. ആ ദൃശ്യം നീ ക്യാൻവാസിലേക്ക് പകർത്തുക. നിന്റെ മനസ്സിൽ നിന്നും അത് മാഞ്ഞുപോകുന്നതിന് മുമ്പേ.

നിങ്ങൾ പറഞ്ഞതുപോലെ പിറ്റേ ദിവസം ആ സംഭവം ഞാൻ ക്യാൻവാസിൽ പകർത്താൻ തുടങ്ങി. കുന്നും അതിന് മുകളിലെ തടാകവും, ചുറ്റും തഴച്ച് വളർന്നു നിൽക്കുന്ന പുല്ലുകളും ഞാൻ വരച്ച് തീർത്തു. വളരെ സമയമെടുത്താണ് മരവും അതിന്റെ ശാഖകളും വരച്ചു തീർത്തത്. ഇലകൾക്കിടയിൽ കണ്ണുകൾ വരയ്ക്കാൻ തുടങ്ങിയപ്പോൾ എന്റെ കൈകൾ വിറച്ചു. കുറച്ച് സമയം കണ്ണുകൾ അടച്ചിരുന്ന്, ഏകാഗ്രതയോടെ തികച്ചും ശാന്തമായി വീണ്ടും വരയ്ക്കാൻ തുടങ്ങി. ആദ്യത്തെ ഒരു ജോഡി കണ്ണുകളിൽ പ്രണയത്തിന്റെ മഹാ സമുദ്രം ഒളിപ്പിച്ചുവെച്ചു. അടുത്ത കണ്ണുകളിൽ കാമത്തിന്റെ സൂര്യവെളിച്ചം നിറച്ചുവെച്ചു. പിന്നെ സ്നേഹത്തിന്റെ നിലാവൊളിയും, ദൈന്യതയുടെ മഴമേഘങ്ങളും വരച്ചു. പെണ്ണിന്റെ വിവിധ ഭാവങ്ങൾ ഇലകൾക്കിടയിൽ തെളിഞ്ഞു വന്നു. ചിത്രം പൂർത്തിയായപ്പോൾ അതിനടിയിൽ ഇങ്ങനെ കുറിച്ചിട്ടു. "കണ്ണുകൾ കായ്ക്കുന്ന മരം"

ചിത്രം പൂർത്തിയായപ്പോൾ വല്ലാത്ത തളർച്ച തോന്നി. അടുത്തുണ്ടായിരുന്ന കസേരയിൽ ഞാനിരുന്നു. കുറച്ചുനേരം ചിത്രത്തിലേക്ക് തന്നെ നോക്കിയിരുന്നു. എന്നെ ഞാൻ ആസ്വദിക്കുകയായിരുന്നു. എന്റെ മുൻചിത്രങ്ങളേക്കാൾ ഇതുതന്നെയാണ് മികച്ചതെന്ന് തോന്നി.

എവിടെയെങ്കിലും ഒന്നിരിക്കണമെന്ന് തോന്നി. എഴുന്നേൽക്കാൻ മടിയായിരുന്നു. കസേരയിൽ ചാഞ്ഞ് കിടന്നു. ജാലകപഴുതിലൂടെ തണുത്ത കാറ്റ് അകത്തേയ്ക്ക് വീശുന്നുണ്ടായിരുന്നു. കാറ്റിൽ ജാലക കർട്ടൺ പതുക്കെ ഇളകിക്കൊണ്ടിരുന്നു. പുറത്ത് റോഡിലൂടെ പോകുന്ന വാഹനങ്ങളുടെ ശബ്ദം മയക്കത്തിനിടയിലും കേട്ടു. പിന്നെ ഒന്നും കേൾക്കാതെ ഗാഢമായ മയക്കത്തിലേയ്ക്ക് വഴുതി വീണു.

ഉറക്കമുണർന്ന് ആദ്യം നോക്കിയത് ചിത്രത്തിലേയ്ക്കായിരുന്നു. കണ്ണുകൾക്കെന്തോ കുഴപ്പമുണ്ട്. തന്റെ കണ്ണുകൾക്കോ, ചിത്രത്തിലേതിനോ? ഒന്നും തിരിച്ചറിയാൻ കഴിയാത്ത അവസ്ഥ. കാലുകളിൽ വീണ്ടും വിറയൽ അനുഭവപ്പെടുന്നുണ്ട്. കുന്നിൻ മുകളിൽ വെച്ചുണ്ടായ അതേ വിറയൽ, അതേ തല കറക്കം, അതേ ഭാരമില്ലായ്മ. എന്റെ കണ്ണുകളും ചിത്രത്തിലെ കണ്ണുകളും പരസ്പരം കാണുകയായിരുന്നു. എന്നാൽ ആ കണ്ണുകളൊന്നും ഞാൻ വരച്ചവയായിരുന്നില്ല. ഞാൻ വരച്ചത് പെണ്ണിന്റെ കണ്ണുകളായിരുന്നു. ചിത്രത്തിലുള്ളതാകട്ടെ ആണിന്റേതും. അവയിൽ ഓരോന്നും എന്നെ തുറിച്ചു നോക്കുകയായിരുന്നു. വേട്ടക്കാരന്റെ മുന്നിലകപ്പെട്ട ഇരയെപ്പോലെ ഞാൻ വിറച്ചു. ഒരിക്കലും കാണാത്ത തീക്ഷ്ണത അവയിലെല്ലാം ഞാൻ കണ്ടു.

ഒരിക്കൽ കൂടി ഞാൻ ചിത്രത്തിലേയ്ക്ക് നോക്കി. ഇപ്പോൾ അതേ കണ്ണുകൾ എനിയ്ക്ക് ചുറ്റും വട്ടമിട്ട് പറക്കാൻ തുടങ്ങി. ഒരു യുദ്ധത്തിൽ ചുറ്റിലും പടയാളികളാൽ വലയം ചെയ്യപ്പെട്ട ഒരു യോദ്ധാവിനെപ്പോലെ ഞാൻ തളർന്നു.

എങ്ങോട്ടെങ്കിലും ഓടിപ്പോകണമെന്ന് തോന്നി. കാലുകൾ ഇളക്കാൻ കഴിയുന്നില്ല. എന്റെ മനസ്സിലൂടെ അനേകം ചിന്തകൾ കടന്നുപോയി. ഞാൻ അമ്മയെ കുറിച്ചോർത്തു. എപ്പോഴും കരിയോ, പൊടിയോ നിറഞ്ഞ വോയിൽ സാരിയുടുക്കുന്ന അമ്മയുടെ ചിത്രം മനസ്സിൽ തെളിഞ്ഞു. കുട്ടിക്കാലത്ത് ചോറി വാരിത്തന്ന അമ്മയെയാണ് ഞാനോർത്തത്.

“സുബ്രഹ്മണ്യ” സ്കൂളിലാണ് നാലുവരെ ഞാൻ പഠിച്ചത്. ഉച്ചനേരത്ത് വീട്ടിലെത്തി വേഗം തന്നെ സ്കൂളിലെത്തണം. ബെല്ലടിക്കുന്നതുവരെ കളിക്കണം. അമ്മ വയറു നിറയാതെ വിടില്ല. അമ്മയുടെ ഓരോ

ഉരുളയും വായ നിറച്ചുണ്ടാകും. നാലഞ്ചെണ്ണം വായിലാക്കുമ്പോഴേയ്ക്കും വയറ് നിറയും. എന്നാലും അമ്മ വിടില്ല.

"ഇതാ ഇതുകൂടെ, ചെറിയ ഉരുളയാ... വെള്ളം കൂട്ടി ഇറക്കിക്കോ". വയറ് നിറഞ്ഞാലും അതുപോലെ രണ്ട് മൂന്ന് ഉരുള കൂടി അമ്മ വായിൽ തിരുകും. ഓടി സ്കൂളിലെത്തുമ്പോൾ വയറിനുള്ളിൽ വേദന വരും. കളി തുടങ്ങിക്കഴിഞ്ഞാൽ വേദനയെല്ലാം മറക്കും.

ഈ സമയത്ത് ഞാനെന്തിനാണ് അമ്മയെകുറിച്ചോർത്തതെന്ന് ആരെങ്കിലും ചോദിച്ചേക്കാം. അതിനുള്ള ഉത്തരം ഞാൻ അമ്മയെ കുറിച്ച് മാത്രമല്ല ഓർത്തത്, ഏച്ചിയെ ഓർത്തു, സരളയെ ഓർത്തു. ഒന്നാം ക്ലാസിൽ എന്നെ അക്ഷരം പഠിപ്പിച്ച കാർത്ത്യായനി ടീച്ചറെ ഓർത്തു. കവിത, വിശാലാക്ഷി, രമ്യ, സോന, ലൈല...പല പേരുകളും എന്റെ മനസ്സിലൂടെ കടന്നു പോയി.

എല്ലാ ഓർമ്മകളിൽ നിന്നും മുക്തനായപ്പോഴാണ് ഞാൻ ശരിയ്ക്കും തളർന്നത്. ഈ നേരമത്രയും എനിക്കെന്റെ കണ്ണുകളെ വിശ്വസിക്കാൻ കഴിഞ്ഞിരുന്നില്ല. എന്നാലിപ്പോൾ എനിയ്ക്കെന്നെ തന്നെ വിശ്വാസ മില്ലാതായിരിക്കുന്നു. എന്റെ ഷർട്ടിന്റെ മുകളിലെ ഒരു ബട്ടൺ തനിയെ പൊട്ടി താഴെ വീണു. ഞാൻ രണ്ട് കൈകൾ കൊണ്ടും കുടുക്കിരുന്ന ഭാഗത്ത് തപ്പുകയായിരുന്നു. എന്റെ നെഞ്ച്, എന്റെ മുലകൾ അതെവിടെ? പാതിയിലേറെ രോമം നിറഞ്ഞ നെഞ്ചിലെ കുഞ്ഞുമുലകൾ കാണാനില്ല. അതിനു പകരം രണ്ട് കുന്നുകൾ. സ്വപ്നത്തിൽ ഞാൻ കയറിയ അതേ കുന്നുകൾ. അവയ്ക്കിടയിൽ തെങ്ങുകൾ നിറഞ്ഞ താഴ്‌വര. അതിനോട് ചേർന്ന് വയലുകൾ. കുന്നിൻ മുകളിലെ പുല്ലുകൾക്കിടയിലെ തടാകത്തെ കുറിച്ച് ഞാനോർത്തു. എന്റെ കൈകൾ സാവധാനം കാലുകൾക്കിട യിലേയ്ക്ക് ചലിച്ചു. അവിടെയുണ്ട് ഞാനൂഹിച്ചതു പോലെ. അതൊരുപ്പ് തടാകമായിരുന്നു. ദൈവമേ... ഞാൻ നിലവിളിച്ചു. വായ തുറന്നത ല്ലാതെ ശബ്ദം പുറത്തു വന്നില്ല. കൈകാലുകൾ വളക്കാൻ കഴിയാതെ ഒരു പ്രതിമ പോലെ ഞാൻ നിന്നു. കുന്നിൻ മുകളിൽ നിന്ന് രണ്ടായി പിരിഞ്ഞ് താഴേയ്ക്ക് ഒഴുകിയിരുന്ന നീർച്ചാലുകൾ പോലെ എന്റെ ഇരു തുടകളിലും ചാലുകൾ തീർത്ത് ഉപ്പുവെള്ളം താഴേയ്ക്ക് ഒഴുകാൻ തുടങ്ങി.

ഇതിന്റെയെല്ലാം അർത്ഥമെന്താണ്? ഞാൻ ആലോചിച്ചു. എനി യ്ക്കൊന്നും മനസ്സിലായില്ല. ഒരു കാര്യമെനിക്കറിയാം. ഓരോന്നിനും അതിന്റേതായ അർത്ഥതലങ്ങളുണ്ട്. അവ സ്വയം വെളിവാകണമെ ന്നില്ല. ഓരോരുത്തരും അതിനെ എങ്ങിനെ കാണുന്നുവോ അതു തന്നെയാണ് അതിന്റെ അർത്ഥം.

ഞാൻ കസേരയിൽ നിന്നും എഴുന്നേറ്റു. തളർന്ന ശരീരത്തോടെ കട്ടിലിന്നരികിലേയ്ക്ക് നടന്നു. പിന്നെ കിടക്കയിലേയ്ക്ക് വീഴുകയായിരുന്നു. ഒന്നിനെ കുറിച്ചും ചിന്തിക്കാതെ, ഒരു വേവലാതിയുമില്ലാതെ, ഉറക്കത്തിന്റെ ശാന്തി പർവ്വതത്തിലേയ്ക്ക് പതുക്കെ, പതുക്കെ ഞാൻ കയറി. പുലർച്ചെ ഉണർച്ചയുടെ അതിരുകൾപ്പുറത്തു നിന്ന് ഒരു തീവണ്ടിയുടെ നിർത്താതെയുള്ള ഹോണടി ശബ്ദം ഞാൻ കേട്ടു.

അത് എർണാകുളത്തേയ്ക്കുള്ള എക്സിക്യൂട്ടീവ് ആയിരിക്കും. ഇരിങ്ങലിലും പയ്യോളിയിലും അതിനു സ്റ്റോപ്പില്ലെങ്കിലും അതുവഴി കടന്നു പോകുമ്പോൾ ഹോണടിക്കും. കുട്ടിക്കാലം മുതൽ ഉണർന്നിരുന്നത് അതിന്റെ ഹോണടി ശബ്ദം കേട്ടുകൊണ്ടാണ്. ആറ് മണിയ്ക്ക് മുമ്പേ അത് കടന്നു പോകും. ഉറക്കവും തളർച്ചയും അവസാനിച്ചിരിക്കുന്നു. ഇനി വെളിച്ചത്തിൽ വെളിവുള്ള ചിന്തകളിലേയ്ക്ക് പതുക്കെ നടക്കാം.

രണ്ട് ദിവസത്തിന് ശേഷം അരുൺ കുമാറും കവിതയും ദുംകൂറിലേയ്ക്ക് തിരിച്ചുപോയി. മാർച്ച് വരെ ജോലിത്തിരക്കാണ്. ഒന്നിനും സമയമുണ്ടാകില്ല. അരുൺ കുമാർ റിലയൻസിന്റെ ഇൻഷ്വ്യറൻസ് വിഭാഗത്തിലായിരുന്നു. ഓഫീസിൽ അല്ലാത്തപ്പോഴും ജോലിയിൽ തന്നെയായിരിക്കും. ഏജന്റുമാരുടെകൂടെ ഫീൽഡിൽ ഇറങ്ങേണ്ടിവരുമായിരുന്നു. കവിത എക്കൗണ്ടിംഗ് വിഭാഗത്തിലായിരുന്നതു കൊണ്ട് ഓഫീസ് സമയം കഴിഞ്ഞാൽ അവളുടെ പണി കഴിയും.

തിരക്കിനിടയിൽ അവർ സക്കീർഭായിയെ മറന്നു. മനപ്പൂർവ്വമായിരുന്നില്ല. ഒന്നിനും സമയമില്ലായിരുന്നു. പലപ്പോഴും അദ്ദേഹത്തിന്റെ വില്ല വരെ പോകാൻ തുനിഞ്ഞതാണ്. അപ്പോഴെല്ലാം പല പല കാരണങ്ങളാൽ അതു നടക്കാതെ പോയി. അദ്ദേഹത്തിന്റെ ആത്മഹത്യ ഉത്തരം കിട്ടാത്ത ഒരു ചോദ്യമായിരുന്നു. അതിനെ കുറിച്ച് എന്തെങ്കിലും ഒരു സൂചന വില്ലയിൽ എത്തിയാൽ കിട്ടാതിരിക്കില്ല. ശവശരീരത്തിൽ ആത്മഹത്യാ കുറിപ്പൊന്നുമുണ്ടായിരുന്നില്ല. പോലീസ് ലോഡ്ജിൽ പരിശോധന നടത്തിയിരുന്നു. അവിടെ നിന്ന് ഒന്നും കണ്ടെടുത്തിരുന്നില്ല. വില്ലയിൽ പോലീസ് പരിശോധിച്ചതുമില്ല. ആത്മഹത്യ തന്നെയായിരുന്നെന്ന് അവർക്ക് ഉറപ്പുണ്ടായിരുന്നു.

ഏപ്രിൽ മാസത്തിലെ തിരക്കൊഴിഞ്ഞ ഒരു ഞായറാഴ്ച. രാവിലെ അരുൺ കുമാർ കവിതയേയും കൂട്ടി സക്കീർ ഭായിയുടെ വില്ലയിലെത്തി. ചപ്പുചവറുകൾ നിറഞ്ഞ മുറ്റത്ത് കൂടെ നടന്ന് അവർ വീടിന്റെ പിൻഭാഗത്ത് എത്തി. അവിടെ താക്കോൽ വെക്കുന്ന സ്ഥലം അവർക്ക് അറിയാമായിരുന്നു. അരുൺ കുമാർ താക്കോലെടുത്ത് വാതിൽ തുറന്നു. സക്കീർ ഭായിയുടെ കിടപ്പുമുറിയിലേയ്ക്ക് കടന്നു. അവിടെ മേശയുടെ മുകളിൽ ഒരു

പേപ്പർ കഷ്ണം മടക്കിവെച്ച് അതിനു മുകളിൽ ഒരു ഗ്ലാസ് കമിഴ്ത്തിവെച്ചിട്ടുണ്ട്. അരുൺ കുമാർ പേപ്പർ നിവർത്തി വായിക്കാൻ തുടങ്ങി. കവിതയും അവനോപ്പം ചേർന്നു. ഒരേ സമയം രണ്ടുപേരും സക്കീർ ഭായിയുടെ വാക്കുകളിലൂടെ വേഗം വേഗം കടന്നു പോയി.

അതിൽ എഴുതിയത് ഇങ്ങിനെയായിരുന്നു.

“നിങ്ങൾ വരും. വരാതിരിക്കാൻ നിങ്ങൾക്ക് കഴിയുമോ? തീർച്ചയായും ഇല്ല. അതാണെന്റെ വിശ്വാസം. ആ വിശ്വാസത്തിലാണ് ഇതെഴുതുന്നത്. ഇവിടെ തുംകൂറിൽ നിങ്ങൾ മാത്രമാണെന്റെ ആത്മ മിത്രങ്ങൾ. എനിയ്ക്ക് പറയാനുള്ളത് നിങ്ങളോടല്ലാതെ ആരോട് പറയാൻ. നമ്മൾ ഒരുപാട് പ്രാവശ്യം തമ്മിൽ കണ്ടിട്ടുണ്ട്. സംസാരിച്ചിട്ടുണ്ട്. ഒന്നിച്ച് ഭക്ഷണം കഴിച്ചിട്ടുണ്ട്. എന്നാൽ ഒരിക്കലും നിങ്ങൾ എന്നെ അറിഞ്ഞിട്ടുണ്ടാവില്ല. സുഹൃത്തുക്കൾ എന്ന നിലയിൽ ഞാനാരാണെന്നറിയാനുള്ള അവകാശം നിങ്ങൾക്കുണ്ട്. എന്നെ സഹായിക്കാനും എന്റെ നിർദ്ദേശങ്ങൾ അനുസരിക്കാനും നിങ്ങൾക്കും ബാധ്യതയുണ്ട്.”

വരികൾ വായിച്ച് രണ്ടുപേരും പരസ്പരം നോക്കി. മരിച്ച ആൾക്ക് എന്ത് നിർദ്ദേശങ്ങളാണ് നൽകാനുണ്ടാവുക. എങ്ങിനെയാണ് അദ്ദേഹത്തെ സഹായിക്കുക? അതു തന്നെയാണ് രണ്ടുപേരും ആലോചിച്ചിരുന്നത്. ഏതെങ്കിലും രീതീയിലുള്ള മരണാനന്തരകർമ്മങ്ങൾ ചെയ്യാനായിരിക്കുമോ അദ്ദേഹം ഉദ്ദേശിച്ചിരിക്കുക. ബാക്കി കൂടി വായിച്ചാൽ എന്തെങ്കിലും വിവരം കിട്ടുമെന്ന് കരുതി അവർ വീണ്ടും വായിക്കാൻ തുടങ്ങി.

“മുന്നിൽ കാണുന്ന ഷെൽഫിന്റെ മുകൾ ഭാഗത്ത് നോക്കുക. പുസ്തകങ്ങൾക്കിടയിൽ ഒരു നോട്ട്ബുക്ക് കാണാം. അതെടുത്ത് വായിക്കുക. മുഴുവൻ വായിച്ച് അവസാന ഭാഗത്തെ നിർദ്ദേശമനുസരിച്ച് പ്രവർത്തിക്കുക. എന്ന് സക്കീർ അഹമ്മദ്.”

എഴുത്ത് വായിച്ചപ്പോൾ ടിവിയിൽ കണ്ട “നിധി വേട്ട” എന്ന റിയാലിറ്റി ഷോയാണ് അവർ ഓർത്തത്. ആദ്യം ഒരു സൂചന നൽകി അതനുസരിച്ച് അടുത്ത സൂചന കണ്ടെത്തി അവിടെ നിന്നും അടുത്ത സൂചനകളിലേയ്ക്ക് ഒടുവിൽ നിധി കണ്ടെത്തുന്നു. അതുപോലുള്ള ഒരു കളി പോലെ തോന്നി അവർക്ക്.

അവസാന ഭാഗത്തെ നിർദ്ദേശങ്ങൾ അറിയാനുള്ള തിടുക്കം ഉണ്ടായിരുന്ന അരുൺ കുമാറിന് അത് അറിഞ്ഞു കഴിഞ്ഞാൽ വേണ്ടതുപോലെ ചെയ്യാം എന്ന് കരുതി എഴുത്തിന്റെ സൂചന അനുസരിച്ച് അവസാനഭാഗം ആദ്യം വായിക്കുന്നത് വിശ്വാസ വഞ്ചനയാണ്

സക്കീർ ഭായിയെ വഞ്ചിക്കാൻ പാടില്ല ആദ്യം മുതൽ വായിക്കണം അവർ തീരുമാനിച്ചു

എഴുത്തിലെ സൂചന പോലെ ഷെൽഫിന് മുകളിൽ ഒരു നോട്ട്ബുക്ക് ഉണ്ടായിരുന്നു. അരുൺ കുമാർ അതെടുത്തു. നിന്ന നിൽപ്പിൽ തന്നെ ആദ്യപേജ് നിവർത്തി. ഒരു ജീവിതത്തിന്റേയും കാലത്തിന്റെയും വാതിലുകളാണ് താൻ തുറക്കുന്നതെന്ന് അന്നേരം അരുൺ കുമാർ കരുതിയിട്ടുണ്ടാവില്ല. അവന്റെ മനസ്സിൽ നിഗൂഢമായതെന്തോ അറിയാനുണ്ടെന്ന തോന്നലായിരുന്നു. സക്കീർ ഭായിയുടെ ആത്മഹത്യയെ കുറിച്ച് അതിൽ സൂചിപ്പിച്ചിട്ടുണ്ടാകാം. ഇതുവരെ ആരുമറിയാത്ത ആ രഹസ്യം ആദ്യമായി അറിയുന്നവർ അരുൺ കുമാറും കവിതയുമായിരിക്കും.

അരുൺ കുമാറും കവിതയും ഒരുമിച്ചാണ് നോട്ട് ബുക്ക് വായിക്കാൻ തുടങ്ങിയത്. രണ്ടാളുകൾ ഒരു സ്ഥലത്ത് ഒരേസമയം ഒരാളുടെ വാക്കുകളിലൂടെ കടന്നുപോകുമ്പോൾ വായനയുടെ ഏകാന്തവും നിഗൂഢവുമായ അതിർത്തികൾക്കപ്പുറത്ത്, കുട്ടിക്കാലത്തെ കൂട്ടം കൂടിയുള്ള കോമിക്സ് വായന പോലെ, പുതിയ കാലത്തിന്റെ, പുതിയ രീതിയിലുള്ള വായനയുടെ ലോകത്തിലേയ്ക്ക് എത്തിപ്പെട്ടിരിക്കുന്നതുപോലെ തോന്നി അരുൺ കുമാറിനും കവിതയ്ക്കും. ഓരോ പേജും ഓരോ തലവാചകത്താൽ തുറക്കപ്പെടുന്ന വാക്കുകളാണ്. അടുത്ത പേജും പുതിയ തലവാചകത്താൽ തുറക്കപ്പെടുകയാണ്.

ഭാഗം 2
രതി

ജനുവരിയിലെ നിലാവുള്ള ഒരു രാത്രിയിൽ വില്ലയുടെ വരാന്തയിൽ ഏകനായ്, ഒന്നും ചെയ്യാനില്ലാതെ, ഓരോന്ന് ആലോചിച്ച് കൊണ്ടിരുന്നപ്പോഴാണ് ചിത്രരചനയോടൊപ്പം എന്തെങ്കിലും എഴുതണമെന്നുള്ള ചിന്ത എന്നിലുണ്ടായത്. ചിത്രരചനയും എഴുത്തും കലയാണ്. വരയിൽ എഴുത്തും എഴുത്തിൽ വരയുമുണ്ട്. രണ്ടും സമാന്തരമായി സഞ്ചരിക്കുന്ന രേഖകളാണ്. ഇതിൽ ഒന്നാമത്തേത് ഞാൻ തെരഞ്ഞെടുത്ത് കഴിഞ്ഞു. ഇനി രണ്ടാമത്തെ വഴിയിലൂടെ സഞ്ചരിക്കണം.

എഴുതാൻ തീരുമാനിച്ചെങ്കിലും എന്തെഴുതുമെന്നായി എന്റെ അടുത്ത ചിന്ത. ഞാൻ ഒരുപാട് നേരം ആലോചിച്ചു. പ്രാചീന കല, കലയും സാഹിത്യവും, സാഹിത്യത്തിലെ കല, കലയിലെ സാഹിത്യം ഇങ്ങിനെ ഒട്ടനവധി വിഷയങ്ങളെ ക്കുറിച്ച് ഞാൻ ചിന്തിച്ചു. ഇവയൊന്നും എനിയ്ക്ക് വഴങ്ങുന്നവയല്ലെന്നും, ഇതൊന്നുമല്ല ഞാൻ എഴുതേണ്ട വിഷയമെന്നും മനസ്സ് ഓർമ്മപ്പെടുത്തുന്നത് പോലെ തോന്നി. ഞാൻ എന്നെക്കുറിച്ച് തന്നെ എഴുതാൻ തീരുമാനിക്കുകയായിരുന്നു.

ഒരു ആത്മകഥ എഴുതാനുള്ള പ്രശസ്തിയോ പ്രതിഭയോ എനിയ്ക്കില്ല. പക്ഷേ ആരോ എന്നോട് പറയുന്നതുപോലെ. എന്റെ പെയിന്റിംഗുകളെല്ലാം പിറവിയെടുത്തത് അങ്ങിനെയായിരുന്നു. ആരോ ചെയ്യാൻ പറയുന്നതുപോലെ ഞാൻ ചെയ്യുകയായിരുന്നു. ഇതും അതുപോലെയായിരിക്കാം.

കുറച്ച് ദിവസങ്ങൾക്ക് ശേഷം ഒരു നോട്ട്ബുക്കുമെടുത്ത് ഞാൻ എഴുതാനിരുന്നു. അന്നത്തെ ദിവസത്തിന് ഒരു പ്രത്യേകതയുണ്ടായിരുന്നു. ഡൽഹിയിൽ റിപ്പബ്ലിക് ദിന പരേഡിന് ശേഷം ബാംഗ്ലൂർ സന്ദർശിച്ച ഒരു ഇറ്റാലിയൻ നയതന്ത്ര ഉദ്യോഗസ്ഥൻ 14,000 ഡോളറിന് എന്റെ 10 ചിത്രങ്ങൾ വാങ്ങിയത് അന്നായിരുന്നു. കൈനിറയെ പണം കിട്ടിയ സന്തോഷത്തിലായിരുന്നു. ഞാൻ നോട്ട് ബുക്കുമായി കസേരയിൽ ഇരുന്നു. സമയം സന്ധ്യ. പക്ഷികൾ ചേക്കേറുന്ന കലപില ശബ്ദം കേൾക്കുന്നുണ്ട്. പേരമരക്കൊമ്പിൽ കാറ്റ് തളർന്നു, ആകാശത്തിന്റെ വളഞ്ഞ വക്കുകളിൽ ചുവന്ന ചായം പൂശി പുതിയൊരു സൃഷ്ടിക്കുള്ള ഒരുക്കത്തിലായിരുന്നു പ്രകൃതി.

ഏറെ നേരം ഞാനിരുന്നു. ഒരു വാക്കുപോലും എഴുതാതെ. എന്റെ പരിമിതി ഞാനറിയുകയായിരുന്നു. വാക്കുകളെല്ലാം എന്നെ കണ്ടപ്പോൾ ഒളിച്ചതാണോ? അവയെ കണ്ടെത്താൻ താൻ പ്രാപ്തനല്ലെന്ന് വരുമോ? അറിയില്ല. ഒരു തുടക്കത്തിനുവേണ്ടിയുള്ള എന്റെ കാത്തിരിപ്പ് നീളുകയാണ്. എനിക്ക് മുശിപ്പ് തോന്നി. ഇതൊന്നും എന്റെ പണിയല്ല. എന്റെ പണി വരയ്ക്കലാണ്. വരയേക്കാൾ ഭാരമുണ്ട് വാക്കുകൾക്ക്. അവ എടുത്തുയർത്താൻ തനിക്ക് പറ്റുമെന്നറിയില്ല. അധികം കാത്തിരുന്നിട്ട് കാര്യമില്ല. ഞാൻ എഴുതിത്തുടങ്ങി.

ഞാൻ ജനിച്ചത് സൈദാർ പള്ളിക്കടുത്തുള്ള നടപ്പുരയ്ക്കൽ തറവാട്ടിലാണ്. തറവാടെന്നുപറഞ്ഞാൽ അത്ര പേരുകേട്ടതൊന്നുമല്ല. എന്നാൽ വളരെ പഴക്കമുള്ളതാണ്. വെള്ളക്കാർ തലശ്ശേരിയിൽ ക്യാമ്പ് ചെയ്തിരുന്ന കാലത്ത് നിർമ്മിക്കപ്പെട്ടതാണ് എന്റെ വീട്. ഉമ്മാന്റെ വല്യുപ്പ വയനാട്ടിൽ നിന്ന് കൊണ്ടുവന്ന തടിയുരുപ്പടിക്കൊണ്ടാണണത്രെ അത് പണിതത്. വെള്ളക്കാർക്ക് വയനാട്ടിൽനിന്നും കുരുമുളക് എത്തിച്ചുകൊടുത്തിരുന്നത് അദ്ദേഹമായിരുന്നു.

ബാംഗ്ലൂരേയ്ക്ക് ഞാൻ വരുന്നതുവരെ അത്ര വല്യതും, പുരാതനവുമായ ഒരു വീട് അതിന്റെ പരിസരത്തൊന്നുമുണ്ടായിരുന്നില്ല.

1971ലാണ് ഞാൻ ബാംഗ്ലൂരിലേക്ക് വണ്ടി കയറുന്നത്. അന്ന് തലശ്ശേരി കലാപത്തിന്റെ നാളുകളായിരുന്നു. കലാപം കൊണ്ട് രക്ഷപ്പെട്ട ഒരാളായിരിക്കാം ഞാൻ. അതിനെപ്പറ്റി ഒരുപാട് പറയാനുണ്ട്.

പിന്നീട് പറയാം. ഞാൻ പറഞ്ഞു വന്നത് നടപ്പുരയ്ക്കൽ തറവാടിനെ പറ്റിയാണല്ലോ. ഞാൻ ജനിച്ചതും വളർന്നതുമെല്ലാം അവിടെയായി രുന്നു. ഞങ്ങളുടെ നാട്ടിലെ രീതിയനുസരിച്ച് കല്യാണം കഴിഞ്ഞാൽ പുരുഷൻ സ്ത്രീയുടെ വീട്ടിലാണ് താമസം. സ്വന്തമായി വീടുണ്ടാക്കുന്നത് വരെ വീട്ടിലെ മുറി (അറ) പുരുഷന് സ്വന്തമാണ്. മുകളിൽ പടിഞ്ഞാ റ്റുമുറിയിലാണ് ഞാനും, ഉപ്പയും, ഉമ്മയും താമസിച്ചിരുന്നത്. മുകളിൽ നാല് മുറികളാണ് ഉണ്ടായിരുന്നത്. നടുവിൽ വലിയൊരു ഹാളും അതിന്റെ നാല് ഭാഗത്തായി 4 മുറികളും. ഓരോ മുറികള!!ോട് ചേർന്നും കക്കൂസുമുണ്ടായിരുന്നു. കല്യാണത്തിന് മുമ്പ് ഉമ്മ പറഞ്ഞത്രെ പടി ഞ്ഞാറ്റ മുറി മതിയെന്ന്. അവിടെയാകുമ്പോൾ നല്ല കാറ്റ് കിട്ടും. ഉമ്മാക്ക് ചൂട് തീരെ സഹിക്കാൻ കഴിയില്ല. എത്ര തണുപ്പായാലും ഫാനില്ലാതെ ഉമ്മാക്ക് ഉറങ്ങാൻ കഴിയില്ല. ഇക്കാര്യത്തെ ചൊല്ലി ഉപ്പയും ഉമ്മയും ചിലപ്പോൾ വഴക്കിടാറുണ്ട്. ഉമ്മ ഉറങ്ങിക്കഴിഞ്ഞെന്ന് തോന്നുമ്പോൾ ഉപ്പ ഫാൻ ഓഫ് ചെയ്യും. വാസ്തവത്തിൽ ഉമ്മ ഉറങ്ങിയിട്ടുണ്ടാവില്ല. ഉമ്മ ഇരുട്ടിൽ തപ്പിപ്പിടിച്ച് വീണ്ടും ഫാനിടും. അപ്പോൾ ഉപ്പ എന്തെല്ലാമോ പിറുപിറുത്ത്, പുതപ്പിട്ട് മൂടി എന്നെയും കെട്ടിപ്പിടിച്ച് കിടക്കും. രണ്ടുപേ രുടെയും നടുവിലായിരുന്നതുകൊണ്ട് ഞാൻ തണുപ്പറിഞ്ഞിരുന്നില്ല. എന്നാലും ആ സമയത്ത് എനിക്കും ഉമ്മയോട് ദേഷ്യം തോന്നും. ഉപ്പ പറയുന്നത് അനുസരിച്ചാലെന്താ? ഉപ്പയല്ലേ വലിയ ആള്. വലിയ ആളുകൾ പറയുന്നത് ചെറിയ ആളുകൾ അനുസരിക്കേണ്ടേ? ഇങ്ങി നെയായിരുന്നു എന്റെ ചെറിയ മനസ്സിൽ അപ്പോൾ തോന്നിയത്. കിടപ്പറയിൽ ഉമ്മയുടെ അനുസരണക്കേട് ഉണ്ടാകുമ്പോഴെല്ലാം ഞാൻ ഉപ്പയെ കെട്ടിപ്പിടിച്ചാണ് ഉറങ്ങുക. ഉമ്മയുടെ ഭാഗത്തേയ്ക്ക് തിരിയുക പോലുമില്ല. ഉപ്പയുടെ മാറോട് മുഖമമർത്തി ഞാൻ കിടക്കും. ഉപ്പ ഒരു കൈകൊണ്ട് എന്റെ തലയിൽ സാവധാനം തടവും. അങ്ങിനെ തടവു മ്പോൾ ഉറങ്ങാൻ നല്ല സുഖമായിരിക്കും. ഉപ്പയെ കുറിച്ച് ഓർക്കുമ്പോൾ ഈ പ്രായത്തിലും എന്റെ മനസ്സ് ആർദ്രമാകും.

മുകളിലത്തെ 2 മുറികളിൽ ഉമ്മയുടെ അനുജത്തിമാരും അവരുടെ ഭർത്താക്കൻമാരുമാണ് താമസിച്ചിരുന്നത്. ഒരു മുറി ഒഴിഞ്ഞു തന്നെ കിടന്നു. വീട്ടിലെ വിലപിടിപ്പുള്ള പല സാധനങ്ങളും അതിലാണ് സൂക്ഷിച്ചിരുന്നത്. കലാപകാലത്ത് അതിൽ മിക്കവയും കവർച്ചക്കാർ കൊണ്ടുപോയി. അക്കൂട്ടത്തിൽ വിലപിടിപ്പുള്ള ഒരു സ്വർണ്ണ അരഞ്ഞാ ണവുമുണ്ടായിരുന്നു. ഉമ്മാമ്മാക്ക് പൈതൃകമായി കിട്ടിയതായിരുന്നു അത്. തലമുറ കൈമാറി ഉമ്മാമ്മയുടെ കയ്യിൽ എത്തുകയായിരുന്നു. ഒരിക്കൽ തറവാട്ടിൽ ഒരു ഫക്കീർ വന്നു. വീട്ടിൽ ഒരു അരഞ്ഞാ ണമുണ്ടെന്നും, അത് ബർക്കത്തുള്ള ഒന്നാണെന്നും, ഒരിക്കലും

നഷ്ടപ്പെട്ടുത്തരുതെന്നും പറഞ്ഞു. അതിനുശേഷം ഉമ്മാമ്മാന്റെ മുറിയിൽനിന്ന് അത് മുകളിലത്തെ മുറിയിൽ സൂക്ഷിക്കുകയായിരുന്നു.

ഉമ്മയ്ക്ക് ഒരു ജ്യേഷ്ഠനും രണ്ട് അനുജത്തിമാരുമാണ് ഉണ്ടായിരുന്നത്. ഞാൻ ജനിക്കുന്നതിന് മുമ്പേ ഒരു എളാമ്മാന്റെയും ഇക്കാക്കാന്റെയും കല്യാണം കഴിഞ്ഞിരുന്നു. എനിയ്ക്ക് അഞ്ചു വയസ്സുള്ളപ്പോഴാണ് ചെറിയ എളാമ്മാന്റെ കല്യാണം നടന്നത്. എളാമ്മമാരുടെ ഭർത്താക്കന്മാർ നാട്ടിൽ തന്നെയായിരുന്നു. മട്ടാമ്പറം പള്ളിക്കടുത്തായിരുന്നു രണ്ടുപേരുടേയും കച്ചവടം. മൂത്ത എളാമ്മാന്റെ പുതിയാപ്പിളയ്ക്ക് അരിയുടെ മൊത്തമൊത്തക്കച്ചവടവും ചെറിയ എളാമാന്റെ പുതിയാപ്പിളയ്ക്ക് ചായപ്പൊടിയുടെ മൊത്തക്കച്ചവടവുമായിരുന്നു. ഇക്കാക്ക അധ്യാപകനായിരുന്നു. കണക്കായിരുന്നു അദ്ദേഹം പഠിപ്പിച്ചിരുന്നത്. എസ്എസ്എൽസി പരീക്ഷയിൽ കണക്കിന് മുഴുവൻ മാർക്കും വാങ്ങിക്കാൻ എന്നെ സഹായിച്ചത് ഇക്കാക്കയായിരുന്നു. അദ്ദേഹം കല്യാണം കഴിച്ചത് കൊടുവള്ളിയിൽ നിന്നായിരുന്നു. അവിടെ തന്നെയാണ് താമസിച്ചിരുന്നതും. കൊടുവള്ളി സ്കൂളിൽ നിന്നാണ് അദ്ദേഹം പെൻഷൻ പറ്റിയത്.

തറവാട്ടിൽ ഉപ്പ മാത്രമാണ് പുറത്ത് ജോലി ചെയ്തിരുന്നത്. ഉപ്പ മംഗലാപുരത്ത് ഉണക്കമീനിന്റെ മൊത്തക്കച്ചവടം ചെയ്തുപോന്നു. പല ഭാഗങ്ങളിലേക്കും ഉപ്പ ഉണക്കമീൻ കയറ്റി അയച്ചു. നല്ല ലാഭവുമുണ്ടായിരുന്നു. ഒന്നോ രണ്ടോ മാസം കഴിയുമ്പോഴാണ് ഉപ്പ നാട്ടിൽ വരിക. ഉപ്പ വീട്ടിലെത്തുന്ന ദിവസം സന്തോഷം കൊണ്ട് ഞാൻ തുള്ളിച്ചാടിയിട്ടുണ്ട്. പെട്ടിയിൽ പുതിയ ഉടുപ്പുകളും കളിപ്പാട്ടങ്ങളുമുണ്ടായിരിക്കും. പെട്ടി തുറക്കുമ്പോൾ തന്നെ വിലയേറിയ അത്തറിന്റെ മണം പുറത്തേയ്ക്ക് വരും. അപ്പോൾ ഉമ്മ കളിയാക്കാൻ തുടങ്ങും.

“ഒണക്ക മീനിന്റെ മണം പോക്കാനാ നിങ്ങൾ മുന്തിയ അത്തറ് തന്നെ വാങ്ങുന്നത് അല്ലേ?”

“അതേടീ... എന്നെ ഒണക്കമീൻ മണത്താലും നീയും മോനും പത്രാസിൽ കയ്യുന്നില്ലേ?” ഉപ്പ പറഞ്ഞത് നേരായിരുന്നു. ഞങ്ങൾ നല്ല നിലയിൽ ആണ് ജീവിച്ചത്. എളാപ്പമാരുണ്ടാക്കുന്നതിൽ കൂടുതൽ ഉപ്പ സമ്പാദിച്ചിരുന്നു. നാട്ടിൽ വരുമ്പോൾ ചിലപ്പോൾ ഒരു സ്വർണ്ണമാലയോ വളയോ ഉപ്പ കൊണ്ടുവരും. ആദ്യമൊക്കെ ഉമ്മാക്ക് വലിയ സന്തോഷമായിരുന്നു. പിന്നെ പിന്നെ ഉമ്മ തന്നെ എതിർക്കാൻ തുടങ്ങി.

“ഇത് നിനക്കുള്ളതല്ല ഞമ്മക്കുണ്ടാകുന്ന മോൾക്കാ ഞാൻ കരുതുന്നത്.” ഇല്ലാത്ത മോൾക്ക് വേണ്ടി ഉപ്പ നേരത്തെ കരുതിവെച്ചു. ഒരുപാട് ചികിത്സ ചെയ്തതല്ലാതെ ഉമ്മച്ചി പിന്നീട് പ്രസവിച്ചില്ല.

എനിക്ക് ശേഷം മരവിച്ചുപോയ ഉമ്മയുടെ ഗർഭപാത്രത്തെ ശരിയാക്കിയെടുക്കാൻ ഒരു മരുന്നിനും കഴിഞ്ഞില്ല. ക്രമേണ രണ്ടുപേരും വേറൊരു കുട്ടിയെ കുറിച്ച് ചിന്തിക്കാതായി. “ഞമ്മക്ക് പടച്ചോൻ ഒന്നെങ്കിലും തന്നല്ലോ അതുമില്ലാത്ത എത്ര ആളുണ്ട്”. ഒരു ദിവസം ഉമ്മ ഉപ്പയോട് പറയുന്നത് ഞാൻ കേട്ടു. അതിൽ പിന്നെ അത്തരം വർത്തമാനങ്ങളൊന്നും ഞാൻ കേട്ടിട്ടില്ല. രണ്ടുപേരുടെയും സ്നേഹവും വാത്സല്യവുംഎനിക്ക് മാത്രം കിട്ടി. അങ്ങിനെ എന്റെ കുട്ടിക്കാലം സന്തോഷംകൊണ്ട് നിറഞ്ഞു. 12 വയസ്സുള്ള എന്നെ ഉപ്പ എടുക്കുക യും മടിയിൽ വെക്കുകയും ചെയ്യുമായിരുന്നു. എനിയ്ക്ക് സന്തോഷവും അഭിമാനവും തോന്നുമെങ്കിലും ചെറിയൊരു നാണവും തോന്നാറുണ്ട്. എന്റെ പ്രായത്തിലുള്ള ആരെയും ഉപ്പമാർ എടുക്കുന്നത് ഞാൻ കണ്ടിട്ടില്ല.

“എടുത്തു നടക്കാൻ ചെറിയ കുട്ട്യോന്നല്ല... വല്ല്യ ചെക്കനാ... നിങ്ങളവനെ പുന്നാരിച്ച് ബെടക്കാക്കേണ്ട”. ഉപ്പയെ ഉമ്മ താക്കീത് ചെയ്യും. ഉപ്പ അതൊന്നും വകവെക്കാറില്ല. ഒന്ന് ചിരിക്കും അത്രതന്നെ.

എല്ലാ സുഖങ്ങളും അധികകാലം നീണ്ടു നിൽക്കില്ല. അതാണ് പ്രകൃതിനിയമം. എല്ലാം ദൈവത്തിന്റെ നിയമം. അത് മാറ്റാൻ ആർക്ക് കഴിയും. ദൈവത്തിന് എല്ലാറ്റിനും ഒരു ഉദ്ദേശമുണ്ട്. നമുക്ക് അതറിയാൻ കഴിയുന്നില്ലെന്ന് മാത്രം.

അടുത്തവർഷം. അതായത് ഞാൻ എട്ടിൽ പഠിക്കുമ്പോൾ ഉപ്പ മരിച്ചു. കൃത്യമായി പറഞ്ഞാൽ ആ വർഷം 1963 ഒക്ടോബർ 8. എന്റെ ജീവിതത്തിൽ ഞാൻ ഓർക്കുന്ന ഒരേയൊരു തീയ്യതി. ആ തീയ്യതി മാത്രം ഞാൻ മറന്നില്ല. ഉപ്പയോടൊപ്പം എന്റെ സന്തോഷവും കടന്നുപോയി. അദ്ദേഹമില്ലാത്ത ഒരു ജീവിതത്തെക്കുറിച്ച് സങ്കൽപ്പിക്കാൻ പോലും അന്ന് എനിയ്ക്ക് കഴിയുമായിരുന്നില്ല. ഈ വയസ്സുകാലത്ത് ഞാനീ കുറിപ്പ് എഴുതുമ്പോഴും അദ്ദേഹത്തിന്റെ വേർപാട് എന്റെ ഹൃദയത്തിൽ എവിടെയോ ഒരു വേദനയായി നിലനിൽക്കുന്നത് ഞാനറിയുന്നുണ്ട്.

അഞ്ചാം ക്ലാസ് മുതൽ മുബാറക്ക് സ്കൂളിലാണ് ഞാൻ പഠിച്ചത്. സെന്റ് ജോസഫ് സ്കൂളിൽ ചേർക്കാനായിരുന്നു കാർന്നോർക്ക് താൽപ്പര്യം. അടുത്തുള്ള സ്കൂളായതുകൊണ്ട് മുബാറക്കിൽ തന്നെ ചേർത്താൽ മതിയെന്ന് ഉമ്മ തീരുമാനിക്കുകയായിരുന്നു. ഉച്ചയ്ക്ക് വീട്ടിൽ ചെന്ന് ഭക്ഷണം കഴിക്കാൻ സൗകര്യമുണ്ട്. 10 വരെ അവിടെയാണ് പഠിച്ചത്.

ഒരു ദിവസം ഒരുച്ച നേരത്ത്, മൂന്നാമത്തെ പിരീഡാണെന്നാണ് എന്റെ ഓർമ്മ. ഉമ്മർട്ടിക്ക ക്ലാസിന് അടുത്തേക്ക് വരുന്നത് ജാലകത്തിനിടയിലൂടെ ഞാൻ കണ്ടു. ഉമ്മർകുട്ടി എന്നാണ് പേരെങ്കിലും എല്ലാവരും

അദ്ദേഹത്തെ ഉമ്മർട്ടിക്ക എന്ന് വിളിച്ചു. ഞാനും അങ്ങിനെത്തന്നെ യാണ് വിളിച്ചിരുന്നത്. അദ്ദേഹം വീട്ടിലെ പണിക്കാരൻ മാത്രമായി രുന്നില്ല. എല്ലാമായിരുന്നു. ഉമ്മർട്ടിക്കയില്ലാതെ ഒരു കാര്യവും വീട്ടിൽ നടന്നിരുന്നില്ല. വരാന്തയുടെ വലതുഭാഗത്തുള്ള, കെനാത്തെണ (തിണ്ണ) അദ്ദേഹത്തിനായി മാത്രമുണ്ടാക്കിയതാണെന്ന് എനിക്ക് പലപ്പോഴും തോന്നിയിട്ടുണ്ട്. വർഷങ്ങളായി ഉമ്മർട്ടിക്ക അതിന്മേലാണ് കിടന്നിരു ന്നത്. ഭാര്യയോ മക്കളോ ഇല്ല. ബന്ധുക്കൾ ആരെങ്കിലുമുണ്ടോയെന്ന് എനിക്കറിയില്ല. എനിക്കോർമ്മയുള്ള കാലം മുതൽ ഒരു കുടുംബാംഗ ത്തെ പോലെ അദ്ദേഹം വീട്ടിലുണ്ട്.

ഉമ്മർട്ടിക്ക വളരെ മെലിഞ്ഞിട്ടാണ്. ഷർട്ട് ഊരിയാൽ എല്ലിൻ കൂട് പുറത്തു കാണാം. ശരീരപ്രകൃതം കാരണം കുടുംബത്തിൽ അദ്ദേഹത്തി നൊരു ഇരട്ട പേരുണ്ട് "അസ്ഥികൂടം". ഉമ്മർട്ടിക്ക കേൾക്കെ ആരും അസ്ഥികൂടം എന്ന് വിളിച്ചിരുന്നില്ല. എന്നാൽ ഒളിഞ്ഞും തെളിഞ്ഞും പലരും അങ്ങിനെ വിളിക്കുന്നത് ഞാൻ കേട്ടിട്ടുണ്ട്. നീണ്ടു മെലിഞ്ഞ ശരീരമുള്ളതുകൊണ്ടാകാം മുന്നോട്ട് അല്പം വളഞ്ഞാണ് ഉമ്മർട്ടിക്ക നടന്നിരുന്നത്. രണ്ട് കൈയും വീശിക്കൊണ്ട് വളരെ വേഗത്തിലാണ് അദ്ദേഹം നടക്കുക. ക്ലാസ് മുറിയിലേക്കുള്ള അദ്ദേഹത്തിന്റെ നടത്തം സാധാരണത്തേതിലും വേഗത്തിലായിരുന്നു. മുഖത്ത് എപ്പോഴുമുള്ള ഗൗരവഭാവം ഒന്നുകൂടി വർദ്ധിച്ചതു പോലെ തോന്നി. അബൂബക്കർ സാർ ശ്രദ്ധിക്കുന്നുണ്ടെന്ന് കണ്ടപ്പോൾ ഞാൻ പുറത്തേക്കുള്ള നോട്ടം നിറുത്തി. അപ്പോഴേക്കും ഉമ്മർട്ടിക്ക ക്ലാസിന് അടുത്തെത്തിക്കഴിഞ്ഞി രുന്നു. അബൂബക്കർ സാർ കാസിമിന്റെ മേലുള്ള ഏസ് വെൽ ആസ് (as well as) പ്രയോഗം നിർത്തി വരാന്തയിലേക്കിറങ്ങി. ഉമ്മർട്ടിക്കയുമായി എന്തോ സംസാരിച്ചു.

ഉമ്മർട്ടിക്കയുടെ പിന്നാലെ വീട്ടിലേക്ക് നടക്കുമ്പോൾ എന്തോ ആപത്ത് സംഭവിച്ചിട്ടുണ്ടെന്ന് എന്റെ മനസ്സ്പറഞ്ഞു. ഉമ്മർട്ടിക്ക യോട് എന്തെങ്കിലും ചോദിക്കാനും പറ്റുന്നില്ല. അദ്ദേഹം വളരെ വേഗം നടക്കുകയാണ്. ഒപ്പമെത്താൻ ഞാൻ ഓടുകയായിരുന്നു. എന്നിട്ടും വീട്ടിൽ എത്തുന്നത് വരെ അദ്ദേഹത്തോടൊപ്പമെത്താൻ എനിയ്ക്ക് കഴിഞ്ഞില്ല. കോണി കയറുമ്പോൾ തന്നെ അസൈനാർ എളാപ്പയും ചെറിയ എളാമ്മാന്റെ പുതിയാപ്പിളയും തിണ്ണയിലിരിക്കുന്നത് ഞാൻ കണ്ടു. അവർ എന്തോ അടക്കിപ്പിടിച്ച് സംസാരിക്കുന്നുണ്ട്. അകത്തേ ക്ക് കയറുമ്പോൾ അവർ എന്നെയൊന്ന് നോക്കി. ഞാൻ മുകളിൽ ഞങ്ങളുടെ അറയിലേക്കാണ് പോയത്. അവിടെ ഉമ്മയുണ്ടായിരുന്നില്ല. പുസ്തകം അവിടെ വെച്ച് ഞാൻ താഴേക്ക് തന്നെ വന്നു. ഉമ്മാമ്മയുടെ മുറിയിൽ കയറി നോക്കി. അവിടെ ഉമ്മാമ്മയുടെ മടിയിൽ തലവെച്ച്

ഉമ്മ കിടക്കുന്നുണ്ടായിരുന്നു.

"മോൻ പോയി ചോറ് തിന്നോ". എന്നെ കണ്ട ഉടനെ ഉമ്മാമ പറഞ്ഞു.

"സക്കീറിന് ചോറ് കൊടുക്കു" ഉമ്മാമ്മ സൈനബയ!!ോട് വിളിച്ചുപറഞ്ഞു. ഞാൻ അടുക്കളയിലേക്ക് പോയി. സൈന വിളമ്പി തന്ന ചോറ് തിന്നു. അവളാണ് എല്ലാ വിവരവും എന്നോട് പറഞ്ഞത്.

രാവിലെ ഉപ്പ ബാർബർ ഷാപ്പിൽ പോകാൻ പുറത്തിറങ്ങിയതായിരുന്നു. ഞാൻ സ്കൂളിൽ പോയതിനുശേഷമാണ് ഉപ്പ പുറത്തിറങ്ങിയത്. എന്റെ ഷർട്ട് ഇസ്തിരിയിട്ടു തന്നതും മുടി ചീകി തന്നതും ഉപ്പയായിരുന്നു. ഒന്നോ രണ്ടോ ആഴ്ച കൂടുമ്പോൾ താടിരോമം വെട്ടി ശരിയാക്കാൻ ഉപ്പ ബാർബർ ഷാപ്പിൽ പോകുമായിരുന്നു. നാട്ടിൽ വരുമ്പോഴാണ് ഇതൊക്കെ ചെയ്യാറുന്നത്. താടിരോമങ്ങൾ ഒരിക്കലും വടിച്ചു കളഞ്ഞിട്ട് ഉപ്പയെ ഞാൻ കണ്ടിട്ടില്ല. എപ്പോഴും സമൃദ്ധമായ താടിരോമങ്ങൾ വെട്ടിയൊതുക്കി വെയ്ക്കും. ആദ്യമൊക്കെ ഉപ്പയുടെ ഓർമ്മ നിലനിർത്താൻ ഞാനും താടിരോമങ്ങൾ വെട്ടി ക്രമപ്പെടുത്തുമായിരുന്നു. പിന്നെ പിന്നെ അത് വെട്ടാതായി. ഇപ്പോൾ ഒരു വൃത്തിയുമില്ലാതെ ഏതാണ്ട് പകുതിയോളം നരച്ച നീണ്ട താടിയാണ് എനിയ്ക്കുള്ളത്. ഭംഗിയില്ലാത്ത, പാതി നരച്ച ഈ രോമങ്ങൾ തടവിക്കൊണ്ടിരിക്കുമ്പോൾ ഉപ്പയുടെ ഓർമ്മകൾ എന്നിൽ നിറയും.

നെഞ്ചുവേദനയെത്തുടർന്ന് ബാർബർ ഷാപ്പിന്റെ വരാന്തയിൽ ഉപ്പ കുഴഞ്ഞു വീഴുകയായിരുന്നു. വാടിയ്ക്കലിൽ ഉപ്പയെ അറിയുന്ന പലരുമുണ്ടായിരുന്നു. അവർ ഉടനെ ഗവൺമെന്റ് ആശുപത്രിയിൽ എത്തിച്ചു. കുടുംബക്കാരെല്ലാം അവിടെയെത്തി. വീട്ടിൽ ആരെങ്കിലും വേണം എന്ന് കരുതി ചെറിയ എളാമ്മാന്റെ പിയ്യാപ്പിള്ളയും അസൈനാർ എളാപ്പയും തറവാട്ടിലേക്ക് വന്നു. സീരിയസ് ആണെന്ന വിവരം അവർ വീട്ടിൽ പറഞ്ഞില്ല. ഹാർട്ടിന് ചെറിയൊരു കുഴപ്പമുണ്ടെന്ന് മാത്രം പറഞ്ഞു. ചോറ് തിന്നതിന് ശേഷം ഞാൻ ഞങ്ങളുടെ മുറിയിലേക്ക് പോയി. കട്ടിലിൽ ഇരുന്ന അല്ലാഹുവിനോട് പ്രാർത്ഥിച്ചു.

"റബ്ബേ നീ എല്ലാം അറിയുന്നവനും കാരുണ്യവാനും ആണ്. എന്റെ ഉപ്പ ഒരു പാവമാണ്. അദ്ദേഹത്തെ കാത്തുകൊള്ളേണമേ. നെഞ്ചുവേദനയിൽ നിന്ന് എന്റെ ഉപ്പയെ രക്ഷിക്കേണമേ". ഉമ്മാമ്മ റബ്ബിനെ വിളിച്ച് ഉച്ചത്തിൽ പ്രാർത്ഥിക്കുന്നത് പലപ്പോഴും ഞാൻ കേട്ടിട്ടുണ്ട്. അതുപോലെ കുറച്ചുനേരം ഞാൻ പ്രാർത്ഥിച്ചു.

എന്റെ പ്രാർത്ഥന പടച്ചവൻ കേട്ടില്ല. അസറിന്റെ സമയത്ത് ഉപ്പയുടെ മയ്യത്ത് വീട്ടിൽ കൊണ്ടുവന്നു. പിന്നീട് അവിടെ നടന്നതൊന്നും

എനിയ്ക്ക് വ്യക്തമായി ഓർമ്മയില്ല. മഗ്രിബിന്റെ സമയത്ത് ആരോ ഒരാൾ എന്റെ കൈ പിടിച്ചു. അത് അസൈനാർ എളാപ്പയാണെന്നാണ് എന്റെ ഓർമ്മ. അദ്ദേഹത്തോടൊപ്പം സൈദാർ പള്ളിയിലേക്ക് ഞാൻ നടന്നു. എനിയ്ക്ക് മുൻപിൽ ഉപ്പയുടെ മയ്യത്ത് കട്ടിലും വഹിച്ചുകൊണ്ട് കുറെ പേർ നടക്കുന്നുണ്ടായിരുന്നു. എല്ലാവരുടെ തൊണ്ടയിൽ നിന്നും ലാ ഇലാഹ്, ലാ... ഇലാ... ഹ... ഇല്ലല്ലാഹ് എന്ന് ഒരേ താളത്തിൽ ചെറിയ ശബ്ദത്തിൽ ഉയരുന്നുണ്ടായിരുന്നു.

ഖബറടക്കം കഴിഞ്ഞ് സന്ധ്യ തുടുത്തു. കറുത്ത അക്ഷരങ്ങൾക്കിട യിൽ വെളിച്ചം കുറഞ്ഞു തുടങ്ങി. അരുൺ കുമാറും കവിതയും വായന നിറുത്തി. ബാക്കി ഭാഗം വൈദ്യുതി വെളിച്ചത്തിൽ അപ്പോൾ വായിക്ക ണമോ, അതോ പിന്നീട് മതിയോ എന്ന് ആലോചിക്കുകയായിരുന്നു അവർ.ബാക്കി ഭാഗം വായിക്കണമെങ്കിൽ ഇന്നവിടെ തങ്ങേണ്ടി വരും. അതായിരുന്നു കവിതയുടെ പേടി. മുമ്പൊരിക്കൽ സക്കീർ ഭായ് ഉള്ളപ്പോൾ അവിടെ താമസിച്ചത് കവിത ഓർത്തു. അന്ന് മുറിയിലു ണ്ടായിരുന്ന ഒരേയൊരു കട്ടിലിൽ അവരെ കിടത്തി സക്കീർ ഭായ് നിലത്തു കിടക്കുകയായിരുന്നു. ഇന്നിപ്പോൾ സക്കീർ ഭായ് ഇല്ലാത്ത വില്ലയിൽ രണ്ടുപേരും കഴിയേണ്ടിവരുമോ എന്നതായിരുന്നു അവളുടെ ചിന്ത. അരുൺകുമാർ വളരെ വിചിത്ര സ്വഭാവമുള്ള ആളാണ്. ഒരു സംഗതിയിൽ മുഴുകിയാൽ മറ്റൊന്നിനെക്കുറിച്ചും ചിന്തിക്കില്ല. തന്റെ കൂടെയുള്ളത് ഒരു പെണ്ണാണ്. അവളുടെ കൂടെ ഒരു രാത്രി അവിടെ തങ്ങു ന്നത് മര്യാദയല്ല എന്നൊന്നും അവൻ ചിന്തിക്കില്ല. കവിത പലപ്പോഴും അത് അനുഭവിച്ചറിഞ്ഞതാണ്.

അരുൺകുമാർ ലൈറ്റിന്റെ സ്വിച്ചിട്ടു. നിറഞ്ഞ വെളിച്ചത്തിൽ അവൻ കവിതയെ നോക്കി. നോട്ടത്തിന്റെ അർത്ഥം അവൾ ഊഹിച്ചു. ബാക്കി ഭാഗം കൂടി വായിക്കുകയല്ലേ? അതോ പിന്നീടൊരിക്കലോ? വേണമെങ്കിൽ ഒരാൾക്ക് അത് കൈവശം വെക്കാം. അത് വേണ്ടെന്ന് അവർ തീരുമാനിച്ചു. രണ്ടുപേരും ഒരേ സമയത്ത് സക്കീർ ഭായിയുടെ ഓർമ്മകൾ ഉറങ്ങുന്ന ആ വില്ലയിലിരുന്നു തന്നെ അത് വായിക്കണമെ ന്ന് തീർച്ചപ്പെടുത്തി.

അവിടെയാകുമ്പോൾ തികച്ചും ഏകാന്തമായ ഒരന്തരീക്ഷത്തിൽ, സക്കീർ ഭായ് ഇരുന്നെഴുതിയ കസേരയിലോ, കിടക്കയിലോ ഇരുന്ന് അദ്ദേഹം അനുഭവിച്ചിരിക്കാനിടയുള്ള വേദനകളും ഉൽക്കണ്ഠകളും അൽപമെങ്കിലും പങ്കിട്ട്, ഒരു കലാകാരന്റെ ആത്മാവ് തൊട്ടറിഞ്ഞ്, മുന്തിരിവള്ളികൾക്കിടയിലൂടെ വില്ലയുടെ അകത്തേക്ക് ഒഴുകിയെത്തുന്ന കാറ്റിന് ലഹരിയുടെ ഉന്മാദമുണ്ടെന്ന് തോന്നിയത് കൊണ്ടാവാം അവൾ പറഞ്ഞു.

“ഇപ്പോൾ നമുക്ക് പോകാം, ബാക്കി പിന്നീടാക്കാം”.

അരുൺ കുമാറും കവിതയും വില്ല പൂട്ടി താക്കോൽ യഥാസ്ഥാനത്ത് വെച്ച് അവിടെ നിന്നിറങ്ങി. കവിതയെ അവളുടെ വില്ലയിൽ എത്തിച്ച് അവൻ സ്വന്തം താമസസ്ഥലത്തേക്ക് പോയി. അടുത്ത ശനിയാഴ്ച വൈകുന്നേരം അവർ വീണ്ടും സക്കീർ ഭായിയുടെ വില്ലയിലെത്തി. ഇപ്രാവശ്യം അവർ നേരത്തെ ലൈറ്റിന്റെ സ്വിച്ചിട്ടു. വായന തുടരുമ്പോൾ അതിനിടയിൽ ഒരു തടസ്സം വേണ്ടെന്നു കരുതി ഒര!!ൊഴുക്കിനിട യിലുണ്ടാകുന്ന തടസ്സങ്ങൾ ഉൾക്കൊള്ളാൻ നമ്മൾ തയ്യാറല്ല. അത് വായനയാണെങ്കിൽ പറയാനില്ല.

അരുൺ കുമാറും കവിതയും സക്കീർ ഭായിയുടെ കിടക്കയിൽ തൊട്ടുരുമ്മിയിരുന്നു. കിടക്കവിരി ചുളിഞ്ഞിരുന്നു. കഴിഞ്ഞ ആഴ്ച വന്ന തിനേക്കാൾ അത് ചുളിഞ്ഞിരുന്നു. മരിക്കുന്നതിനു മുമ്പ് അദ്ദേഹം വിരി ച്ചതായിരിക്കണം. പുസ്തകങ്ങളെല്ലാം മുമ്പത്തേതിനേക്കാൾ അടുക്കി വെച്ചിരുന്നു. ചുമരിലെ മാറാലയൊന്നും കാണാനുണ്ടായിരുന്നില്ല. പെയിന്റ് ട്യൂബുകളും ബ്രഷുകളും മുറിയുടെ ഒരു മൂലയിൽ ഒതുക്കി വെച്ചി ട്ടുണ്ട്. കഴിഞ്ഞയാഴ്ച ഇതൊന്നും അവർ ശ്രദ്ധിച്ചിരുന്നില്ല.

അരുൺ കുമാർ നോട്ട് ബുക്ക് നിവർത്തി കവിതയുടെയും അവന്റെയും മടിയിൽ വെച്ചു. ഇപ്രാവശ്യം ഒരു തടസ്സവുമില്ലാതെ അതുമുഴുവൻ വായിച്ചു തീർക്കണം. വായിച്ചു തീരുമെന്ന് തന്നെയായിരുന്നു അവരുടെ വിശ്വാസം. പരസ്പരം ഒന്നും പറയാതെ ഒരേ സ്ഥലത്ത്, ഒരേ സമയത്ത് അക്ഷരങ്ങളുടെ ആത്മാവിലേക്ക് പുതിയൊരു വായനയുടെ കണ്ണുകൾ വീണ്ടും തുറക്കുകയായിരുന്നു അരുൺ കുമാറും കവിതയും.

ഖബറടക്കം കഴിഞ്ഞ് അടുത്ത ബന്ധുക്കളൊഴികെ എല്ലാവരും പിരിഞ്ഞു. ഉമ്മറത്തെ തിണ്ണകളിൽ നിന്നും അടക്കിപ്പിടിച്ച സംസാരം തുടരുന്നുണ്ടായിരുന്നു. ഉമ്മർട്ടിക്ക ഇടയ്ക്കിടയ്ക്ക് അടുക്കളയിലേക്കും പിന്നെ പുറത്തേക്കും പോകുന്നത് കണ്ടു. എന്തോ ഭക്ഷണ സാധനം ഉണ്ടാക്കാൻ നിർദ്ദേശിക്കുകയായിരുന്നു. പുറത്തുള്ള സംസാരമല്ലാതെ അകത്ത് സ്ത്രീകളാരും ഒന്നും സംസാരിച്ചിരുന്നില്ല. ഉമ്മാമ്മയുടെ മുറിയിൽ ഉമ്മാമ്മയും ഉമ്മയും പരസ്പരം കെട്ടിപ്പിടിച്ചു കിടന്നു. ഉമ്മാമ്മ യുടെ മുറിയിൽ 2 കട്ടിലുണ്ടായിരുന്നു. അതിലൊന്നിൽ ഞാൻ കിടന്നു. ഉമ്മയെ ആശ്വസിപ്പിക്കാൻ വന്നവർ അൽപനേരം എനിയ്ക്കരികിലും ഇരുന്നു. ചിലർ എന്റെ തലയിൽ മെല്ലെയൊന്ന് തലോടി. ഞാൻ ആരെയും നോക്കിയില്ല. ഇരുട്ടിലേക്ക് തുറന്നിട്ട ജാലകത്തിലൂടെ ആകാശത്തിന് അങ്ങേത്തലയ്ക്കൽ മൊട്ടിട്ട ഒരു നക്ഷത്രത്തെ നോക്കി കിടക്കുകയായിരുന്നു ഞാൻ.

മരവിച്ച മനസ്സുമായി എത്ര നേരം കിടന്നെന്നറിയില്ല. സൈനു പിടി ച്ചെഴുന്നേൽപ്പിച്ചു ഒരു ഗ്ലാസ് കഞ്ഞി കയ്യിൽ പിടിപ്പിച്ചപ്പോഴാണ് സമയം കുറെ കഴിഞ്ഞിരിക്കുന്നുവെന്ന് ഞാനറിഞ്ഞത്. ഉച്ചയ്ക്ക് ഞാനല്ലാതെ ആരും ഒന്നും കഴിച്ചിരുന്നില്ല. എല്ലാവർക്കും വേണ്ടി കഞ്ഞി ഉണ്ടാക്കിയ തായിരുന്നു. എനിക്ക് വിശക്കുന്നില്ലായിരുന്നു. മനസ്സും ശരീരവും മരവിച്ചു പോയ ഒരാൾക്ക് എങ്ങിനെ വിശപ്പുണ്ടാകാനാണ്. ഒരു നേരം ഭക്ഷണം കഴിച്ചില്ലെങ്കിൽ മരിച്ചൊന്നും പോകില്ല. കഞ്ഞി വേണ്ടെന്നു പറഞ്ഞു. സൈനു നിർബന്ധിച്ചു. അല്പം കുടിച്ചു അവിടെത്തന്നെ കിടന്നു. പുറത്ത് സംസാരം അപ്പോഴേക്കും നിലച്ചിരുന്നു.

ഉമ്മ ഒന്നും കഴിച്ചില്ല. ഉമ്മാമ്മയും. അടുക്കളയിൽ നിന്ന് പാത്ര ങ്ങളുടെ തട്ടലും മുട്ടലും അൽപനേരം കഴിഞ്ഞു ഇല്ലാതായി. ഓരോ മുറിയിൽനിന്നും വെളിച്ചം കെട്ടുതുടങ്ങി. ക്രമേണ ഭയാനകമായ മൗനം മുറികളിലെല്ലാം വ്യാപിച്ചു.

ഉമ്മയുടെ ഇടയ്ക്കിടയ്ക്കുള്ള തേങ്ങൽ മൗനത്തെ ഭഞ്ജിച്ചു കൊണ്ടിരുന്നു. ആകാശത്തിൽ ഏകനായ നക്ഷത്രത്തിനരികെ മറ്റനേകം നക്ഷത്ര ങ്ങൾ കൂടി കാണപ്പെട്ടു. ക്ഷണനേരം കൊണ്ട് അവയെല്ലാം മേഘങ്ങൾ ക്കുള്ളിൽ മറഞ്ഞതു പോലെ തോന്നി. പകരം ചെറിയ മിന്നൽ വെളിച്ചം ഇടയ്ക്കിടയ്ക്ക് പ്രത്യക്ഷപ്പെടാൻ തുടങ്ങി. പതുക്കെ പതുക്കെ മിന്നലിന്റെ ശക്തി കൂടി. തിരമാലകളുടെ ശബ്ദം ദൂരെ നിന്ന് കേൾക്കുന്നതുപോലെ ഇടിമുഴക്കവും കേട്ടുതുടങ്ങി. ആകാശം തുലാവർഷമഴക്കുള്ള തയ്യാ റെടുപ്പിലായിരുന്നു. ഇപ്പോൾ ഇടി ഞങ്ങളുടെ വീടിന് മുകളിൽ നിന്ന് പൊട്ടിയതു പോലെ തോന്നി. പിന്നെ മഴ പെയ്തു. കനത്തമഴ. മഴത്തുള്ളി കൾക്ക് കനം വെച്ച് വരുമ്പോൾ ഞാൻ പ്രാർത്ഥിക്കുകയായിരുന്നു.

റബ്ബേ... നിന്റെ കാരുണ്യത്തിന്റെ കുട എന്റെ ഉപ്പയുടെ ഖബറിടത്തി ലേക്ക് നീ നിവർത്തേണമേ. ഉപ്പയെ മഴ നനയാതെ കാക്കേണമേ... ഉപ്പയുടെ സുന്ദരമുഖം ചേറും ചളിയുംപുരളാതെ സംരക്ഷിച്ചു നിർത്തേ ണമേ... '

എന്റെ പ്രാർത്ഥന ഫലിച്ചെന്ന് തോന്നുന്നു. മഴ പെട്ടെന്ന് നിന്നു. മിന്നൽ അപ്പോഴും തുടർന്നുകൊണ്ടേയിരുന്നു.

ഞാൻ ഓർക്കുകയായിരുന്നു. തൊട്ടുമുൻപത്തെ വെള്ളിയാഴ്ച ഉപ്പ യ്ക്ക് ചെറിയൊരു നെഞ്ചുവേദനയുണ്ടായിരുന്നു. അന്ന് എന്നെയും കൂട്ടി ജുമുഅ നമസ്കാരത്തിന് ഓടത്തിൽ പള്ളിയിലാണ് പോയിരുന്നത്. സാധാരണ സൈദാർപള്ളിയിലാണ് പോവുക. ഇന്നെന്തുകൊണ്ടായി രിക്കാം ഒടത്തിൽ പള്ളിയിൽ പോയത്. ഒന്നുമുണ്ടാവില്ല. ഉപ്പയുടെ ഒരോ തോന്നലുകൾ. പെട്ടെന്ന് തോന്നുന്നതു പോലെ ചെയ്യും. ഒന്നും മുൻകൂട്ടി തീരുമാനിച്ച് ചെയ്യുന്ന പ്രകൃതമായിരുന്നില്ല.

വെളുത്ത പാന്റസും ഇളംമഞ്ഞ ജുബ്ബയും ആയിരുന്നു ഉപ്പയുടെ വേഷം. ഞാൻ വെളുത്ത പാന്റസും വെളുത്ത ജുബ്ബയും ധരിച്ചു. വെള്ളിയാഴ്ചകളിൽ മാത്രമേ ഞാൻ ജുബ്ബ ധരിച്ചിരുന്നുള്ളൂ. ഉപ്പ നാട്ടിൽ വരുമ്പോഴെല്ലാം അത്തരം വേഷത്തിലായിരിക്കും. ആ വേഷത്തിൽ ഉപ്പയ്ക്ക് സാധാരണയിലും നീളമുള്ളതായി തോന്നും. വെളുത്ത ഒരു തൊപ്പി കൂടി വെക്കുമ്പോൾ ഒരു ഹിന്ദി സിനിമാനടനെ പോലെ തോന്നിക്കുമായിരുന്നു.

ഇറങ്ങാൻ നേരത്ത് ഒരു തൊപ്പി എന്റെ തലയിൽ വെച്ച് തന്നു. അങ്ങിനെ ഞങ്ങൾ രണ്ടു വെള്ളത്തൊപ്പികൾ ഓടത്തിൽ പള്ളിയിലേക്ക് നടന്നു. ആദ്യമായി ഓടത്തിൽ പള്ളി കാണുകയാണ്. അത് പള്ളിയാണോ? അമ്പലമാണോ? എനിയ്ക്ക് സംശയമായി. ചെമ്പ് തകിടിട്ട മേൽക്കൂര ക്ഷേത്ര മാതൃകയിലായിരുന്നു. കേരളീയ നിർമ്മാണ ശൈലി അതിലുടനീളം പ്രകടമായിരുന്നു. പള്ളിക്കുള്ളിലെ ഹൗളായിരുന്നു എന്നെ ഏറെ ആകർഷിച്ചത്. വെട്ടിയെടുത്ത ക്ലറ്റൻ കരിങ്കല്ലിൽ ചതുരാകൃതിയിൽ തീർത്ത അതിന്റെ നാലു വശങ്ങളിലും കല്ലുകൾ ചേർന്നുനിൽക്കുന്ന വിടവിലൂടെ ഒരു തുള്ളി വെള്ളം പോലും പുറത്തേക്ക് പോയിരുന്നില്ല. പോയകാലത്തെ കൽപ്പണിക്കാരുടെ നൈപുണ്യത്തെ ഞാൻ മനസ്സാൽ നമിച്ചു.

വീട്ടിൽ തിരിച്ചെത്തിയപ്പോഴാണ് ഉപ്പയ്ക്ക് ചെറിയതോതിൽ നെഞ്ചുവേദന അനുഭവപ്പെട്ടത്. ഉമ്മ ജീരകമിട്ട് വെള്ളം തിളപ്പിച്ചു കൊടുത്തു. കുറച്ചുനേരം തടവി. തടവുന്നതിനിടയിൽ ആശുപത്രിയിൽ പോകാമെന്ന് ഉമ്മ പറയുന്നുണ്ടായിരുന്നു. ഉപ്പ അതൊന്നും ഗൗനിച്ചില്ല. ഊണ് കഴിഞ്ഞു ഒന്നുറങ്ങിയാൽ എല്ലാം ശരിയാവുമെന്ന് പറഞ്ഞു. നെഞ്ചുവേദന അത്ര വലിയൊരു രോഗമാണെന്ന് അന്നേരം എനിയ്ക്കും അറിയില്ലായിരുന്നു. ഉപ്പ ആശുപത്രിയിൽ പോയില്ല. പറഞ്ഞതുപോലെ ഊണ് കഴിച്ച് ഒന്നുറങ്ങി.

പിറ്റേന്ന് രാവിലെ രാജൻ വന്നു. അവൻ ആയിരുന്നു എന്റെ ഏറ്റവും അടുത്ത ചങ്ങാതി. എന്റെ ബെഞ്ചിൽ എന്നോടൊപ്പം ഇരുന്നവൻ. അവന്റെ വീട് വാടിയ്ക്കൽ ആയിരുന്നു. ടെമ്പിൾ ഗേറ്റ് റോഡിൽ, ഇടതു ഭാഗത്ത് ആദ്യം കാണുന്ന ഇടവഴി തിരിയുന്നിടത്താണല്ലോ എന്റെ വീട്. വാടിയ്ക്കൽ ജംഗ്ഷനിൽ നിന്ന് വലത്തോട്ട് തിരിയുന്ന റോഡിന്റെ ആദ്യത്തെ കയറ്റത്തിന്നടുത്തു തന്നെയായിരുന്നു അവന്റെ വീട്. ജഗന്നാഥ ക്ഷേത്രത്തിനടുത്തുള്ള പച്ചക്കറി കട അവന്റച്ചന്റേതായിരുന്നു.

എട്ടാം ക്ലാസ് മുതലാണ് രാജൻ എന്റെ ഏറ്റവും വലിയ കൂട്ടുകാരനായത്. അതിനൊരു കാരണവുമുണ്ടായിരുന്നു. കുഞ്ഞിമൂസയായിരുന്നു ഞങ്ങളുടെ ക്ലാസിലെ ഏറ്റവും വലിയ പോക്കിരി. അഞ്ചാം ക്ലാസിലും ഏഴാം ക്ലാസിലും അവൻ തോറ്റിരുന്നു. ക്ലാസിൽ ഏറ്റവും പ്രായം കൂടിയവൻ അവനായിരുന്നു. അവന്റെ കൈച്ചൂട് അറിയാത്ത ഒരൊറ്റ കുട്ടിപോലും ക്ലാസിൽ ഉണ്ടായിരുന്നില്ല. തരം കിട്ടുമ്പോൾ പെൺകുട്ടികളെയും അവൻ അടിക്കുകയോ ഭീഷണിപ്പെടുത്തുകയോ ചെയ്യുമായിരുന്നു. അവനെ പേടിച്ച് ആരും പരാതി പറഞ്ഞില്ല. അതവൻ ചൂഷണം ചെയ്യുകയായിരുന്നു.

എന്നെയും അവൻ അടിച്ചിട്ടുണ്ട്. പലപ്രാവശ്യം. ഒരു ദിവസം ഒരു ഇന്റർവെൽ സമയത്ത് ഞാൻ മൂത്രപ്പുരയിൽ നിന്ന് ഇറങ്ങുകയായിരുന്നു. എന്റെ കൂടെ രാജനുമുണ്ടായിരുന്നു. കുഞ്ഞിമൂസ എവിടെനിന്നോ പെട്ടെന്ന് അവിടെ പ്രത്യക്ഷപ്പെട്ടു. അവൻ എന്നെ ഭീഷണിപ്പെടുത്താൻ തുടങ്ങി.

“എടാ പട്ടീ നീ കണക്ക് നോട്ട് തരില്ല അല്ലേ? ഒരു ദിവസം ഞാനത് കീറിയെറിയും.” രാവിലെ കരുണാകരൻ സാറിനോട് കിട്ടിയ അടിയുടെ ദേഷ്യം മുഴുവൻ അവന്റെ മുഖത്തുണ്ടായിരുന്നു. ഒറ്റ ദിവസവു അവൻ ഹോം വർക്ക് ചെയ്യില്ല. രാവിലെ എന്റെയോ ആയിഷയുടെയോ നോട്ട് വാങ്ങി പകർത്തുകയാണ് പതിവ്. ഇഷ്ടമുണ്ടായിട്ടല്ല. അവനെ പേടിച്ചിട്ടാണ് നോട്ട് കൊടുത്തിരുന്നത്. അന്നത്തെ ദിവസം ഞാൻ നോട്ട് കൊടുത്തില്ല. ആയിഷ ലീവായിരുന്നതുകൊണ്ടാണ് ഞാൻ അങ്ങിനെ ചെയ്തത്. അവന് അടി കിട്ടാൻ എന്നെപ്പോലെ മറ്റു കുട്ടികളും ആഗ്രഹിച്ചിരുന്നു.

ഞങ്ങൾ ആഗ്രഹിച്ചതുപോലെ നടന്നു. കരുണാകരൻ സാറിനോട് അവന് മൂന്നടി കിട്ടി. ആ ദേഷ്യം തീർക്കാൻ ശ്രമിക്കുകയായിരുന്നു. തെറി വിളിയോടെ അവൻ എന്റെ ഷർട്ടിന്റെ കോളർ പിടിച്ചു വലിക്കാൻ തുടങ്ങി. നിവൃത്തിയില്ലാതെ ഞാൻ അവനെ തള്ളിമാറ്റാൻ ശ്രമിച്ചു. പിന്നോട്ട് തള്ളുന്തോറും അവന് ദേഷ്യം കൂടി വന്നു. ഒടുവിൽ കോളറിന്റെ പിടിവിട്ട് എന്റെ മുഖത്ത് ശക്തിയിൽ ഒരടി തന്നു. പെട്ടെന്ന് എന്റെ ചെവിക്കുള്ളിൽ കൂടി എന്തോ പാറിപോയത് പോലെ തോന്നി. ഭാരമൊഴിഞ്ഞ തലയുമായി അല്പനേരം ഞാൻ സ്തംഭിച്ചുനിന്നു പോയി. സ്ഥലബോധം വന്നപ്പോഴേക്കും മൂസ അഞ്ചെട്ടടി നടന്നിരുന്നു. ദേഷ്യം കൊണ്ട് ഞാൻ വിറയ്ക്കുകയായിരുന്നു. എന്ത് ചെയ്യണമെന്ന് ഒരു നിമിഷം ഞാൻ ആലോചിച്ചു. പിന്നെ ഒട്ടും വൈകിയില്ല. ഒരു ചാട്ടത്തിന് അവന്റെ പിന്നിലെത്തി. സർവ്വശക്തിയുമെടുത്ത് പിന്നിൽ നിന്ന് തള്ളി.

അപ്രതീക്ഷിതമായ തള്ളലിൽ കുഞ്ഞിമൂസ മുഖമടിച്ച് വീണു. അവന്റെ മൂക്കിൽ നിന്നും വായിൽനിന്നും രക്തം പുറത്തേക്ക് ചാടി. ഒരു നോട്ടമേ നോക്കിയുള്ളൂ. പിന്നീട് അവിടെ നിന്നില്ല. ഞാനും രാജനും ക്ലാസിലേയ്ക്ക് ഓടി. ഓട്ടത്തിനിടയിൽ ആരോടും പറയരുതെന്ന് രാജനെ ഓർമി പ്പിച്ചു കൊണ്ടിരുന്നു. ക്ലാസിലെത്തി ഒന്നുമറിയാത്തവനെ പോലെ ഞാനിരുന്നു. കാലുകൾ വിറയ്ക്കുന്നുണ്ടായിരുന്നു. കുട്ടികൾ അറിയാതി രിക്കാൻ ഡസ്കിൽ തല ചായ്ച്ച് വെച്ച് ഞാനിരുന്നു. ഏതു നിമിഷവും പിടിക്കപ്പെട്ടാവുന്ന ഒരു കുറ്റവാളിയെപ്പോലെ.

മുകുന്ദൻ സാർ ക്ലാസ്സിലെത്തി പാഠം തുടങ്ങിയതൊന്നും ഞാനറി ഞ്ഞില്ല. കുഞ്ഞിമൂസയ്ക്കെന്ത് സംഭവിച്ചു. അതായിരുന്നു എന്റെ ചിന്ത. അവൻ മരിക്കുമോ? മൂക്കിൽ നിന്നും ധാരാളം ചോര തെറിച്ചതാണ്. ചിലപ്പോൾ മരിച്ചെന്ന് വരാം. അങ്ങിനെ സംഭവിച്ചാൽ എന്നെ പോലീസ് പിടിക്കും. ജയിലിലാകും. ഉപ്പയും ഉമ്മയും കരയും. എന്റെ പഠിത്തം നിൽക്കും. എല്ലാം നശിക്കും.

“റബ്ബേ കുഞ്ഞിമൂസ മരിക്കരുതേ”. എന്നും അവനെന്തെങ്കിലും പറ്റണമേ എന്ന് പ്രാർത്ഥിച്ചിരുന്ന ഞാൻ അന്ന് മാത്രം അവനൊന്നും സംഭവിക്കരുതേ എന്ന് പ്രാർത്ഥിച്ചു.

കുറച്ചുകഴിഞ്ഞ് പ്യൂൺ മമ്മൂക്ക ക്ലാസിലേക്ക് വന്നു. എന്നെയും രാജനെയും ഹെഡ്മാസ്റ്റർ വിളിക്കുന്നുവെന്ന് പറഞ്ഞു. മമ്മൂക്കയുടെ പിന്നിൽ തലയും താഴ്ത്തികുറ്റവാളികളെ പോലെ ഞങ്ങൾ നടന്നു. വഴിയിൽ ഒന്നും പറയരുതെന്ന് രാജനെ ഓർമിപ്പിച്ചു കൊണ്ടിരുന്നു.

“ഞാനൊന്നും പറയില്ല നീ പേടിക്കണ്ട”. അവന്റെ മറുപടിയിൽ എനിയ്ക്കല്പം ആശ്വാസം തോന്നി. ഇനി വരും പോലെ വരട്ടെ ഞാൻ സമാധാനിച്ചു.

ഓഫീസ് മുറിയിലെത്തുമ്പോൾ മുഹമ്മദ് സാർ കസേരയിലിരുന്ന് എന്തോഎഴുതുകയായിരുന്നു. മൂക്കിൽ ഒരു കൈകൊണ്ട് തുണി അമർ ത്തിപ്പിടിച്ച് കരഞ്ഞു വീർത്ത മുഖവുമായി കുഞ്ഞിമൂസയും അടുത്തുതന്നെ നിൽപ്പുണ്ട്. ഞങ്ങളെ കണ്ട ഉടനെ മുഹമ്മദ് സാർ എഴുന്നേറ്റ് സ്റ്റീൽ അലമാരയ്ക്കും ചുമരിനുമിടയിൽ ഒളിച്ചുവെച്ച ഒരു ചൂരൽ കയ്യിലെടുത്തു. ബെല്ലടിച്ചിട്ടും കുട്ടികൾ ക്ലാസിൽ കയറാതെ വരുമ്പോൾ ഇതേ ചൂരലു മെടുത്തതാണ് അദ്ദേഹം ഗ്രൗണ്ടിലേക്ക് ഇറങ്ങുക. പിന്നെ ചന്തിയ്ക്ക് അടി വീഴുമ്പോഴാണ് പിന്നിൽ മുഹമ്മദ് സാറുണ്ടെന്നറിയുക. അടി വീഴാൻ തുടങ്ങുമ്പോഴേക്കുംഞങ്ങളെല്ലാം ക്ലാസിലേക്ക് ഓടിമറയും.

ഇപ്പോൾ അതേ ചൂരലുമായി എന്നെ മാത്രം ലക്ഷ്യം വെച്ച് അദ്ദേ ഹത്തെ കണ്ടപ്പോൾ മനസ്സൊന്നു കാളി. ഇതുവരെയുണ്ടായിരുന്ന

ധൈര്യമെല്ലാം പെട്ടെന്നെങ്ങോ ചോർന്നുപോയി. ഹൃദയമിടിപ്പിന് വേഗത കൂടി. കരച്ചിൽ തൊണ്ടയിൽ വന്ന് തടഞ്ഞു നിന്നു. സാർ എന്റെ തോളിൽ പിടിച്ചുവലിച്ച് ഒരു ഭാഗത്തേക്ക് മാറ്റിനിറുത്തി. ഇടതുകൈ തോളിൽ നിന്നെടുക്കാതെ അദ്ദേഹം അലറി.

"എന്തിനാടാ നീ ഇവനെ തള്ളിയിട്ടത്? നിന്നെ ഇവൻ എന്തെങ്കിലും ചെയ്തോ? പറയെടാ... പറ...". അലറുന്നതിനിടയിൽ ഇടതുകൈ കൊണ്ട് അദ്ദേഹം എന്നെ കുലുക്കിക്കൊണ്ടിരുന്നു. എനിയ്ക്കൊന്നും പറയാൻ കഴിഞ്ഞില്ല. എന്തൊക്കെയോ പറയണമെന്നുണ്ടായിരുന്നു. വാക്കുകളൊന്നും പുറത്തേക്ക് വന്നില്ല. എനിയ്ക്ക് കരയണമെന്നുണ്ടായിരുന്നു. പേടിച്ച് കരച്ചിലും പുറത്തുവന്നില്ല. മുഹമ്മദ് സാർ പിന്നെയും പിന്നെയും ഭീഷണിപ്പെടുത്തിക്കൊണ്ടിരുന്നു. ഞാൻ ഒന്നുംപറയുന്നില്ലെന്ന് വന്നപ്പോൾ രാജനു നേരെയായി അദ്ദേഹത്തിന്റെ ഭീഷണി.

"അവൻ കുഞ്ഞിമൂസ്സയെ തള്ളിയിടുന്നത് നീ കണ്ടില്ലേ? സത്യം പറഞ്ഞോ. ഇല്ലെങ്കിൽ നിന്റെ തുടയിലെ തൊലി ഞാൻ പൊളിച്ചെടുക്കും. രണ്ടിനെയും സ്കൂളിൽ നിന്ന് ഞാൻ പുറത്താക്കും. കളവ് പറഞ്ഞാൽ നിന്നെ ഞാൻ ശരിയാക്കും. പറയെടാ... വേഗം പറ...". മുഹമ്മദ് സാറിന്റെ ഭീഷണിയിൽ രാജൻ എല്ലാം പറയുമെന്ന് തോന്നി. അവന്റെ മുഖം കണ്ടാലറിയാം. നല്ല പേടിയുണ്ട്. അവന്റെ സ്ഥാനത്ത് ഞാനായിരുന്നെങ്കിൽ എല്ലാം പറഞ്ഞുപോകും. അന്നേരത്തെ രക്ഷയ്ക്ക് അത് മാത്രമേ ചെയ്യാൻ കഴിയുമായിരുന്നുള്ളൂ.

എന്റെ ഊഹം തെറ്റി. ഞാൻ കരുതിയത് പോലല്ല അവൻ പറഞ്ഞത്. കുഞ്ഞിമൂസ കല്ലിൽ തട്ടി തനിയെ വീണതാണെന്ന് അവൻ പറഞ്ഞു. കുഞ്ഞിമൂസ അറിയപ്പെടുന്ന കുറ്റവാളിയായതുകൊണ്ട് രാജൻ പറഞ്ഞത് സാറ് വിശ്വസിച്ചു. പിന്നീടുള്ള അടി മുഴുവൻ കുഞ്ഞിമൂസയ്ക്കായിരുന്നു. കളവ് പറഞ്ഞതിന് പൊതിരെ തല്ല് കിട്ടി. ഞങ്ങളോട് ക്ലാസ്സിലേക്ക് പോകാൻ പറഞ്ഞു. ഓഫീസ് മുറിയിൽ നിന്നും പുറത്തിറങ്ങിയപ്പോഴാണ് ശ്വാസം നേരെ വീണത്.

വളരെ നിസ്സാരമായ ആ സംഭവത്തെക്കുറിച്ച് പിൽക്കാലത്ത് ഒരുപാട് ഞാൻ ആലോചിച്ചിട്ടുണ്ട്. അന്ന് രാജൻ സത്യം തുറന്നു പറഞ്ഞിരുന്നെങ്കിൽ രണ്ടോ മൂന്നോ അടിയെ കിട്ടുമായിരുന്നുള്ളൂ. അതോടെ എല്ലാം തീരുമായിരുന്നു. എന്നാൽ പിന്നീട് നടന്നതെല്ലാം ദൈവം നിശ്ചയിച്ചുറപ്പിച്ചതു പോലെയായിരുന്നു. അതൊരു കഥയാണ്. അത് പിന്നീട് പറയാം. ഇപ്പോൾ രാജൻ ഉപ്പ മരിച്ചതിന്റെ പിറ്റേദിവസം രാവിലെ വന്നതിനെക്കുറിച്ചാണല്ലോ പറഞ്ഞത്. കുറച്ചുനേരം അവൻ എന്റെ കൂടെ ചെലവഴിച്ചു. സ്കൂളിൽ പോകേണ്ട സമയമായപ്പോൾ വീട്ടിലേക്ക് പോയി.

പതിനൊന്നു മണിയായിക്കാണും. അബൂബക്കർ സാറിനൊപ്പം എന്റെ ക്ലാസിലെ കുട്ടികൾ മുഴുവൻ വന്നു. അക്കൂട്ടത്തിൽ രാജനും കുഞ്ഞിമൂസയുമുണ്ടായിരുന്നു. എല്ലാവരും എന്നെ കാണാൻ വന്നതായിരുന്നു. എന്നെപ്പോലെ അവർക്കും സങ്കടമുണ്ടെന്നു തോന്നി.കുഞ്ഞിമൂസയുടെ മുഖത്തും ഞാനത് കണ്ടു. അവന് എന്നോട് വെറുപ്പില്ലെന്ന് മുഖം കണ്ടപ്പോൾ മനസ്സിലായി. സ്കൂളിലെ പരുക്കൻ പെരുമാറ്റത്തിനുള്ള കാരണം അവന്റെ ജീവിതസാഹചര്യമായിരുന്നെന്ന് പിന്നീട് ഞാൻ കണ്ടെത്തിയിരുന്നു. അപ്പോഴേക്കും അവൻ നല്ലൊരു മീൻ കച്ചവടക്കാരനായി മാറിയിരുന്നു.

അബൂബക്കർ സാറും കുട്ടികളും പോയതിനു ശേഷമാണ് മുഹമ്മദ് സാർ വന്നത്. അദ്ദേഹം ഞങ്ങൾക്ക് ക്ലാസ്സെടുത്തിരുന്നില്ല. ഹെഡ്മാസ്റ്റർ എന്ന നിലയ്ക്ക് വന്നതായിരിക്കണം. അദ്ദേഹത്തെ കണ്ടപ്പോൾ കയ്യിലേക്കാണ് ഞാൻ നോക്കിയത്. അറിയാതെ നോക്കി പോയതാണ്. കയ്യിൽ എപ്പോഴും ഒരു ചൂരൽ കാണും. ചൂരൽ വടിയില്ലാതെ ഒരിക്കൽ പോലും ഞാൻ അദ്ദേഹത്തെ കണ്ടിട്ടില്ല.

എന്നെ അദ്ദേഹം അടുത്തേയ്ക്ക് വിളിച്ചു. ഉള്ളിൽ ചെറിയൊരു ഭയവും സങ്കോചവുമുണ്ടായിരുന്നു. എങ്കിലും ഞാൻ അദ്ദേഹത്തിനടുത്തേയ്ക്ക് പോയി. അദ്ദേഹം എന്നെ ചേർത്തുപിടിച്ചു. എന്റെ തല മാറോടുചേർത്ത് കുനിഞ്ഞു അദ്ദേഹത്തിന്റെ മുഖം എന്റെ തലയിൽ മുട്ടിച്ചു. തലയിൽ ചുംബിച്ചതാണോ, മുഖമമർത്തിയതാണോ എന്നൊന്നും എനിയ്ക്ക് മനസ്സിലായില്ല. ഒന്നുമാത്രം ഞാനറിഞ്ഞു. ഉപ്പയായിരുന്നു എന്നെ കെട്ടിപ്പിടിച്ചത്. ഉപ്പയുടെ അതേ മണം. അതേ തലോടൽ. എല്ലാം ഒരേ പോലെ. ഞാൻ കരഞ്ഞു. തേങ്ങിത്തേങ്ങി കരഞ്ഞു. എന്റെ സങ്കടങ്ങളത്രയും ചെറിയൊരു അരുവിയായി പുറത്തേയ്ക്കൊഴുകി. എന്റെ തേങ്ങലിനനുസരിച്ച് അദ്ദേഹം പുറത്തു തട്ടി ആശ്വസിപ്പിക്കുന്നുണ്ടായിരുന്നു. എത്രനേരം അങ്ങിനെ നിന്നുവെന്നറിയില്ല. അദ്ദേഹം ടവ്വൽ കൊണ്ട് കണ്ണു തുടച്ചു തന്നപ്പോഴാണ് ഞാൻ മുഖത്തേയ്ക്ക് നോക്കിയത്. അദ്ദേഹവും കരഞ്ഞുന്നുവെന്ന് തോന്നുന്നു. കണ്ണിൽ നനവുണ്ടായിരുന്നു. എപ്പോഴും ചൂരലുമായി നടക്കുന്ന ഭീകര മനുഷ്യനാണല്ലോ ഇത് എന്നോർത്തപ്പോൾ എനിക്ക് അത്ഭുതം തോന്നി.

ഉച്ചവരെ വരാന്തയിലും ഉമ്മാമ്മയുടെ മുറിയിലുമായി കഴിച്ചുകൂട്ടി. ഉച്ചയ്ക്ക് ശേഷം ഇക്കാക്കയുടെ മുറിയിൽ കയറി. അവിടെയാകുമ്പോൾ സമയം പോകുന്നതറിയില്ല. വായിക്കാൻ ധാരാളം പുസ്തകങ്ങളുണ്ട്. സ്കൂളില്ലാത്ത ദിവസങ്ങളിൽ മുമ്പും ഞാൻ ആ മുറിയിൽ കയറിയിട്ടുണ്ട്. കേശവദേവിന്റെ "ഓടയിൽ നിന്ന്" ഉറൂബിന്റെ "ഉമ്മാച്ചു" തുടങ്ങിയ പുസ്തകങ്ങൾ ആദ്യമായി വായിക്കാനിടയായത് അങ്ങിനെയാണ്.

ഇക്കാക്കയില്ലാത്തപ്പോഴാണ് ഞാൻ മുറിയിൽ കയറുക. ഇക്കാക്കയുടെ മുറിയിൽ കയറാൻ ആർക്കും അനുവാദമുണ്ടായിരുന്നില്ല. അതു നിറയെ പുസ്തകങ്ങളും പുരാവസ്തുക്കളുമായിരുന്നു. പുരാവസ്തുക്കൾ ശേഖരിക്കുന്ന ശീലം ഇക്കാക്കയ്ക്കുണ്ടായിരുന്നു. കല്യാണം കഴിഞ്ഞതിനു ശേഷം ഇക്കാക്ക അമ്മായിയുടെ വീട്ടിലായിരുന്നു താമസം. പകൽ നേരങ്ങളിൽ എപ്പോഴെങ്കിലും വീട്ടിൽ വരും. അല്ലാത്തപ്പോൾ മുറി അടച്ചിടും. താക്കോൽ ഉമ്മാമ്മയുടെ മുറിയിലെ മേശവലിപ്പിൽ വെയ്ക്കും.

ഞാൻ മേശവലിപ്പിൽ നിന്ന് താക്കോലെടുത്ത് മുറി തുറന്നു. ഇടതു ഭാഗത്തെ അലമാര തുറന്നു. അതിൽ നിറയെ മലയാളപുസ്തകങ്ങളായിരുന്നു. മധ്യത്തിലുള്ള അലമാരയിൽ മുസാഫ്, തഫ്സീറുകൾ മറ്റു മതഗ്രന്ഥങ്ങൾ എന്നിവയായിരുന്നു. അവയൊന്നും ഞാനെടുത്തു വായിക്കാറില്ല. ഒരിക്കൽ ഒരു വെള്ളിയാഴ്ച ദിവസം ഞാൻ ഇതേ അലമാര തുറന്നു. ഇക്കാക്കയ്ക്ക് സ്കൂളുള്ള ദിവസമായിരുന്നു അത്. എനിക്ക് വളരെ സ്വാതന്ത്ര്യം തോന്നി. ഓരോ പുസ്തകവും ഞാൻ പരിശോധിച്ചു. വായിച്ച പേജ് അടയാളപ്പെടുത്താൻ ഓരോ കാർബോഡ് കഷ്ണമുണ്ടായിരുന്നു. ഓരോ പുസ്തകത്തിന്റെ ഒന്നോ രണ്ടോ പേജ് മറിച്ചുനോക്കി അവിടെത്തന്നെ വെച്ചു. അക്കൂട്ടത്തിൽ ഒരു പുസ്തകം മാത്രം മതഗ്രന്ഥമല്ലെന്ന് മനസ്സിലായി. ഞാൻ അതിന്റെ ആദ്യ പേജുകൾ വേഗത്തിൽ വായിച്ചു. വായിക്കുന്തോറും ബാക്കി പേജുകൾ കൂടി വായിക്കണമെന്നു തോന്നി. ഞാൻ കസേരയിൽ ഇരുന്നു. എനിക്കു മുന്നിൽ പേജുകൾ ഒന്നൊന്നായി മാറിക്കൊണ്ടിരുന്നു. പുതിയൊരു ലോകത്തിൽ പഴയൊരു കാലത്തിലൂടെ ഞാൻ സഞ്ചരിക്കുകയായിരുന്നു. എന്റെ ഇളംമനസ്സിലൂടെ വേദനയുടെ ഒരു നദി സാവധാനം ഒഴുകിക്കൊണ്ടിരുന്നു. ഞാൻ അതിൽ മുങ്ങിത്താഴുകയായിരുന്നു. ഇക്കാക്ക തട്ടി വിളിച്ചപ്പോഴാണ് പരിസരബോധമുണ്ടായത്. ഞെട്ടിയെഴുന്നേറ്റു പുസ്തകം യഥാസ്ഥാനത്ത് വെച്ചു. പേടികൊണ്ട് പേജിന് അടയാളം വെയ്ക്കാൻ മറന്നു. ഇക്കാക്ക ചീത്ത പറയുമെന്ന് കരുതി. ഒന്നുമുണ്ടായില്ല.

“പള്ളിയിൽ പോകേണ്ട സമയമായി. വേഗം പോ. ബാക്കി പിന്നെ വായിക്കാം.” മേശ വലിപ്പിൽ എന്തോ പരതുന്നതിനിടയിൽ ഇക്കാക്ക പറഞ്ഞു. ഞാൻ വേഗത്തിൽ കുളി കഴിഞ്ഞു പള്ളിയിലേക്ക് ഓടി. ഓടുന്നതിനിടയിൽ ഇക്കാക്ക പറഞ്ഞ അവസാന വാചകം എന്നെ സന്തോഷിപ്പിച്ചു. ബാക്കി ഭാഗം വായിക്കാനുള്ള അനുമതി കിട്ടിയിരിക്കുന്നു. ഇനി പേടിക്കാതെ മുറിയിൽ കയറാം. ഏത് പുസ്തകങ്ങളും എടുത്ത് വായിക്കാം. വീട്ടിൽ എനിയ്ക്ക് മാത്രം കിട്ടിയ സ്വാതന്ത്ര്യം. എനിയ്ക്ക് എന്നെ കുറിച്ച് മതിപ്പ് തോന്നി. ഇക്കാക്ക എന്തോ ആവശ്യത്തിന് ലീവെടുത്തത് എന്റെ ഭാഗ്യമായി.

പള്ളിയിൽ നിന്ന് വന്ന വേഗത്തിൽ ചോറ് തിന്നു. മുറിയിലേക്ക് കയറി. പുസ്തകമെടുത്ത് അടയാളം ഇടാൻ മറന്ന പോയ പേജ് തപ്പിയെടുത്തു. പിന്നെ എല്ലാം മറന്നുള്ള വായനയായിരുന്നു. രണ്ടു മൂന്ന് ദിവസം കൊണ്ട് പുസ്തകം വായിച്ച തീർത്തു. വിക്ടർ യൂഗോവിന്റെ "പാവങ്ങൾ" അങ്ങിനെയാണ് ഞാൻ വായിക്കുന്നത്.

തഫ്സീറുകൾക്കിടയിൽ നിന്നായിരുന്നു ഞാൻ പുസ്തകമെടുത്തത്. അവിടെ തന്നെ വെക്കണമോ എന്നായി എന്റെ സംശയം. ആദ്യം സ്ഥാനം തെറ്റി അറിയാതെ അവയ്ക്കിടയിൽ വച്ചതായിരിക്കുമോ? അങ്ങിനെയാകാൻ തരമില്ല. ഇക്കാക്ക നല്ല അറിവും ചിന്തയുമുള്ള ആളായിരുന്നു. പാവങ്ങൾ എന്ന പുസ്തകം മതഗ്രന്ഥങ്ങൾക്കിടയിൽ തന്നെ വെക്കണമെന്ന് അദ്ദേഹം തീരുമാനിച്ചിട്ടുണ്ടാവാം. എനിയ്ക്കും അങ്ങിനെ തോന്നി. ചില പുസ്തകങ്ങൾ എഴുതപ്പെടുന്നവയല്ല. കാലം തന്നെ സൃഷ്ടിക്കുന്നവയാണ്. അതെല്ലാം കാലത്തിനതീതമായി നില നിൽക്കുകയും ചെയ്യും.

പുസ്തകങ്ങൾ ഓരോന്നും മറിച്ചുനോക്കിയതല്ലാതെ ഒന്നും തൃപ്തി നൽകിയില്ല. പുസ്തകങ്ങളുടെ കാലപ്പഴക്കമായിരുന്നില്ല. അന്നേരത്തെ മാനസികാവസ്ഥയ്ക്ക് യോജിച്ചവയായിരുന്നില്ല അവയിലധികവും. വായനയായിരുന്നില്ല എന്റെ ലക്ഷ്യം. മറ്റുബഹളങ്ങളിൽ നിന്നുള്ള ഒരു രക്ഷ. അതിനുവേണ്ടിയാണ് ഞാൻ ഇക്കാക്കയുടെ മുറിയിൽ കയറിയത്. രണ്ടാമത്തെ അലമാര തുറന്നു. കട്ടിയുള്ള പുറംചട്ടകളുള്ള നിരവധി പുസ്തകങ്ങൾ അതിൽ അടുക്കിവെച്ചിരുന്നു. ഗാന്ധിജിയുടെ ഒരു പുസ്തകം ഞാനെടുത്തു.

"ഗാന്ധി കുടുംബക്കാർ ബനിയ ജാതിയിൽ പെട്ടവരാണ്.അവർ ആദ്യം പലചരക്ക് വ്യാപാരികളായിരുന്നത്രെ. എന്നാൽ എന്റെ മുത്തച്ഛൻ മൂന്ന തലമുറയായി അവർ കത്യവാറിലെ വിവിധ നാട്ടുരാജ്യങ്ങളിൽ പ്രധാനമന്ത്രിമാരായിരുന്നു. അവരിലൊരാളും എന്റെ മുത്തച്ഛനുമായ ഉത്തംചന്ദ് ഗാന്ധി അഥവാ ഓത്താ ഗാന്ധി തത്വനിഷ്ഠയുള്ള ഒരാളായിരുന്നിരിക്കണം..."

വായനയിൽ ഞാൻ എല്ലാം മറന്നു. ഉപ്പയുടെ മരണം നൽകിയ വേദനകളത്രയും അക്ഷരങ്ങൾക്ക് പിന്നിൽ മറഞ്ഞു. വീട്ടിൽ വരുന്ന വരെ എനിയ്ക്ക് കാണേണ്ടതായിരുന്നു. അവരുടെ സഹതാപങ്ങൾ കേൾക്കാൻ ഞാൻ ഇഷ്ടപ്പെട്ടില്ല. പ്രത്യേകിച്ചും സ്ത്രീകളുടേത്. എന്ത് എപ്പോൾ എങ്ങിനെ സംസാരിക്കണമെന്ന് അവരിൽ പലർക്കുമറിയില്ല. അവരെല്ലാം ശുദ്ധഹൃദയരാണ്. അറിവില്ലായ്മ കൊണ്ടാണ്. അറിവില്ലായ്മ ഒരു കുറ്റമല്ലല്ലോ ?

ഉമ്മയെ കാണുമ്പോൾ എന്റെ സങ്കടം കൂട്ടും. ഞാൻ ഉമ്മയുടെ അരികിൽ വേണമെന്ന് പലരും നിർബന്ധിച്ചു. ഞാൻ ഒഴിഞ്ഞുമാറുകയായിരുന്നു. ഉമ്മയെ കാണാതിരിക്കാൻ. ഉപ്പ മരിച്ചതിനുശേഷം ഉമ്മ കാര്യമായി ഒന്നും കഴിച്ചിട്ടില്ല. ക്ഷീണിച്ച് അവശയായി, ഉമ്മാമ്മയെ കെട്ടിപ്പിടിച്ച്, ഒരേ കിടപ്പാണ്. രാത്രി ഉറക്കത്തിന്റെ പിന്നാമ്പുറങ്ങളിലെവിടെയോ ഉമ്മയുടെ തേങ്ങൽ ഞാൻ കേൾക്കാറുണ്ടായിരുന്നു. പിന്നെയും എത്രയോ കാലം അതേ തേങ്ങൽ ഉറക്കത്തിൽ എന്നെ വേട്ടയാടിക്കൊണ്ടിരുന്നു.

വായന കുറേ നേരം നീണ്ടുനിന്നു. പുറത്തെന്തോ ശബ്ദം കേട്ടാണ് വായന നിറുത്തിയത്. നേരത്തെ ചെയ്തത് പോലെ നോട്ട്ബുക്കിൽ അടയാളമിട്ട്, വാതിൽ പൂട്ടി അരുൺ കുമാറും കവിതയും പുറത്തിറങ്ങി. കൈകൾ ചേർത്തുപിടിച്ച് മുറ്റത്തെ കരിയിലകൾക്ക് മുകളിലൂടെ ഇരുട്ടിന്റെ നിഗൂഢതകളിലേക്ക് അവർ നടന്നു നീങ്ങി.

ആഴ്ചകൾക്കു ശേഷം പാകം ചെയ്യാനുള്ള ചില ഭക്ഷണസാധനങ്ങളുമായാണ് അവർ സക്കീർ ഭായിയുടെ വില്ലയിലെത്തിയത്. സക്കീർ ഭായി ഉണ്ടായിരുന്നപ്പോൾ എത്രയോ തവണ അവിടെ നിന്ന് അവർ ഭക്ഷണം കഴിച്ചിട്ടുണ്ട്. അദ്ദേഹമത് ആഗ്രഹിച്ചിരുന്നു. അതുകൊണ്ട് അവിടെ നിന്ന് വല്ലതും പാകം ചെയ്യണം എന്ന് അവർ തീരുമാനിക്കുകയായിരുന്നു. അടുക്കളയിലേക്കാണ് അരുൺ കുമാറും കവിതയും ആദ്യം പോയത്. അവിടെ എല്ലാം അതേപോലെ ഇരിപ്പുണ്ട്.

അരുൺ കുമാർ ഗ്യാസ് സിലിണ്ടർ പരിശോധിച്ചു. ഭാഗ്യം അതിൽ ഗ്യാസുണ്ട്. ഗ്യാസില്ലെങ്കിൽ പദ്ധതിയെല്ലാം പൊളിയുമായിരുന്നു. സാധനങ്ങളുമായി വരുമ്പോൾ ഈ ഒരു കാര്യം അവർ ഓർത്തിരുന്നില്ല. സിലണ്ടർ കണ്ടപ്പോഴാണ് അതിനെക്കുറിച്ചോർത്തത്. അരുൺ കുമാർ പൊടിപ്പിടിച്ച കുപ്പികളും ഭരണികളും പരിശോധിച്ചു. പഞ്ചസാര, ഉപ്പ്, ചായപ്പൊടി, മുളകുപൊടി എല്ലാം അവിടെയുണ്ടായിരുന്നു. ചായപ്പൊടിയിൽ പൂപ്പൽ വന്നിട്ടുണ്ട്. ബാക്കിയെല്ലാം കേടുകൂടാതെ അതേപോലെ ഇരിപ്പുണ്ട്. കവിത കിണറ്റിൽ നിന്ന് വെള്ളമെടുത്ത് കട്ടൻ ചായ ഉണ്ടാക്കി.കയ്യിൽ കരുതിയ നൂഡിൽസ് പാകം ചെയ്തു.മേശമേൽ മൂന്ന് പ്ലേറ്റ് നിരത്തി. മൂന്നാമത്തെ പ്ലേറ്റ് സക്കീർ ഭായിക്കുള്ളതായിരുന്നു. അദ്ദേഹത്തിന്റെ ആത്മാവ് അവിടെയുള്ളതായി അവർക്ക് തോന്നി. വരുമ്പോഴെല്ലാം ഒന്നിച്ചിരുന്ന് ഭക്ഷണം കഴിക്കുമായിരുന്നു. ഒന്നുമില്ലെങ്കിലും എന്തെങ്കിലും തിന്ന് സഹകരിക്കണം. അതായിരുന്നു അദ്ദേഹത്തിന്റെ രീതി. ആ കടപ്പാട് അവർ മനസ്സിൽ സൂക്ഷിച്ചു. അതിനു വേണ്ടിയായിരുന്നു തിടുക്കപ്പെട്ടുള്ള ഭക്ഷണം പാകം ചെയ്യൽ.

ഭക്ഷണശേഷം നോട്ടുബുക്കുമെടുത്ത് അവർ കട്ടിലിലിരുന്നു. വായന തുടങ്ങി. തിരക്കില്ലാതെ വളരെ സാവധാനം. ചില പേജുകളിലെത്തു മ്പോൾ ആരെങ്കിലുമൊരാൾ പേജിന് മുകളിൽ കൈമലർത്തി വെക്കും. അപ്പോൾ വായന നിർത്തും. കൈ എടുക്കുമ്പോൾ വായന തുടരാം. സക്കീർ ഭായിയുടെ ഉപ്പ മരിച്ചത് വിശദീകരിക്കുന്ന ഭാഗത്തെത്തിയ പ്പോൾ കവിത രണ്ടുപ്രാവശ്യം കൈ മലർത്തി വെച്ചിരുന്നു. അപ്പോഴെ ല്ലാം അവളുടെ കണ്ണുകളിൽ ചെറിയൊരു നനവ് പടർന്നിരുന്നു.

രണ്ട് ദിവസം കൂടി വീട്ടിൽ കഴിച്ചുകൂട്ടി. പിന്നെ സ്കൂളിലേക്ക് പോകാൻ തുടങ്ങി. ക്ലാസിലിരുന്നതല്ലാതെ ഒന്നും ശ്രദ്ധിക്കാൻ കഴിഞ്ഞില്ല. മനസ്സിലെപ്പോഴും ഉപ്പയുടെ രൂപമായിരുന്നു. എത്ര ശ്ര മിച്ചിട്ടും ഉപ്പയെ കുറിച്ച് ഓർക്കാതിരിക്കാൻ കഴിഞ്ഞില്ല. ഭംഗിയായി വെട്ടിയൊതുക്കിയ താടിരോമങ്ങൾ, എണ്ണ തേച്ച് മിനുക്കിയ കറുത്ത മുടി പിന്നിലേക്ക് ചീകി വെച്ച്, ഇസ്തിരിയിട്ട ജുബ്ബയും, പാന്റ്സും ധരിച്ച് നല്ല പൊക്കവും അതിനൊത്ത തടിയുമുള്ള ഉപ്പയുടെ രൂപം എന്റെ ഉള്ളിലെവിടെയോ ഒളിഞ്ഞിരിക്കികയും ഇടയ്ക്കിടയ്ക്ക് പ്രത്യക്ഷപ്പെടുന്നതാ യും എനിയ്ക്ക് തോന്നിത്തുടങ്ങി. ഒന്ന് ചിരിക്കാൻ പോലും ഞാൻ മറന്നു. മനസ്സിൽ ഉപ്പയെ കുറിച്ചുള്ള ചിന്തയല്ലാതെ മറ്റൊന്നുമുണ്ടായിരുന്നില്ല

ആഴ്ചകൾക്ക് ശേഷമാണ് ഞാൻ ഒന്ന് ചിരിച്ചത്. ക്ലാസിൽ അതിനൊരു അവസരം ഉണ്ടാവുകയായിരുന്നു. ഫസ്റ്റ് പിര്യേഡ് എന്നും ഇംഗ്ലീഷായിരുന്നു. അബൂബക്കർ സാറായിരുന്നു ഇംഗ്ലീഷ് പഠിപ്പിച്ചി രുന്നത്. അദ്ദേഹം തന്നെയായിരുന്നു ഞങ്ങളുടെ ക്ലാസധ്യാപകനും. പാഠഭാഗം എടുത്തു കഴിഞ്ഞാൽ ഒന്നോ രണ്ടോ പേരെ കൊണ്ട് വായി പ്പിക്കാറുണ്ടായിരുന്നു. അന്നത്തെ ദിവസം മൊയ്തുവിനോടായിരുന്നു

വായിക്കാൻ പറഞ്ഞത്. മൊയ്തു ഡെസ്കിൽ നിന്നും ടെക്സ്റ്റ് ബുക്ക് എടുത്തുയർത്തുമ്പോൾ ഒരു കടലാസ് കഷ്ണം താഴെവീണു. മൊയ്തു അതെടുത്ത് ഒളിപ്പിക്കാൻ ശ്രമിക്കുന്നതിനു മുമ്പേ സാറിന്റെ കണ്ണിൽ പെട്ടു. അദ്ദേഹം അതെടുത്തു നിവർത്തി വായിച്ചു. വായിക്കുമ്പോൾ അദ്ദേ ഹത്തിന്റെ ചുണ്ടുകളിൽ ചിരി പടരുന്നത് ഞങ്ങൾ കണ്ടു. ചിരിക്കാൻ വകയുള്ളതെന്തോ ഒന്ന് അതിലുണ്ട്. ഞങ്ങൾ കരുതി.

ഉച്ചത്തിൽ വായിക്കാൻ ഞങ്ങളെല്ലാം നിർബന്ധിച്ചു. അദ്ദേഹം മൊയ്തുവിനെ നോക്കി. മൊയ്തു നിന്ന് പരുങ്ങുകയായിരുന്നു. എന്തുചെ യ്യണമെന്നറിയാതെ അവൻ കുഴങ്ങി. നിർബന്ധം കൂടി വന്നപ്പോൾ സാറത് വായിച്ചു.

“പ്രിയപ്പെട്ട ലേലാ അറിയുവാൻ, മൊയ്തുവിന്റെ എയുത്ത്. അനക്ക് നിന്നെ വലിയ ഇശ്ട്ടമാണ്...” സാറ് ലേലാ എന്ന് വായിച്ചപ്പോഴേക്കും

കുട്ടികളെല്ലാം ചിരിയ്ക്കാൻ തുടങ്ങി. പിന്നീട് വായിച്ചതൊന്നും വ്യക്തമായി കേൾക്കാൻ കഴിഞ്ഞില്ല. മൊയ്തുവിന് മലയാളം ശരിയായി എഴുതാൻ അറിയില്ലായിരുന്നു. ലൈല എന്നെഴുതേണ്ടതിന് പകരം അവൻ ലേലാ എന്നാണ് എഴുതിയത്. ലൈല തൊട്ടപ്പുറത്തെ 8ബിയിലാണ് പഠിച്ചിരുന്നത്. അവളിതെല്ലാം പിന്നീടാണറിഞ്ഞത്. അന്നുമുതൽ മൊയ്തു അറിയപ്പെട്ടത് ലേലാ മൊയ്തു എന്ന പേരിലാണ്.

പത്തിൽ ലേല മൊയ്തുവും കുഞ്ഞിമൂസയുമുൾപ്പെടെ നാൽപ്പതോളം കുട്ടികൾ തോറ്റു. എനിയ്ക്ക് നല്ല മാർക്കുണ്ടായിരുന്നു. രാജന് എന്റെ അത്ര മാർക്കില്ലായിരുന്നു. അവൻ പ്രീ ഡിഗ്രിക്ക് തേർഡ് ഗ്രൂപ്പും ഞാൻ ഫസ്റ്റ് ഗ്രൂപ്പുമെടുത്തു. ഞങ്ങൾ രണ്ടുപേരും ബ്രണ്ണൻ കോളേജിൽ ചേർന്നു. ഞങ്ങളൊന്നിച്ചാണ് കോളേജിൽ പോയിരുന്നത്. എന്റെ ക്ലാസ്സിൽ പരിചയക്കാരാരുമുണ്ടായിരുന്നില്ല. സെക്കൻഡ് ഗ്രൂപ്പിലും തേർഡ് ഗ്രൂപ്പിലും ചിലരൊക്കെയുണ്ടായിരുന്നു. ലേലാ മൊയ്തു സ്നേഹിച്ച ലൈല സെക്കൻഡ് ഗ്രൂപ്പിലുണ്ടായിരുന്നു. പത്ത് ബി യിലെ ഉസ്മാനും, പത്ത് സി യിലെ വിജയനും തേർഡ് ഗ്രൂപ്പിന്റെ ക്ലാസിലായിരുന്നു. ഇന്റർവെൽ സമയത്ത് ഞാൻ അവരുടെ കൂടെ കൂടും. ഭക്ഷണം കഴിഞ്ഞു ഞങ്ങൾ ഏതെങ്കിലും മരത്തിന്റെ ചുവട്ടിലിരിക്കും. ബ്രണ്ണൻ കോളേജ് പരിസരത്ത് ധാരാളം മരങ്ങളുണ്ടായിരുന്നു. ഉച്ച നേരങ്ങളിൽ ഞങ്ങളെപ്പോലെ അവയ്ക്ക് ചുവട്ടിൽ ധാരാളം കുട്ടികളുണ്ടാവും. ചിലമരച്ചുവട്ടിൽ ആൺകുട്ടികളും പെൺകുട്ടികളും ഇടകലർന്നിരിപ്പുണ്ടാവും. ഞങ്ങൾ പ്രീഡിഗ്രിക്കാർക്ക് അതൊരത്ഭുതമായിരുന്നു. ഡിഗ്രി ക്ലാസ്സുകളിലെ ആൺകുട്ടികളും പെൺകുട്ടികളും ചിലപ്പോൾ തൊട്ടുരുമ്മിയിരിക്കുന്നതു കാണാം. അങ്ങിനെ ഇരിക്കണമെന്ന് എനിയ്ക്കും തോന്നുമായിരുന്നു. എന്റെ ക്ലാസിൽ പെൺകുട്ടികൾ കുറവായിരുന്നു. മുക്കാൽഭാഗവും ആൺകുട്ടികളായിരുന്നു. പെൺകുട്ടികളിൽ തട്ടമിട്ടവരെ ഞാൻ പ്രത്യേകം ശ്രദ്ധിക്കുമായിരുന്നു. എനിയ്ക്ക് പറ്റിയതുണ്ടോയെന്നറിയാൻ. എന്നാൽ മുസ്ലിം പെൺകുട്ടികൾ കുറവായിരുന്നു. അറിയാവുന്നവരുടെ പേരുകൾ ഇവിടെ പറയുന്നില്ല. അവരോടെനിയ്ക്ക് ഒരടുപ്പവുമുണ്ടായിരുന്നില്ല.

കുറച്ചു ദിവസങ്ങൾക്കുശേഷം ഞങ്ങളുടെ ഗ്രൂപ്പിൽ ഒരാൾ കൂടി ചേർന്നു. കോടിയേരിക്കാരനായ ഒരു കൃഷ്ണൻ. കറുത്ത് തടിച്ച ശരീരം, തടിച്ച ചുണ്ടുകൾ, ഉയരം കുറഞ്ഞ് ഒരു കള്ളനെപ്പോലെയിരുന്നു അവൻ. ആഴ്ചയിൽ ഒന്നോ രണ്ടോ ദിവസം അവൻ ക്ലാസിൽ വരും. ബാക്കി ദിവസങ്ങളിൽ അവൻ പണിക്കു പോകും. അവനാണ് ക്ലാസ്സ് കട്ട് ചെയ്ത് സിനിമക്ക് പോകാമെന്ന അറിവ് ആദ്യമായി ഞങ്ങൾക്ക് നൽകിയത്. “ധർമ്മ” ടാക്കീസിൽ നിന്ന് പൊന്നാപുരംകോട്ട കാണുന്നത് അങ്ങിനെയാണ്. പിന്നീട് ചില എ സർട്ടിഫിക്കറ്റ് സിനിമകൾക്കും അവൻ

ഞങ്ങളെ കൊണ്ടുപോയി. ഇക്കാക്ക പിടികൂടുന്നതുവരെ എന്റെ സിനിമ കാണൽ പരിപാടി തുടർന്നു. ഞാൻ ക്ലാസ് കട്ട് ചെയ്ത് സിനിമ കാണുന്നുണ്ടെന്ന വിവരം ആരോ ഇക്കാക്കയോടു പറഞ്ഞു. അന്നുരാത്രി തന്നെ ഇക്കാക്ക വീട്ടിൽ വന്നു. തല്ലിയില്ല. വഴക്കുപറഞ്ഞു. അതിലെനിയ്ക്ക് സങ്കടമില്ല. ഉമ്മ കരഞ്ഞു ഉമ്മയുടെ കരച്ചിൽ കൂടി ആയപ്പോൾ എനിയ്ക്ക് സങ്കടം വന്നു. ചെറിയ കാര്യങ്ങൾക്കൊന്നും ഉമ്മ കരയാറില്ലായിരുന്നു. ഉപ്പ മരിച്ചതിനുശേഷം ഉമ്മ വല്ലാതെ മാറി പോയിരുന്നു. നിസ്സാര കാര്യം മതി അവർ കരയും.

ഉപ്പ മരിക്കുമ്പോൾ ഉമ്മയ്ക്ക് 36 വയസ്സായിരുന്നു. കാഴ്ചയിൽ നല്ല ചെറുപ്പം. വെളുത്തു മെലിഞ്ഞ ശരീരം. നീണ്ട മൂക്ക്. കണ്ണുകൾക്ക് ഒരു പ്രത്യേക ഭംഗി ഉണ്ടായിരുന്നു. ഉപ്പ അതിനെ പുകഴ്ത്തിപ്പറയുന്നത് കുട്ടിക്കാലത്ത് പലതവണ ഞാൻ കേട്ടിട്ടുണ്ട്. ഉമ്മയെ സുഖിപ്പിക്കാൻ പറയുന്നതായിരിക്കും. ഞാൻ കരുതി. വലുതായപ്പോൾ എനിയ്ക്ക് മനസ്സിലായി അവ സുന്ദരങ്ങളായിരുന്നു.

ഉപ്പ മരിച്ച് അഞ്ചാറ് മാസങ്ങൾക്ക് ശേഷം പലരും മറ്റൊരു കല്യാണത്തിന് ഉമ്മയെ നിർബന്ധിച്ചു. ഉമ്മ വഴങ്ങിയില്ല. കരയുക മാത്രം ചെയ്തു. പിന്നെപ്പിന്നെ ഉമ്മ എന്റെ കാര്യം പറഞ്ഞ് എല്ലാവരെയും എതിർത്തു. കല്യാണക്കാര്യം അങ്ങിനെ അവസാനിച്ചു. ഉമ്മ എനിയ്ക്ക് വേണ്ടി ജീവിച്ചു. ഞാൻ അതിനനുസരിച്ച് നീതിപുലർത്തിയോ? ഇല്ല. ഒരിക്കലുമില്ല. പിന്നിലേക്ക് തിരിഞ്ഞു നോക്കുമ്പോൾ സങ്കടങ്ങൾ മാത്രമാണ് ഞാൻ നൽകിയത്.

ഉമ്മയുടെ കരച്ചിലിന് ശേഷം ക്ലാസ്സ് കട്ട് ചെയ്തു സിനിമ കാണുന്ന പരിപാടി ഞാൻ നിർത്തി. കോളേജ് വിട്ടു വന്നാൽ മിക്കദിവസങ്ങളിലും രാജന്റെ വീട്ടിൽ പോകും. അല്ലാത്തപ്പോഴൊക്കെ മുകളിൽ ബാൽക്കണിയിൽ ചെന്നിരിക്കും. ഒരു നോട്ട്ബുക്കും പെൻസിലും കയ്യിലുണ്ടാകും. അവിടെയിരുന്ന് നോട്ടുബുക്കിൽ പലതും വരച്ചിടും. ഇഷ്ടമുള്ള ആളുകളുടെയെല്ലാം രൂപം ഞാൻ അതിൽ വരച്ചു വെച്ചു. എന്റെ ഗുരുനാഥന്മാർ, സഹപാഠികൾ, പലരും അക്കൂട്ടത്തിലുണ്ടായിരുന്നു. ആ ചിത്രങ്ങളൊന്നും ഇന്നെന്റെ കൈവശമില്ല. ബാംഗ്ലൂരിലേക്ക് വണ്ടി കയറുമ്പോൾ നോട്ട് ബുക്ക് എടുക്കാൻ മറന്നു. പിന്നീട് നാട്ടിൽ പോയപ്പോഴെല്ലാം അതിനുവേണ്ടി തിരഞ്ഞിരുന്നു. കിട്ടിയില്ല. എവിടെയെങ്കിലുമുണ്ടാകും. ചിലപ്പോൾ ആരെങ്കിലും എടുത്തു ചവറ്റുകൊട്ടയിൽ എറിഞ്ഞിരിക്കാം. എന്തായാലും എന്റെ കൗമാരകാലത്തെ അനേകം ചിത്രങ്ങൾ അതിലുണ്ടായിരുന്നു.

വൈകുന്നേരങ്ങളിൽ രാജനും ഞാനും നടക്കാനിറങ്ങും. റെയിൽവേ സ്റ്റേഷന്റെ പരിസരങ്ങളിലൂടെ നടന്ന് ജഗന്നാഥ ക്ഷേത്രത്തിന്റെ

കുളക്കരയിലാണ് ഞങ്ങൾ എത്തിച്ചേരുക. ഇരുട്ടാകുന്നതുവരെ അവിടെയിരിക്കും. അക്കൂട്ടത്തിൽ രാജന്റെ ചില പരിചയക്കാരുമുണ്ടാകും. അവരൊന്നും കോളേജിൽ പോകുന്നവരായിരുന്നില്ല. ചന്ദ്രനും രാഘവനും ഭാസ്കരനുംപത്തിൽ തോറ്റവരായിരുന്നു. ചന്ദ്രന്റെ അച്ഛൻ ലോറി ഡ്രൈവറായിരുന്നു. അവൻ ഡ്രൈവിംഗ് പഠിക്കാനുള്ള തയ്യാറെടുപ്പിലായിരുന്നു. രാഘവന്റെയും ഭാസ്കരന്റെയും അച്ഛന്മാർ ടൗണിലെ പോർട്ടർമാരായിരുന്നു. ഞങ്ങൾ എല്ലാവരും ഏതാണ്ട് സമപ്രായക്കാരായിരുന്നു. മിക്ക വൈകുന്നേരങ്ങളിലും ജഗന്നാഥ ക്ഷേത്ര പരിസരത്ത് ഞങ്ങൾ ഒത്തുകൂടും.

വീട്ടിലേക്ക് തിരിച്ചു വരുമ്പോൾ രാജന്റെ വീട്ടിൽ കയറും. കുറച്ചുനേരം അവിടെയിരിക്കും. അപ്പോഴേക്കും അവന്റെ അമ്മ വന്നിരിക്കും. അവർ ദേവിവിലാസം ഹോട്ടലിലെ പണിക്കാരത്തിയായിരുന്നു. അവരുടെ തന്നെ ഒരു ബന്ധുവിന്റേതായിരുന്നു ഹോട്ടൽ. രാജന്റെ പെങ്ങൾ രതി വരാന്തയിലിരുന്ന് എഴുതുകയോ വായിക്കുകയോ ചെയ്യുന്നുണ്ടാകും. ഞങ്ങൾ ഒന്നാം വർഷ പി ഡി സി യ്ക്ക് പഠിക്കുമ്പോൾ അവൾ ഒൻപതിൽ ആയിരുന്നു. സൗന്ദര്യത്തിലും പഠിപ്പിലും അവൾ രാജനെ പോലെയായിരുന്നില്ല. രാജന്റെ ശരീരം കറുത്ത് മെലിഞ്ഞുണങ്ങിയ മാതിരിയായിരുന്നു. രതി അങ്ങിനെയായിരുന്നില്ല. വെളുത്ത നിറം, അധികം തടിയില്ലെങ്കിലും മാംസളമായ ശരീരം. ഭംഗിയുള്ള വട്ടമുഖം. എപ്പോഴും കുസൃതിനിറഞ്ഞ പെരുമാറ്റം. എപ്പോഴെങ്കിലും രാജൻ അവളെ ഒന്ന് നുള്ളുകയോ തൊഴിക്കുകയോ ചെയ്താൽ അതിന്റെ ഇരട്ടി അവൾ തിരിച്ചു കൊടുക്കും. പഠിത്തത്തിലും അവൾ രാജനേക്കാൾ മിടുക്കിയായിരുന്നു. കണക്കിൽ മാത്രം അവൾ പിന്നോക്കമായിരുന്നു. അതിലും രാജനേക്കാൾ മെച്ചമായിരുന്നു. ചില ദിവസങ്ങളിൽ കണക്കിന്റെ ഹോംവർക്ക് ചെയ്യാൻ ഞാൻ അവളെ സഹായിച്ചിരുന്നു. പിന്നെപ്പിന്നെ അവൾ അതൊരു പതിവാക്കി. ഹോം വർക്കില്ലാത്ത ദിവസങ്ങളിൽ പാഠഭാഗത്തെ സംശയങ്ങൾ തീർത്തു കൊടുക്കണമായിരുന്നു. ചുരുക്കത്തിൽ ഞാനൊരു ട്യൂഷൻ മാസ്റ്ററായി.

സന്ധ്യ കഴിഞ്ഞ് അധികം വൈകി വീട്ടിലെത്തിയാൽ ഉമ്മ ചോദ്യം ചെയ്യലാരംഭിക്കും. എവിടെയായിരുന്നു? ആരുടെ കൂടെയായിരുന്നു? പള്ളിയിൽ പോയിരുന്നോ? എന്നിങ്ങനെ അനേകം ചോദ്യങ്ങൾ. അപ്പോഴെല്ലാം പള്ളിയിലായിരുന്നുവെന്ന് പറഞ്ഞ് ഒഴിയുകയായിരുന്നു പതിവ്. ഉമ്മ അത് വിശ്വസിക്കുകയും ചെയ്യും. പള്ളിക്ക് പകരം അമ്പലപ്പറമ്പിലായിരുന്നു ഞാനെന്ന് ഉമ്മ അറിഞ്ഞില്ല. പിന്നീട് എന്റെ ചുറ്റിക്കറങ്ങലിനെ കുറിച്ച് ആരോ ഉമ്മയോട് പറഞ്ഞു. അന്ന് കുറച്ചു നേരം വഴക്കുപറയുകയും കരയുകയും ചെയ്തു. പിന്നെപ്പിന്നെ സ്വന്തം

നിയന്ത്രണത്തിൽ എന്നെ കിട്ടുന്നില്ലെന്ന് ഉമ്മയ്ക്ക് തോന്നിത്തുടങ്ങി. അങ്ങിനെ സ്വാതന്ത്ര്യത്തിന്റെ പുതുമഴ ഞാൻ ആസ്വദിക്കാൻ തുടങ്ങുകയായിരുന്നു.

ഒരു ദിവസം എന്റെ വരകളടങ്ങിയ നോട്ട്ബുക്കുമായാണ് ഞാൻ രാജന്റെ വീട്ടിൽ പോയത്. എന്റെ വരകൾ രാജനെ കാണിക്കണമെന്ന് തോന്നി. അവനായിരുന്നല്ലോ എന്റെ ഏറ്റവുമടുത്ത കൂട്ടുകാരൻ. ഞാൻ ചെല്ലുമ്പോൾ മുറ്റത്തുനിന്ന് ചികരി വാരി വിറകുപുരയിലിടുകയായിരുന്നു അവൻ. എന്നെക്കണ്ടപ്പോൾ അവൻ പണി നിർത്തി. എനിയ്ക്കൊപ്പം വരാന്തയിലേക്ക് കയറി. വരാന്തയുടെ അറ്റത്ത് കാവിയിട്ട ഒരു ഇരുത്തിയുണ്ടായിരുന്നു. ഞങ്ങൾ അവിടെ ഇരുന്നു.

“നിന്റെ കയ്യിലെന്താ ഒരു നോട്ട് ബുക്ക്. എന്തെങ്കിലുമെഴുതാനുണ്ടോ” ? അവൻ ചോദിച്ചു.

“ഹേയ് എഴുതാനൊന്നുമില്ല അതിൽ ചിലതെല്ലാം ഞാൻ വരച്ചിട്ടുണ്ട്. നിന്നെയൊന്ന് കാണിക്കാമെന്ന് കരുതി.” പറഞ്ഞു തീരുന്നതിനു മുമ്പേ അവൻ നോട്ട് ബുക്ക് എടുത്തു നിവർത്തി. ഓരോ പേജ് മറിക്കുമ്പോഴും അവന്റെ മുഖത്തെ വിസ്മയഭാവം എന്നെ സന്തോഷിപ്പിച്ചു. അവസാന പേജിലൊന്നിൽ ഞാൻ അവനെയും വരച്ചിരുന്നു. ഒരു ദിവസം ഇക്കാക്കയുടെ മുറി ഞാനവനെ കാണിച്ചിരുന്നു. അന്ന് അവിടെ കണ്ട രാമായണവും മഹാഭാരതവുമെല്ലാം അവനെ അമ്പരപ്പിച്ചിരുന്നു. രാമായണം കയ്യിലെടുത്തു കുറച്ചുനേരം അവൻ മൗനമായി വായിച്ചിരുന്നു. അന്നേരം അവനറിയാതെയാണ് അവന്റെ ചിത്രം ഞാൻ വരച്ചത്. അവന്റെ തന്നെ ചിത്രം കണ്ടപ്പോൾ അവന് ചിരി വന്നു. ചിരിയോടൊപ്പം അവന്റെ വായിൽ നിന്ന് ഒരു ക്ലിക്കിയും പുറത്തേയ്ക്ക് വന്നു. അവന്റെ ചിരി കണ്ടപ്പോൾ എനിയ്ക്കും ചിരിക്കാതിരിക്കാൻ കഴിഞ്ഞില്ല. ഞാനും ചിരിച്ചു. ഞങ്ങളുടെ ചിരി കേട്ടിട്ടാവാം രതി അടുക്കളയിൽ നിന്നും പുറത്തേക്ക് വന്നു. നനഞ്ഞ കൈ പാവാടയിൽ തുടച്ചുകൊണ്ടാണ്അവൾ വന്നത്. അവൾ വരാന്തയിൽ എത്തുമ്പോഴും രാജൻ ചിരി നിറുത്തിയിരുന്നില്ല. അവളെ കണ്ടപ്പോൾ ചിത്രം അവളെ കാണിച്ചു. ചിത്രത്തിൽ നിന്നും കണ്ണെടുത്തു അവൾ എന്നെയാണ് നോക്കിയത്. അവൾ ഓരോ പേജും മറിച്ചു നോക്കുന്നത് തെല്ല് സങ്കോചത്തോടെ ഞാൻ കണ്ടു. രാജനെ മാത്രം കാണിക്കാനാണ് ഉദ്ദേശിച്ചിരുന്നത്. സാരമില്ല അവന്റെ പെങ്ങളല്ലേ. ഞാൻ സമാധാനിച്ചു.

എന്നാൽ അവൾ എന്നെ വിടാൻ ഭാവമില്ലായിരുന്നു. അവളുടെ ചിത്രവും വരയ്ക്കണം. അവളെ നോട്ട്ബുക്കിൽ. പിന്നീടാകാമെന്ന് ഞാൻ പറഞ്ഞു. അവൾ വഴങ്ങിയില്ല. അപ്പോൾ തന്നെ വേണമെന്ന് അവൾ

വാശി പിടിച്ചു. ഞാൻ അവളോട് നോട്ടും പെൻസിലുമെടുക്കാൻ പറഞ്ഞു. തിരിച്ചുവരുമ്പോൾ പൗഡറിട്ട മുഖം കൈകൊണ്ട തുടച്ചു ഭംഗിയാക്കുക യായിരുന്നു അവൾ.

"ഇത് ഫോട്ടോയെടുക്കലല്ല ഇങ്ങിനെ പൗഡറിട്ടു പൂശാൻ". ഞാൻ പറഞ്ഞു.

"സാരമില്ല മുഖം വരയ്ക്കുമ്പോൾ നല്ല ഭംഗിയായിക്കോട്ടെ". അതിന് നിന്റെ മുഖത്തിന് ഭംഗി കുറവൊന്നുമില്ല. നീ വലിയ സുന്ദരിയല്ലേ ഒരു രസത്തിനാണ് ഞാനങ്ങിനെ പറഞ്ഞത്. അതുകേട്ടപ്പോൾ അവളുടെ കണ്ണുകളിൽ ഒരു തിളക്കം മിന്നിമറഞ്ഞുവോ എനിയ്ക്ക് സംശയമായി.

രാജന്റെ വീടിന്റെ ഇടതുഭാഗത്ത് ഒരു ആത്തമരമുണ്ട്. നിലത്ത് നിന്ന് രണ്ട് വലിയ ശാഖകൾ "വി" ആകൃതിയിൽ മുകളിലോട്ട് വളർന്നാണ് അതിന്റെ നിൽപ്പ്. ഞാൻ രതിയെ അതിന്റെ രണ്ട് ശാഖകൾക്കുമിട യിൽ നിർത്തി. ഓരോ കൈകൊണ്ടും ശാഖയിൽ പിടിക്കാൻ പറഞ്ഞു. പാവാട ഞൊറികളെല്ലാം നേരെയാക്കി അവൾ നിന്നു. അവൾക്ക് പിന്നിൽ ചേമ്പും ചേനയും തഴച്ചുവളർന്നു നിൽപ്പുണ്ട്. അതുകൂടി പശ്ചാത്തലമാക്കി വരച്ചു ചേർക്കണമെന്ന് ഞാൻ തീരുമാനിച്ചു.

ഞാൻ അവളെ വരയ്ക്കാൻ തുടങ്ങി. അവളുടെ കണ്ണുകൾ ചെറുതും ഭംഗിയുള്ളവയുമായിരുന്നു. അവ വരയ്ക്കാൻ സമയമെടുത്തു. മൂക്ക്, ചുണ്ട് പിന്നിലേയ്ക്ക് ചീകിയൊതുക്കിയ സമൃദ്ധമായ മുടി, എല്ലാം ഞാൻ വരച്ചു തുടങ്ങി. ചെറു രോമങ്ങൾ ചാഞ്ഞു മയങ്ങുന്ന വളയിട്ട കൈകളിലൂടെ എന്റെ കൈ സഞ്ചരിച്ചു. പൗഡറിട്ട് മിനുസപ്പെടുത്തിയ കവിളുകളിൽ കൈ സാവധാനം ചലിച്ചു. വിടർന്ന ചുണ്ടുകളിൽ കറുത്ത ഷെയ്ഡ് തീർക്കുമ്പോൾ എന്റെ കൈകൾ വിറച്ചിരുന്നു. ചുണ്ടുകൾക്ക് താഴെ താടി, കഴുത്ത്, പിന്നെ ബ്ലൗസിനുള്ളിൽ തള്ളിനിൽക്കുന്ന രണ്ടു വലിയ മൊട്ടുകൾ, അനേകം ഞൊറിയുള്ള പാവാട, നിതംബം വരെ യെത്തിനിൽക്കുന്ന മുടി. അവളിലാകെയും എന്റെ കൈകൾ ചലിച്ചു. നീണ്ട മുടിയിഴകൾക്കിടയിൽ നിന്ന് കാച്ചിയ എണ്ണയുടെ ഗന്ധം എന്റെ യുള്ളിൽലെവിടെയോ മറഞ്ഞു.

ഞാൻ അവളെയും ചിത്രത്തെയും മാറിമാറി നോക്കി. എനിയ്ക്ക് തൃപ്തി യായില്ല. എന്റെ വിരലുകൾ വീണ്ടും സഞ്ചരിക്കാൻ തുടങ്ങി. തല മുതൽ പാദം വരെ, ഒരു തേരട്ടയെ പോലെ, ഒടുവിൽ അവളുടെ വിടർന്ന ചുണ്ടു കളിൽ അവ നിശ്ചലമായി. കൗമാരത്തിന്റെ നനവ് എന്റെ വിരൽത്തു മ്പിൽ പൊടിഞ്ഞു. അന്നേരം സഹിക്കാൻ കഴിയാത്ത ഒരു പാപചിന്ത എന്നിലൂടെ കടന്നു പോയി. അവൾ രാജന്റെ സഹോദരിയാണെന്ന് ഞാനോർത്തു.

ചിത്രം വരച്ച കഴിഞ്ഞപ്പോഴേയ്ക്കും ഒരു കാറ്റവീശി. ആത്തമരക്കൊമ്പുകൾക്കൊപ്പം ചേമ്പും ചേനയും ഇളകിയാടി. ചെറിയൊരു തണുപ്പ് അവിടെമാകെ വ്യാപിച്ച.

"ഇതാ നിന്റെ നോട്ട്ബുക്ക്". ഞാൻ പറഞ്ഞു. അവൾ ഓടി എന്റെ അരികിൽ വന്നുചേർന്ന് നിന്ന് അവളുടെ ചിത്രം നോക്കി. ഞങ്ങൾ രണ്ടുപേരും അവളെ നോക്കുകയായിരുന്നു. അവളുടെ നോട്ട്ബുക്കിൽ. രാജൻ ചികരി വാരിയിടൽ നിർത്തി ഞങ്ങളോടൊപ്പം ചേർന്നു. ഞങ്ങൾ രണ്ടുപേരുടെയും തലകൾക്കിടയിലൂടെ അവനും എത്തിനോക്കി. "കൊള്ളാം നന്നായിരിക്കുന്നു. ഇവളല്ലെന്ന് ആരും പറയില്ല. സക്കീറേ നീ വലിയൊരു ചിത്രകാരനാകും". രാജൻ പറഞ്ഞു. അവന്റെ വാക്കുകൾ പൊന്നാകട്ടെ, ഞാൻ മനസ്സിൽ പറഞ്ഞു.

പിന്നീട് ഓരോ ചിത്രം പൂർത്തിയാക്കുമ്പോഴും അവന്റെ വാക്കുകൾ ഞാൻ ഓർക്കും. വർഷങ്ങൾ ഒരുപാട് കഴിഞ്ഞു. ഒരുപാട് ചിത്രങ്ങൾ വരച്ച. ധാരാളം അഭിനന്ദനങ്ങൾ കിട്ടി. ധാരാളം പണവും കിട്ടി. ഇന്നിപ്പോൾ ഈ കുറിപ്പെഴുതുമ്പോഴും അവന്റെ വാക്കുകൾ ഓർത്തു പോവുകയാണ്.

പരീക്ഷാകാലമായി. ഞങ്ങളുടെ ടെൻഷൻ അവസാനിപ്പിക്കില്ലെന്ന് യൂണിവേഴ്സിറ്റി തീരുമാനിച്ചതുപോലെ രണ്ടുപ്രാവശ്യം പരീക്ഷ മാറ്റിവെച്ചു. ഒടുവിൽ മെയ് അവസാനവാരമാണെന്നു അറിയിപ്പ് വന്നു. കൃത്യമായ തീയതി അപ്പോഴും പ്രഖ്യാപിച്ചില്ല. ഞാൻ വീട്ടിൽ തന്നെയിരുന്നു പഠിച്ചു. ഇംഗ്ലീഷും മലയാളവും എനിയ്ക്കും രാജനും ഒരേ ടെക്സ്റ്റ് ആയിരുന്നു. അത് രണ്ടും അവന്റെ വീട്ടിലിരുന്നു പഠിച്ചു. ഉച്ചയ്ക്ക് ശേഷമോ വൈകുന്നേരങ്ങളില!!ോ ആയിരുന്നു അവന്റെ വീട്ടിലേയ്ക്ക് പോയിരുന്നത്. ഇക്കാക്ക ഇടയ്ക്കിടയ്ക്ക് വന്ന് എന്റെ പഠന കാര്യങ്ങൾ ശ്രദ്ധിച്ചിരുന്നു. ഞാൻ മുറിയിൽ തന്നെയിരുന്നു പഠിച്ചു. ഉച്ചസമയത്ത് കുളിച്ച് പള്ളിയിൽ പോകാൻ ഉമ്മ നിർബന്ധിക്കുമെങ്കിലും ഞാൻ പോകാറില്ല. ധാരാളം പഠിക്കാനുണ്ടെന്ന് പറഞ്ഞു ഒഴിഞ്ഞുമാറും. അസർ നമസ്കാരസമയത്ത് കുളിച്ച് പള്ളിയിൽ പോകാനെന്നും പറഞ്ഞു പുറത്തിറങ്ങും. നേരെ രാജന്റെ വീട്ടിലേയ്ക്കാണ് പോവുക. അവൻ ഓഫീസ് മുറിയിൽ ഇരുന്ന് വായിക്കുകയായിരിക്കും. രതി അവിടെയെങ്ങാനും വെറുതെയിരിക്കുകയോ കിടന്നുറങ്ങുകയോ ചെയ്യുകയായിരിക്കും. അവളുടെപരീക്ഷയെല്ലാം കഴിഞ്ഞു. ഞാനെത്തിയാൽ ഞങ്ങളുടെ അരികിൽ അവളും വന്നിരിക്കും. വേണ്ടാത്ത സംശയങ്ങൾ ചോദിച്ച ചിലപ്പോൾ ശല്യം ചെയ്യുകയും ചെയ്യും. രാജൻ വഴക്കു പറഞ്ഞാലും അവൾ പോകില്ല. എന്റെ തൊട്ടരികിലാണ് അവൾ ഇരിക്കുക. അവസരം വരുമ്പോൾ എന്നെ നുള്ളുകയും മാന്തുകയും ചെയ്യും.ദേഷ്യത്തിന് ഒരടിയെങ്ങാനും

കൊടുത്താൽ രണ്ടെണ്ണം അവൾ തിരിച്ചു തരും. എന്നിട്ട് ഓടിപ്പോവുക യും ചെയ്യും. കുറച്ചുകഴിഞ്ഞ് അതേ സ്ഥലത്ത് വന്നിരിക്കും.

രാജന്റെ അമ്മ വീട്ടിലെത്തിയാൽ ഞങ്ങൾ പുറത്തേയ്ക്കിറങ്ങും. സ്ഥിരം താവളങ്ങളിലേയ്ക്ക്. കുളക്കരയിലോ, റെയിൽവേ സ്റ്റേഷന്റെ സിമന്റ് ബെഞ്ചിലോ ഇരിക്കും. സ്റ്റേഷനിൽ സ്റ്റേഷൻ മാസ്റ്ററല്ലാതെ മറ്റാരും കാണില്ല. വല്ലപ്പോഴും ഒരു ലോക്കൽ വണ്ടി നിർത്തുന്നത ല്ലാതെ ട്രെയിനുകളൊന്നും അവിടെ നിർത്താറില്ല. യാത്രക്കാരില്ലാത്ത ശൂന്യമായ സിമന്റ് ബെഞ്ചിൽ ഞങ്ങൾ ദീർഘനേരം ഇരുന്ന് വെടി പറയും. ആ വർഷം അങ്ങിനെ കടന്നു പോയി.

പിറ്റേവർഷം ജഗന്നാഥ ക്ഷേത്രത്തിൽ ഉത്സവത്തിന് കൊടിയേറി. കൊടിയേറ്റം കഴിഞ്ഞാൽ പല ദിക്കിൽ നിന്നും കച്ചവടക്കാർ വന്നു ചെറിയ ചെറിയ പന്തലുകൾ കെട്ടിത്തുടങ്ങും. മാലയും വളയും വിൽ ക്കുന്നവർ, കളിപ്പാട്ടങ്ങൾ വിൽക്കുന്നവർ, ബലൂൺ വിൽപ്പനക്കാർ, ഹൽവ്വ വിൽപ്പനക്കാർ, സർക്കസ്സുകാർ... എല്ലാവരും നേരത്തെ തന്നെ സ്ഥാനം ഉറപ്പിക്കും. കളിയൂഞ്ഞാൽ. മാജിക്, സർക്കസ് ഇവയെല്ലാം മൈതാനത്തിന്റെ മധ്യഭാഗത്താണുണ്ടാവുക. ഉത്സവം കഴിഞ്ഞ് ഒരാഴ്ച യോളം ഇതെല്ലാം അവിടെത്തന്നെയുണ്ടാകും.

കോളേജ് വിട്ടുവന്നാൽ ഞാനും രാജനും നേരെ ഉത്സവപ്പറമ്പിലേയ്ക്ക് പോകും. അമ്പലത്തിന് ചുറ്റും വെറുതെ കറങ്ങി നടക്കും. ഞങ്ങളുടെ കൂട്ട ത്തിൽ രാജന്റെ ചില ചങ്ങാതിമാരുമുണ്ടായിരുന്നു. കുറച്ചുകാലം കൊണ്ട് അവരെല്ലാം എന്റെയും സുഹൃത്തുക്കളായിരുന്നു. തൊഴാൻ വേണ്ടി വരു ന്നവരിലധികവും സ്ത്രീകളും കുട്ടികളുമായിരുന്നു. പെൺകുട്ടികൾ മാലയോ വളയോ വാങ്ങാൻ കടയിൽ കയറുമ്പോൾ ഞങ്ങളും കയറും. ഏതെങ്കി ലുമൊരു പെൺകുട്ടിയുടെ നോട്ടമോ, ചിരിയോ മതിയായിരുന്നു ഞങ്ങൾ ക്ക്. ഏതെങ്കിലുമൊരു പെൺകുട്ടി ഒന്ന് നോക്കുകയോ ചിരിക്കുകയോ ചെയ്താൽ പിറ്റേദിവസം അവളെയും തിരഞ്ഞു ഞങ്ങൾ നടക്കും. നടന്ന് നടന്ന് കാലുവേദനിക്കുമെന്നല്ലാതെ അവളെ കണ്ടെന്നുവരില്ല.

ഒരു ദിവസം ഞങ്ങളുടെ കൂട്ടത്തിലെ സുഗുണനെ നോക്കി ഒരു പെൺകുട്ടിയൊന്ന് ചിരിച്ചു. അവൾ സുന്ദരിയായിരുന്നു. മൂക്ക് കുത്തിയി ട്ടുരുന്ന അവളുടെ മുഖം കാണാൻ നല്ല ഭംഗിയുണ്ടായിരുന്നു. അമ്മയുടെ കൂടെ ക്ഷേത്രത്തിലേയ്ക്ക് പോകുമ്പോഴാണ് അവളെ ഞങ്ങൾ കണ്ടത്. നടക്കുമ്പോൾ അവളുടെ ഇടതുകാലിന് അൽപ്പം മുടന്തുണ്ടോയെ ന്ന് എനിയ്ക്ക് സംശയമായി. സുഗുണൻ അത് സമ്മതിച്ചു തന്നില്ല. അവൾക്ക് ഒരു വൈകല്യവുമില്ലെന്ന് അവൻ തറപ്പിച്ചു പറഞ്ഞു. പിറ്റേ ദിവസം മുതൽ ഉത്സവപ്പറമ്പിലെ അവസാനത്തെ പന്തലും പൊളിച്ചു

മാറ്റുന്നതുവരെ അവളെയും തെരഞ്ഞു ഞങ്ങൾ നടന്നു. എവിടെയും അവളെ കണ്ടില്ല. അവരെല്ലാം ചെറുമീനുകളെ പോലെ പായലുകൾക്കിടയിൽ എവിടെയോ ഒളിച്ചിരുന്നതായിരിക്കാം.

ഉത്സവകാലത്ത് ഹോട്ടലിൽ നല്ല തിരക്കായിരിക്കും. രാജന്റെ അമ്മയ്ക്ക് രാത്രി വൈകുന്നതുവരെ ഹോട്ടലിൽ തങ്ങേണ്ടി വന്നു. വൈകുന്നേരമായാൽ, രതി അച്ഛന്റെ പച്ചക്കറിക്കടയിലോ, അമ്മയുടെ കൂടെ ഹോട്ടലിലോ നിൽക്കും. രാജൻ ഉത്സവസ്ഥലത്ത് എവിടെയെങ്കിലുമായിരിക്കും. രാത്രി വൈകുന്നതുവരെ അവനെ കാണില്ല. വല്ലപ്പോഴും അമ്മയുടെ അടുത്ത് വന്നു എന്തെങ്കിലും കഴിച്ചിട്ട് പോകും. ഉത്സവസ്ഥലത്തെ ബഹളങ്ങൾ കാരണം രതിയ്ക്ക് അടങ്ങിയിരിക്കാൻ കഴിഞ്ഞില്ല. ഒറ്റയ്ക്ക് പോകാൻ അമ്മ സമ്മതിച്ചതുമില്ല. പോകാനുണ്ടായിരുന്നത് രാജനാണ്. അവനെ കാണാൻ തന്നെ കിട്ടിയിരുന്നില്ല. രണ്ടു മൂന്നു ദിവസം പച്ചക്കറിക്കടയിലും ഹോട്ടലിലുമായി അവൾ കഴിച്ചുകൂട്ടി. പള്ളിവേട്ട ദിവസം അവളെ കൊണ്ടുപോകാമെന്ന് രാജൻ സമ്മതിച്ചു. അവൻ ഒരു നിബന്ധന കൂടി വെച്ചു. അധികനേരം കറങ്ങിനടക്കാൻ അവനെ കിട്ടില്ല. അധികം വൈകാതെ തിരിച്ചുപോരണം.എന്തെങ്കിലും വാങ്ങണമെങ്കിൽ അവൾ തന്നെ പൈസയെടുക്കണം. ഗത്യന്തമില്ലാതെ നിബന്ധകളെല്ലാം അവൾ അംഗീകരിച്ചു.

പള്ളിവേട്ട ദിവസം അവൾ പതിവിലധികം അണിഞ്ഞൊരുങ്ങി. കൺമഷിയെഴുതി. പൊട്ടു തൊട്ടു. കഴിഞ്ഞ ഓണത്തിന് വാങ്ങിയ പുതിയ പാവാടയും ബ്ലൗസുമണിഞ്ഞു. ഇളം റോസ് നിറത്തിലുള്ള ബ്ലൗസിന്റെ കഴുത്തിനുചുറ്റും പൂക്കൾ തുന്നി പിടിപ്പിച്ചിട്ടുണ്ട്. പാവാടയുടെ വക്കിനും അതേ പൂക്കൾ തന്നെയാണ് തുന്നിപ്പിടിപ്പിച്ചിരുന്നത്. ഇതെല്ലാമണിഞ്ഞു പെട്ടെന്നുതന്നെ തിരിച്ചുവരാൻ ഇടവരരുതേയെന്ന് അവൾ മനസ്സിൽ പ്രാർത്ഥിച്ചു.

രാത്രിയാണ് ഉത്സവത്തിന്റെ എല്ലാ ചന്തവും ഒരുക്കങ്ങളും. ക്ഷേത്രനടയിലും ചന്തകളിലുമെല്ലാം നിറയെ ആളുകളായിരിക്കും. കുടുംബസമേതം ആളുകൾ ക്ഷേത്രത്തിലേക്ക് വന്നുകൊണ്ടിരുന്നു. രാജന്റെ കൂടെ ഒറ്റയ്ക്ക് പോകുമ്പോൾ വലിയ രസമൊന്നുമുണ്ടാകില്ലെന്ന് അവൾക്കറിയാം. വിമലയോ, രാജിയോ ഉണ്ടായിരുന്നെങ്കിൽ നല്ല രസമായേനെ. അവരുണ്ടെങ്കിൽ ചിരിച്ചു തമാശ പറഞ്ഞു കുറച്ചുനേരമെങ്കിലും ചുറ്റിക്കറങ്ങാം. അവരെ ചിലപ്പോൾ അവിടെ കണ്ടേക്കാം.

രതിയെയും കൊണ്ട് അമ്പലപ്പറമ്പിലൂടെ നടക്കുമ്പോൾ എത്രയും വേഗം അവളെ തിരിച്ചെത്തിക്കണമെന്ന ചിന്തയായിരുന്നു രാജന്. അവന് ഞങ്ങളുടെ കൂടെയെത്തണമായിരുന്നു. അവനറിയാം ഞങ്ങൾ എന്തൊക്കെ ചെയ്യുന്നുണ്ടാകുമെന്ന്. സുഗുണനും ഗംഗാധരനും

ഇതിനകം രണ്ട് ഇരകളെ കണ്ടെത്തിക്കഴിഞ്ഞിരുന്നു. എല്ലാം കണ്ടും രസിച്ചും ഞാനും അവർക്കൊപ്പം നടന്നു. ഞങ്ങൾ ക്ഷേത്രം വലം വെക്കുന്നവരെ നോക്കി നിൽക്കുമ്പോഴാണ് രാജനും രതിയും അരികിലേയ്ക്കു വന്നത്. രാജനെ കണ്ടപ്പോൾ തന്നെ അവൻ നല്ല ദേഷ്യത്തിലാണെന്ന് തോന്നി. രതി വാക്കുപാലിച്ചില്ല. പെട്ടെന്നൊന്നും തിരിച്ചുപോരാൻ അവൾ സമ്മതിച്ചില്ല. അവന് അവളെ എത്രയും പെട്ടെന്ന് ഒഴിവാക്കണമായിരുന്നു. അവളെ ഹോട്ടലിലെത്തിക്കാൻ അവൻ എന്നോട് പറഞ്ഞു. എന്റെ കൂടെ അവൾ വന്നുകൊള്ളുമെന്നായിരുന്നു അവന്റെ ധാരണ. പോരാത്തതിന് ഹോട്ടലിലേക്ക് അധിക ദൂരവുമില്ല. എന്റെ കൂടെയായതുകൊണ്ട് അമ്മ അവനെ ഒന്നും പറയില്ല. അവർക്ക് എന്നെ നല്ലതുപോലെ അറിയാമായിരുന്നു.

എന്റെ പേടി അവൾ എന്നെയും പറ്റിക്കുമെന്നായിരുന്നു. അവളുടെ മുഖം കണ്ടാൽ ഒന്നും വായിച്ചെടുക്കാൻ കഴിയില്ല. കുസൃതിനിറഞ്ഞ അതേ നിൽപ്പും ഭാവവും.

“വാ... പോകാം”. ഞാൻ പറഞ്ഞു. അവൾ എന്റെ കൂടെ നടന്നു. കുറച്ചു ദൂരം നടന്ന് അവൾ തിരിഞ്ഞു നോക്കി. അപ്പോഴേയ്ക്കും രാജൻ അവിടെ നിന്നും സ്ഥലംവിട്ടിരുന്നു. കാഴ്ചയിൽ നിന്നും മറഞ്ഞു. അപ്പോൾ അവൾ എന്റെ കൈ മുറുകെ പിടിച്ചു.

“ഞാനിപ്പം ഇല്ല. ക!!റെച്ച് കഴിയട്ടെ. എല്ലാടത്തും ഒന്ന് കറങ്ങണം”. ഞാൻ ഊഹിച്ചതുപോലെ സംഭവിച്ചു. അവളുടെ നിറം മാറി. കുറച്ചു കാലമായി എനിയ്ക്ക് അവളെ അറിയാം. ഉദ്ദേശിക്കുന്ന കാര്യം എങ്ങനെയെങ്കിലും അവൾ നേടിയെടുക്കും. രാജൻ എപ്പോഴും അവളുടെ മുന്നിൽ തോൽക്കും. ഇപ്പോൾ ഞാനും തോറ്റിരിക്കുന്നു. പെണ്ണുങ്ങളായതുകൊണ്ട് ഉപേക്ഷിച്ചു പോകാനും പറ്റില്ല. അവളുടെ താല്പര്യം തന്നെ നടക്കട്ടെ. ഞാൻ തീരുമാനിച്ചു.

അവൾക്ക് പിന്നാലെ ഞാൻ നടന്നു. അവൾ ആദ്യം പോയത് ഒരു ഐസ് വില്പനക്കാരന്റെ അരികിലേക്കാണ്. കോലുള്ള രണ്ട് ഐസുകൾ വാങ്ങി. ഒന്ന് എനിയ്ക്കും തന്നു. ഐസ് നുണഞ്ഞു കൊണ്ടാണ് പിന്നെ ഞങ്ങൾ നടന്നത്. മാജിക് ഷോ നടക്കുന്ന സ്ഥലത്തെത്തിയപ്പോൾ അത് കാണണമെന്നായി. അവളെയും കൊണ്ട് അതിനുള്ളിൽ കയറിയാലുള്ള അപകടം ഓർത്ത് എനിയ്ക്ക് പേടിയായി. അവളെ അറിയുന്ന ആരെങ്കിലുമുണ്ടാകും. ഒരു മുസ്ലിം പയ്യന്റെ കൂടെ ഒരു ഹിന്ദു പെൺകുട്ടി. സമൂഹം ഒരിക്കലും അത് അംഗീകരിക്കില്ല. വലിയ പ്രശ്നങ്ങൾ ഉണ്ടാവുകയും ചെയ്യും. ഒരേയൊരു സമാധാനം ആൾക്കാരുടെ തിരക്കായിരുന്നു. കടലുപോലെ ഒഴുകുന്ന ജനങ്ങൾക്കിടയിൽ പെട്ടെന്നൊന്നും തിരിച്ചറിയില്ല. എനിയ്ക്കുള്ള വേവലാതിയൊന്നും അവൾക്കുള്ളതായി തോന്നിയില്ല

വള സ്റ്റാളുകളിൽ മൂക്കുത്തിയിട്ട, കറുത്ത് തടിച്ച പാണ്ഡിപ്പെണ്ണുങ്ങൾ ആളുകളെ മാടി വിളിച്ചു കൊണ്ടിരുന്നു. ഓരോ സ്റ്റാളിനു മുന്നിലും സ്ത്രീകളും കുട്ടികളും കൂടി നിൽപ്പുണ്ട്. തട്ടാനും മുട്ടാനും ഒന്ന് തൊട്ടുരുമ്മാനുമായി ചില ചെറുപ്പക്കാരും അക്കൂട്ടത്തിലുണ്ടായിരുന്നു. രതി എന്നെയും കൂട്ടി അതിനുള്ളിലേയ്ക്ക് കയറി.

"വാങ്കോ... വാങ്കോ..." പാണ്ഡിപ്പെണ്ണ് ഞങ്ങളെ ക്ഷണിച്ചു. രതി നിരത്തിവെച്ച വള ഓരോന്നായി പരിശോധിച്ചു കൊണ്ടിരുന്നു. ചുവപ്പു നിറമുള്ള ഒരു സെറ്റ് വളയെടുത്ത് എന്നെ കാണിച്ചു.

"ഇതെങ്ങിനെയുണ്ട്? എനിയ്ക്ക് ചേരുമോ?" അവൾ ചോദിച്ചു.

"നിനക്കിത് നന്നായി ചേരും". ചേരില്ലെന്ന് പറഞ്ഞാൽ പിന്നെയും അവിടെ നിൽക്കേണ്ടി വരും. അതുകൊണ്ടാണ് അങ്ങിനെ പറഞ്ഞത്. അവളെ എത്രയും വേഗത്തിൽ ഹോട്ടലിൽ എത്തിച്ച് എനിയ്ക്ക് എന്റെ സംഘത്തിൽ ചേരണമായിരുന്നു.

ആൾക്കൂട്ടത്തിനിടയിലൂടെ അവളെയും ചേർത്തു പിടിച്ച് ഞാൻ നടന്നു. നടത്തത്തിനിടയിൽ ആരെല്ലാമോ അവളെ തട്ടുകയും മുട്ടുകയും ചെയ്യുന്നുണ്ട്. ഒന്നും അറിഞ്ഞതായി നടിക്കേണ്ട. ഞാൻ അവളോട് പറഞ്ഞു. അവളും അതുപോലെ ചെയ്തു. ആരോടും ഒന്നും പറഞ്ഞില്ല. ഹോട്ടലിലെത്തിയപ്പോൾ വൈകിയതിന് അമ്മ അവളെ വഴക്ക് പറഞ്ഞു. രാജൻ എവിടെ പോയെന്ന് അവർ എന്നോട് തിരക്കി. തിരിച്ചു പോരുമ്പോൾ ഒരു പഴംപൊരി എന്റെ കയ്യിൽ വെച്ച് തന്നു. അതും തിന്നുകൊണ്ട് സംഘത്തെയും തിരക്കി ആൾക്കൂട്ടത്തിനിടയിലേക്ക് ഞാനിറങ്ങി.

മാർച്ച് മാസത്തിന്റെ അവസാനം അസഹ്യമായ ചൂട്. മുകളിലത്തെ നിലയിലിരുന്ന് വല്ലാതെ കഷ്ടപ്പെടേണ്ടി വന്നു. താഴെ ഇക്കാക്കയുടെ മുറി ഒഴിഞ്ഞു കിടപ്പുണ്ട്. അവിടെ ചൂട് കുറവാണ്. വേണമെങ്കിൽ അവിടെയിരുന്ന് പഠിക്കാം. ഞാൻ മുകളിൽ ഞങ്ങളുടെ മുറിയിൽ തന്നെയിരുന്ന് പഠിച്ചു. ഉപ്പ മരിച്ചതിൽ പിന്നെ ഉമ്മ ഉമ്മാമ്മാന്റെ മുറിയിലായിരുന്നു ഉറങ്ങിയിരുന്നത്. മുകളിൽ ഞാൻ മാത്രം തനിച്ചായി. അവിടെ ഉപ്പയുടെ ഓർമ്മകൾക്കൊപ്പം ഞാനും അന്തിയുറങ്ങി. വൈകുന്നേരം പുറത്തിറങ്ങുമ്പോഴാണ് അൽപം ആശ്വാസം ലഭിക്കുക. ചൂടുകാലമായതിനാൽ വൈകുന്നേരങ്ങൾ ഞങ്ങൾ ബീച്ചിൽ ചെലവഴിച്ചു. ഏകദേശം അഞ്ച് മണിയാകുമ്പോൾ അവൻ വരും. മുകളിലത്തെ ബാൽക്കണിയിലിരുന്നാൽ അവൻ വരുന്നത് കാണാം. നാലു മണിക്ക് ശേഷം ഞാൻ ബാൽക്കണിയിൽ ഇരിക്കും. അവന്റെ വരവും പ്രതീക്ഷിച്ച്. ഇടവഴിയിൽ നിന്ന് പറമ്പിലേക്കുള്ള കോണിക്ക് മുകളിലേയ്ക്ക് അവന്റെ തല

ഉയർന്നുവരുന്നത് കാണുമ്പോഴേക്കും ഞാൻ ഇറങ്ങും.പിന്നെ ഞങ്ങൾ ഗോപാൽപേട്ടയിലേക്കോ, പിലാക്കുലേയ്ക്കോ നടക്കും. ഏതു വഴിയിലൂടെയും ബീച്ചിലെത്താം. ചിലപ്പോൾ ഇസ്തിരി പീടികയുടെ ഇടവഴിയിലൂടെ ഞങ്ങൾ നടക്കും. എല്ലാ വഴികളും ബീച്ചിലേയ്ക്കാണ് എത്തിയിരുന്നത്.

അന്നും പതിവുപോലെ ഞാൻ രാജിനെയും കാത്തിരുന്നു. സമയം കഴിഞ്ഞിട്ടും അവനെ കാണാനുണ്ടായിരുന്നില്ല. എന്തെങ്കിലും കാരണ മുണ്ടാകും. ഇല്ലെങ്കിൽ അവൻ വരേണ്ടതാണ്. ഇന്നലെയും ഞങ്ങൾ ഇതിനെ കുറിച്ച് സംസാരിച്ചതാണ്. മാർക്കറ്റ് വരെ നടക്കണം. മീൻ വാങ്ങണം. അതൊന്നും അവൻ മറന്നിട്ടുണ്ടാവില്ല. ചിലപ്പോൾ അച്ഛന്റെ പച്ചക്കറിക്കടയിലായിരിക്കും. അല്ലെങ്കിൽ വല്ല അസുഖവും വന്നു കാണും. അവന്റെ വീട് വരെ ഒന്ന് പോയി നോക്കാം. ഞാൻ തീരുമാനിച്ചു.

പുറത്തിറങ്ങുമ്പോൾ സൈനു വിളിച്ചു. സക്കീർ ഇതൊന്നു കുത്തിയി ടാമോ? പഴുത്ത കറമൂസ (പപ്പായ) കുത്തിയിടാൻ ശ്രമിക്കുകയായിരുന്നു അവൾ. അവളുടെ കയ്യിൽ നീളം കുറഞ്ഞ വടിയാണുള്ളത്. ചാടി, ചാടി കുറച്ചു നേരമായി അവൾ ശ്രമിക്കുന്നു. എന്നെ കണ്ടപ്പോൾ വടി എന്റെ കയ്യിൽ തന്നു. കുറച്ചുനേരം ഞാനും ശ്രമിച്ചു. ഒന്നുപോലും വീഴ്ത്താൻ കഴി ഞ്ഞില്ല. കഴുത്ത് വേദനിച്ചത് മിച്ചം. എനിയ്ക്കാണെങ്കിൽ പോകാനും തിരക്കുണ്ടായിരുന്നു. സൈനുവാണെങ്കിൽ പഴുത്ത കറമൂസയ്ക്ക് ആശിച്ച് നിൽക്കുകയാണ്. എന്റെ വേവലാതിയെക്കുറിച്ചൊന്നും അവൾക്കറിയേ ണ്ട. അവൾക്ക് കറമൂസ കിട്ടിയാൽ മതി. കുറച്ചുനേരം കൂടി ഞാൻ ശ്രമിച്ചു നോക്കി നോക്കി. എനിയ്ക്ക് ദേഷ്യം വന്നു. വടി വലിച്ചെറിഞ്ഞു. സർവ്വശ ക്തിയുമെടുത്ത് കറമൂസത്തടി പിടിച്ചുകുലുക്കി. പഴുത്തതും പച്ചയുമായി നാലഞ്ചെണ്ണം താഴെവീണു. ഈയൊരാശയം എനിയ്ക്കെന്തുകൊണ്ട് ആദ്യം തോന്നിയില്ല. അപ്പോഴാണ് ശരിക്കും ദേഷ്യം വന്നത്.

രാജന്റെ വീട്ടിലെത്തുമ്പോൾ ഉമ്മറത്തെ വാതിൽ അടഞ്ഞു കിടക്കു ന്നത് കണ്ടു. വരാന്തയുടെ വലതുഭാഗത്തുള്ള മുറിയുടെ വാതിൽ തുറന്നു തന്നെ കിടപ്പുണ്ട്. ഞാൻ വരാന്തയിലേക്ക് കയറി. ആ മുറിയിലേയ്ക്ക് എത്തിനോക്കി. രതി ഒരു നോട്ടുബുക്കിൽ എന്തോ കുത്തിക്കുറിക്കുക യായിരുന്നു. എന്നെക്കണ്ടയുടനെ അവൾ എഴുത്തു നിർത്തി നോട്ടുബുക്ക് കക്ഷത്ത് വെച്ചു.

“രാജൻ എവിടെപ്പോയി?” ഞാൻ അന്വേഷിച്ചു.

“ഏട്ടൻ പീടികയിലേയ്ക്ക് പോയി. അച്ഛന് ഒരു കല്യാണത്തിന് പോകാനുണ്ടെന്ന് പറഞ്ഞിരുന്നു”. അവളുടെ മറുപടിയിൽ നിന്നും

അവൻ ഇപ്പോഴൊന്നും വരില്ലെന്ന് ഞാനൂഹിച്ചു. ഇനി വന്നാൽ തന്നെയും ഒരു ചുറ്റിക്കറങ്ങലിന് നേരമില്ല. തിരിച്ചു വീട്ടിലേയ്ക്ക് തന്നെ പോകാം. അതാണ് നല്ലത്. രതി മാത്രമുള്ളപ്പോൾ അവിടെ നിൽക്കലും ശരിയല്ല. മടങ്ങാൻ ഞാൻ തീരുമാനിച്ചു.

തിരിച്ചുപോരാൻ തുടങ്ങുകയായിരുന്നു. രതി എന്നെ തടഞ്ഞു നിറുത്തി. അവളുടെ ഒരു പടം വരയ്ക്കണം. ആ നേരത്ത് ഒരു ചിത്രം വരയ്ക്കാനുള്ള മൂഡിലായിരുന്നില്ല ഞാൻ. രതിയും ഞാനും തനിച്ചാണ്. വീട്ടിൽ മറ്റാരുമില്ല. ചീത്തപ്പേരുണ്ടാക്കാൻ നിസ്സാര കാര്യം മതി. അതൊ ഴിവാക്കാൻ ശ്രമിക്കുകയായിരുന്നു ഞാൻ. അവൾ വിട്ടില്ല. താഴ്മയോടെ അപേക്ഷിച്ചു. അവളുടെ നിഷ്കളങ്കമായ അപേക്ഷ നിരസിക്കാൻ എനിയ്ക്കും കഴിഞ്ഞില്ല.

ഞാൻ അവളെ ഒരു കസേരയിലിരുത്തി. മുന്നിൽ മറ്റൊരു കസേരയിൽ ഞാനുമിരുന്നു. കറുപ്പ് നിറത്തിലുള്ള ഒരു ഹാഫ് പാവാട യായിരുന്നു അവൾ ഉടുത്തിരുന്നത്. പിന്നിൽ ഹുക്ക് പിടിപ്പിച്ച ചാരനിറ ത്തിലുള്ള ബ്ലൗസ് പാവാടയ്ക്ക് നല്ലവണ്ണം ചേരുന്നുണ്ടായിരുന്നു. പിന്നിൽ മധ്യഭാഗത്തെ ഒരു ഹുക്ക് ഇട്ടിട്ടില്ലായിരുന്നു. ഒരു പക്ഷേ വിട്ടു പോയ തായിരിക്കാം. അല്ലെങ്കിൽ അവൾക്ക് ഇടാൻ കഴിയാഞ്ഞിട്ടാകാം. രണ്ടായാലും വിടവിലൂടെ അവളുടെ പെറ്റിക്കോട്ട് പുറത്തേക്ക് കാണാം.

അവൾ പേജ് മടക്കിത്തന്ന നോട്ട് ബുക്ക് ഞാൻ മടിയിൽ വെച്ചു. അവളുടെ ഇരുത്തം ശരിയാണോയെന്ന് പരിശോധിച്ചു. തല അല്പം താഴ്ത്തിയാണ് അവൾ ഇരുന്നത്. അത് നേരെയാക്കാൻ ഞാൻ എഴുന്നേറ്റു. നോട്ട് ബുക്ക് മടിയിലുള്ളത് ഓർത്തില്ല. അത് താഴെ വീണു. പേജുകളെല്ലാം മാറിപ്പോയി. നോട്ട് ബുക്കെടുത്ത് അതിലെഴുതാത്ത ഒരു പേജെടുക്കാൻ തുടങ്ങുകയായിരുന്നു ഞാൻ. അപ്പോഴാണ് എല്ലാം തകിടം മറിഞ്ഞത്. അവൾ നോട്ട് ബുക്ക് എന്നിൽനിന്നും തട്ടിപ്പറിച്ചു. അവൾ എടുത്തു തരുന്ന പേജിൽ വരയ്ക്കുകയല്ലാതെ മറ്റു പേജുകൾ മറിച്ചുനോക്കരുതെന്ന് അവൾ ആവശ്യപ്പെട്ടു. അതിലെന്തോ രഹസ്യ മുണ്ട്. ഞാൻ ഊഹിച്ചു. രഹസ്യം കണ്ടെത്താൻ ഒരു മാർഗ്ഗമേയുള്ളൂ. അവളോട് സൂത്രത്തിൽ വാങ്ങുക. പിടിച്ചെടുക്കാൻ നിന്നാൽ കിട്ടില്ലെ ന്നുറപ്പാണ്. ഞാൻ സൂത്രത്തിൽ വാങ്ങാമെന്ന് വെച്ചു. അവൾ തരുന്ന പേജിലെ വരയ്ക്കുള്ളൂ. മറ്റു പേജുകൾ മറിച്ചു നോക്കില്ല. ഞാൻ വാക്ക് കൊടുത്തു. അവൾ നോട്ട് ബുക്ക് എന്റെ കയ്യിൽ തന്നു. ഞാൻ പേജുകൾ മറിക്കില്ലെന്ന വിശ്വാസത്തോടെ. എന്നാൽ അത്ര സത്യസന്ധനാകാ നൊന്നും എനിയ്ക്ക് തോന്നിയില്ല. ഞാൻ കസേരയിൽ നിന്നും എഴുന്നേറ്റു. എന്റെ ഉദ്ദേശം അവൾക്ക് മനസ്സിലായിട്ടുണ്ടാവണം. അവളും എഴുന്നേറ്റു. പിന്നെ മേശയ്ക്ക് ചുറ്റും ഞങ്ങൾ ഓടുകയായിരുന്നു.

"സക്കീർ പ്ലീസ്... എന്റെ നോട്ടിങ്ങ് താ..." ഓടുന്നതിനിടയിൽ അവൾ കെഞ്ചുന്നുണ്ടായിരുന്നു. ഞാനതൊന്നും കാര്യമാക്കിയില്ല. ഞാൻ അറിയാൻ പാടില്ലാത്ത എന്ത് രഹസ്യമാണ് അതിലുള്ളത്. അത് എനിയ്ക്ക് അറിയണമായിരുന്നു. ഞാൻ നോട്ട് ബുക്ക് ഉയർത്തിപ്പിടിച്ച് അതിന്റെ പേജുകൾ മറിക്കാൻ തുടങ്ങി. അവൾക്ക് ഒന്നും ചെയ്യാൻ കഴിയുമായിരുന്നില്ല. അവൾ എന്നെക്കാൾ നീളം കുറവായിരുന്നു. മേശ മേൽ കയറി നിന്നാലേ എന്നിൽനിന്നും അത് കൈക്കലാക്കാൻ കഴിയൂ. അവസാന വട്ടം അവളത് ചെയ്യാൻ ശ്രമിച്ചതാണ്. അപ്പോഴേയ്ക്കും വൈകിയിരുന്നു. രഹസ്യമടങ്ങിയ പേജ് ഞാൻ കണ്ടു. അതിൽ അവൾ എഴുതിയ വാക്കുകൾ ഒരക്ഷരം പോലും വിട്ടുപോകാതെ ഇപ്പോഴും എന്റെ ഓർമ്മയിലുണ്ട്. അവൾ എഴുതിയത് ഞാനിവിടെ പകർത്താം.

"സക്കീർ, നിന്നെ എനിയ്ക്ക് ഒരുപാട് ഇഷ്ടമാണ്

സക്കീർ, നിന്നെ എനിയ്ക്ക് ഒരുപാട് ഇഷ്ടമാണ്

സക്കീർ, നിന്നെ എനിയ്ക്ക് ഒരുപാട് ഇഷ്ടമാണ്

സക്കീ,എനിയ്ക്ക് പാട് ഇഷ്ടമാണ്...

ക്കീർ,പാട്ഷ്ടമാ...

ർ,ട്ഷ്ടമാ...

ർ,ഷ്ടാ...ടാ...ടാ...ടാ..."

"ഇതെന്തൊരു ഭാഷയാണ്. അവൾക്ക് പ്രേമം തലയ്ക്ക് പിടിച്ചി ട്ടുണ്ടാവും." നോട്ടുബുക്കിന്റെ പേജിലേയ്ക്ക് തന്നെ നോക്കിക്കൊണ്ട് കവിത പറഞ്ഞു. ഇതുവരെയും വായനയ്ക്കിടയിൽ അവരിൽ ആരും അഭിപ്രായം പറഞ്ഞിരുന്നില്ല. രതിയുടെ വരികൾ കണ്ടപ്പോൾ ഒന്നും പറയാതിരിക്കാൻ കവിതയ്ക്ക് കഴിഞ്ഞില്ല. കവിത അരുൺ കുമാറിനെ നോക്കി. അവൻ എന്തെങ്കിലും പറയുമോയെന്നറിയാൻ. അവൻ ഒന്നും പറഞ്ഞില്ല. അന്നേരം പദാർത്ഥങ്ങളെ കുറിച്ച് എന്തോ ചിന്തിക്കുകയാ യിരുന്നു അവൻ. പദാർത്ഥത്തിന്റെ ഗുണമടങ്ങിയ ഏറ്റവും ചെറിയ കണികയാണ് ആറ്റം എന്നും അതിനുശേഷം ഊർജ്ജാവസ്ഥയിലും അതിന് നിലനിൽപ്പുണ്ടെന്നും അവൻ മനസ്സിലാക്കിയിരുന്നു. ഇപ്പോൾ അതിനെക്കുറിച്ച് ചിന്തിച്ചത് എന്തിനായിരുന്നെന്ന് അവനുതന്നെ നിശ്ച യമുണ്ടായിരുന്നില്ല. അവൻ വാക്കുകളിലേയ്ക്കും അക്ഷരങ്ങളിലേയ്ക്കും മാറി മാറി നോക്കി.

ഒരു നിമിഷം. എല്ലാം മറന്നു. അക്ഷരങ്ങൾ എന്നിൽ എവിടെയെ ല്ലാമോ സ്നേഹത്തിന്റെ സുഗന്ധം പൂശുന്നതായി ഞാനറിഞ്ഞു. എന്റെ തൊട്ടുമുൻപിൽ ഇരുകൈകൾകൊണ്ടും കണ്ണുകൾ പൊത്തി അവൾ

നിൽപ്പുണ്ട്. ഞാൻ അവളെ ചേർത്തു പിടിച്ചു. നെറ്റിയിലും, തലയിലും, കവിളുകളിലും, ഒരു ഭ്രാന്തനെപ്പോലെ ചുംബിച്ചു. അതിന്റെ ഭവിഷ്യത്തു കളെക്കുറിച്ചോ, അധാർമ്മികതയെക്കുറിച്ചോ ഞാൻ ചിന്തിച്ചിരുന്നില്ല. അവൾ എന്റേതുമാത്രമാണ്. അതായിരുന്നു എന്റെ ചിന്ത. ആരെങ്കിലും തട്ടിയെടുക്കുമോയെന്ന് ഭയന്നിട്ടെന്നപോലെ അവളെ കുറെ കൂടി മുറുകെ ചേർത്തുപിടിക്കുകയാണ് ഞാൻ ചെയ്തത്. എത്രനേരം അതേ നിൽപ്പ് നിന്നു. അറിയില്ല. സ്ഥലകാല ബോധം വന്നപ്പോൾ ഞാൻ ഞെട്ടിപ്പോയി. പെട്ടെന്ന് അവളെ മുന്നോട്ട് മാറ്റിനിറുത്തി. കൈകൾ കൊണ്ട് കണ്ണുപൊത്തി അതേ നിൽപ്പ് തന്നെയായിരുന്നു അവൾ. എന്റെ മുഖത്ത് നോക്കാൻ ഭയന്നിട്ടാകാം അവൾ മുഖം പൊത്തിയത്. അല്ലെങ്കിൽ നാണം കൊണ്ടാവാം.

ബലംപ്രയോഗിച്ച് അവളുടെ കൈപ്പത്തികൾ കണ്ണിന് മുകളിൽ നിന്ന് ഞാൻ മാറ്റി. അപ്പോഴാണ് ഞാൻ ശരിക്കും തകർന്ന പോയത്. അവൾ കരയുകയായിരുന്നു. കണ്ണുനീർ തുള്ളികളായി താഴേയ്ക്ക് പതിച്ചു. സങ്കടവും ഭയവും എന്നെ ഒരുപോലെ ബാധിച്ചു. എന്റെ പ്രവർത്തി അവൾക്ക് ഇഷ്ടപ്പെട്ടു കാണില്ല. അതായിരിക്കാം അവൾ കരഞ്ഞത്. ഒരു കടലാസിൽ ഇഷ്ടമാണെന്നെഴുതിയാൽ ഇങ്ങനെയൊന്നും സംഭ വിക്കുമെന്ന് അവൾ വിചാരിച്ചിട്ടുണ്ടാവില്ല. ഞാൻ ചെയ്തത് ക്രൂരമായി പ്പോയി. മണ്ടത്തരത്തെക്കുറിച്ച് ആലോചിച്ചപ്പോൾ എനിയ്ക്ക് എന്നോട് തന്നെ വെറുപ്പ് തോന്നി.

രതിയുടെ വീട്ടിൽ നിന്നിറങ്ങി ഓടുകയായിരുന്നോ? അതോ നടക്കു കയായിരുന്നോ? കൃത്യമായി എനിയ്ക്ക് ഓർക്കാൻ കഴിയുന്നില്ല. പെട്ടെ ന്നുതന്നെ വീട്ടിൽ എത്തിയിരുന്നു. ഞാൻ മുറിയിൽ കയറി വാതിലടച്ചു. ജാലകത്തിന്നരികിലിരുന്നു. തുറന്നിട്ട ജാലകത്തിലൂടെ പടിഞ്ഞാറൻ കാറ്റ് അകത്ത് കടന്നു. അൽപ്പം ആശ്വാസം തോന്നി. പുറത്ത് സന്ധ്യ മരങ്ങൾക്കിടയിൽ സാന്ദ്രമായി. ഒളോർ മാവിന്റെ മുകളിൽ കരിയിലക്കി ളികൾ ഒച്ചവെച്ചു. അവ ചേക്കേറാൻ തിടുക്കപ്പെട്ടു. ഞാൻ കുറച്ചുനേരം അവയെ നോക്കിയിരുന്നു. നിമിഷങ്ങൾക്കകം അവ എങ്ങോട്ടോ പറന്നു പോയി.

ഒന്നു കിടക്കണമെന്ന് തോന്നി. കിടന്നു. കിടക്കയ്ക്ക് നല്ല മണം. ഉമ്മ പുതിയ വിരിപ്പിട്ടിട്ടുണ്ട്. അതിൽ അത്തർ കുടഞ്ഞിട്ടുണ്ടാവും. ഉമ്മ എപ്പോഴും അങ്ങിനെയായിരുന്നു. ഒന്നു മാറ്റിയിടുമ്പോൾ അതിൽ അത്തർ പുരട്ടും. ഉപ്പയുടെ കാലം മുതലേ തുടരുന്ന ശീലമായിരുന്നു അത്. അത്തറിന്റെ ഗന്ധം ആസ്വദിച്ചുകൊണ്ട് ഞാൻ കിടന്നു. അന്ന് നടന്നതെല്ലാം എന്റെ മനസ്സിലൂടെ കടന്നു പോയി. രതി ആരോ ടെങ്കിലും പറയുമോ? രാജനറിഞ്ഞാൽ എന്താകും സ്ഥിതി? അനേകെ

ചോദ്യങ്ങൾക്കും ഞാൻ ഉത്തരം കണ്ടെത്തേണ്ടിയിരുന്നു. ഒരുവേള ഇങ്ങിനെയെല്ലാം ചിന്തിച്ചെങ്കിലും അവളെഴുതിയ വാക്കുകൾ എന്നെ വല്ലാതെ ആനന്ദിപ്പിച്ചിരുന്നു. ആദ്യമായി ഒരു പെണ്ണ് ഇഷ്ടമാണെന്ന് പറയുകയാണ്. അതിൽപരം ആനന്ദം എന്താണുള്ളത്. അപ്പോഴുണ്ടായ വികാരം ഞാനിവിടെ കുറിക്കുന്നില്ല.

പിറ്റേദിവസം പതിവിലും നേരത്തെ ബാൽക്കണിയിൽ വന്നിരുന്നു. ഉള്ളിൽ വല്ലാത്ത ചങ്കിടിപ്പായിരുന്നു. രാജൻ വരുമോ? രതി അവനോട് എന്തെങ്കിലും പറഞ്ഞ് കാണുമോ? പറഞ്ഞിട്ടുണ്ടെങ്കിൽ അവൻ വരില്ല. ഓരോന്നാലോചിച്ച് ബാൽക്കണിയിൽ അങ്ങോട്ടുമിങ്ങോട്ടും നടന്നു. അവനെയും പ്രതീക്ഷിച്ച്. അവൻ വരും. വരാതിരിക്കില്ല. എല്ലാം ശുഭമായി തന്നെ അവസാനിക്കും. എന്റെ മനസ്സ് പറഞ്ഞു. അല്ലെങ്കിൽ അങ്ങിനെ വിചാരിച്ച് ഞാൻ സമാധാനിച്ചു. എന്റെ വിശ്വാസം ശരിയായിരുന്നു. അധികം വൈകാതെ രാജൻ വരുന്നത് ഞാൻ കണ്ടു. പിന്നെ ഇറങ്ങി ഓട്ടുകയായിരുന്നു. അവൻ കോണിയുടെ അടുത്ത് എത്തുന്നതിനു മുമ്പേ ഞാൻ കോണി ഇറങ്ങിയിരുന്നു. ഞാൻ അവന്റെ മുഖത്തു നോക്കി. ഭാവവ്യത്യാസം വല്ലതുമുണ്ടോ? ഒന്നുമില്ല. സമാധാനമായി. "ഇന്നലെ വീട്ടിൽ വന്നിരുന്നു അല്ലേ?" ഒരു മുഖവുരയുമില്ലാതെ അവൻ പറഞ്ഞു. എന്റെ കരളിൽ നിന്ന് എന്തോ പറന്നുപോയത് പോലെ തോന്നി. ഭയവും അപമാനഭാരവും എന്നെ വല്ലാതെ കീഴടക്കി. നടക്കുമ്പോൾ കാലുകൾ വിറക്കുന്നതുപോലെ. എല്ലാം അറിഞ്ഞു കൊണ്ടാണ് അവൻ വന്നിരിക്കുന്നത്. രതി എല്ലാം അവനോട് പറഞ്ഞിരിക്കും. ഇനി അവൻ തരുന്ന ശിക്ഷ ഏറ്റുവാങ്ങുക. അപമാനവും സഹിച്ച് ശിഷ്ടകാലം ജീവിക്കുക. ഇങ്ങിനെയൊക്കെയായിരുന്നു ഞാൻ ചിന്തിച്ചത്. എന്നാൽ അങ്ങിനെയൊന്നുമായിരുന്നില്ല.

"നീ വന്നിരുന്നെന്ന് രതി പറഞ്ഞു". എന്റെ മറുപടിയ്ക്ക് കാത്തുനിൽക്കാതെ അവൻ തുടർന്നു. "ഞാനില്ലാതിരുന്നതിനാൽ വേഗം തന്നെ തിരിച്ചുപോന്നെന്ന് അവൾ പറഞ്ഞു. ഞാൻ കടയിലായിരുന്നു. അച്ഛൻ ഒരു കല്യാണത്തിന് പോയിരുന്നു. അതാണ് കാണാതിരുന്നത്. നിനക്ക് ബോറടിച്ചിരുന്നോ?" എന്റെ തോളിൽ കയ്യിട്ടുകൊണ്ട് നടക്കുന്നതിനിടയിൽ അവൻ പറഞ്ഞു. എന്റെ ആശങ്കകളെല്ലാം ഇല്ലാതായി. ആത്മവിശ്വാസം വർദ്ധിച്ചു. രതിയോട് അതിയായ സ്നേഹം തോന്നി. അവൾ ആരോടും ഒന്നും പറഞ്ഞില്ല. എന്നോടുള്ള ഇഷ്ടം കൊണ്ടായിരിക്കാം. അല്ലെങ്കിൽ മാനക്കേട് ഓർത്തിട്ടാകാം. വ്യക്തമാകണമെങ്കിൽ അവളെ കാണണം. അന്നത്തെ ദിവസം അവളെ കാണാൻ കഴിയില്ല. ബീച്ചിൽ നിന്നും മടങ്ങുമ്പോൾ ഞങ്ങൾ വേർപിരിയും. അതാണ് പതിവ്.

അടുത്ത ദിവസം രതിയെ കാണാനുള്ള ആഗ്രഹം അടക്കാനായില്ല. 3 മണിയ്ക്ക് മുമ്പേ ഞാൻ രാജന്റെ വീട്ടിലേയ്ക്ക് നടന്നു. അവൻ വരുന്നതിനു മുമ്പേ അവിടെ എത്തുകയായിരുന്നു എന്റെ ലക്ഷ്യം. രതിയെ കാണണം. സോറി പറയണം. അങ്ങിനെ വിചാരിച്ചാണ് അവിടെ എത്തിയത്. അവിടെയെങ്ങും രതിയെ കണ്ടില്ല. രാജൻ എന്നെ കണ്ടപ്പോൾ ഒന്നു മ്പരന്നതായി തോന്നി. എപ്പോഴും അവൻ എന്റെയടുത്തേയ്ക്കാണല്ലോ വരാറുള്ളത്. വല്ല മാറ്റവുമുണ്ടെങ്കിൽ തലേദിവസം തന്നെ ഞങ്ങൾ തീരുമാനിക്കുമായിരുന്നു.

"ബീച്ചിലേക്ക് പോയി മടുത്തു. ഇന്ന് നമുക്ക് വേറെ ഏതെങ്കിലും വഴി പോകാം". അവന്റെ സംശയം തീർക്കാനെന്നോണം ഞാൻ പറഞ്ഞു. രതിയെ കാണലായിരുന്നു എന്റെ ലക്ഷ്യം. യാത്ര ബീച്ചിലേക്കാകുമ്പോ ഇതൊന്നും നടക്കില്ല. എന്റെ വീട് ബീച്ചിന്നടുത്താണല്ലോ. അവന്റെ വീടിന് പടിഞ്ഞാറുഭാഗത്ത്. അതുകൊണ്ട് പടിഞ്ഞാറോട്ടുള്ള യാത്ര റൂട്ട് മാറ്റി കിഴക്കോട്ട് പുതിയ റൂട്ട് കണ്ടെത്തേണ്ടിയിരിക്കുന്നു. അതേക്കുറിച്ച് ആലോചിക്കുമ്പോഴേക്കും അവന്റെ ചോദ്യം വന്നു.

"എങ്ങോട്ടു പോകാൻ!" പറ്റിയ ഒരു സ്ഥലം കണ്ടുപിടിക്കാൻ ഞാൻ പ്രയാസപ്പെട്ടു. അപ്പോൾ തോന്നിയ ഒരു സ്ഥലം ഞാൻ പറഞ്ഞു.

"ഇന്ന് നമുക്ക് മഞ്ചോടി ഭാഗത്തേയ്ക്ക് നടക്കാം". ഉത്തരം അവന് തൃപ്തിപ്പെട്ടോ എന്നറിയില്ല. അവൻ ഒന്നും പറഞ്ഞില്ല. സംസാരത്തി നിടയിൽ ഞാൻ എല്ലായിടത്തും രതിയെ തിരയുന്നുണ്ടായിരുന്നു. അവിടെങ്ങും അവളുണ്ടായിരുന്നില്ല. അവൾ എവിടെയെങ്കിലും പോയി ക്കാണുമോ? അതായിരുന്നു എന്റെ ഭയം.

"രതി എവിടെ പോയി? കാണുന്നില്ലല്ലോ?" ഒടുവിൽ ഞാൻ രാജനോട് തന്നെ ചോദിച്ചു.

"അവൾ കുളിക്കുകയാണ്. കുളിമുറിയിൽ കയറിയാൽ ഒരു മണിക്കൂർ കഴിഞ്ഞേ ഇറങ്ങൂ. അതാണ് അവളുടെ ശീലം". ആശ്വാസമായി. അവൾ എങ്ങും പോയിട്ടില്ല. അടുത്ത് തന്നെയുണ്ട്. ഇനി അറിയേണ്ടത് അവൾ എപ്പോൾ കുളിമുറിയിൽ നിന്ന് ഇറങ്ങുമെന്നാണ്. കാത്തിരിക്കാം. കാണാതിരിക്കില്ല. രാജന് കുളിക്കേണ്ടിവരും. അവനെ കണ്ടിട്ട് കുളി കഴിഞ്ഞിട്ടില്ലെന്ന് തോന്നുന്നു. അവളിറങ്ങിയാൽ അവൻ കുളിമുറിയിൽ കയറും. ഞാൻ കാത്തിരുന്നു.

തട്ടമിട്ടതുപോലെ നനഞ്ഞ തോർത്തുമുണ്ട് തലയിലിട്ട് അവൾ പുറ ത്തേയ്ക്ക് വന്നു. അപ്പോൾ അവളെ കണ്ടാൽ ഒരു മുസ്ലിം പെൺകുട്ടിയാ ണെന്ന് തോന്നുമായിരുന്നു. ഇളം നീല നിറത്തിലുള്ള ഒരു പാവാടയും വയലറ്റ് നിറത്തിലുള്ള ബ്ലൗസുമായിരുന്നു വേഷം. മുടിയുടെ അറ്റം കൈ

വിരലുകൾ കൊണ്ട് വേർപ്പെടുത്തി കൊണ്ടായിരുന്നു അവളുടെ വരവ്. എന്നെ കണ്ടമാത്രയിൽ അവളുടെ ചുണ്ടുകളിൽ ഒരു കള്ളച്ചിരി വിടർന്നു. അതോ നാണം കലർന്ന ചിരിയായിരുന്നോ? എനിയ്ക്ക് ഓർമിക്കാൻ കഴിയുന്നില്ല.

രാജൻ കളിക്കാൻ പോയി. രതി മുടിയിൽ അവശേഷിച്ച വെള്ളവും തോർത്തുകൊണ്ട് ഒപ്പിയെടുക്കുകയായിരുന്നു. ഞാൻ അവളെ അടുത്തേയ്ക്ക് വിളിച്ചു. എനിയ്ക്ക് അവളോട് സംസാരിക്കണമായിരുന്നു. ചെയ്ത തെറ്റിന് മാപ്പ് ചോദിക്കണം. വേണമെങ്കിൽ അവളോട് മാപ്പ് പറയുകയുമാവാം. അവൾ അടുത്തേയ്ക്ക് വന്നു നിന്നു.

"സോറി" ഒറ്റവാക്കിൽ ഞാൻ ക്ഷമ ചോദിച്ചു. അവൾ പുറത്തെന്തോ നോക്കി നിൽക്കുകയായിരുന്നു. ഒന്നും പറഞ്ഞില്ല. നിനക്കെന്നോട് ദേഷ്യമാണോ? ഞാൻ കൂട്ടിച്ചേർത്തു. അപ്പോഴാണ് ശരിക്കും അവൾ എന്നെ നോക്കിയത്.

"ഇല്ല"എന്ന ഒറ്റ വാക്കിനു വേണ്ടി ഞാൻ കാത്തിരുന്നു. അത് കേട്ടെങ്കിലേ എനിയ്ക്ക് സമാധാനമാകൂ. അവളുടെ നിലപാട് പെട്ടെന്ന് മാറിയേക്കാം.അവളുടെ പ്രായവും രീതിയും അതായിരുന്നു.ദേഷ്യമാണോ എന്ന എന്റെ ചോദ്യം അവളെ പെട്ടെന്ന് മാറ്റിയതുപോലെ. അവൾ വീണ്ടും ആ പഴയ കുസൃതി പെണ്ണായി. നാണം കലർന്നൊരു ചിരിയോടെ അവളെന്നെ നുള്ളി. പിന്നെ അകത്തേയ്ക്കൊര!!ോട്ടം. ഓടുന്നതിനിടയിൽ ഒരു പാട്ടു പോലെ നോ... നോ... നോ... എന്നും അവൾ പറയുന്നുണ്ടായിരുന്നു.

പിന്നീടുള്ള പല ദിവസങ്ങളിലും ഞാൻ അവിടെ പോവുകയും രതിയെ കാണുകയും ചെയ്തിരുന്നു. ഞങ്ങൾ പരസ്പരം സംസാരിക്കുകയും കളി തമാശ പറഞ്ഞു ചിരിക്കുകയും, സൗകര്യം കിട്ടുമ്പോഴെല്ലാം പരസ്പരം കെട്ടിപ്പിടിക്കുകയും, ഉമ്മ വെക്കുകയും, നുള്ളുകയും, മാന്തുകയും, തല്ലുകൂടി, ചെറിയ ചെറിയ പിണക്കത്തിലേയ്ക്കും ഇണക്കത്തിലേയ്ക്കും... ഹൊ...! എന്തെന്ത് സുന്ദരം ജീവിതം. ദൈവമേ എന്തിനീ ക്രൂരത എന്നോട് ചെയ്തു നീ.

പരീക്ഷ കഴിഞ്ഞു നല്ല മാർക്കോടെ ഞാൻ പാസായി. രാജൻ തോറ്റു. മാർക്ക് ലിസ്റ്റ് കിട്ടിയപ്പോൾ ഇംഗ്ലീഷിന് എട്ടു മാർക്ക് കുറവ്. തോറ്റതിൽ അവന് വലിയ സങ്കടമായിരുന്നു. നല്ലപോലെ പഠിച്ചിരുന്നു. ഇംഗ്ലീഷ് പ്രയാസം തന്നെയായിരുന്നു. എങ്കിലും പാസാകുമെന്ന് കരുതി. അവന്റെ സങ്കടത്തിൽ എന്റെ വിജയം മുങ്ങിപ്പോയി. ഞാൻ അവനെ ആശ്വസിപ്പിച്ചു. സപ്തംബറിൽ എഴുതി പാസാകാം. പക്ഷേ അവന് ആത്മവിശ്വാസമില്ലായിരുന്നു. ഒരിയ്ക്കൽ കൂടി എഴുതി തോൽക്കാൻ അവൻ തയ്യാറായിരുന്നില്ല. ഞാനും രതിയും നിർബന്ധിച്ചു. അവൻ

വഴങ്ങിയില്ല. ഡ്രൈവിംഗ് പഠിക്കാനായിരുന്നു. താല്പര്യം അവന്റെ അമ്മാവൻ ലോറി ഡ്രൈവറായിരുന്നു.

അദ്ദേഹം അവനെ ഡ്രൈവിംഗ് പഠിപ്പിക്കാമെന്ന് പറഞ്ഞിരുന്നു. അപ്പോൾ അതിനു പറ്റിയ സമയം ആണെന്ന് അവൻ തറപ്പിച്ചു പറഞ്ഞു. അവസാനം അവന്റെ തീരുമാനം നടപ്പിലായി. ഡ്രൈവിംഗ് പഠിക്കാൻ അവൻ അമ്മാവന്റെ വീട്ടിലേക്ക് താമസം മാറി. ഒന്നോ രണ്ടോ ദിവസം വീട്ടിൽ വരും. അവനെ കാണാൻ കിട്ടാതായി. അതെന്നെ വല്ലാതെ ഭ്രാന്ത് പിടിപ്പിച്ചു. രതിയെ കാണാനുള്ള അവസരമാണ് നഷ്ടമായത്. എനിയ്ക്കാണെങ്കിൽ എപ്പോഴും അവളെ കാണണമെന്ന ചിന്തയായിരുന്നു. ഒറ്റ ദിവസം പോലും അവളെ കാണാൻ കഴിഞ്ഞില്ല. ശനിയാഴ്ച വൈകുന്നേരം രാജൻ വരും. ഞായറാഴ്ച വൈകുന്നേരം തിരിച്ചുപോകും. എല്ലാ ശനിയാഴ്ചയും ഞായറാഴ്ചയും ഞാൻ അവിടെ പോകുമായിരുന്നു. അന്നാണ് രതിയെ കാണുക. അങ്ങിനെ ആഴ്ചയുടെ അവസാനത്തിനു വേണ്ടി ഞാൻ കാത്തിരുന്നു.

ഞാൻ ബ്രണ്ണൻ കോളേജിൽ തന്നെ ഡിഗ്രിയ്ക്ക് ചേർന്നു. വീട്ടുകാർക്കെല്ലാം സന്തോഷമായി. അടുത്തായതിൽ ഉമ്മയ്ക്ക് വലിയ ആശ്വാസമായിരുന്നു. എല്ലാവരും സന്തോഷിച്ചെങ്കിലും എനിയ്ക്ക് സങ്കടമായിരുന്നു. ഞാൻ ആഗ്രഹിച്ചത് എസ് എൻ കോളേജായിരുന്നു. അവിടെയും അപേക്ഷ കൊടുത്തിരുന്നു. ആദ്യം ഇന്റർവ്യൂവിന് കാർഡ് കിട്ടിയത് ബ്രണ്ണൻ കോളേജിൽ നിന്നായിരുന്നു. അത് കിട്ടിയത് ഉമ്മയുടെ കയ്യിലായിരുന്നു. എന്റെ കയ്യിൽ കിട്ടിയിരുന്നെങ്കിൽ കീറിക്കളഞ്ഞേനെ. എസ് എൻ കോളേജിൽ അഡ്മിഷൻ കിട്ടുമെന്ന് എനിയ്ക്കുറപ്പുണ്ടായിരുന്നു. ഇന്റർവ്യൂ കാർഡ് കിട്ടാൻ വൈകി. അപ്പോഴേയ്ക്കും ബ്രണ്ണനിൽ ചേർന്നിരുന്നു.

ബ്രണ്ണൻ കോളേജ് എനിയ്ക്ക് ഇഷ്ടമായിരുന്നു. ഒരാൾ മാത്രം അവിടെ ഉണ്ടായിരുന്നില്ല രതി. പ്രീ ഡിഗ്രിയ്ക്ക് അവൾക്ക് അഡ്മിഷൻ കിട്ടിയത് എസ് എൻ കോളേജിലായിരുന്നു. ഞാൻ ഡിഗ്രിയ്ക്ക് ചേരുന്നതിനു മുമ്പേ അവൾ അവിടെ ചേർന്നിരുന്നു. എനിയ്ക്കും അവിടെ അഡ്മിഷൻ കിട്ടണമെന്ന് ഞാൻ പ്രാർത്ഥിച്ചു. എന്റെ പ്രാർത്ഥന ദൈവം കേട്ടില്ല. പൂർണ്ണമായും തള്ളിയതുമില്ല. രാവിലെയും വൈകുന്നേരവും എനിയ്ക്ക് അവളെ കാണാൻ അവസരമുണ്ടായിരുന്നു. രാവിലെ ഞങ്ങൾ ഒന്നിച്ചുപോകും. അതേ പോലെ തിരിച്ചു വരും. വാടിയ്ക്കൽ നിന്ന് അർച്ചന ബസ്സിലാണ് അവൾ കയറിയിരുന്നത്. സൈദാർ പള്ളി സ്റ്റോപ്പിൽ നിന്ന് ഞാനും കയറും. സ്റ്റാന്റിൽ നിന്ന് കണ്ണൂർ ബസ്സിലാണ് അവൾക്കൊപ്പം ഞാൻ കയറിയത്. കോളേജിലേക്ക് നേരിട്ടുള്ള ബസ് ഞാൻ ഒഴിവാക്കിയിരുന്നു. ധർമ്മടം വരെ അവളോടൊപ്പം യാത്ര ചെയ്യാമല്ലോ. അതായിരുന്നു ചിന്ത.

വൈകുന്നേരം അവൾ വരുന്നതുവരെ ഞാൻ തലശ്ശേരി സ്റ്റാന്റിൽ കാത്തു നിൽക്കും. അവൾ വന്നാലും കുറച്ച നേരം ഞങ്ങൾ എവിടെയെങ്കിലും മാറി നിന്ന് സംസാരിക്കും. ഓരോ ദിവസവും അവൾക്ക് ഒരുപാട് പറയാനുണ്ടായിരുന്നു. ഞാനതെല്ലാം കേട്ടുകൊണ്ടിരിക്കും. പിന്നെ ടെമ്പിൾ ഗേറ്റ് വഴി പോകുന്ന ബസ്സിലേയ്ക്ക് കയറും. ഓരോ ദിവസവും അങ്ങിനെ കടന്നു പോയി. ഞങ്ങൾ ഗാഢമായി പ്രേമിച്ചു. പരസ്പരം കത്തുകൾ കൈമാറി. ദിവസവും ഞങ്ങൾ കത്തുകൾ എഴുതി. ഞങ്ങളുടെ വികാരങ്ങളത്രയും എഴുത്തിലൂടെ ഞങ്ങൾ കൈമാറി.

അവളുടെ എഴുത്തുകൾ ചിലതെല്ലാം നഷ്ടപ്പെട്ടിരുന്നു. ബാക്കി ബാംഗ്ലൂരിലേയ്ക്ക് പോകുമ്പോൾ ഞാൻ കരുതി വെച്ചിരുന്നു. ഒരു നിധിപോലെ അതിപ്പോഴും ഞാൻ സൂക്ഷിക്കുന്നുണ്ട്. ഈ വില്ലയിൽ എന്റെ ഷെൽഫിനകത്ത് അത് ഇപ്പോഴും കിടപ്പുണ്ട്.

രതിയുടെ പ്രേമലേഖനത്തെ കുറിച്ചുള്ള പരാമർശം കണ്ടപ്പോൾ അത് വായിക്കണമെന്ന് കവിതയ്ക്കും അരുൺ കുമാറിനും തോന്നി. അവർ വായന നിറുത്തി പരിശോധിക്കാൻ തുടങ്ങി. പൊടിപിടിച്ച പുസ്തകങ്ങൾ ഓരോന്നൊയി എടുത്തു നിവർത്തി. അവസാനം പഴയൊരു നോട്ടുബുക്കിനുള്ളിൽ അവർ അത് കണ്ടെത്തി. അതൊരു വലിയ കെട്ടായിരുന്നു. കാലപ്പഴക്കം കൊണ്ട് പേപ്പറുകൾ പൊടിഞ്ഞു തുടങ്ങിയിരുന്നു. പത്ത് മുപ്പത്ത് വർഷം മുമ്പേ ഒരു ഹിന്ദു പെൺകുട്ടി മുസ്ലിം ചെറുപ്പക്കാരനെഴുതിയ പ്രേമലേഖനം മുന്നിൽ നിവർത്തി വെച്ചപ്പോൾ അരുൺ കുമാറും കവിതയും എന്തെന്നില്ലാത്ത ഒരു വികാരത്തിൽ വീർപ്പുമുട്ടി. അവയിൽ ഏത് വായിച്ച് തുടങ്ങണമെന്നറിയാതെ അവർ കുഴങ്ങി. ഒടുവിൽ ഏറ്റവും മുകളിലുണ്ടായിരുന്നത് വായിക്കാമെന്ന് അവർ തീരുമാനിച്ചു. അത് ഇങ്ങിനെയായിരുന്നു

എന്റെ സക്കീറിന്,

ഇതെഴുതുമ്പോൾ പുറത്തു നല്ല മഴ പെയ്യുന്നുണ്ട്. ഓട്ടിൻ പുറത്ത് മഴത്തുള്ളികളുടെ നൃത്തച്ചുവടുകൾ എനിയ്ക്ക് നല്ലപോലെ കേൾക്കാം. അമ്മ കരുതുന്നുണ്ടാവും ഞാൻ പഠിക്കുകയാണെന്ന് പാവം. അടുക്കളയിൽ ചോറും കറിയും ഉണ്ടാക്കുകയാണ്. ഞാനിവിടെ നിനക്കുള്ള ദിവസക്കുറിപ്പ് എഴുതുകയും. ദിവസവും എഴുതിയില്ലെങ്കിൽ നിനക്ക് പരിഭവമാണല്ലോ. അതുകൊണ്ട് ഇടിയും മഴയുമല്ല കൊടുങ്കാറ്റായാലും എഴുതുക തന്നെയാണ്.

നമ്മുടെ സ്നേഹത്തെ കുറിച്ച് ഞാനൊന്നും എഴുതുന്നില്ലെന്ന് നീ പരാതിപ്പെടുന്നു. ഞാനെന്താണ് എഴുതേണ്ടത്. എനിയ്ക്കറിയില്ല. നിന്നെ പോലെ വരയ്ക്കാനും എഴുതാനും എനിയ്ക്കറിയില്ല. നിന്നെ

സ്നേഹിക്കാൻ മാത്രം എനിയ്ക്കറിയാം. ഒരുപാട്... ഒരുപാട്... ഒരു കടലോളം അല്ല ഈ ഭൂമിയോളം. ഇപ്പോൾ നിനക്ക് തൃപ്തിയായിക്കാണുമെന്ന് തോന്നുന്നു. എന്താ? തൃപ്തിയായില്ലേ? സുന്ദരക്കുട്ടാ... അമ്മ വരുന്നുണ്ടെന്ന് തോന്നുന്നു. തൽക്കാലം നിറുത്തട്ടെ.

നിന്റെ ര...തി

കത്ത് വളരെ ഹ്രസ്വമായിരുന്നു. അരുൺ കുമാർ അത് മടക്കി നോട്ടുബുക്കിൽ തന്നെ വെച്ചു. കുറച്ചുകൂടി ദീർഘമായ മറ്റൊന്നെടുത്തു. കവിത വായിച്ച എഴുത്തിനെക്കുറിച്ച് ചിന്തിക്കുകയായിരുന്നു. ജീവിതത്തിൽ ഒരിയ്ക്കൽപോലും അവൾ ഒരു പ്രേമലേഖനമെഴുതിയിരുന്നില്ല. ആരുടെയെങ്കിലും വായിച്ചിരുന്നുമില്ല. ഏഴുവർഷത്തോളം കോളേജിൽ പഠിച്ചിട്ടും അതിനൊരവസരം ഉണ്ടായില്ല. അരുൺ കുമാറിനെ കണ്ടുമുട്ടുന്നതുവരെ ആരോടും പ്രണയവും തോന്നിയില്ല. സാഹചര്യം അതായിരുന്നു. പത്തുമുപ്പത് വർഷം മുമ്പ് എഴുതപ്പെട്ട ഒരു പ്രേമലേഖനം ആദ്യമായി വായിച്ചപ്പോൾ അവളുടെ മനസ്സിലൂടെ പല പല ചിന്തകളും കടന്നുപോയി. അരുൺ കുമാർ രണ്ടാമത്തെ കത്തെടുത്തു നിവർത്തി കവിതയുടെ മടിയിൽ വെച്ചു. അവർ രണ്ടുപേരും അത് വായിക്കാൻ തുടങ്ങി.

സാന്ദ്രമായ സ്നേഹത്തോടെ, നിനക്ക്,

ഇന്നലെ ഞാനൊരു സ്വപ്നം കണ്ടു. ഒരു ദുഃസ്വപ്നം. എനിയ്ക്ക് വല്ലാതെ പേടി തോന്നുന്നു. ചില സ്വപ്നങ്ങൾ ഫലിക്കുമെന്ന് പറഞ്ഞുകേട്ടിട്ടുണ്ട്. ഇത് അതുപോലെയാകരുതേയെന്നാണ് എന്റെ പ്രാർത്ഥന. സ്വപ്നങ്ങൾ ദൈവത്തിന്റെ സൂചനകളാണെന്ന് അമ്മ പറയാറുണ്ട്. സക്കീ... ഞാനത് നിന്നോട് പറയാം.

രാത്രി ഏറെ നേരമായിക്കാണും. ജാലകത്തിന് ആരോ മുട്ടുന്നത് പോലെ തോന്നി. ഞാൻ തലയിണയിൽ നിന്നും തലയുയർത്തി ശ്രദ്ധിച്ചുനോക്കി. എന്നെ ആരോ പേരെടുത്ത് വിളിക്കുന്നുണ്ടായിരുന്നു. ശബ്ദം കേട്ടപ്പോൾ നീയാണെന്നൊരു തോന്നൽ. ഞാൻ പുതപ്പുമാറ്റി പതുക്കെ ജാലകത്തിനടുത്തേയ്ക്ക് നടന്നു. ജാലക വാതിൽ തുറന്നു. ജാലകത്തിനപ്പുറം നീ നിൽക്കുന്നു. നീ എന്നോട് വാതിൽ തുറക്കാൻ പറഞ്ഞു. പേടിച്ചാണെങ്കിലും ഞാൻ വാതിൽ തുറന്നു. നീയെന്റെ കൈ പിടിച്ച് പുറത്തേയ്ക്ക് നടന്നു. എങ്ങോട്ടാണ് പോകുന്നതെന്ന് നീ പറഞ്ഞില്ല. ഞാൻ ചോദിച്ചതുമില്ല. റെയിൽപ്പാളത്തിനരികെയെത്തിയപ്പോൾ നീ എന്റെ കൈവിട്ടു. പാളത്തിലൂടെ നടക്കാൻ ആംഗ്യം കാണിച്ചു. രണ്ടാമത്തെ പാളത്തിലൂടെ നീയും നടന്നു. അങ്ങിനെ സമാന്തരങ്ങളായ രണ്ട് പാളങ്ങളിലൂടെ നമ്മൾ നടന്നു.

ഏറെനേരം നടന്നെങ്കിലും നമുക്ക് മുന്നിലേയ്ക്കോ പിന്നിലേയ്ക്കോ ഒരു വണ്ടിപോലും പോലും കടന്നു പോയില്ല. അതെന്നെ അത്ഭുതപ്പെടുത്തി. രാത്രി ഉറങ്ങാൻ കിടന്നാൽ നേരം വെളുക്കുന്നതിനിടയിൽ എത്രയോ വണ്ടികൾ പോകുന്ന ശബ്ദം ഞാൻ കേട്ടിട്ടുണ്ട്. നമ്മൾ നടക്കുമ്പോൾ മാത്രം വണ്ടികളെല്ലാം എവിടെയാണ് മറഞ്ഞത്. എനിയ്ക്ക് സംശയമായി.

മിനുസമുള്ള ഉരുക്ക് പാളങ്ങളിൽ നിലാവ് തെളിഞ്ഞു. നമുക്കു ചുറ്റും മൗനത്തിന്റെ ഇരുൾ പരന്നു. നീയും ഞാനും ഒരിയ്ക്കലും അവസാനിക്കാത്ത പാളത്തിലൂടെ വിശ്രമമില്ലാതെ നടന്നു. ഇടയ്ക്കിടക്ക് നീ എന്നെ നോക്കി ചിരിച്ചതല്ലാതെ ഒന്നും പറഞ്ഞില്ല. അത് നിന്റെ എപ്പോഴത്തെയും സ്വഭാവമാണല്ലോ? അതിനെക്കുറിച്ച് ഞാൻ പറയുന്നില്ല. സ്വപ്നത്തെക്കുറിച്ച് മാത്രം പറയാം.

ക്ഷീണമോ തളർച്ചയോ ഇല്ലെങ്കിലും നമ്മൾ ഏറെനേരം നടന്നിരിക്കണം. ഒടുവിൽ പാളങ്ങൾ രണ്ടായി പിരിഞ്ഞു. നിന്റേത് ഒരു പൂന്തോട്ടത്തിലേക്ക് നീണ്ടു നീണ്ടു പോയി. നീ പൂന്തോട്ടത്തെ ലക്ഷ്യമാക്കി നടന്നു. എന്നോട് അതേ പാളത്തിലൂടെ നടക്കാൻ ആംഗ്യം കാണിച്ചു. ഒറ്റയ്ക്ക് നടക്കാൻ എനിക്ക് ഭയമായിരുന്നു. നിനക്ക് പിന്നാലെ ഓടി വരണമെന്ന് തോന്നി. എനിയ്ക്ക് അനങ്ങാൻ കഴിഞ്ഞില്ല. നിന്റെ പാളത്തിലേയ്ക്ക് എന്റെ കാലുകൾ ചലിച്ചില്ല. ഏറെ നേരം ശ്രമിച്ചു. എന്നിട്ടും കഴിഞ്ഞില്ല. അപ്പോഴേയ്ക്കും നീ ഏറെ ദൂരം പിന്നിട്ടിരുന്നു. നിന്നെ ഒരു നിഴൽ പോലെയേ കാണാൻ കഴിഞ്ഞുള്ളൂ. എനിയ്ക്ക് കരച്ചിൽ വന്നു. ശബ്ദം പുറത്തേയ്ക്ക് വന്നില്ല. ചുറ്റിലും നോക്കി. ഒരു മനുഷ്യജീവി പോലുമില്ല. ജീവിതത്തിൽ ഞാൻ ഏകയാണെന്ന് അപ്പോഴാണറിയുന്നത്.

പാളത്തിലൂടെ മുന്നോട്ടല്ലാതെ മറ്റെങ്ങും പോകാൻ കഴിയുമായിരുന്നില്ല. ഞാൻ നടന്നു. എന്റെ വിധിയിലേയ്ക്ക്. തണുത്ത കാറ്റ് എന്നെ വരവേൽക്കുന്നത് പോലെ. അടുത്തെവിടെയോ കടലുണ്ട്. തിരമാലകളുടെ ശബ്ദം കേൾക്കുന്നുണ്ട്. നടക്കും തോറും ശബ്ദം അടുത്തടുത്ത് വരുന്നതുപോലെ. പിന്നെ കടലിന്റെ മണം.

കടലിലേയ്ക്ക് നീണ്ടുപോകുന്ന റെയിൽപ്പാളം എവിടെയെങ്കിലുമുണ്ടോ? എനിയ്ക്കറിയില്ല. ഒരു പക്ഷേ ഉണ്ടാകാം. എന്റെ പാളം കടലിലേക്ക് നീണ്ടു കിടന്നു. അതിലൂടെ ആരോ എന്നെ മുന്നോട്ടേയ്ക്ക് നയിച്ചു. ആദ്യത്തെ തിരമാല കാലുകൾക്കിടയിൽ വന്നലറിയിട്ടും എനിയ്ക്ക് നടത്തം നിറുത്താൻ കഴിഞ്ഞില്ല. ഞാൻ മുന്നോട്ട് തന്നെ നടന്നു. അകലെ, കടലിനക്കരെ പ്രത്യാശയുടെ ഒരു നക്ഷത്രം തിളങ്ങി. അതിലേയ്ക്ക് നോക്കിയപ്പോൾ ഞാൻ എല്ലാം മറന്നു. എവിടേയ്ക്കോ

എത്തിപ്പെടാനുള്ള ഒരു തിടുക്കം എന്റെ കാലുകൾക്കുണ്ടായി. ഓരോ കാൽവെപ്പിലും വെള്ളം മുകളിലോട്ടുയർന്നു. ആദ്യം കാൽമുട്ട്, പിന്നെ അരക്കെട്ട്, അവസാനം കഴുത്ത് വരെ വെള്ളം ഉയർന്നു. തലയ്ക്ക് മുകളിൽ വെള്ളം ഉയർന്നതോടെ എനിക്ക് ശ്വാസം മുട്ടി. ഞാനൊന്ന് പിടഞ്ഞു, പിന്നെയുണർന്നു. മൂക്കും വായയും തലയിണയിൽ അമർന്ന് കമിഴ്ന്നു കിടക്കുകയായിരുന്നു ഞാൻ.

ഇതു വെറുമൊരു സ്വപ്നമായിരിക്കാം. പേടിപ്പെടുത്തുന്ന സ്വപ്നങ്ങൾ മുമ്പും ഞാൻ കണ്ടിട്ടുണ്ട്. ഇത് അതുപോലെയല്ലെന്നൊരു തോന്നൽ, ചിന്തിക്കുമ്പോൾ എന്തെല്ലാമോ ഒളിഞ്ഞിരിക്കുന്നത് പോലെ. നിനക്കും ഇതിനെക്കുറിച്ച് ആലോചിച്ച് നോക്കാവുന്നതാണ് മറുപടി പ്രതീക്ഷിച്ചു കൊണ്ട്...

നിന്റെ... തി

കത്തുകൾ അവർ നേരത്തെയുണ്ടായിരുന്ന സ്ഥാനത്ത് തന്നെ വെച്ചു. കവിതയ്ക്ക് അത് മുഴുവൻ വായിക്കണമെന്നുണ്ടായിരുന്നു.ബാക്കിയുള്ളവ പിന്നീട് വായിക്കാമെന്ന് അരുൺ കുമാർ പറഞ്ഞു. അവൾ എതിർപ്പൊന്നും പറഞ്ഞില്ല. അവർ വീണ്ടും വായിക്കാൻ തുടങ്ങി. അടുത്ത ഭാഗം പുതിയൊരധ്യായമായാണ് രേഖപ്പെടുത്തിയിരിക്കുന്നത്.

4
കനലെരിഞ്ഞ കലാപ നാളുകൾ

1971 ഡിസംബർ മാസത്തിലെ ഒരു സായാഹ്നം. ഞാൻ ബാൽക്കണിയിൽ ഇരുന്ന് ടോൾസ്റ്റോയുടെ വാർ ആന്റ് പീസ് (War and Peace) വായിക്കുകയായിരുന്നു. പുറത്ത് കരിയിലകൾക്കിടയിൽ കാറ്റിന്റെ ഞരക്കം. ഉമ്മറത്തെ ചാമ്പമരത്തിലിരുന്ന് ഒരു കാക്ക നിർത്താതെ കരഞ്ഞു.

"സക്കീർ... സക്കീർ വേഗം എറങ്ങി വാ..." കാക്കയെ എറിഞ്ഞകറ്റിയ ശേഷം മുറ്റത്ത് നിന്ന് ഉമ്മർട്ടിക്ക വിളിച്ചു. താഴെ എന്തോ സംഭവിച്ചിട്ടുണ്ട്. ആലോചിച്ചിരിക്കാൻ നേരമില്ല. പുസ്തകം നിവർത്തിവെച്ച് ഞാൻ താഴേക്ക് ഓടിയിറങ്ങി. എല്ലാവരും വരാന്തയിലുണ്ട്. ഉമ്മ, ഉമ്മാമ്മ, ജമീല, സൈനു... അവരെല്ലാം ഉമ്മർട്ടിക്കയിൽനിന്നും എന്തെല്ലാമോ ചോദിച്ചറിയുകയായിരുന്നു.

"സക്കീർ നീയെങ്ങും പോകണ്ട". എന്നെ കണ്ടയുടനെ ഉമ്മർട്ടിക്ക പറഞ്ഞു.

"ടൗണിൽ മൊത്തം കച്ചറയാ. പീട്യകളെല്ലാം അടച്ച്". പറയുമ്പോൾ അദ്ദേഹത്തിന്റെ നെറ്റിയിലെ ചുളിവുകൾ കൂടുതൽ വ്യക്തമായി. ആസ്മ രോഗിയായ അദ്ദേഹം വല്ലാതെ കിതച്ചു. വാക്കുകൾ മുറിഞ്ഞ് തുടർച്ച നഷ്ടപ്പെട്ടു.

“അമ്പലത്തിലേക്കുള്ള ഘോഷയാത്രയിലേയ്ക്ക് ആരോ ചെറിപ്പെറിഞ്ഞു. എന്റെ മുഖഭാവം കണ്ടിട്ടാകാം”. ഉമ്മർട്ടിക്ക പറഞ്ഞു.

ആരായിരിക്കും ഈ നീചകൃത്യം ചെയ്തത്. ഹിന്ദുക്കളും മുസ്ലിംകളും തമ്മിലടിക്കണമെന്ന് കരുതി ആരോ ചെയ്തതാണ്. ചെയ്തവർക്ക് എന്തോ ഉദ്ദേശമുണ്ട്. ഒരുനേരമ്പോക്കിന് വേണ്ടി ആരും ചെയ്തതല്ല. ഏതെങ്കിലും മാനസികരോഗി ആകാനും വഴിയില്ല. ആരും ചെരിപ്പെറിഞ്ഞയാളെ കണ്ടിട്ടില്ല. എന്തുതന്നെയായാലും പിൽക്കാല സംഭവങ്ങളെല്ലാം ദാരുണമായിരുന്നു. സാധാരണക്കാരന്റെ സമ്പത്തും മാനവും കൊള്ളയടിക്കപ്പെട്ടു. നിരവധി പേർ വഴിയാധാരമായി. സാമൂഹ്യവിരുദ്ധർ തടിച്ചു കൊഴുത്തു.

കലാപം ബുദ്ധിയില്ലാത്ത ജനതയുടെ ആത്മാഹുതിയാണ്. ചിന്തയുള്ള സമൂഹം നിലവിൽ വരുമ്പോൾ അത് നിലയ്ക്കും. പിന്നീടുള്ള കലാപം ജീവിതം ജീവിച്ചു തീർക്കുന്നതിനു വേണ്ടിയായിരിക്കും. അപ്പോൾ ജാതിയും മതവും ഒന്നുമുണ്ടായിരിക്കില്ല.

രാത്രി വളരെയേറെ സ്വപ്നങ്ങൾ കണ്ടു. അവയിലൊക്കെയും രതിയുണ്ടായിരുന്നു. നേരം വെളുത്തതറിഞ്ഞില്ല. ഉമ്മയാണ് വിളിച്ചുണർത്തിയത്. വേഗം താഴേയ്ക്കിറങ്ങി. ഇറക്കത്തിന്റെ വേഗതയിൽ മരക്കോണി കറ... കറ... ശബ്ദമുണ്ടാക്കി. താഴെ തലേദിവസത്തെപ്പോലെ തന്നെ എല്ലാവരും വരാന്തയിലുണ്ട്. എല്ലാവരുടെയും മുഖത്ത് ഉൽക്കണ്ഠയുണ്ടായിരുന്നു. എന്തോ ആപത്ത് വരാനുണ്ടെന്ന് അവരുടെ മുഖം പറഞ്ഞു. നേരം വെളുത്തപ്പോഴാണ് അറിഞ്ഞത്. ടൗണിലെ ചില കടകൾ കൊള്ളയടിച്ചു. ഉമ്മർട്ടിക്ക തന്നെയാണ് ആ വിവരവും നൽകിയത്. അദ്ദേഹം ടൗണിൽ പോയിരുന്നില്ല. പുറത്തിറങ്ങിയപ്പോൾ ആരോ പറഞ്ഞതാണ്. പിന്നെ വീട്ടിലേയ്ക്ക് തിരിച്ചു പോവുകയായിരുന്നു.

ഏത് കടകളാണ് കൊള്ളയടിച്ചതെന്നോ എന്തൊക്കെയാണ് നഷ്ടപ്പെട്ടതെന്നോ അന്നേരം അറിയാൻ കഴിഞ്ഞില്ല. പുറത്തിറങ്ങാൻ ആരും ധൈര്യപ്പെട്ടില്ല. എളാപ്പമാർ പോകാൻ പുറപ്പെട്ടതായിരുന്നു. ആരും സമ്മതിച്ചില്ല. അവർക്ക് സ്വന്തം കടകൾക്ക് എന്തെങ്കിലും സംഭവിച്ചിട്ടുണ്ടോ എന്നറിയണമായിരുന്നു. എന്തെങ്കിലും സംഭവിച്ചാൽ ജീവിതം വഴിമുട്ടും. അവരുടെ മുഖങ്ങൾ വിവർണ്ണമായി. ഒന്നും കൃത്യമായി അറിയുന്നില്ലല്ലോയെന്ന് അവർ വേവലാതിപ്പെട്ടു. അവരുടെ പ്രയാസം കണ്ടപ്പോൾ ഏതു വിധേനയും പുറത്തു പോകണമെന്ന് ഞാൻ തീരുമാനിച്ചു. ആരും അറിയരുത്. അറിഞ്ഞാൽ സമ്മതിക്കില്ല. പല്ല് തേപ്പും കുളിയും ഒന്നുമില്ലാതെ... കക്കൂസിൽ പോക്കും വേഗത്തിൽ നടത്തി. വീടിന് പിന്നിലൂടെ മൂസ ഹാജിയുടെ പറമ്പിൽ കയറി ഇടവഴിയിൽ ഇറങ്ങി. അതിലൂടെ നടന്നാൽ രണ്ടാം ഗേറ്റിനടുത്തെത്താം. അവിടെ എത്തിപ്പെട്ടാൽ എന്തെങ്കിലും

വിവരം കിട്ടാതിരിക്കില്ല. വേഗത്തിൽ നടന്നു. ഇടവഴിയിൽ ആരെയും കണ്ടില്ല. ഗേറ്റ് കഴിഞ്ഞ് വളവെത്തിയപ്പോൾ ശങ്കരേട്ടന്റെ ചായക്കടയ്ക്ക് മുന്നിൽ രണ്ടു മൂന്നാളുകൾ നിൽക്കുന്നത് കണ്ടു. ടൗണിലേക്ക് പോകുന്നതിൽ നിന്നും അവരാണ് എന്നെ തടഞ്ഞത്. അന്ന് രാത്രി കൊള്ളയടിച്ച കടകളെകുറിച്ചുള്ള വിവരവും അവരിൽ നിന്ന് കിട്ടി. ഞാൻ വീട്ടിലേയ്ക്ക് തന്നെ തിരിച്ചു.

രാത്രി എന്നത്തേക്കാളും സാന്ദ്രമായി. ഇരുട്ടിന്റെ നാക്ക് ഇത്തിരിവെട്ടം കൂടി നക്കിത്തുടച്ചു. മൗനത്തിന്റെ ആത്മാക്കൾ മുറിക്കുള്ളിൽ നേരത്തെ തന്നെ കയറി വാതിലടച്ചു. കടലിരമ്പം കേൾക്കുന്നുണ്ട്. കടലും രൗദ്രമായെന്ന് തോന്നുന്നു. അതിന്റെ ശബ്ദം കേട്ടുകൊണ്ട് ഉറങ്ങാതെ കിടന്നു. രതിയെ കാണാൻ കൊതിച്ചു. അന്നേരം അത് നടക്കില്ലെന്നറിയാം. എന്നിട്ടും അങ്ങിനെ തോന്നി. പുറത്തിറങ്ങണമെങ്കിൽ ബാൽക്കണിയുടെ ഭാഗത്ത് ഓട്ടിൻപുറത്തു കൂടെ താഴോട്ടിറങ്ങണം. ഇറയറ്റമെത്തുമ്പോൾ മുറ്റത്തേയ്ക്ക് ചാടണം. രണ്ടും സാഹസം നിറഞ്ഞതായിരുന്നു. കാലൊന്ന് വഴുതിയാൽ എന്തും സംഭവിക്കും. ചാടാനൊരുങ്ങിയില്ല. പുറത്ത് എത്തിയാലും രതിയെ കാണാൻ കഴിയുമെന്ന് ഉറപ്പില്ലായിരുന്നു. ഇന്നത്തെ കാലമായിരുന്നെങ്കിൽ മൊബൈൽ ഫോണിലൂടെ കണ്ട് സംസാരിക്കാമായിരുന്നു. അന്ന് അതൊന്നുമില്ലായിരുന്നല്ലോ. വാക്കുകൾ എഴുത്തിലൂടെയും നേരിട്ടുമായിരുന്നു. പുതിയ തലമുറ ഞങ്ങളേക്കാൾ എത്ര ഭാഗ്യവാന്മാർ.

രാത്രി ഏറെ വൈകിയാണ് ഉറങ്ങിയത്. നേരം വെളുത്ത് ഉറക്കമുണർന്നത് പുതിയൊരു വാർത്തയിലേക്കായിരുന്നു. തലായിയിൽ അബൂബക്കറിക്കയുടെ വീട് കൊള്ളയടിച്ചിരിക്കുന്നു. സ്വർണ്ണവും പണവും ചെമ്പ് പാത്രങ്ങൾ വരെ കവർച്ചക്കാർ കൊണ്ടുപോയി. കവർച്ചക്കാരിൽ ചിലരെ വീട്ടുകാർക്ക് അറിയാമായിരുന്നു. പേടി കാരണം പറഞ്ഞില്ല. അന്നുമുതൽ ഞങ്ങളിലെല്ലാം ഭയത്തിന്റെ തീ എരിഞ്ഞുകൊണ്ടിരുന്നു. ഏതുനേരത്തും ഞങ്ങളും ആക്രമിക്കപ്പെട്ടാം. എല്ലാവരും ഇരുട്ടിനെ ഭയന്നു തുടങ്ങി. രാത്രിയായാൽ വേഗം നേരം വെളുക്കണമേയെന്ന് പ്രാർത്ഥിച്ചു. ഞങ്ങളിലാരും ശരിയ്ക്ക് ഉറങ്ങിയില്ല. ഞങ്ങളെപ്പോലെ മറ്റനേകം പേരും ഉറങ്ങാതെ, ഇരുട്ടിൽ പതുങ്ങി പതുങ്ങി വരുന്ന കാലൊച്ചകൾ കാതോർത്തു കിടന്നു.

ഞാനിതെഴുതുമ്പോൾ പലഭാഗങ്ങളിലും ഇന്നും ഇരയാകാൻ വിധിക്കപ്പെട്ടവരുടെ ദൈന്യത എന്നെ വല്ലാതെ സങ്കടപ്പെടുത്തുന്നുണ്ട്. അർദ്ധ പട്ടിണിയിലോ, മുഴുപ്പട്ടിണിയിലോ ജീവിക്കുന്ന സാധാരണക്കാർ, നാലു ചുമരുകൾക്കിടയിൽ മനസ്സമാധാനമില്ലാതെ, ഉറങ്ങാതെ, എത്രയെത്ര ഗ്രാമങ്ങൾ. എന്നാണ് ഇതിനൊരു അവസാനമുണ്ടാവുക.

ദൈവത്തിനുപോലുമറിയില്ല. ചിലപ്പോൾ ഇതെല്ലാം ദൈവത്തിന്റെ തീരുമാനങ്ങളായിരിക്കാം. ഞാൻ സമാധാനിച്ചു.

ബാൽക്കണിയിൽ നിവർത്തിവെച്ച ചാർട്ട് പേപ്പറിന് മുകളിലിരിക്കുമ്പോൾ എന്റെ മനസ്സ് ശൂന്യമായിരുന്നു. തലേദിവസത്തെ കവർച്ച സ്കെച്ച് ചെയ്യണമെന്ന് കരുതി പേപ്പർ നിവർത്തിവെച്ചതായിരുന്നു. മനസ്സിൽ ആരുടെയും രൂപം തെളിഞ്ഞില്ല. വീടിന്റെ രൂപം മാത്രമേ മനസ്സിലുണ്ടായിരുന്നുള്ളൂ. സായാഹ്നങ്ങളിലെ കറക്കങ്ങൾക്കിടയിൽ ഒന്ന് രണ്ട് പ്രാവശ്യം അബൂബക്കറിക്കയുടെ വീട് കണ്ടിട്ടുണ്ട്. ഉൾവശം എങ്ങിനെയാണെന്നറിയില്ല. എന്നാലും ഞാൻ വരയ്ക്കാൻ ശ്രമം തുടങ്ങി. ഉമ്മർട്ടിക്കയുടെ വിവരണം പിൻപറ്റി ഹൈവേയോട്ടു ചേർന്നുള്ള പീടിക മുറികൾ. പീടികയ്ക്ക് പിന്നിൽ വലിയ മതിൽ. അതിനപ്പുറം സാമാന്യം വലിപ്പമുള്ള, ഓട് മേഞ്ഞ വീട്. മുറ്റവും കിണറ് നിന്ന സ്ഥലവും ഒഴികെ കുറ്റിക്കാടും പുല്ലും നിറഞ്ഞ പറമ്പ്. കിഴക്കുഭാഗത്ത് അടുക്കളയ്ക്ക് സമീപം വലിയൊരു പുളിമരം ഉണ്ടായിരുന്നു. തെങ്ങുകൾക്കിടയിൽ ഉയർന്നു നിൽക്കുന്ന പുളി മരവും ഞാൻ വരച്ചു. ഇനി വരയ്ക്കേണ്ടത് കവർച്ചയുടെ ഓരോ രംഗവുമാണ്. ഓരോ രംഗവും അതിന് ആദ്യം കവർച്ചക്കാരുടെ രൂപം മനസ്സിലാക്കണം മുറ്റവും കിണറ് നിന്ന സ്ഥലവും ഒഴികെ വിവരണം ഞാൻ വീണ്ടും ഓർത്തു. കുട്ടിക്കാലത്ത് വായിച്ച ചിത്രകഥകൾ ഞാനോർത്തു. അതേപോലെ വരയ്ക്കാനാണ് ഞാൻ ആഗ്രഹിച്ചത് അവയിലെ കവർച്ചക്കാരുടെ ചിത്രങ്ങൾ ഞാനോർത്തു. രൂപത്തിലുള്ള ആ കഥാപാത്രങ്ങൾ എന്റേതായ രൂപത്തിലാക്കാൻ ഞാൻ ശ്രമിച്ചു.

കറുത്തനിറം. തടിച്ച് ഉയരം കുറഞ്ഞ ശരീരം. നെറ്റി വരെ ഇറങ്ങി നിൽക്കുന്ന കഷണ്ടി. ഫുൾസ്ലീവ് ഷർട്ട് മുട്ടിനു മീതെ തിരച്ചു വെച്ചിട്ടുണ്ട്. ലുങ്കി മാടിക്കുത്തിയത് കാരണം ട്രൗസർ പുറത്ത് കാണാം. ഏതാണ്ട് 40 വയസ്സ് പ്രായം. ഷേവ് ചെയ്യാത്ത താടിയിൽ കുറ്റിരോമങ്ങൾക്കിടയിൽ അങ്ങിങ്ങ് നര കയറിയിട്ടുണ്ട്. അവന്റെ കണ്ണുകളിൽ കാട്ടുതീ പടന്നു. കവർച്ചയുടെ നേതാവായിരുന്ന അവന് ഞാൻ ഒരു പേരും കരുതിവെച്ചു. ഭാസ്കരൻ. കയ്യിൽ വലിയൊരു കത്തിയുമായി മതിലിന് പുറത്ത് അവൻ നിന്നു. അവന് പിന്നിൽ നാല് ചെറുപ്പക്കാരുണ്ടായിരുന്നു. അതിലൊരുവൻ പയ്യനായിരുന്നു. പതിനേഴോ പതിനെട്ടോ വയസ്സ്. കറുത്ത് നീണ്ട്മെലിഞ്ഞ ശരീരം. കാൽ മുട്ടിന് താഴെയുള്ള ഭാഗം കാണുമ്പോൾ ഒരു മരക്കൊമ്പാണെന്ന് തോന്നും. എല്ലും തോലുംമാത്രമുള്ള ഒരു രൂപം. കുട്ടിക്കാലത്തെ ദാരിദ്ര്യത്തിൽ അവന്റെ കാലുകളും ഉണങ്ങി പോയിരുന്നു.

മതിലിന് പിന്നിൽ നിൽക്കുന്ന അഞ്ചുപേരുടെയും ചിത്രങ്ങൾ ഞാൻ വരച്ചു. ഒന്നാം ഘട്ടം കഴിഞ്ഞപ്പോൾ രണ്ടാമത്തെ ചാർട്ട് പേപ്പർ

എടുത്തു. മുറിയിൽ കത്തി അബൂബക്കറിക്കയുടെ കഴുത്തിന് നേരെ പിടിച്ച് നേതാവ് നിന്നു. ഞാൻ വരയ്ക്കാൻ തുടങ്ങി. അബൂബക്കറിക്ക വിറച്ചു. പൊന്നും പണവും പോകുന്നതിലായിരുന്നില്ല ബേജാറ്. മുറികളിൽ ഒന്നുമറിയാതെ കിടന്നുറങ്ങുന്ന പെണ്ണുങ്ങളും കുട്ടികളുമുണ്ട്. അവർക്കെന്തും സംഭവിക്കാം. അതോർത്തപ്പോൾ അബൂബക്കറിക്ക നടുങ്ങി. കാലുകൾ തളർന്നു. തൊണ്ട വരണ്ടു. തൊണ്ട നനയ്ക്കാൻ ഒരിറ്റ് ഉമിനീരിനുവേണ്ടി അയാൾ ആവത് ശ്രമിച്ചു. വായയിലെ നനവുണങ്ങി.

“പൊന്നും പണവും വേഗമെടുത്തോ ഇല്ലെങ്കിൽ ഞാൻ കൊന്നുകളയും” നേതാവ് അലറി. അവൻ കത്തി ഒന്നുകൂടി കഴുത്തിലേയ്ക്ക് അമർത്തി. നല്ല മൂർച്ചയുള്ള കത്തിയാണ്. ഒന്നമർത്തി വലിച്ചാൽ കഴുത്തിലെ ഞരമ്പ് പൊട്ടും. പിന്നെ നിമിഷങ്ങൾക്കുള്ളിൽ താൻ പിടഞ്ഞു മരിക്കും. അതിലും നല്ലത് എല്ലാം അവർക്ക് കൊടുക്കുന്നതാണ്. അവർ എല്ലാം അറിഞ്ഞിട്ടാണ് വന്നിരിക്കുന്നത്.

ദുബായിയിൽ വിയർപ്പൊഴുക്കി താൻ ഉണ്ടാക്കിയതെല്ലാം അയാൾ അവർക്ക് കൊടുത്തു. ഇപ്പോൾ എല്ലാം നഷ്ടമായിരിക്കുന്നു. ഒന്നും ബാക്കിയില്ല. ഇനി പൂജ്യം മുതൽ തുടങ്ങണം. അതെല്ലാം ആലോചിച്ചപ്പോൾ അബൂബക്കറിക്കയുടെ തൊണ്ടയിടറി. എന്നിട്ടും അദ്ദേഹം അനങ്ങിയില്ല. ദൈന്യതയോടെ അവരെ പുറത്തേയ്ക്ക് നയിച്ചു. ചില മുറികളിൽ നിന്ന് അപ്പോൾ നേർത്ത തേങ്ങലുകൾ കേൾക്കാമായിരുന്നു. മൂന്നാമത്തെ ചാർട്ട് പേപ്പറിൽ കവർച്ചയുടെ അടുത്തഘട്ടം വരയ്ക്കാൻ തുടങ്ങി. അബൂബക്കറിക്ക അവരെ പുറത്തേയ്ക്ക് നയിക്കുമ്പോൾ പുറത്തിറങ്ങാതെ അടുക്കളയിലേക്കാണ് അവർ നടന്നത്. അവിടെ അടുക്കളയോട് ചേർന്നുള്ള സ്റ്റോറിൽ നിന്നും ഓരോ ചെമ്പ് പാത്രവും അവർ തലയിലേറ്റി. പാത്രങ്ങളുമായി പുറത്തിറങ്ങുന്ന അവരുടെ ചിത്രങ്ങൾക്ക് താഴെ ഞാൻ ഇങ്ങനെ എഴുതി. “കവർച്ചക്ക് പിന്നിലെ തത്വശാസ്ത്രം”. പേര് എനിയ്ക്ക് തൃപ്തി നൽകിയില്ല. മറ്റൊരുപേര് കണ്ടെത്താനും ഞാൻ ശ്രമിച്ചില്ല. ആ പേര് തന്നെ മതി. ഞാൻ തീരുമാനിച്ചു.

കലാപം തുടങ്ങി ദിവസങ്ങൾ രണ്ടു കഴിഞ്ഞു. സാധാരണക്കാരായ ഹിന്ദുക്കളും മുസ്ലീങ്ങളും ദൈവങ്ങളെ വിളിച്ച് കരഞ്ഞു. ഇരുട്ട് വീണ തെരുവുകളിൽ തെമ്മാടി കൂട്ടങ്ങൾ എല്ലാം പങ്കുവെച്ചു പിരിഞ്ഞു. സന്ധ്യ മയങ്ങിയാൽ ആരും പുറത്തിറങ്ങാതെയായി. എനിയ്ക്കും മടുത്തു തുടങ്ങി. എത്ര ദിവസം വീട്ടിൽ തന്നെ കഴിച്ചുകൂട്ടും. ആകെയുള്ള ആശ്വാസം ഇക്കാക്കയുടെ പുസ്തകങ്ങളാണ്. അവയിൽ നല്ലതൊക്കെ വായിച്ചു കഴിഞ്ഞതാണ്. ചിലതൊക്കെ ഒന്നിൽ കൂടുതൽ പ്രാവശ്യം വായിച്ചു കഴിഞ്ഞു.

രതിയെ കാണണമെന്ന് അതിയായി മോഹിച്ചു. കാണാൻ ഒരു നിർവാഹവുമില്ല. വീട്ടിൽ നിന്നിറങ്ങാൻ ഉമ്മ സമ്മതിക്കില്ല. എനിയ്ക്ക് രാജനുമായുള്ള അടുപ്പം എല്ലാവർക്കുമറിയാം. ഞാൻ അവന്റെ വീട്ടിൽ ചെന്നിരിക്കാറുള്ളത് അവരെല്ലാം അറിഞ്ഞിരിക്കുന്നു. ഇനി മുതൽ അവിടേയ്ക്ക് പോകരുതെന്നാണ് നിർദ്ദേശം. പാവം അവരെന്ത് പിഴച്ചു. രാജന്റെ അച്ഛനും അമ്മയും നല്ലവരായിരുന്നു. എന്നെ ഒരു മുസ്ലിമായി അവർ കണ്ടിരുന്നില്ല. രാജനെ പോലെ എന്നോടും പെരുമാറി. അവരുടെ സ്നേഹം നിറഞ്ഞ പെരുമാറ്റം ചിലപ്പോഴെല്ലാം എന്നെ വല്ലാതെ സ്പർശിച്ചിരുന്നു.

ഒരിയ്ക്കൽ രാജനെ കാണാൻ ഞാൻ അവരുടെ വീട്ടിലേയ്ക്ക് ചെല്ലുകയായിരുന്നു. പത്താം ക്ലാസ് പരീക്ഷ കഴിഞ്ഞ സമയമായിരുന്നു അത്. അവനെയും കൂട്ടി കളിക്കാൻ പോകാനായിരുന്നു ഞാൻ ചെന്നത്. ഞാൻ ചെല്ലുമ്പോൾ വരാന്തയുടെ ചവിട്ടു പടിയിലിരുന്ന് രാജന്റെ അമ്മ അവന്റെ തലയിൽ നിന്ന് പേൻ എടുക്കുകയായിരുന്നു. എന്നെ കണ്ടയുടനെ അവർ എന്നെയും പിടിച്ചിരുത്തി. തല ചീകി പേനെടുത്തു. ഉമ്മ ചെയ്യാറുള്ളതുപോലെ വേദനിപ്പിക്കാതെ സാവധാനം ചീകി തലയിലെ പേനുകളെയെല്ലാം അവർ കൊന്നൊടുക്കി. അന്നേരം അവർ നൽകിയ സ്നേഹത്തിന്റെ തൂവൽ സ്പർശം എന്റെ ഹൃദയത്തിൽ ഇപ്പോഴും ഞാൻ കാത്തു സൂക്ഷിച്ചിട്ടുണ്ട്.

രാത്രി 7 മണിയായിക്കാണും. നല്ല വിശപ്പ്. അടുക്കളയിൽ എന്തെങ്കിലും കാണും. ഞാൻ താഴേയ്ക്കിറങ്ങി. ഉമ്മ അടുക്കളയിൽ തന്നെയുണ്ട്. അത്താഴം ഒരുക്കുകയാണ്. ഒന്നുമായിട്ടില്ല. സൈനു മീൻ കഴുകി പാത്രത്തിലിടുന്നുണ്ട്. ഞാൻ സ്റ്റോർ റൂമിൽ കയറി. ബേക്കറി സാധനങ്ങളല്ലാതെ ഒന്നുമുണ്ടായിരുന്നില്ല. അമൂലിന്റെ ഒരു വലിയ ടിന്നിൽ നിന്നും കുറച്ച് കായവറുത്തത് എടുത്തു. ഒരു ഗ്ലാസ് വെള്ളവും കുടിച്ചു. വിശപ്പിന് താൽക്കാലിക ശമനമായെന്ന് തോന്നി.

“നീ അപ്പുറത്ത് പോയി രണ്ട് തേങ്ങയെടുത്ത് സൈനൂന്റെ കയ്യിൽ കൊടുക്ക്. ടോർച്ച് എടുത്തോ. എന്തെങ്കിലും എഴജന്തുക്കളുണ്ടാകും”. അടുക്കളയിൽ നിന്നിറങ്ങാൻ തുടങ്ങുമ്പോൾ ഉമ്മ പറഞ്ഞു. വീടിനു പിന്നിൽ വലിയുപ്പ കുരുമുളക് സൂക്ഷിക്കാൻ രണ്ട് മുറികളുണ്ടാക്കിയിരുന്നു. അതിൽ ഒന്നിലാണ് തേങ്ങ സൂക്ഷിച്ചിരുന്നത്. ഇരുട്ട് വീണാൽ സൈനു ഒറ്റയ്ക്ക് ആ ഭാഗത്തേയ്ക്ക് പോകില്ല. അവൾക്ക് പേടിയാണ്. മിക്കപ്പോഴും ഞാൻ ചെന്ന് ടോർച്ചടിച്ചു കൊടുക്കണം. ചിലപ്പോൾ ഉമ്മാമ്മ തന്നെ പോകും. അവർക്ക് ഒന്നിനെയും പേടിയില്ലായിരുന്നു. ഞാൻ ടോർച്ചെടുത്ത് അടുക്കള വാതിലിലൂടെ പുറത്തിറങ്ങി. സൈനു മീൻ മുറിച്ച കൈകൾ സോപ്പിട്ടു കഴുകി എന്റെ കൂടെയിറങ്ങി. കിണറും

പുറത്തുള്ള കക്കൂസും കഴിഞ്ഞ് ഞങ്ങൾ പിന്നിലെത്തി. പിന്നിലെ മുറ്റം അങ്ങാടിത്തൂവ്വയും പുല്ലും നിറഞ്ഞതായിരുന്നു. തൂവ്വയിൽ കാൽ തൊട്ടാൽ അസഹ്യമായ ചൊറിച്ചിലും നീറ്റലുമായിരിക്കും. അത് കാലിൽ തട്ടാതെ ശ്രദ്ധിച്ചായിരുന്നു ഞാൻ നടന്നത്.

മുറിയുടെ ഓടാമ്പൽ തുറക്കുക എളുപ്പമായിരുന്നില്ല. ശക്തിയായി വലിച്ച് പിടിച്ച് മുകളിലേയ്ക്കും താഴേയ്ക്കും തള്ളണമായിരുന്നു. അത്ര ഉറപ്പും വലിപ്പവുമുള്ള ഓടാമ്പലായിരുന്നു അത്. കുരുമുളക് സൂക്ഷിക്കുന്ന കാലത്ത് വലിയ പിച്ചള പൂട്ടിട്ട് അത് പൂട്ടാറുണ്ടായിരുന്നു. ഇപ്പോൾ പൂട്ടാതെ ഓടാമ്പല മാത്രം വലിച്ച് കുടുക്കിയിടാറാണ് പതിവ്. ടോർച്ച് സൈനുവിന്റെ കയ്യിൽ കൊടുത്ത് ഞാൻ ഓടാമ്പല വലിച്ച് മുറി തുറന്നു. അതിൽ പത്ത് നൂറ് തേങ്ങയുണ്ടായിരുന്നു. നാലഞ്ച് വലിയ ചൂരൽ കൊട്ടകളും കമിഴ്ത്തി വെച്ചിട്ടുണ്ടായിരുന്നു. വല്യുപ്പ കുരുമുളക് നിറയ്ക്കാൻ വയനാട്ടിൽ നിന്നും കൊണ്ടുവന്നതായിരുന്നു അത്. ഒരാൾ കയറിയിരുന്നാൽ കാണാത്തത്ര വലിപ്പമുണ്ടായിരുന്നു അതിന്.

സൈന പുറത്ത് നിന്ന് ടോർച്ചടിച്ച് പിടിച്ചു. ഞാൻ രണ്ട് തേങ്ങ പുറത്തേക്കെടുത്തിട്ടു.

“ഇതു പറ്റില്ല ഒണങ്ങിവരണ്ട് പോയതാ. ചെരകുമ്മം ചെരട്ട കൊയിഞ്ഞ് പോകും. പച്ചത്തേങ്ങ മതി”. പുറത്തേക്കിട്ട തേങ്ങ വീണ്ടും അകത്തേക്കിടുന്നതിനിടയിൽ അവൾ പറഞ്ഞു. ഞാൻ പച്ചത്തേങ്ങ തിരഞ്ഞു. അധികവും ഉണങ്ങിയതായിരുന്നു. അതിനുള്ളിലെങ്ങാനും മൂർഖനോ ചേരയോ ചുരുണ്ട് കൂടി കിടപ്പുണ്ടോയെന്ന് ഞാൻ ഭയന്നു.

മുമ്പൊരിക്കൽ ഒരു മൂർഖനെ അതിനുള്ളിൽ നിന്നും കൊന്നതാണ്. ഒരുച്ച നേരത്ത് ഉമ്മാമ്മ തേങ്ങയെടുക്കാൻ കയറിയതായിരുന്നു. തേങ്ങകൾക്ക് ഇടയിൽനിന്ന് പത്തിവിടർത്തി ഉമ്മാമ്മയ്ക്ക് നേരെ അത് ചീറ്റി. ഭാഗ്യം കൊണ്ടാണ് അന്ന് കടിയേൽക്കാതിരുന്നത്. ഉമ്മർട്ടിക്കയാണ് അന്നതിനെ കൊന്നത്. അതിനുശേഷമാണ് മുറി അടച്ചിടാൻ തുടങ്ങിയത്. പൂട്ടാറില്ലെങ്കിലും ഓടാമ്പൽ വലിച്ചിടും.

“അള്ളോ ന്റെ ബദ്രീങ്ങളെ... എന്നെ കൊല്ലുന്നേ” സൈനുവിന്റെ ആർത്തനാദം കേട്ട് ഞാൻ ഞെട്ടി. ഇത്രപെട്ടെന്ന് എന്ത് സംഭവിക്കാൻ. വല്ല ഇഴജന്തുക്കളും അവളെ കടിച്ചോ? അവൾക്ക് ഇരുട്ടിനെ വലിയ പേടിയാണ്. അരികിലൂടെ ഒരു എലിയോ പൂച്ചയോ ഓടിയാൽ മതി. അവൾ കരയും. ഇതും അതുപോലെ എന്തെങ്കിലുമായിരിക്കും. ഞാൻ വാതിൽക്കലേയ്ക്ക് നീങ്ങി. പുറത്തുകണ്ട കാഴ്ച ഓർക്കുമ്പോൾ എന്റെ കാലിൽ ഇപ്പോഴും തരിപ്പ് കയറും. ശരീരം മരവിക്കും. ഏറ്റവും വലിയ ഭീരുവാണ് ഞാനെന്ന് അതെന്നെ ഓർമിപ്പിക്കും.

ടോർച്ച് നിലത്ത് വീണുകിടന്നിരുന്നു. അപ്പോഴും കത്തിക്കൊണ്ടിരുന്നു. മണ്ണിൽ ഒഴുകിപ്പരന്ന വെളിച്ചത്തിൽ ഞാനത് കണ്ടു. ഏതാനും വാളുകൾ. മങ്ങിയ വെളിച്ചത്തിൽ അവയുടെ വായ്ത്തലകൾ തിളങ്ങി. അടുത്തെങ്ങാനും പണികഴിപ്പിച്ചതുപോലെ തോന്നി. തൊട്ടാൽ വെടിയുണ്ടയേക്കാൾ വേഗതയിൽ ശരീരത്തിലേയ്ക്ക് ആഴ്ന്നിറങ്ങാൻ പാകത്തിലുള്ളവയായിരുന്നു അവ.

അവർ നാല് പേരെങ്കിലും കാണും. കറുത്ത ലുങ്കിയും കറുത്ത ഷർട്ടുമായിരുന്നു അവർ ധരിച്ചിരുന്നത് (അതോ ഇരുട്ടിൽ എനിയ്ക്ക് അങ്ങിനെ തോന്നിയതോ) കറുത്ത മുഖം മൂടിയും അവർ ധരിച്ചിരുന്നു. വീടിനു പിന്നിലെ ഇടവഴിയിൽ നിന്നും പറമ്പിലേക്ക് കയറുകയായിരുന്നു അവർ. സൈനുവിന്റെ കരച്ചിൽ കേട്ടിട്ടോ നിലത്ത് വീണുകിടന്ന ടോർച്ച് കണ്ടിട്ടോയെന്നറിയില്ല അതിലൊരാൾ ഞങ്ങളുടെ അടുത്തേയ്ക്കായിരുന്നു വന്നത്. സൈനു പുറത്തുതന്നെ സ്തംഭിച്ച നിൽക്കുകയായിരുന്നു. എങ്ങോട്ടെങ്കിലും അവൾക്ക് ഓടി പോകാമായിരുന്നു. പെട്ടെന്നുള്ള ഭയത്തിൽ അവൾ തളർന്നു പോവുകയായിരുന്നു. നിലത്തു വീണ ടോർച്ച് എടുക്കാൻപോലും കഴിയാതെ അവൾ സ്തംഭിച്ചുനിന്നു. എന്തുചെയ്യണമെന്നറിയാതെ ഞാനും തളർന്നു. എവിടേയ്ക്കെങ്കിലും ഓടാനോ ഒളിക്കാനോ സമയമില്ല. അവർ ഏതാണ്ട് അടുത്തെത്തിക്കഴിഞ്ഞിരുന്നു. മരണം ഒരു തിളങ്ങുന്ന വാളിന്റെ രൂപത്തിൽ ഏതാനും വാര അകലെ നിലയുറപ്പിച്ചു. ടിം... ടിം... ടിം... എന്റെ ഹൃദയം ശക്തിയായി മിടിക്കാൻ തുടങ്ങി. അത് പൊട്ടി പുറത്തേയ്ക്ക് ചാടുമോയെന്നും ഞാൻ ഭയന്നു. സൈനവുവിന്റെ കഥ കഴിഞ്ഞാൽ അവൻ മുറിയിലേയ്ക്ക് നോക്കും. എന്നെ കാണും. പിന്നെ ഒട്ടും താമസിക്കില്ല. ഞാൻ വാളിനിരയാകും.

പെട്ടെന്ന് എനിക്കൊരു ബുദ്ധി തോന്നി. മുറിയിലുണ്ടായിരുന്ന ചൂരൽ കോട്ടയ്ക്കുള്ളിലേയ്ക്ക് ഉരഗ വേഗത്തിൽ ഞാൻ ഇഴഞ്ഞുകയറി. ഇരുട്ടിന്റെ ഒരു പ!!ൊത്തിനുള്ളിൽ ഗർഭപാത്രത്തിലെ ശിശുവിനെപ്പോലെ ചുരുണ്ടുകൂടി, അവസാനിക്കാത്ത ഏകാന്തതയിൽ, മുനിസമാധിയിൽ, പ്രാർത്ഥനകളോടെ. വെളിച്ചത്തിന്റെ ആശ്വാസ ത്തിലേയ്ക്ക് മിഴിതുറന്ന് ഞാൻ കാത്തിരുന്നു.

മിണ്ടിയാൽ കൊന്നുകളയും. അനങ്ങരുത്. പരുക്കനും പേടിപ്പെടുത്തുന്നതുമായ ശബ്ദം കേട്ടപ്പോൾ ആശ്വാസമാണ് തോന്നിയത്. സൈനുവിനെ കൊന്നിട്ടില്ല. അവൾ മിണ്ടിയാലാണ് കൊല്ലുക. അവൾക്ക് മിണ്ടാതിരുന്നാൽ പോരെ. വിവരമില്ലാത്തവൾ. എന്തിന് വടി കൊടുത്ത് അടി വാങ്ങണം. അവർ കക്കാൻ വന്നവരാണ്. കളവ് മുതലുമായി അവർ പോകട്ടെ. ഒച്ചയിട്ട് എന്തിന് അവരെ

ശല്യപ്പെടുത്തണം. സൈനന വല്ല അബദ്ധവും കാണിക്കുമോ. എന്നാ യിരുന്നു എന്റെ പേടി.

കൊട്ടയുടെ വിടവിലൂടെ നേർത്ത വെളിച്ചം അകത്തേയ്ക്ക് കടന്നു. വരയൻ കുതിര യുടെ വരകൾ പോലെ എനിയ്ക്കുമേൽ നിഴൽ വീണു. കൊട്ടയ്ക്കുള്ളിൽ ഒരു വരയൻ കുതിരയായി ഞാനിരുന്നു. ഇരയാകാതി രിക്കാൻ എനിയ്ക്ക് എന്നെത്തന്നെ കാക്കേണ്ടിയിരുന്നു.

ടോർച്ച് വെളിച്ചമണഞ്ഞു. അടുത്തെങ്ങും ആരുമില്ലെന്ന് അവന് മനസ്സിലായിക്കാണും. ഇനിയെന്താണ് അവന്റെ നീക്കമെന്നറിയാൻ ഞാൻ കാതു തുറന്നു. വീട്ടിനുള്ളിൽ നിന്നും അടക്കിപ്പിടിച്ച നില വിളികൾ കേൾക്കുന്നുണ്ട്. അപ്പോഴാണ് അവന്റെ കൂടെ വന്നവരെ കുറിച്ച് ഞാൻ ഓർത്തത്. അവർ വീട്ടിനുള്ളിൽ കയറിയിട്ടുണ്ട്. കിട്ടാവു ന്നതെല്ലാം കൈക്കലാക്കുന്നുണ്ടാകും. ആരും ഒന്നും പറയാതിരുന്നാൽ മതിയായിരുന്നു. അവർക്ക് വേണ്ടത് എടുത്ത് അവർ പൊയ്ക്കോട്ടെ. ജീവനാണല്ലോ വലുത്. ഉമ്മയെക്കുറിച്ചോർത്തപ്പോൾ എനിയ്ക്ക് സങ്കടം അടക്കാനായില്ല.

"ഉമ്മയേയും ഉമ്മാമ്മയേയും മറ്റെല്ലാവരെയും നീ കാത്തുകൊള്ളേ ണമേ റബ്ബേ... അവരെ എല്ലാ ആപത്തിൽ നിന്നും നീ കാത്തുകൊള്ളേ ണമേ"... ഞാൻ പ്രാർത്ഥിച്ച സങ്കടം തേങ്ങലായി പുറത്ത് വരുമോയെ ന്ന് ഞാൻ ഭയന്നു. ഭാഗ്യത്തിന് ഞാൻ കരഞ്ഞില്ല. സങ്കടകരമായ എന്തി നെക്കുറിച്ചെങ്കിലും ആലോചിക്കുമ്പോൾ തന്നെ എനിയ്ക്ക് കരച്ചിൽ വരും. പാവങ്ങൾ വായിച്ച ഞാൻ കരഞ്ഞിട്ടുണ്ട്. ആരും കാണാതെ.

കാതുകളിൽ ഒരു കരച്ചിൽ കേൾക്കുന്നുണ്ട്. അടുത്തുനിന്ന്... വളരെ അടുത്തു നിന്ന്... ശബ്ദം തൊണ്ടയിൽ കുടുങ്ങി പുറത്തു വരാത്തത് പോലെ. അത് സൈന തന്നെയാണ്. ഞാൻ ഊഹിച്ചു. അവൾക്കെന്തോ സംഭ വിച്ചിട്ടുണ്ട്. അവൾക്ക് നേരെ വന്നവൻ അവളെ അടിച്ചുവീഴ്ത്തിയോ? അങ്ങിനെയാണെങ്കിൽ ഒരലർച്ചയെങ്കിലും കേൾക്കേണ്ടതാണ്. അങ്ങി നെയൊന്നും കേട്ടിട്ടില്ല. കരച്ചിലാണ് കേൾക്കുന്നത്. അതും ഇടയ്ക്കിടയ്ക്ക് മാത്രം. അതോടൊപ്പം അവന്റെ ശബ്ദവും കേൾക്കുന്നുണ്ടോ? ഉണ്ടെന്നു തോന്നുന്നു. ഞാൻ കാതുകൂർപ്പിച്ചു.

"കൊന്നുകളയും... കൊന്നുകളയും..." അവന്റെ ശബ്ദം പതിഞ്ഞ തെങ്കിലും ഞാൻ വ്യക്തമായി കേട്ടു. അതിനൊപ്പം മറ്റൊരു ശബ്ദവും കേൾക്കുകയായി. ആ...ഭ...ഭ...ങ്ങ്...ഭ...ഭ... അതൊരു മുട്ടനാടിന്റെ ശബ്ദം പോലെയിരുന്നു. എന്റെ സുന്നത്ത് കല്യാണത്തിന് (ചേലാകർമ്മത്തിന്) കൊണ്ടുവന്ന മുട്ടനാട് കരഞ്ഞതും ഇതുപോലെയായിരുന്നു. ഉമ്മറത്തെ ചാമ്പമരത്തിൽ തൂക്കിയിട്ട പ്ലാവില കടിച്ചു തിന്നുമ്പോൾ ആരെങ്കിലും അരികിലൂടെ പോയാൽ ങ്ങ്... ഭ... ഭ... എന്ന ശബ്ദമുണ്ടാക്കുമായിരുന്നു.

അപ്പോഴെല്ലാം അതിന്റെ ചുവന്ന നനഞ്ഞ ഇറച്ചിക്കോൽ പുറത്തേയ്ക്ക് തള്ളി വരുമായിരുന്നു. ഒരുദിവസം സൈനു കാടി വെള്ളം കൊടുക്കാൻ അതിനടുത്തേയ്ക്ക് ചെന്നു. ആട് വെള്ളം കുടിച്ച് കഴിഞ്ഞപ്പോൾ ഒഴിഞ്ഞ പാത്രമെടുക്കാൻ അവൾ കുമ്പിട്ടതായിരുന്നു. അത് അവളുടെ മേലേയ്ക്ക് പാഞ്ഞുകയറി. അവളുടെ നിലവിളിക്കിടയിൽ ങ്ങ്... ഭ... ഭ... എന്ന ശബ്ദം കേൾക്കാമായിരുന്നു. ഉമ്മർട്ടിക്ക വന്ന് ആടിനെ പിടിച്ച് മാറ്റുമ്പോഴും അതിന്റെ വൃത്തികെട്ട "ഇറച്ചിക്കോൽ" സൈനുവിന്റെ അടക്കിപ്പിടിച്ച കരച്ചിലിലേയ്ക്ക് പൊങ്ങിയും താഴ്ന്നും, അങ്ങിനെ വീണ്ടും പൊങ്ങിയും താഴ്ന്നും അങ്ങിനെ തുടരവെ അതിന്റെ ആരോഹണ അവരോഹണ ക്രമത്തിലുള്ള ഇളക്കം നിറുത്താൻ കൊട്ടയ്ക്കുള്ളിൽ നിന്നും ഇരുട്ടിന്റെ കറുപ്പിലേയ്ക്ക്, സാവധാനം, ഒച്ചയുണ്ടാക്കാതെ ഞാനിറങ്ങി. എന്റെ കൈയിൽ ഒന്നുമുണ്ടായിരുന്നില്ല. അരികിലുള്ള ഏക വസ്തു തേങ്ങയാണ്. ഒരാളുടെ മസ്തകം തകർക്കാൻ അതു മതിയെന്ന് തോന്നി. കൂട്ടത്തിൽ നിന്ന് കനമുള്ള ഒരെണ്ണം തിരഞ്ഞെടുത്തു. അതുമായി പതുക്കെ അവിടെ നിന്നിറങ്ങി. ഒന്നും വ്യക്തമായി കാണാൻ കഴിഞ്ഞില്ലെങ്കിലും ശബ്ദം കേട്ട സ്ഥലത്തേക്ക് നടന്നു. രണ്ട് മൂന്ന് ചുവടുവെച്ചപ്പോൾ തന്നെ അവനെവിടെയാണെന്ന് മനസ്സിലായി. പുറത്തെ കക്കൂസിനടുത്ത് കുറച്ച് മണൽ കൂട്ടിയിട്ടിരുന്നു. അവിടെയാണ് അവനുള്ളതെന്ന് ഞാനറിഞ്ഞു. സ്ഥാനം കണ്ടെത്തി. ഇനി ലക്ഷ്യം തെറ്റാതെ അവന്റെ തലമണ്ട പൊളിക്കണം. അതത്ര എളുപ്പമല്ല. ലക്ഷ്യം തെറ്റിയാൽ എന്റെ ജീവൻ അപകടത്തിലാകും. കൂടാതെ അവൻ മുകളിൽ തന്നെയാണോ എന്ന് ഉറപ്പുവരുത്തുകയും വേണം. അതിങ്ങിനെയാകാനേ വഴിയുള്ളൂ. കീഴട ക്കപ്പെടുന്നവരെപ്പോഴും അടിയിലായിരിക്കും. അതാണ് ലോകനിയമം. ആലോചിക്കാൻ അധികം സമയമില്ല. ഞാൻ തിടുക്കപ്പെട്ടു. ഒരു മാർ ജാരവന്യതയോടെ എന്റെ കാലുകൾ ചലിച്ചു.

ഇരുകൈകൾ കൊണ്ടും തേങ്ങ ഉയർത്തിപ്പിടിച്ചു. എല്ലാ ശക്തിയും തേങ്ങയിലേയ്ക്ക് ആവാഹിച്ചു. ലക്ഷ്യം തെറ്റാതിരിക്കാൻ എല്ലാ ഇന്ദ്രി യങ്ങളും തുറന്നിട്ടു. പെനാൽറ്റി കിക്കെടുക്കാൻ തയ്യാറെടുക്കുന്ന ഒരു ഫുട്ബോൾ കളിക്കാരനെപ്പോലെ എന്റെ മനസ്സ് ഏകാഗ്രമായി. മങ്ങിയ വെളിച്ചത്തിൽ പൊങ്ങുകയും താഴുകയും ചെയ്യുന്ന അവന്റെ ചന്തിയുടെ ചലനങ്ങൾക്കിടയിൽ അവ്യക്തമായി, അവന്റെ തല ഞാൻ കണ്ടു. പിന്നെ ഒന്നിനെക്കുറിച്ചും ഞാൻ ആലോചിച്ചില്ല. തേങ്ങ അവന്റെ തല ലക്ഷ്യമാക്കിയെറിഞ്ഞു. "അയ്യോ... എന്നെ കൊന്നേ... എന്നെ കൊന്നേ... ഞാൻ ചത്തേ..." അവന്റെ അലർച്ച ഭീകരവും ദയനീയവുമാ യിരുന്നു. ആ പ്രദേശം മുഴുവൻ അത് കേട്ടിരിക്കും. അത്ര ഉച്ചത്തിലാണ് അവൻ നിലവിളിച്ചത്. ഒരു നിമിഷം എന്ത് ചെയ്യണമെന്നറിയാതെ

ഞാൻ പോലും നിന്നുപോയി. ധൈര്യമെല്ലാം പെട്ടെന്ന് ചോർന്നു പോയതുപോലെ. സൈനുവിനെ രക്ഷപ്പെടുത്തി വിറകുപുരയിൽ ഒളിപ്പിക്കണമെന്നായിരുന്നു ഞാൻ തീരുമാനിച്ചത്. ഇപ്പോൾ അവളെ പിടിച്ച് എഴുന്നേൽപ്പിക്കാൻ പോലും എനിയ്ക്ക് ശക്തിയില്ലാതായി. അവൻ ചത്തു പോകുമോ? അതായിരുന്നു എന്റെ പേടി. അതിന്റെ ഭവിഷ്യത്തുകളെക്കുറിച്ച് അപ്പോഴാണ് ഞാൻ ആലോചിച്ചത്. ഇനിയിപ്പോൾ അതൊന്നും ആലോചിച്ചിട്ട് കാര്യമില്ല. വരുമ്പോലെ വരട്ടെ. ഞാൻ മനസ്സിനെ പാകപ്പെടുത്തി.

ഇരുളിൽ അവളെയും താങ്ങി നടക്കുമ്പോൾ കീഴടക്കുന്നവന്റെ ക്രൂരമായ ആനന്ദവും കീഴടക്കപ്പെടുന്നവരുടെ തേങ്ങലിന്റെ ദൈന്യതയും ഒരേസമയം ഞാൻ അനുഭവിക്കുകയായിരുന്നു. എന്റെ ഞരമ്പുകളെല്ലാം വലിഞ്ഞുമുറുകിയിരുന്നു. രക്തം പുറത്തേയ്ക്ക് ചാടുമോയെന്ന് ഞാൻ ഭയന്നു. അതെല്ലാം ഓർക്കുമ്പോൾ ഇപ്പോൾ ഒരു തമാശപോലെ തോന്നുന്നു.

വിറകുപുരയിൽ ഞങ്ങൾ ഒളിച്ചിരുന്നു. ഞങ്ങളെ കണ്ടതു കൊണ്ടാകാം ഒരു പൂച്ച വിറകു പുരയിൽ നിന്ന് പുറത്തേയ്ക്ക് ചാടി. മ്യാവൂ... മ്യാവൂ... കരഞ്ഞുകൊണ്ട് അത് കിണറ്റിനരികിലേക്ക് നടന്നകന്നു. സൈനുവിന്റെ തേങ്ങൽ അടങ്ങിയിരുന്നില്ല. ശബ്ദം പുറത്ത് വരാതിരിക്കാൻ അവളുടെ വായ പൊത്തി പിടിക്കേണ്ടിവന്നു.അവരെങ്ങാൻ കണ്ടാൽ നമ്മുടെ കഥ കഴിയും. ഇടയ്ക്കിടയ്ക്ക് അവളെ ശാസിക്കേണ്ടിവന്നു.

അവൾ മൗനിയായി. ഞാനും. പിന്നെയെല്ലാം അവ്യക്തമായി ഞങ്ങൾ കണ്ടു. അലർച്ച കേട്ട ദിക്കിലേക്ക് അവന്റെ കൂട്ടുകാർ ഓടിയെത്തി. ടോർച്ചിന്റെ വെളിച്ചത്തിൽ ഞങ്ങൾ കണ്ടു. അവനെയും താങ്ങിയെടുത്ത് അവന്റെ കൂട്ടുകാർ മിന്നൽ വേഗതയിൽ വന്ന വഴിയിലേക്ക് തന്നെ മറഞ്ഞു. അവരും ഭയന്നിരുന്നു. വലിയൊരാപത്ത് വരുന്നതിനുമുമ്പേ രക്ഷപ്പെടാൻ അവർ തിടുക്കം കൂട്ടുകയായിരുന്നു. പ്രത്യാക്രമണം പ്രതീക്ഷിച്ചതു പോലെയായിരുന്നു അവരുടെ രക്ഷപ്പെടൽ. എന്റെ മനസ്സും ശാന്തമാവുകയായിരുന്നു. പേടിയൊഴിഞ്ഞ മനസ്സുമായി ഞാൻ സൈനുവിനെ പതുക്കെ എഴുന്നേൽപ്പിക്കാൻ ശ്രമിച്ചു. അപ്പോഴാണ് ഞാനറിയുന്നത്. അരയ്ക്ക് മീതെ അവൾ നഗ്നയായിരുന്നു. ഞാൻ ഷർട്ടഴിച്ചു. ഇരുട്ടിൽ ഒരു വിധം അവളെ ധരിപ്പിച്ചു. പിന്നെ അവളെയും താങ്ങിപ്പിടിച്ചു വീടിന്റെ ഉമ്മറത്തേയ്ക്ക് നടന്നു. ഉമ്മറത്ത് ഒരു മെഴുകുതിരി അപ്പോൾ ആരോ കത്തിച്ചിരുന്നതേയുള്ളൂ. അതിന്റെ മങ്ങിയ വെളിച്ചത്തിൽ ഉമ്മ ഞങ്ങളെ കണ്ടു. മുറ്റത്തുനിന്ന് ചവിട്ടുപടി കയറുന്നതിനു മുമ്പേ ഉമ്മ ഓടിയെത്തി എന്നെ ഒരു ഭാഗത്തേക്ക് തള്ളിമാറ്റി അവളെയും താങ്ങിപ്പിടിച്ച് ഏങ്ങലടിച്ചു.

"എന്റെ റബ്ബേ... ഈ പാവത്തിനോട് തന്നെ അവരിത് ചെയ്തല്ലോ, അവർ നശിച്ച് പോട്ടെ". അകത്തേയ്ക്ക് നടക്കുന്നതിനിടയിൽ ഉമ്മ പ്രാകി. ഉമ്മയുടെ കരച്ചിലിനൊപ്പം എല്ലാവരും കരഞ്ഞു. ഉമ്മർട്ടിക്ക പോലും ഒരു ഭാഗത്ത് തല താഴ്ത്തിയിരുന്നു

അന്നത്തെ രാത്രി ആരും ഒന്നും കഴിച്ചില്ല. എല്ലാവരും നേരത്തെ കിടന്നു. സ്വർണ്ണം നഷ്ടപ്പെട്ടതിലായിരുന്നില്ല ഞങ്ങളുടെ വിഷമം. സ്വർണം അധികമൊന്നും നഷ്ടപ്പെട്ടിരുന്നില്ല. ഉമ്മയുടെ 4 വളകളും മാലയും അവർ കൈക്കലാക്കിയിരുന്നു. ഉമ്മ വീട്ടിൽ വീട്ടിൽ ധരിക്കുന്ന വയായിരുന്നു അത്. ബാക്കിയെല്ലാം മുകളിൽ ഞങ്ങളുടെ അലമാരയിൽ സൂക്ഷിച്ചിരിക്കുകയായിരുന്നു. മുകളിലേയ്ക്ക് കയറാൻ അവർക്ക് സമയ മുണ്ടായിരുന്നില്ല. അതിനുമുമ്പേ അതിലൊരു മുട്ടനാടിനെ തല ഞാൻ തകർത്തല്ലോ. എളാമ്മമാർക്കും നഷ്ടപ്പെട്ടിരുന്നു രണ്ടു വളകളും ഓരോ മാലയും. കമ്മലുകൾ ഊരിയെടുക്കാൻ അവർ ആവശ്യപ്പെട്ടിരുന്നു. ഊരിയെടുക്കാൻ ശ്രമിക്കുന്നതിനിടയിൽ അലർച്ച കേട്ട ദിക്കിലേക്ക് ഓടുകയായിരുന്നു. അത് കൊണ്ട് കമ്മലുകൾ ആർക്കും നഷ്ടപ്പെട്ടി രുന്നില്ല.

സൈന തളർന്നു കിടന്നു. അവളുടെ ഏങ്ങലടിയിൽ തറവാട്ടിലെ ചുമരുകൾ പോലും കരഞ്ഞു. അവൾ ഒരു പണിക്കാരത്തി മാത്രമായി രുന്നില്ല. വീട്ടിലെ ഒരംഗം തന്നെയായിരുന്നു. ഉമ്മാച്ച് അവള!!െ വലിയ സ്നേഹമായിരുന്നു. ഞാനെപ്പോഴെങ്കിലും, അവളോട് ദേഷ്യപ്പെട്ടാൽ (ഭക്ഷണം കഴിക്കാനിരിക്കുമ്പോൾ, പ്ലെയിറ്റ് വേണ്ടത്ര വൃത്തിയായില്ലെ ന്ന് ഞാൻ അവളെ ശകാരിക്കുമായിരുന്നു) ഉമ്മ എന്നെ വഴക്കുപറയും.

"അവളെ പഠിപ്പിക്കാൻ ഇവിടെ ആളുണ്ട്.നീയതിന് മുതിരണ്ട" ഉമ്മ പറയുമായിരുന്നു. അവളുടെ കാര്യമോർത്തപ്പോൾ എനിയ്ക്കും സങ്കടം വന്നു. സങ്കടപ്പെട്ടെങ്കിലും അവളെ രക്ഷിച്ചതിലുള്ള സന്തോഷവും എനിയ്ക്കുണ്ടായി.

അന്ന് രാത്രി വേറൊരു സംഭവമുണ്ടായി. എല്ലാവരും നേരത്തെ കിട ന്നിരുന്നല്ലോ. സൈനവും ഉമ്മയും ഒരുമിച്ച് ഉമ്മാമയുടെ മുറിയിലാണ് കിടന്നത്. സാധാരണ അടുക്കളയോട് ചേർന്നിരുന്ന ഒരു മുറിയിലാണ് അവൾ കിടന്നിരുന്നത്. മുമ്പൊക്കെ അരിയും സാധനങ്ങളും സൂക്ഷിച്ചിരു ന്നത് അവിടെയായിരുന്നു. അവൾ കിടക്കാൻ തുടങ്ങിയതിൽ പിന്നെ പാത്രങ്ങൾ മാത്രമാണ് അവിടെ സൂക്ഷിച്ചിരുന്നത്. മറ്റു സാധനങ്ങളെ കോണിക്കൂടിനടിയിലേയ്ക്ക് മാറ്റി അവിടെ സൂക്ഷിച്ചു.

ഞാൻ ബാൽക്കണിയിൽ കുറച്ചുനേരമിരുന്നു. പുറത്ത് കറുത്ത് കൊഴുത്ത ഇരുട്ടിന്റെ ഗർഭത്തിൽ നിന്ന് ചീവീടുകളുടെ നിലയ്ക്കാത്ത

ശബ്ദം മാത്രം കേട്ടു. കാറ്റനിലച്ച തെങ്ങോലകളിൽ രാത്രി ശാന്തയായി. അകലെ ആകാശത്തിന്റെ ഉന്നതിയിൽ അങ്ങിങ്ങായി ചില നക്ഷത്ര ങ്ങൾ തെളിഞ്ഞു. രാത്രി മനോഹരിയാവുകയായിരുന്നു. ഏറെ നേരം കഴിഞ്ഞു. ഞാൻ എഴുന്നേറ്റു മുറിയിലേയ്ക്ക് പോയി. എല്ലാവരും ഉറങ്ങി യിട്ടുണ്ടാവും. ഞാനൊരാൾ മാത്രം ഉറങ്ങാതെ പലതും ആലോചിച്ചു കിടക്കുന്നു. കഴിഞ്ഞതൊന്നും ഓർക്കുക സുഖകരമായിരുന്നില്ല. അതെല്ലാം ഞാൻ മറന്നു. രതിയെക്കുറിച്ച് മാത്രം ഓർത്തു മനസ്സ് ശാന്തമാക്കാൻ അതേ വഴിയുണ്ടായിരുന്നുള്ളൂ. ദിവസങ്ങളായി അവളെ കണ്ടിട്ട്. അവൾ വീട്ടിൽ തന്നെ കാണുമോ? കലാപം ഭയന്ന് അമ്മാവന്റെ വീട്ടിലേക്ക് പോയിരിക്കുമോ? എവിടെയായാലും അവളെ കാണണമെന്ന് തോന്നി. പകൽനേരങ്ങളിൽ പുറത്തിറങ്ങാൻ ഉമ്മ സമ്മതിച്ചിരുന്നില്ല. വീട്ടിൽ തന്നെ കഴിച്ചു കൂട്ടണം. ഇക്കാക്കയുടെ പുസ്തകങ്ങളാണ് ആശ്വാസം. എല്ലാം പഴയതുതന്നെ. പുതിയതൊന്നും ഇക്കാക്ക കൊണ്ടു വരാറില്ലായിരുന്നു. അതെല്ലാം അമ്മായിയുടെ വീട്ടിൽ സൂക്ഷിക്കുകയായിരുന്നു.

രതിയുടെ ഓർമ്മകളുമായി കിടന്ന് എപ്പോഴാണ് ഉറങ്ങിയതെ ന്നറിയില്ല. താഴെ നിന്ന് വീണ്ടും ഒരു അടക്കിപ്പിടിച്ച കരച്ചിൽ കേട്ട് കൊണ്ടാണ് ഉണർന്നത്. ജാലകത്തിനുള്ളിലൂടെ നേരിയ വെളിച്ചം അകത്തേയ്ക്ക് വരുന്നുണ്ട്. എളാമ്മമാരുടെ മുറിയിൽ വെളിച്ചമുണ്ട്. അതാണ് എന്റെ മുറിയിലേക്ക് അരിച്ചിറങ്ങുന്നത്. അവരും ഉണർന്നെ ന്ന് തോന്നുന്നു. താഴെ നിന്ന് സംസാരിക്കുന്ന ശബ്ദവും കേൾക്കുന്നുണ്ട്. ഞാൻ പുതപ്പിൽ നിന്നും ചാടിയിറങ്ങി താഴേയ്ക്കോടി. നേരത്തെ വന്നി രുന്നവർ വീണ്ടും വന്നിരിക്കുമോ? അതായിരുന്നു എന്റെ ഭയം. അവരുടെ കൂട്ടത്തിലെ ഒരാളെയാണല്ലോ ഞാൻ ആക്രമിച്ചത്. അവൻ ചത്തു കാണുമോ? അവർ പ്രതികാരം ചെയ്യാൻ വന്നതാകുമോ? താഴേയ്ക്ക് ഓടുമ്പോൾ പല പല ചിന്തകളും മനസ്സിലൂടെ കടന്നുപോയി.

ഒന്നും ഞാൻ ഭയപ്പെട്ടതുപോലെയായിരുന്നില്ല നടന്നത്. സൈനു തന്നെയായിരുന്നു അവിടെയും വിഷയം. അവൾ ആത്മഹത്യയ്ക്ക് ശ്രമിച്ചു. തക്കസമയത്ത് ഉമ്മ കണ്ടത് കൊണ്ടാണ് രക്ഷപ്പെട്ടത്. രാത്രി എപ്പോഴോ ഉറക്കമുണർന്നപ്പോൾ ഉമ്മയുടെ അരികിൽ സൈനു ഉണ്ടായിരുന്നില്ല. ഉമ്മാമ്മ കിടക്കുന്ന കട്ടിലിനടിയിൽ നിന്നും ടോർ ച്ചെടുത്ത് ഉമ്മ അകത്തെല്ലാം അവളെ നോക്കി. വെള്ളം കുടിക്കാൻ അടുക്കളയിൽ പോയിട്ടുണ്ടാവുമെന്ന് കരുതി. അവിടെയും നോക്കി. അവിടെയും കാണാതായപ്പോൾ ഉമ്മേയ്ക്ക് പേടിയായി. തിരികെ വന്ന് ആരെയെങ്കിലും വിളിച്ചുണർത്താമെന്ന് കരുതി തിരികെ പോരാൻ നോക്കുമ്പോൾ അടുക്കളയ്ക്ക് പുറത്തുനിന്ന് ഒരു ശബ്ദം കേട്ടത് പോലെ

ഉമ്മയ്ക്ക് തോന്നി. പുകയും കരിയും പിടിച്ച ജാലകത്തിലൂടെ ടോർച്ചടിച്ച് നോക്കിയപ്പോഴാണ് ആ കാഴ്ച കണ്ടത്. വിറകുപുരയിൽ ഉരലിനു മുകളിൽ സൈനു നിൽക്കുന്നു. അവൾ കഴുത്തിൽ കുരുക്കിടാനുള്ള ശ്രമത്തിലായിരുന്നു. ഉരൽ ഉരുട്ടി നേരെയിടാൻ ശ്രമിക്കുന്ന ശബ്ദമായിരുന്നു ഉമ്മ കേട്ടിരുന്നത്.

ഉമ്മ നിലവിളിച്ചുകൊണ്ട് പുറത്തേക്കോടി. പിറകെ ഉമ്മാമ്മയും ഓടിയെത്തി. അപ്പോഴേയ്ക്കും എല്ലാവരും ഉണർന്നിരുന്നു. ഭാഗ്യത്തിന് കഴുത്തിൽ കുരുക്കിടുന്നതിനു മുമ്പേ ഉമ്മ അവളെ പിടിച്ചിരുന്നു. ഈ സംഭവം കൂടിയായപ്പോൾ അന്നാരും ഉറങ്ങിയില്ല. സൈനു പിന്നെയും കരഞ്ഞു. അവൾക്കൊപ്പം ഉമ്മയും കരഞ്ഞു. വിറകുപുരയിൽ രണ്ടാത്മാക്കൾ കെട്ടിപ്പിടിച്ച്, പരസ്പരം സ്നേഹത്തിന്റെ ഉള്ളറിഞ്ഞ്, വേദനയറിഞ്ഞ്, രാത്രിയുടെ നിഗൂഢമായ മൗനങ്ങളിൽ മുഖമമർത്തി ഏറെ നേരം നിന്നു.

നേരം വെളുത്തു. ഉമ്മ വേഗം തന്നെ അടുക്കളയിലേക്ക് പോയി. രാത്രി എല്ലാവരും പട്ടിണിയായിരുന്നു. ആരും ഒന്നും കഴിച്ചിരുന്നില്ല. ഉമ്മ അടുക്കളയിൽ ഉപ്പുമാവ് തയ്യാറാക്കാൻ തുടങ്ങി. അതാകുമ്പോൾ വേഗം കഴിയും. തലേദിവസം പട്ടിണിയായതുകൊണ്ട് വേഗത്തിൽ വല്ലതും കഴിക്കാമല്ലോ? എളാമ്മമാരും അടുക്കളയിലേയ്ക്ക് പോകുന്നത് കണ്ടു. ഞാൻ ബ്രഷിൻമേൽ അല്പം പേസ്റ്റുമെടുത്ത് വീടിന് പിറകിലേയ്ക്ക് നടന്നു. രാത്രി സൈനു ആക്രമിക്കപ്പെട്ട സ്ഥലം കാണുകയായിരുന്നു ഉദ്ദേശം. അവിടെ അവന്റെ അടയാളങ്ങളെന്തെങ്കിലുമുണ്ടോയെന്നറിയണം. ഉണ്ടെങ്കിൽ വേഗം തന്നെ അത് നശിപ്പിക്കണം. ഇല്ലെങ്കിൽ ആപത്താണ്. ഞാൻ മണൽ കൂട്ടിയിട്ട ഭാഗത്ത് ചെന്ന് നോക്കി. തെഴുതാമ ചെടിയാൽ മൂടപ്പെട്ട മണൽ ഞാൻ കണ്ടു. ചവിട്ടി മെതിച്ചതു പോലുള്ള തെഴുതാമ ചെടിയിലും മണലിലുമായി രക്തം കട്ട പിടിച്ച് കിടന്നിരുന്നു. അവന്റെ തല പിളർന്ന തേങ്ങയും അവിടെത്തന്നെയുണ്ടായിരുന്നു. സൈനുവിന്റെ ബ്ലൗസും ഏതാനും കുടുക്കുകളും തേങ്ങയ്ക്കരികിലുണ്ടായിരുന്നു. ഞാൻ രക്തം പറ്റിപ്പിടിച്ച തെഴുതാമ പിഴുതെടുത്തു. മണൽ ചവിട്ടിയിളക്കി രക്തത്തിന്റെ പാടുകളെല്ലാം മായ്ച്ചു കളഞ്ഞു. വിറകു പുരയ്ക്ക് പിന്നിൽ ചവറുകൾ കൂട്ടിയിടുന്ന കുഴിയിൽ സൈനുവിന്റെ ബ്ലൗസും പിഴുതുമാറ്റിയ തെഴുതാമചെടികളും ഞാൻ ഒളിപ്പിച്ചു. ഞാൻ ചെയ്തതൊന്നും തൽക്കാലം വീട്ടുകാർ പോലുമറിയേണ്ടെന്ന് കരുതി. ചോദിക്കുമ്പോൾ പറയാം. ഇല്ലെങ്കിൽ അത് കാരണം അവരെല്ലാം പിന്നെയും പേടിക്കും.

ചായകുടി കഴിഞ്ഞ് ഉമ്മ കാണാതെ ഞാൻ പുറത്തിറങ്ങി. രതിയുടെ വീട് വരെ പോകണം. അവളെ കണ്ടിട്ട് ദിവസങ്ങൾ കഴിഞ്ഞിരിക്കുന്നു.

കോളേജുണ്ടായിരുന്നെങ്കിൽ ദിവസവും കാണാമായിരുന്നു. നശിച്ച കലാപം കാരണം കോളേജ് എന്ന് തുറക്കുമെന്നറിയില്ല. ഇതെല്ലാം എന്നവസാനിക്കുമെന്ന് ആർക്കും ഒരു നിശ്ചയവുമില്ല. പൊലീസുകാർ എല്ലായിടത്തും റോന്തുചുറ്റുന്നുണ്ടെങ്കിലും ഇരുട്ട് വീഴുമ്പോഴേയ്ക്കുംഏതെങ്കിലും വീടുകളോ കടകളോ കൊള്ളയടിക്കപ്പെടുന്നു. ഒരു രാത്രി കൊണ്ട് എല്ലാം നശിച്ചവരുടെ എണ്ണം കൂടിക്കൊണ്ടിരുന്നു.

രതിയുടെ വീട്ടിലെത്തുമ്പോൾ അവിടെ അച്ഛനും അമ്മയുമുണ്ടായിരുന്നു. അച്ഛൻ പുറത്തേയ്ക്ക് പോകാനുള്ള ഒരുക്കത്തിലായിരുന്നു. രണ്ടുദിവസമായി കട തുറക്കാത്തത്. രാവിലെ കട വരെ പോകും. ആരോടെങ്കിലും അന്നത്തെ വിവരം തിരക്കും. കുറച്ചുനേരം അവിടെ ചെലവഴിക്കും. പിന്നെ തിരിച്ചു പോരും. ഇങ്ങനെ എത്രനാൾ തുടരാൻ കഴിയുമെന്ന് രതിയുടെ അച്ഛന് ഒരു നിശ്ചയവുമുണ്ടായിരുന്നില്ല.

"രാജൻ ഇത്രനേരവും ഇവിടെ ഇണ്ടായിരുന്നു". എന്നെ കണ്ടയുടനെ അദ്ദേഹം പറഞ്ഞു.

"അവൻ എവിടെ പോയി" ? ഞാൻ ചോദിച്ചു.

"അവിടങ്ങാനും കാണും. പ!!ാറത്തേക്കെറങ്ങ്യേതാ". അത്രയും പറഞ്ഞ് അദ്ദേഹം മുറ്റത്തേയ്ക്കിറങ്ങി നടന്നു. രതി, എന്റെ ശബ്ദം കേട്ടിട്ടാവാം പുറത്തേയ്ക്ക് വന്നു. അവളുടെ കയ്യിൽ ഒരു സ്റ്റീൽ പ്ലേറ്റുണ്ടായിരുന്നു. കാവി തേച്ച വരാന്തയുടെ അറ്റത്ത് ഒരു കാൽ മുറ്റത്തേയ്ക്ക് തൂക്കിയിട്ട്, മറ്റേകാൽ വരാന്തയിൽ ചമ്രം പടിഞ്ഞിരിക്കുന്നതുപോലെ മടക്കിയും എനിയ്ക്ക് അഭിമുഖമായി അവളിരുന്നു.

"ചായ വേണോ"? പാത്രത്തിൽ നിന്ന് പുട്ടും കടലയും അൽപ്പാൽപ്പമായി തിന്നുന്നതിനിടയിൽ അവൾ ചോദിച്ചു.

"വേണ്ട എന്റെ ചായ കുടി കഴിഞ്ഞു" ഞാൻ പറഞ്ഞു.

"ഇത്ര നേരത്തെയോ? അങ്ങിനെ പതിവില്ലാത്തതാണല്ലോ" ഞങ്ങളുടെ പ്രാതൽ 9 മണിയെങ്കിലുമാകുമെന്ന് അവൾക്കറിയാം. കോളേജിൽ പോകുമ്പോൾ എന്നും നേരത്തെ അവളാണ് പുറപ്പെടുക. ഞാൻ വൈകും. കാരണം ചോദിക്കുമ്പോഴെല്ലാം ചായ കിട്ടാൻ വൈകിയതാണെന്ന് ഞാൻ പറയും. ശരിയ്ക്കുള്ള പ്രാതൽ കഴിഞ്ഞിട്ടില്ല. തലേദിവസം പട്ടിണിയായിരുന്നു. തൽക്കാലം ഉപ്പുമാവും ചായയും കുടിച്ചതാണ്. അങ്ങിനെ പറയണമെന്നു തോന്നി. പിന്നെ വേണ്ടെന്നു വെച്ചു. എന്തിന് അവളെ കൂടി അതെല്ലാം അറിയിക്കുന്നു. പിന്നീടെപ്പോഴെങ്കിലും അതെല്ലാം അവളറിയുമായിരിക്കും. അപ്പോൾ അറിയട്ടെ. ഞാൻ വിചാരിച്ചു.

രതിയുടെ അമ്മ അലക്കാനുള്ള കുറച്ചു തുണികളുമായി പുറത്തേയ്ക്ക് വന്നു. അവർ എന്നെ ഒന്ന് നോക്കി ചിരിച്ചു. കുറച്ചു ദിവസം കൊണ്ട് അവരുടെ ശരീരം ക്ഷീണിച്ചതു പോലെ തോന്നി. വിഷമം കൊണ്ടാ യിരിക്കാം. കലാപം എല്ലാവരെയും തളർത്തിയിരുന്നു. നാളിതുവരെ സ്വരുപിച്ച് കൂട്ടിയതെല്ലാം നഷ്ടപ്പെട്ടുമോ എന്ന് എല്ലാവരും ഭയന്നു.

രതി കയ്യും മുഖവും കഴുകി തിരിച്ചു വന്നു. അമ്മ അലക്കാൻ തുടങ്ങി യിരുന്നു. തുണി കല്ലിമേൽ വീഴുന്ന ശബ്ദം കേൾക്കാമായിരുന്നു. അവർ ഇപ്പോഴ!!ൊന്നും ഉമ്മറത്തേക്ക് വരില്ല. അലക്ക് കഴിയണം. ഞാൻ ഊഹിച്ചു. കുറേ ദിവസങ്ങൾക്കു ശേഷമാണ് രതിയെ കാണുന്നത്. എന്നിട്ടും ആദ്യം കാണുന്നത് പോലെ എന്തുപറയണമെന്നറിയാതെ ഞാൻ കുഴങ്ങി. എന്റെ ഹൃദയമിടിപ്പ് കൂടി. ശബ്ദം പുറത്തേക്ക് വരാതെ തൊണ്ടയിൽ തന്നെ തടഞ്ഞു നിന്നു. അവളുടെ അവസ്ഥ അതു തന്നെ യായിരിക്കണം. ഞാൻ വിചാരിച്ചു. അവൾ പുറത്തേക്ക് നോക്കിയിരി ക്കുകയായിരുന്നു.

"നമുക്ക് മുറിയിൽ ഇരിക്കാം". ഒടുവിൽ ഞാൻ തന്നെ പറഞ്ഞു.

"വേണ്ട ഏട്ടൻ വരും". അവൾ വൈമനസ്യം പ്രകടിപ്പിച്ചു. ഞാൻ എന്തെങ്കിലും ചെയ്യുമെന്ന് അവൾ കരുതിക്കാണും. സൗകര്യത്തിൽ അടുത്ത് കിട്ടുമ്പോൾ ഞാൻ എന്തെല്ലാം ചെയ്യുമെന്ന് അവൾക്കറിയാം. പെൺകുട്ടികൾ എപ്പോഴും പ്രായോഗികമതികളായിരിക്കും. സ്വന്തം പരി സരത്തെ കുറിച്ച് അവർ എപ്പോഴും ശ്രദ്ധാലുക്കളായിരിക്കും. എന്നാൽ ഇഷ്ടപ്പെടുന്ന പുരുഷൻ ഒന്നു തലോടിയാൽ എല്ലാം അവർ മറക്കും. അവരുടെ ഈ ദൗർബല്യമാണ് പല കുഴപ്പങ്ങൾക്കും കാരണം. പിന്നീടു ണ്ടായ സംഭവങ്ങളെല്ലാം അതിനു തെളിവാണ്. അടുത്തൊന്നും ആരും കാണാനില്ലെന്ന് ഉറപ്പുവരുത്തിയശേഷം ഞാൻ അവളുടെ കയ്യിൽ പിടിച്ചു.

"പ്ലീസ് വെറും രണ്ടുമിനിറ്റ്. എനിയ്ക്കും തിരക്കുണ്ട്. ഉമ്മ അന്വേഷിക്കും". സ്വീകരണ മുറിയിലേയ്ക്ക് അവളെ വലിക്കുന്നതിനിടയിൽ ഞാൻ കെഞ്ചി. കെഞ്ചിപ്പറയുമ്പോൾ അവൾ എന്തുമനുസരിക്കുമെന്ന് എനിയ്ക്കറിയാം. അവളെന്നെ ആദ്യമായി ചുംബിച്ചതും ഇതുപോലെ കെഞ്ചിയതു കൊണ്ടായിരുന്നു.

സ്വീകരണ മുറിയിലുണ്ടായിരുന്ന കസേര കാലുകൊണ്ട് തള്ളിമാ റ്റി അവളെ എന്നിലേയ്ക്ക് അടുപ്പിച്ചു. അവളെ ചേർത്തു പിടിച്ചപ്പോൾ അമ്മയുടെ തുണി അലക്കലിന്റേയും എന്റെ തന്നെ ഹൃദയത്തിന്റേയും താള ക്രമത്തിലുള്ള ശബ്ദം മാത്രമാണ് ചെവിയിൽ മുഴങ്ങിയിരുന്നത്. ഇതിനു മുമ്പും പലപ്പോഴായി അവളെ കെട്ടിപ്പിടിച്ചതും ഇതേ മുറിയി ലായിരുന്നു. അന്നൊന്നും തോന്നാത്ത ഒരു ഭയം എനിയ്ക്കനുഭവപ്പെട്ടു.

എന്നിട്ടും പിടിവിടാതെ അവളെ ഞാൻ ചേർത്തുപിടിച്ച് അതേപോലെ നിന്നു. അവളുടെ തലയിൽ ഞാൻ എന്റെ മുഖമമർത്തി എന്നിലെ സ്നേഹമത്രയും അവളിലേയ്ക്ക് പകർന്നു.

ജീവിച്ചിരിക്കുകയെന്നത്, മരിച്ചിട്ടില്ലെന്നുള്ള അറിവാണ്. ഓരോ നിമിഷത്തിലുമുള്ള അറിവാണത്. ആ നിമിഷം കഴിയുമ്പോൾ ജീവിച്ചിരിപ്പുണ്ടെന്ന അറിവ് അവിടെയില്ലാതാകുന്നു. ഒരു തുടർച്ചയെന്നോണം നിമിഷങ്ങൾ വരികയും പോവുകയും ചെയ്യുന്നു. കാലം നിശ്ചലമാണെന്നുള്ള നമ്മുടെ അറിവില്ലായ്മയിൽ നിന്നുമുണ്ടാകുന്ന അറിവാണ് നമ്മുടെ അസ്തിത്വം.

രതിയെ ചേർത്തുപിടിച്ചു നിന്നപ്പോൾ എന്റെ അസ്ഥിത്വം അഗാതമായ ഒരു കുത്തൊഴുക്കിൽ, കാൽച്ചുവട്ടിലെ മണ്ണൊലിച്ചതു പോലെ എങ്ങോ ഒഴുകി പോയത് പോലെ തോന്നി. ഒന്നും കാണാതെ, ഒന്നും കേൾക്കാതെ, കഠിനമായ കൂരിരുട്ടിൽ ഞങ്ങളുടെ ആത്മാക്കൾ പരസ്പരം അറിയുകയായിരുന്നു. അലക്കുകല്ലിൽ തുണി വീഴുമ്പോൾ ഉണ്ടായിരുന്ന ശബ്ദം വളരെ ദൂരെ നിന്ന് കേൾക്കുന്നത് പോലെ. രാജന്റെ ശബ്ദവും അതുപോലെ കേട്ടിരുന്നതായി തോന്നി.

“എടീ... രതീ...” എന്നീ വാക്കുകൾ ദൂരെനിന്നേങ്ങോ വന്നതുപോലെ തോന്നി. എനിയ്ക്കൊന്നും മനസ്സിലായില്ല. രതി എന്നെ തള്ളിമാറ്റിയപ്പോഴാണ് ഞാൻ അവനെ കണ്ടത്. വാതിലിനപ്പുറം കത്തുന്ന കണ്ണുകളുമായി അവൻ നിൽക്കുന്നു. ഇതുപോലെ മുമ്പൊരിക്കലും അവനെ കണ്ടിട്ടില്ല. അവന്റെ ശരീരം വിറയ്ക്കുന്നുണ്ടായിരുന്നു. കണ്ണുകളിൽ വെറുപ്പിന്റെ അഗ്നി ജ്വലിച്ചു. ഞാൻ ഒരു നോട്ടമേ അവനെ നോക്കിയുള്ളൂ. ഒരിയ്ക്കൽ കൂടി നോക്കാനുള്ള ധൈര്യം എനിയ്ക്കില്ലായിരുന്നു. മാനക്കേടും, കുറ്റബോധവും, ഭയവും എല്ലാം കൂടിയപ്പോൾ ഞാനാകെ തളർന്നു പോയിരുന്നു. രതി ഇതിനോടകം അകത്തേയ്ക്കോടി പോയിരുന്നു. അവളുംവല്ലാതെ ഭയന്നിരുന്നു.

വീട്ടിലേക്കുള്ള വഴിയിലെത്തിയപ്പോഴാണ് ഒരു കാര്യമോർത്തത്. കാലിൽ ചെരിപ്പ് ഇല്ല വെപ്രാളത്തിനിടയിൽ ചെരിപ്പ് അവിടെ മറന്നു പോയിരുന്നു. തിരിച്ചു പോകാനും വയ്യ. തൽക്കാലം വീട്ടിൽ പഴയൊരു ചെരിപ്പുണ്ട്. അതുപയോഗിക്കാം. ഉമ്മ ചോദിക്കുമ്പോൾ എന്തെങ്കിലും കളവ് പറയണം ഞാൻ തീരുമാനിച്ചു.

വീട്ടിലെത്തിയിട്ടും രതിയെക്കുറിച്ചായിരുന്നു എന്റെ ചിന്ത. രാജനല്ലാതെ മറ്റാരെങ്കിലും അറിഞ്ഞിരിക്കുമോ? അവൻ അച്ഛനോടോ, അമ്മയോടോ പറഞ്ഞാൽ പിന്നെ അവരുടെ മുഖത്ത് എങ്ങനെ നോക്കും? എല്ലാറ്റിനും ഞാനാണ് കുറ്റക്കാരൻ. എന്റെ നിമിഷനേരത്തെ അശ്രദ്ധ എല്ലാം നശിപ്പിച്ചു. ചിലപ്പോൾ വിധിയായിരിക്കാം. ദൈവം

നേരത്തെ തന്നെ അതെല്ലാം നിശ്ചയിച്ചിട്ടുണ്ടാവും. അതല്ലെങ്കിൽ ഞങ്ങളുടെ ജീവിതം പിന്നീട് സംഭവിച്ചത് പോലെയാകില്ലല്ലോ? അതെല്ലാം ഞാൻ പിന്നീട് പറയാം. ഇപ്പോൾ പറഞ്ഞുവന്നത് തന്നെ തുടരട്ടെ.

രതിയെക്കുറിച്ചുള്ള ഉൽകണ്ഠകൾ തൽക്കാലത്തേക്ക് ഞാൻ മറന്നു. ഇക്കാക്കയുടെ പുസ്തക ശേഖരത്തിൽ നിന്നും ഇഷ്ടപ്പെട്ട പുസ്തകങ്ങൾ തിരഞ്ഞെടുത്തു. അതിലെ കഥാപാത്രങ്ങളെ വരയ്ക്കലായിരുന്നു എന്റെ പുതിയ പണി. ജ്യോമെട്രിക് രൂപങ്ങൾ വരയ്ക്കാൻ കരുതിവെച്ച നോട്ടുബുക്കുകളിൽ രണ്ടെണ്ണം നിറയെ ഇത്തരം കഥാപാത്രങ്ങളായിരുന്നു. ദത്തേയ്വിസ്കി, വിക്ടർ ഹ്യൂഗോ, ടോൾസ്റ്റോയ്, മോപ്പസാങ്ങ്, ചെക്കോവ് എന്നീ പ്രസിദ്ധ എഴുത്തുകാരുടെ കഥാപാത്രങ്ങളിൽ എനിയ്ക്കിഷ്ടപ്പെട്ടവരെയെല്ലാം ഞാൻ വരച്ചു. കഥാപാത്രങ്ങളെയെല്ലാം എന്റേതായ രീതിയിലാണ് വരച്ചത്. ജീൻ വാൽ ജീൻ എന്ന കഥാപാത്രത്തെ യേശുവിന്റെ രൂപസാദൃശ്യം നൽകിയും, അന്നാ കരീനയെ മോണോലിസയുടെ രൂപസാദൃശ്യം നൽകിയും ഞാൻ വരച്ചു. ഇങ്ങനെ ഓരോ കഥാപാത്രത്തെയും എന്റേതായ രീതിയിൽ ഞാൻ പുനഃസൃഷ്ടിച്ചു.

ഷെൽഫിലെ പുസ്തകങ്ങളിൽ പകുതിയിലധികവും വായിച്ചതായിരുന്നു. മിക്ക പുസ്തകങ്ങളും ഒന്നിലധികം തവണ വായിച്ചിട്ടുണ്ട് എപ്പോഴും അങ്ങനെയാണ് ഓരോ വായനയും ഒരു അനുഭവമാണ് വായനക്കിടയിൽ എക്കാലവും വായനാനുഭവത്തെ വ്യത്യസ്തമാക്കുന്നു

നോവലുകൾക്കിടയിൽ പരതിയപ്പോൾ ആദ്യം കണ്ണിൽപ്പെട്ടത് ദസ്തേയ്വ്സ്കിയുടെ കുറ്റവും ശിക്ഷയും (Crime and Punishmnet) എന്ന നോവലായിരുന്നു. ഒരിയ്ക്കൽ വായിച്ചതാണെങ്കിലും അതുതന്നെ വായിക്കാമെന്ന് തീരുമാനിച്ചു. ഞാൻ പുസ്തകവുമായി കസേരയിലിരുന്നു. "ജൂലൈ ആരംഭത്തിൽ പതിവിലും കൂടുതൽ ചൂടുണ്ടായിരുന്ന ഒരു സായാഹ്നത്തിൽ പീറ്റേഴ്സ്ബർഗിൽ തന്റെ പഴക്കമേറിയ വാസസ്ഥലത്തു നിന്നിറങ്ങി ഒരു ചെറുപ്പക്കാരൻ മടിച്ചു മടിച്ചെന്നപോലെ പാലത്തിന്റെ ഭാഗത്തേയ്ക്ക് നടന്നു".

പടിയിറങ്ങുന്നതിനിടയിൽ വീട്ടുടമയുടെ കണ്ണിൽ പെടാതിരിക്കാനുള്ള പരിശ്രമത്തിൽ അയാൾ വിജയിച്ചിരുന്നു.

വിശക്കുന്നു. വായനയും വിശപ്പും അധികനേരം ഒത്തുപോകില്ല. നമുക്ക് കുറച്ചു നേരം നിർത്താം അരുൺ കുമാർ പറഞ്ഞു. രാത്രി ഏറെ വൈകിയിരുന്നു. ഇനി പോകാൻ പറ്റില്ല. ഇവിടെ തങ്ങുകയേ നിവൃത്തിയുള്ളൂ. കവിതയോടൊപ്പം ആ രാത്രി അവിടെ തങ്ങാമെന്ന് വിചാരിച്ചു. സക്കീർ ഭായ് ഉള്ളപ്പോൾ ഒരിക്കൽ അവർ അവിടെ താമസിച്ചിരുന്നു.

അദ്ദേഹം നിർബന്ധിക്കുകയായിരുന്നു അദ്ദേഹത്തിന്റെ ആത്മാവെങ്കിലും സന്തോഷിക്കുമെന്ന് തോന്നി അടുക്കളയിൽ വല്ലതുമുണ്ടോ എന്ന് നോക്കാം. ഒരു അടുക്കളയിൽ വേണ്ടതെന്നും അവിടെ ഉണ്ടായിരുന്നില്ല. ടൈൽ പതിച്ച കോൺക്രീറ്റ് മേശമേൽ നാലഞ്ച് പ്ലേറ്റുകൾ അടുക്കി വെച്ചിട്ടുണ്ട്. അതിനടുത്ത് ചായപ്പൊടിയുടെ പഞ്ചസാരയുടെ രണ്ട് ചെറിയ ഭരണികളും കാണാമായിരുന്നു. തക്കാളി പെട്ടിയുടെ വലിപ്പമുള്ള ഷെൽഫിൽ രണ്ട് അലൂമിനിയം പാത്രങ്ങളും ഒരു ചായ പാത്രവും കുറച്ച് ഗ്ലാസ്സുകളും കമിഴ്ത്തി വെച്ചിരുന്നു. അവയെല്ലാം വളരെ നാളുകളായി ഉപയോഗിക്കാതിരുന്നത് പോലെ തോന്നിച്ചു.

"നീയൊരു ചായയുണ്ടാക്ക്" ഷെൽഫിൽ നിന്നും തപ്പിയെടുത്ത ഒരു പാക്കറ്റ് ബിസ്കറ്റ് പൊളിച്ചു നോക്കുന്നതിനിടയിൽ അരുൺ കുമാർ പറഞ്ഞു. അവൾ പാത്രവുമെടുത്തു കിണറിന്നരികിലേയ്ക്ക് നടന്നു. അവനപ്പോഴും ബിസ്കറ്റ് പരിശോധിക്കുകയായിരുന്നു. അതിന് പൂപ്പൽ വന്നിട്ടുണ്ടോയെന്നറിയണമായിരുന്നു. കവിത പാത്രവും വെള്ളവും ഗ്യാസ് അടുപ്പിൽ വെച്ചു. വേഗത്തിൽ ചായയുണ്ടാക്കി.

അന്നത്തെ രാത്രി അവിടെ നിൽക്കാൻ അവർ തീരുമാനിച്ചു. നേരം അത്രയും വൈകിയിരുന്നു. വായനയിൽ സമയം പോയതറിഞ്ഞില്ല. പാതിരാവായപ്പോഴാണ് അവർക്ക് വിശപ്പും ദാഹവും തോന്നിയത്.

കവിതയുടെ മനസ്സിൽ ചില വേവലാതികൾ ഇല്ലാതിരുന്നില്ല. അരുൺ കുമാറിനോടൊത്ത് ഒരു രാത്രി കഴിയണം. മുമ്പൊരിക്കലും അവനോടൊപ്പം താമസിച്ചിട്ടുണ്ട്. അന്ന് സക്കീർ ഭായി ഉണ്ടായിരുന്നു. സക്കീർ ഭായ് നിലത്തും അവർ കട്ടിലിലും കിടന്നു. അന്ന് അരുൺ കുമാർ അവളുടെ എതിർ ഭാഗത്തേക്ക് തിരിഞ്ഞു കിടക്കുകയായിരുന്നു. നേരം വെളുക്കുന്നതുവരെ അവൻ അതേ കിടപ്പു കിടന്നു. അവൻ മാന്യനായിരുന്നു. മര്യാദ വിട്ട് പെരുമാറിയില്ല. അത് അവൾക്കും നന്നായി അറിയാം.

കട്ടൻ ചായയും ബിസ്കറ്റും കഴിച്ചു കൊണ്ടിരുന്നപ്പോൾ അരുൺ കുമാർ സക്കീർ ഭായിയെ കുറിച്ച് ഓർത്തു. കുറച്ചു മുമ്പുവരെ അക്ഷരങ്ങളിൽ തെളിഞ്ഞു നിന്ന കൗമാരക്കാരനായ സക്കീറിനേയും 50 കഴിഞ്ഞ സക്കീർ ഭായിയേയും അവൻ താരതമ്യം ചെയ്തു. സുമുഖനായ സക്കീർ ഭായിയെ കൗമാരത്തിൽ ഒരു പെണ്ണ് ഇഷ്ടപ്പെട്ടതിൽ അത്ഭുതമില്ല. ഒന്നിലധികം പെൺകുട്ടികൾ ഇഷ്ടപ്പെടാതിരുന്നതിലാണ് അവന് അതിശയം തോന്നിയത്. ചിലപ്പോൾ കോളേജിൽ ഏതെങ്കിലും പെൺകുട്ടികൾ അദ്ദേഹത്തെ ഇഷ്ടപ്പെട്ടിട്ടുണ്ടാവും. അതേ കുറിച്ച് മൗനം പാലിച്ചതായിരിക്കണം. അല്ലെങ്കിൽ വായിക്കാനിരിക്കുന്ന ഭാഗങ്ങളിലെവിടെയെങ്കിലും അതിനെക്കുറിച്ച് പരാമർശിച്ചിട്ടുണ്ടാവും.

അത്താഴത്തിന് കട്ടൻ ചായയും ബിസ്കറ്റും കവിതയ്ക്ക് പതിവില്ലാത്തതാണ്. ചോറോ, ചപ്പാത്തിയോ അല്ലെങ്കിൽ പൂരിയോ ആയിരുന്നു അവളുടെ രാത്രിഭക്ഷണം. കുട്ടിക്കാലം മുതലേ രാത്രി വയറുനിറയെ കഴിച്ചിരുന്നു. നാട്ടിലായിരിക്കുമ്പോൾ രാത്രി എപ്പോഴും ചോറ് തന്നെയായിരിക്കും. ത്സംക്ലറിലെത്തിയപ്പോഴാണ് മാറ്റം വന്നത്. ഒന്നിച്ച് താമസിച്ചതുകൊണ്ട് മറ്റുള്ളവരുടെ അഭിരുചിയുമായി അവളും ഒത്തുപോവുകയായിരുന്നു. ഇന്നിപ്പോൾ സക്കീർ ഭായിയുടെ വീട്ടിൽ നിന്ന് കട്ടൻ ചായയും ബിസ്കറ്റും കഴിക്കുമ്പോൾ അവൾ ഓർത്തത് രതിയെക്കുറിച്ചായിരുന്നു. ചെറിയ പ്രായത്തിൽ തന്നെ നല്ലൊരു വ്യക്തിയാൽ സ്നേഹിക്കപ്പെടുകയെന്നത് ഭാഗ്യമാണ്. സ്വന്തം ജീവിതത്തിൽ അത്തരം അനുഭവം അവൾക്കുണ്ടായിരുന്നില്ല. സ്കൂളിലും കോളേജിലുമായി എത്രയോ വർഷങ്ങൾ അവൾ ചെലവഴിച്ചു. അപ്പോഴ!!ൊന്നും ആരും അവളെ പ്രണയിക്കാനുണ്ടായിരുന്നില്ല. അത്തരം വികാരങ്ങളൊന്നും അവളിൽ മുളപൊട്ടിയില്ല. ജീവിത യാഥാർത്ഥ്യം പഠനത്തിൽ മാത്രം മുഴുകാൻ അവളെ പ്രേരിപ്പിച്ചു. അവൾ പഠിച്ചു. നന്നായി പഠിച്ചു. എല്ലായ്പ്പോഴും നല്ല വിജയം കരസ്ഥമാക്കുകയും ചെയ്തു.

ത്സംക്ലറിലെത്തി അരുൺ കുമാറിനെ പരിചയപ്പെട്ടതിനുശേഷമാണ്

സ്നേഹത്തിന്റെ മൃദു വികാരങ്ങൾ അവളിൽ മൊട്ടിട്ടത്. അവൾ അരുൺ കുമാറിനെ സ്നേഹിച്ചു. അവൻ തിരിച്ച് സ്നേഹിക്കുന്നുണ്ടോയെന്ന ഉറപ്പൊന്നും അവൾക്കില്ലായിരുന്നു. ഒരിക്കൽ പോലും അവർ രണ്ടുപേരും അതിനെക്കുറിച്ച് സംസാരിച്ചിരുന്നില്ല. അരുൺ കുമാറിന്റെ പെരുമാറ്റം ഒരു കാമുകന്റേതായിരുന്നില്ലെന്ന് അവൾക്ക് പലപ്പോഴും തോന്നിയിരുന്നു. എപ്പോഴും ഒരു നല്ല സുഹൃത്തെന്ന പോലെയാണ് അവൻ പെരുമാറിയിരുന്നത്. അവന്റെ കൂടെ എവിടെ പോകാനും അവൾ തയ്യാറായിരുന്നു.

ചായ കുടി കഴിഞ്ഞു. അരുൺ കുമാറും കവിതയും വീണ്ടും വായിക്കാനിരുന്നു. നോട്ട് ബുക്ക് നിവർത്തിവെച്ചു. വൈദ്യുതവിളക്കിന്റെ ധാരാളിത്തത്തിൽ അക്ഷരങ്ങളും വാക്കുകളും പെറുക്കിയെടുത്ത് അവർ വായിക്കാൻ തുടങ്ങി.

"ഉച്ചനേരം. മുറിക്കുള്ളിൽ വായുവിന് ചൂടു പിടിച്ചു കൊണ്ടിരുന്നു". രാവിലെ ഇരുന്ന ഇരിപ്പാണ്. വായിക്കാനിരുന്നാൽ നേരം പോകുന്നതറിയില്ല. പലപ്പോഴും ഉമ്മ വന്നു വിളിക്കണം. അപ്പോഴാണ് വായന നിറുത്തുക. ഭക്ഷണ സമയം കഴിഞ്ഞിട്ടും കാണാതാവുമ്പോൾ ഉമ്മ മുറിയിലേയ്ക്ക് വരും.

"നിനക്ക് തിന്നാനും കുടിക്കാനൊന്നും വേണ്ടേ? ഇതിനകത്ത് തന്നെ കുടിയിരിക്ക്യാ". ഉമ്മ ദേഷ്യപ്പെട്ടുമായിരുന്നു.

മുറിയിൽ നിന്ന് പുറത്തിറങ്ങി. ഓരോരുത്തരും ഓരോ പണിയിലാണ്. ഞാൻ മാത്രം ഒന്നും ചെയ്യാനില്ലാതെ വെറുതെ സമയം കളഞ്ഞു. ഉമ്മർട്ടിക്ക കെനാത്തെണയുടെ മുകളിൽ വെച്ച് ഇസ്തിരിയിടുന്നുണ്ടായിരുന്നു. ബനിയനും ലുങ്കിയുമായിരുന്നു വേഷം. നീണ്ട കാലുകളിൽ മെലിഞ്ഞു നീണ്ട ശരീരവുമായി കുനിഞ്ഞുനിന്ന് ഇസ്തിരിയിട്ടപ്പോൾ തല വെള്ളത്തിലേയ്ക്ക് താഴ്ത്തിയ കൊക്കിനെ പോലെയാണ് തോന്നിയത്. ഞാൻ തെണയുടെ ഒരു ഭാഗത്തിരുന്നു.

"നീ ടൗണിലെ വിവരങ്ങൾ വല്ലതും അറിയ്യോ?" ഇസ്തിരിയിടുന്നതിനിടയിൽ അദ്ദേഹം ചോദിച്ചു.

"കൊറച്ചൊക്കെ". ഞാൻ മറുപടി പറഞ്ഞു.

"പൊറത്തൊന്നും പോണ്ട. അപകടാ". അദ്ദേഹം മുന്നറിയിപ്പ് തന്നു. കുറച്ചുനേരം കൂടി ഞാൻ അവിടെത്തന്നെയിരുന്നു. അദ്ദേഹം ഇസ്തിരിയിടുന്നതും നോക്കിനിന്നു. അപ്പോഴാണ് രാജൻ മുറ്റത്തേയ്ക്ക് കയറിവന്നത്. ആ സംഭവത്തിനുശേഷം ഞാനും അവനും ആദ്യമായി കാണുകയായിരുന്നു. അവനെ കാണുമ്പോൾ എങ്ങിനെ അവന്റെ മുഖത്തു നോക്കുമെന്ന് ഞാൻ ഭയപ്പെട്ടിരുന്നു. അത്ര വലിയ തെറ്റാണല്ലോ ഞാൻ ചെയ്തത്. ആത്മസുഹൃത്തിനെ വഞ്ചിക്കുന്നതിൽപ്പരം നീചമായ പ്രവൃത്തി എന്തുണ്ട്. എന്നിട്ടും പ്രതീക്ഷിക്കാതെ അവനെ കണ്ടപ്പോൾ ഞാനതെല്ലാം മറന്നു. അവന്റെ സൗഹൃദം നിറഞ്ഞ പുഞ്ചിരിയിൽ മനസ്സ് വല്ലാതെ ആർദ്രമായി.

വരാന്തയുടെ അറ്റത്ത് ഞങ്ങൾക്കരികിലായി അവനുമിരുന്നു. ഉമ്മർട്ടിക്ക കലാപത്തെക്കുറിച്ച് പലതും അവനോട് ചോദിക്കുന്നുണ്ടായിരുന്നു. അതിലൊന്നും അവന് താൽപര്യമില്ലായിരുന്നു. കലാപകാരികളെ അവൻ ശപിച്ചു. അവന്റെ അച്ഛന് കട തുറക്കാൻ കഴിയാതിരുന്നതിനും, അവന് വണ്ടിയിൽ പോകാൻ കഴിയാതിരുന്നതിനും, ആരെയെല്ലാമോ പ്രാകി. ഉമ്മർട്ടിക്ക എഴുന്നേറ്റുപോയി. ഞാനും അവനും തനിച്ചായി. വീണ്ടും അപമാനഭാരത്താലുള്ളൊരു ഭയം എന്നെ പിടികൂടി. അവന്റെ മുഖത്തേയ്ക്ക് നോക്കാനും സംസാരിക്കാനും എനിയ്ക്ക് പേടിയായി. ഉമ്മർട്ടിക്ക അവിടെയുണ്ടായിരുന്നെങ്കിലെന്ന് ഞാൻ ആശിച്ചു.

അറ്റു പോയെന്നു കരുതിയ സൗഹൃദം പുതുക്കാൻ ഒരു തുടക്കത്തിനായ്, നല്ല വാക്കുകൾക്ക് വേണ്ടി ഞാൻ കാത്തു. എനിയ്ക്ക് ഒന്നും പറയേണ്ടി വന്നില്ല. അതിന് മുമ്പേ അവൻ തന്നെ പറഞ്ഞു. "നമുക്കൊന്ന് നടന്നാലോ? എത്ര ദിവസമായി ഇങ്ങനെ ചടഞ്ഞിരിക്കുന്നു".

പുറത്തേയ്ക്കിറങ്ങാൻ എനിയ്ക്ക് പേടിയായിരുന്നു. ഉമ്മയറിഞ്ഞാൽ ചീത്തകേൾക്കേണ്ടിവരും. എന്നിട്ടും അവനെ അനുസരിക്കാനുള്ള

അധമമായ ഒരു മോഹം എനിയ്ക്കുണ്ടായി. അവൻ എന്തു പറഞ്ഞാലും അനുസരിക്കാൻ ഞാൻ തയ്യാറായിരുന്നു. അങ്ങിനെയെങ്കിലും അവനി!!ോട് പ്രായശ്ചിത്തം ചെയ്യാൻ എന്റെ മനസ്സ് വെമ്പി. അവനു പിന്നാലെ ഞാനുമിറങ്ങി. വീട്ടിൽനിന്ന് ആരെങ്കിലും കാണുന്നുണ്ടോ യെന്നറിയാൻ ഇടയ്ക്കിടയ്ക്ക് പിന്നോട്ട് തിരിഞ്ഞു നോക്കിയാണ് ഞാൻ നടന്നത്. ഉമ്മ അടുക്കളയിലെവിടെയോ ആയിരുന്നത് ഭാഗ്യം. കോണിയിറങ്ങിയപ്പോഴാണ് സമാധാനമായത്.

ഞങ്ങൾ ഹൈവേയിലെത്തി. അവിടെ സൈദാർ പള്ളിക്കു മുമ്പിൽ കുറേയധികം പൊലീസുകാരെ കണ്ടു. ഞങ്ങൾ അവരുടെ മുമ്പിലൂടെ കടന്നു പോവുകയായിരുന്നു. ഒരു പൊലീസുകാരൻ ഞങ്ങളെ തടഞ്ഞു.

"എവിടേയ്ക്കാടാ വൈകുന്നേരത്തെ പുറപ്പാട്"? അയാൾ ചോദിച്ചു. എന്ത് പറയണമെന്ന് എനിയ്ക്ക് അറിയില്ലായിരുന്നു. ഇത്തരമൊരു സാഹചര്യത്തെ നേരിടേണ്ടി വരുമെന്ന് നേരത്തെ കരുതിയതുമില്ല.

"അച്ഛൻ പെങ്ങളുടെ വീട്ടിലേയ്ക്കാ സാറേ..." ഞാൻ എന്തെങ്കിലും പറയുന്നതിനു മുമ്പേ രാജൻ മറുപടി പറഞ്ഞു. ഇത്ര പെട്ടെന്ന് ഒരു കളവ് പറയാൻ അവനെങ്ങിനെ സാധിച്ചു എന്ന് ഞാൻ അത്ഭുതപ്പെട്ടു. അവന്റെ അച്ഛൻ പെങ്ങൾ താമസിക്കുന്നത് കതിരൂരാണ്. ഒരിയ്ക്കൽ അവന്റെ കൂടെ ഞാനും അവിടെ പോയിരുന്നു. രാജൻ പറഞ്ഞത് അയാൾ വിശ്വസിച്ചിരിക്കണം. ഞങ്ങളോടു പൊയ്ക്കൊള്ളാൻ പറഞ്ഞു.

പിലാക്കൂലിൽ ഒരു കടയുടെ മുമ്പിലും കുറച്ച് പൊലീസുകാരെ കണ്ടു. തലേദിവസം കൊള്ളയടിക്കപ്പെട്ട പീടികയായിരുന്നു അത്. ഞങ്ങൾ അതിനപ്പുറത്ത് വെച്ച് തന്നെ ബീച്ചിലേയ്ക്ക് വഴിമാറി.

റോഡ് റോഡായിത്തന്നെ കിടന്നു. കലാപത്തിന്റെ വിജനത. സൂര്യൻ മറയുമ്പോൾ ഭയത്തിന്റെ അസഹനീയമായ ശാന്തത. എങ്ങും ഒരു മൂടൽ മഞ്ഞുപോലെ പരക്കുന്നു. ഞങ്ങൾക്ക് മുന്നിലും സൂര്യൻ താണു. അകലെ ആകാശത്തിന്റെ വക്കുകളിൽ നിർമ്മലവും, സുന്ദരവുമായ ശാന്തത. മണൽത്തരികളിൽ വെളിച്ചത്തിന്റെ അവസാനത്തെ തിളക്കം.

രാജൻ വേഗത്തിലായിരുന്നു നടന്നത്. എന്തോ ചെയ്തുതീർക്കാനുള്ള ഒരു തിടുക്കം അവനിലുള്ളതുപോലെ തോന്നി. സാധാരണമല്ലാത്ത നടത്തം. അവന്റെ നടത്തത്തിനിടയിൽ മടക്കിവെച്ച കുപ്പായക്കൈ കാറ്റിലാടിക്കൊണ്ടിരുന്നു. പാകമല്ലാത്ത, അവനേക്കാൾ വലിപ്പമുള്ള, കറുപ്പ് നിറത്തിലുള്ള ഒരു ഷർട്ടായിരുന്നു അവൻ ധരിച്ചിരുന്നത്. മടക്കി ക്കുത്തിയ ലുങ്കിക്കുള്ളിൽ അതിന്റെ അറ്റം നിറഞ്ഞുനിന്നു.

കാൽച്ചുവട്ടിൽ, നനഞ്ഞ മണൽപ്പരപ്പിൽ കാണാൻ കഴിയാത്ത ചെറു ചെറു കുഴികളിൽ നിന്നും, തല നീട്ടുകയും മിന്നൽ വേഗതയിൽ

മറയുകയും ചെയ്യുന്ന ഞണ്ടുകൾ. ഞങ്ങളെ കണ്ടിട്ടും ഭയമില്ലാതെ അങ്ങുമിങ്ങും ഓടിക്കൊണ്ടിരുന്നു. ശരവേഗതയിൽ അവ എങ്ങോട്ടാണ് മറയുന്നതെന്ന് കണ്ടെത്തുക തന്നെ കൗതുകകരമായിരുന്നു.

സെന്റ് ജോസഫ് സ്കൂളിനരികെ പാറക്കെട്ടുകൾ നിറഞ്ഞ ഒരിടത്ത് ഞങ്ങളിരുന്നു. കാറ്റിനു തണുപ്പ്. കടലിന്റെ മണം. ഇരമ്പുന്ന തിരമാലകൾ. പാറക്കെട്ടുകളിൽ തല തല്ലുന്ന അലർച്ച. ഒടുവിൽ തളർച്ച.

ഞാൻ കടലിനെ നോക്കിയാണ് ഇരുന്നത്. എന്റെ വലതുഭാഗത്ത് എനിയ്ക്കഭിമുഖമായി അവനും ഇരുന്നു. നനഞ്ഞ മണ്ണിൽ കൈവിരൽ കൊണ്ട് എന്തോ വരക്കുന്നുണ്ടായിരുന്നു അവൻ. പാറക്കെട്ടുകളിൽ നിന്ന് ഇടയ്ക്കിടെ തെറിച്ചു വീഴുന്ന വെള്ളത്തുള്ളികൾ ആ വരകളെല്ലാം മായ്ക്കുന്നുണ്ടായിരുന്നു. അപ്പോൾ ഞാൻ ആലോചിക്കുകയായിരുന്നു. കടൽ എത്രയോ പ്രാവശ്യം കണ്ടിരിക്കുന്നു. ഒരിക്കൽ പോലും അതിന്റെ ദൃശ്യം വരച്ചിരുന്നില്ല. ഒരിക്കല!!ങ്കിലും എന്റെ കടലിനെ ക്യാൻവാസിൽ പകർത്തണം. അടിഭാഗം ഇത്തിൾ പറ്റിപ്പിടിച്ച പാറക്കൂട്ടങ്ങൾ, ഞെണ്ടുകൾ, ചുവന്ന ആകാശം, ആകാശത്തിൽ ഏതാനും പരുന്തുകൾ വട്ടമിട്ട് പറക്കുന്നുണ്ടായിരുന്നു. ഏതാനും തോണിക്കാർ കരയിലേയ്ക്ക് തുഴഞ്ഞ് വരുന്നുണ്ടായിരുന്നു. തിരമാലകൾക്ക് മുകളിലേയ്ക്ക് ഉയർന്നും താഴ്ന്നും അവർ കരയിലേക്ക് അടുത്തുകൊണ്ടിരുന്നു.

"നീ ഞങ്ങളെ ചതിക്കുകയായിരുന്നു അല്ലേ?" ഞങ്ങൾക്കിടയിലെ ആദ്യത്തെ കുത്തുവാക്ക്. ശരിയ്ക്കും കുത്തി മുറിവേൽപ്പിക്കുന്ന വാക്കുകൾ. അവന്റെ വായിൽ നിന്നും അത് കേട്ടപ്പോൾ കുറച്ചു നേരം ഞാൻ സ്തംഭിച്ചിരുന്നു. ഞാനോ അവനോ ഒരിക്കൽ പോലും പരസ്പരം മുറിവേൽക്കുന്ന രീതിയിൽ സംസാരിച്ചിരുന്നില്ല. ഞങ്ങളുടെ സൗഹൃദം തുടങ്ങിയിട്ട് ആറു വർഷമായിരുന്നു. കൃത്യമായി പറഞ്ഞാൽ 1965ൽ. ഞങ്ങൾ എട്ടാംക്ലാസിൽ പഠിച്ചിരുന്ന കാലം തൊട്ട്. അന്നുമുതൽ ഇന്നുവരെ വാക്കുകൾ കൊണ്ടോ ശരീരം കൊണ്ടോ ഞങ്ങൾ ശണ്ഠ കൂടിയിരുന്നില്ല.

പൂഴിമണ്ണിൽ, വിലങ്ങനെ നിരനിരയായി ഗുണന ചിഹ്നങ്ങൾ ഇടുകയും അതിനു മുകളിലൂടെ ഒരു വരയിയടുകയും കാലുകൊണ്ട് അത് മായ്ക്കുകയും വീണ്ടും അതുതന്നെ ചെയ്യുകയായിരുന്നു അവൻ. അപ്പോൾ ഞാൻ കണ്ടു. അവന്റെ കണ്ണിന്റെ ഒരു പാതി. അതിൽ ദിവസങ്ങൾക്ക് മുമ്പ് രതിയെ കെട്ടിപ്പിടിച്ചു നിന്നപ്പോൾ ഞാൻ കണ്ടിരുന്ന അതേ ചുവപ്പുനിറം. പടിഞ്ഞാറതിരിൽ കടലിലേയ്ക്ക് താണുകൊണ്ടിരുന്ന ചുവന്ന ഗോളം പോലെ.

തൃപ്തികരമായ ഒരു മറുപടിയ്ക്ക് വേണ്ടി അവൻ കാത്തു. അതിനുള്ള അവകാശം അവനുണ്ട്. രതി അവന്റെ കൂടപ്പിറപ്പാണ്. അവൻ

ക്ഷോഭിച്ചതിൽ തെറ്റില്ല. തെറ്റ് മുഴുവൻ എന്റേതാണ്. ഞാൻ ക്ഷമ കാണിക്കണമായിരുന്നു. ഇനി ഒന്നും പറഞ്ഞിട്ട് കാര്യമില്ല. ചില നേരത്തെ നമ്മുടെ പ്രവൃത്തി ജീവിതം തന്നെ മാറ്റി മറിക്കും. എനിയ്ക്ക് സംഭവിച്ചതും അതുതന്നെയായിരുന്നു.

"ഞാനവളെ സ്നേഹിക്കുന്നു. മറ്റെന്തിനേക്കാളും. എനിയ്ക്കൊരു ഭാര്യയുണ്ടാവുകയാണെങ്കിൽ അത് അവളായിരിക്കും". എപ്പോഴെങ്കിലും അവനോട് പറയ!!ണ്ടേിയിരുന്ന വാക്കുകൾ എന്നിൽ നിന്നും പുറത്തേയ്ക്ക് വന്നു. ഇത്ര നേരത്തെ ഇത് പറയേണ്ടിവരുമെന്ന് കരുതിയതല്ല. എങ്കിലും പറഞ്ഞു കഴിഞ്ഞപ്പോൾ ആശ്വാസം തോന്നി. ഇനി അവന്റെ പ്രതികരണമറിയണം. ഞാൻ കാത്തിരുന്നു.

അവൻ എഴുന്നേറ്റു. ഇടതുകാൽ ഒരു പാറക്കല്ലിൽ കയറ്റിവെച്ച് എനിയ്ക്ക് നേരെ അൽപം കുനിഞ്ഞ് അവൻ ആക്രോശിച്ചു.

"നീയൊരു മണ്ടനാണ്. മരമണ്ടൻ. ജാതിയും മതവുമുള്ള ലോകത്താണ് നീ ജീവിക്കുന്നത്. അത് മറക്കേണ്ട". അല്പം ശബ്ദം കൂടിപ്പോയെന്ന് അവനു തന്നെ തോന്നിക്കാണും. മുഷ്ടി ചുരുട്ടി വായുവിലേയ്ക്ക് ഇടിച്ചു കൊണ്ട് രണ്ടുമൂന്നു തവണ മുന്നോട്ടും പിന്നോട്ടും അവൻ നടന്നു. അവന്റെ ശരീരം മുഴുവൻ ദേഷ്യമുള്ളതുപോലെ തോന്നി. ഈ സമയത്ത് എന്തെങ്കിലും പറയുക ബുദ്ധിയല്ല. അവന്റെ ദേഷ്യം കൂടുകയേയുള്ളൂ. ഞാൻ അവിടെത്തന്നെയിരുന്നു. ഒന്നും മിണ്ടാതെ.

കാറ്റ്, കടലിന്റെ കാറ്റ്, കാറ്റിനൊപ്പം തിരകൾ, തിരമാലകൾക്കൊപ്പം ഇരമ്പൽ. കടലിന്റെ ഇരമ്പൽ. ചുണ്ടിൽ കടലിരമ്പത്തിന്റെ ഉപ്പുരസം. കടൽ, കടലിന്റെ ആഴം, കുഞ്ഞു മീനുകൾ, വലിയ മീനുകൾ, തിമിംഗലങ്ങൾ, പായലുകൾക്കിടയിൽ ഒളിഞ്ഞിരിക്കുന്ന അനേകം ചോദ്യങ്ങൾ. ചിലതിനു ഉത്തരങ്ങളുണ്ട്. ചിലതിനുത്തരങ്ങളില്ല. ഇതിലേത് ചോദ്യങ്ങൾക്കാണ് ദൈവമേ ഞാനുത്തരം പറയേണ്ടത്.

"നമുക്കിടയിൽ ജാതിയും മതവും വേണോ രാജാ"?

"വേണം. നമുക്കിടയിലല്ല. നിനക്കും രതിക്കുമിടയിൽ". എടുത്തടിച്ച മറുപടി. മുറിപ്പെടുത്തുന്ന വാക്കുകൾ. വഴുവഴുത്ത കല്ലിന്റെ വക്കിലൂടെ എന്റെ വാക്കുകളെല്ലാം വഴുതിപ്പോയി. കുത്താൻ ഓങ്ങിയ കത്തിയിൽ സൂര്യൻ വെളുത്തു. ഞാൻ അത് കണ്ടു. മുകളിൽ നിന്ന് താഴേയ്ക്ക് വാക്കുകൾ, മൂർച്ചയുള്ള തിളങ്ങുന്ന കത്തി. സൗഹൃദത്തിന്റെ പാൽക്കട്ടി രണ്ടായി മുറിക്കാനുള്ള അധമമായ ആഗ്രഹത്തോടെ, വാക്കുകൾ മുളയ്ക്കാൻ തുടങ്ങിയ ഹൃദയത്തിന്റെ, ആഴത്തിലേയ്ക്ക് പിന്നെ ദിശതെറ്റി, ഓർത്തെടുക്കാൻ കഴിയാത്തൊരിടത്ത് എങ്ങോട്ടോ അത് മറഞ്ഞു.

ഒന്നും ഓർമ്മയില്ലായിരുന്നു. പിന്നീട് എല്ലാം മറക്കാൻ ശ്രമിച്ചു.

ഓർക്കാൻ സുഖമുള്ളതായിരുന്നില്ല. പിന്നെയെന്തിന് ഓർക്കണം. ഇപ്പോൾ ഇതെഴുതുമ്പോൾ എല്ലാം ഒന്നു കൂടി ഓർക്കുകയാണ്. മൽപ്പിടുത്തം ഏതാനും മിനിറ്റ് നീണ്ടുനിന്നിരുന്നു. അവനെക്കാൾ ആരോഗ്യം എനിയ്ക്കായിരുന്നു. എന്നിട്ടും അവന്റെ ആക്രമണത്തിനു മുന്നിൽ എന്റെ പ്രതിരോധം ദുർബലമായിരുന്നു. എന്റെ മനസ്സ് കീഴടങ്ങുന്നവന്റേതായിരുന്നു. ശരീരം കീഴടക്കുന്നവന്റേയും. ഞാൻ പൊരുതി എല്ലാ ശക്തിയുമെടുത്ത് അവൻ കമിഴ്ന്നടിച്ച് വീഴുന്നതുവരെ. അപ്പോൾ ഞാൻ ഓർത്തു. ദിവസങ്ങൾക്ക് മുമ്പ്, ഇരുട്ടിന്റെ പൂപ്പൽ മണത്തിനുള്ളിൽ, ചീവീടിന്റേയും, പച്ചത്തുള്ളന്റേയും കരച്ചിലിനിടയിൽ, ഉന്നം തെറ്റാതെ ഒരു തേങ്ങ കൊണ്ട് ഒരു തല പിളർന്നത്. രാത്രിയുടെ സൗമ്യമായ പതിവ് കരച്ചിലിനിടയിൽ അവന്റെ "അമ്മേ എന്നെ കൊല്ലുന്നേ"യെന്ന നിലവിളി. എല്ലാം എന്റെ മനസ്സിൽ തെളിഞ്ഞു.

മുന്നിൽ നനഞ്ഞ പൂഴിമണലിൽ സാഷ്ടാംഗം പ്രണമിക്കുന്നതു പോലെ കമിഴ്ന്നു വീണ അവനിൽ എനിയ്ക്ക് ഭയമൊന്നും തോന്നിയില്ല. കടുത്ത ദേഷ്യമാണ് തോന്നിയത്. ഒരാത്മ സുഹൃത്തിനെ കുത്തിക്കൊല്ലാൻ ശ്രമിച്ചവനോട് പിന്നെ എന്തു തോന്നാനാണ്. എനിയ്ക്ക് കലി കയറി. ശരീരം വിറക്കാൻ തുടങ്ങി. ഞൊടിയിട കൊണ്ട് ഭാരമുള്ള ഒരു കല്ല് കൈക്കലാക്കി. അവന്റെ മേലേയ്ക്കിട്ടു.

"അമ്മേ..." പള്ളിസെമിത്തേരിയിലെത്തിയിട്ടും കടലിരമ്പത്തിന്റെ ഒച്ചയിലൂടെ അവന്റെ നിലവിളി ഞാൻ കേട്ടു. പിന്നീട് എത്രയോ രാത്രികളിലും പകലുകളിലും "അമ്മേ..."യെന്ന നിലവിളി എന്നെ വേട്ടയാടിക്കൊണ്ടിരുന്നു. അവനെ ഓർക്കുമ്പോഴെല്ലാം നിലവിളിയാണ് ആദ്യം മനസ്സിലെത്തുക. എല്ലാം ഞാൻ മറക്കാൻ ശ്രമിക്കുകയായിരുന്നു.

പിറ്റേദിവസം തന്നെ ഞാൻ ബാംഗ്ലൂരിലേയ്ക്ക് വണ്ടി കയറി. വീട്ടിലാരും അറിയാതെ. അതൊരൊളിച്ചോട്ടമായിരുന്നു. അലമാരയിൽ ഉപ്പ അപയോഗിച്ചിരുന്ന ഒരു കർച്ചീഫിൽ ഉമ്മ പൊതിഞ്ഞു വെച്ച കുറച്ച് പണവുമെടുത്താണ് ഞാൻ നാടുവിട്ടത്. തലശ്ശേരി വിടുകയായിരുന്നു എന്റെ ലക്ഷ്യം. നാട്ടുകാരിൽ പലരും ബാംഗ്ലൂരിലുണ്ടെന്നറിയാമായിരുന്നു.

അങ്ങിനെയാണ് ഇവിടെയെത്തിയത്. യാത്രയിൽ രാജനെ കുറിച്ചോർത്ത് ഞാൻ നടുങ്ങി. അവന് ഒന്നും സംഭവിക്കരുതേയെന്ന് പ്രാർത്ഥിച്ചു. ഓർമ്മയുള്ള പള്ളികളിലെല്ലാം ഞാൻ നേർച്ചകൾ നേർന്നു. അവൻ ജീവിച്ചിരിക്കേണ്ടത് എന്റെ നിലനിൽപ്പിന്നാവശ്യമായിരുന്നു. അവനില്ലെങ്കിൽ ഞാനില്ല. അത് ഞാൻ തീരുമാനിച്ചിരുന്നു. ഇങ്ങനെയെല്ലാം ചിന്തിച്ചിരുന്നെങ്കിലും ഉമ്മയെക്കുറിച്ചാലോചിച്ചപ്പോൾ ഞാൻ വിഷമത്തിലായി. അവർക്ക് ഞാനല്ലാതെ മറ്റാരുമുണ്ടായിരുന്നില്ല.

കുറച്ച ദിവസങ്ങൾക്കുശേഷം ഞാനറിഞ്ഞു. അവൻ മരിച്ചിട്ടില്ല. കോഴിക്കോട് മെഡിക്കൽ കോളേജിൽ ചികിത്സയിലാണ്. നട്ടെല്ലിന് ക്ഷതം പറ്റി സുഷുമ്നാനാഡി പൊട്ടിയിരുന്നു. ജീവിതകാലം മുഴുവൻ കിടക്കേണ്ടി വരുമെന്ന് ഡോക്ടർ പറഞ്ഞിരുന്നു. നടന്ന സംഭവം അവൻ ആരോടും പറഞ്ഞിരുന്നില്ല. ഇരുട്ടിൽ ആരോ പിന്നിൽ നിന്നും എറിഞ്ഞതാണെന്ന് പറഞ്ഞു. കലാപച്ചൂടിൽ അവൻ പറഞ്ഞത് എല്ലാവരും വിശ്വസിച്ചു.

എന്തുകൊണ്ടായിരിക്കാം അവൻ എല്ലാം മറച്ചു വെച്ചത്. എന്റെ പേര് പറയാതിരുന്നത്. അവന്റെ ജീവിതം പോയി. ഇനി എന്റെ ജീവിതം കൂടി നശിപ്പിക്കേണ്ടെന്ന് കരുതിക്കാണുമോ? ഒരു കാര്യം എനിയ്ക്കറിയാം. ഞങ്ങൾ പരസ്പരം വല്ലാതെ അടുത്തിരുന്നു. ഒരു ദുർബലനിമിഷത്തിൽ പ്രായം ഞങ്ങളെ തെറ്റുകാരാക്കി. തിരുത്താനുള്ള അവസരം വന്നപ്പോൾ അവൻ അത് ചെയ്തു. അവൻ എന്നേക്കാൾ ഉത്തമൻ. ഞാനോ ഒരു വികാര ജീവി. ഒരു കാൽപ്പനികൻ.

ഒരു ദിവസം എന്റെ ചിത്രങ്ങൾ വിറ്റുകിട്ടിയ ആദ്യ പ്രതിഫലവുമായി ഞാൻ നാട്ടിലേക്ക് വണ്ടി കയറി. നാലു വർഷങ്ങൾക്കു ശേഷമുള്ള യാത്രയായിരുന്നു. ഉമ്മയെ കാണണം. രാജനെ കാണണം (രതിയെ കാണാനുള്ള ആഗ്രഹം മനസ്സിലുണ്ടായിരുന്നു) കയ്യിലുള്ള പണം അവന് കൊടുക്കണം. എത്ര കൊടുത്താലും മതിയാവില്ലെന്നറിയാം. എന്നാലും കയ്യിലുള്ളത് കൊടുക്കണം. അത്രയെങ്കിലും ചെയ്തില്ലെങ്കിൽ ഞാനൊരു മനുഷ്യനാകില്ല. എനിയ്ക്ക് തോന്നി.

യാത്രയിൽ ഞാൻ എന്നെക്കുറിച്ച് തന്നെ ചിന്തിക്കുകയായിരുന്നു. ഞാനും അവനെപ്പോലെ ജീവിതം ജീവിച്ചു തീർക്കുകയായിരുന്നില്ലേ? നാടും വീടും, വിദ്യാഭ്യാസവും ഉപേക്ഷിച്ച്, അന്യദേശത്ത്, ഏകനായി, വല്ലപ്പോഴും വീണുകിട്ടുന്ന വിദേശീയരുടെ പണത്തിനെ ആശ്രയിച്ച്, കട്ടൻ ചായയും ബിസ്കറ്റും കഴിച്ച്,സായാഹ്നങ്ങളിൽ തെരുവുകച്ചവടക്കാരുടെ ഇടയിലൂടെ നടന്ന്, രാത്രിയിൽ ഉറങ്ങാതെ, ഉറക്കം തൂങ്ങുന്ന പകലുകള!!യേും കാത്ത് കിടന്ന്, തലയ്ക്കുള്ളിൽ കടന്നൽകുത്തേറ്റതു പോലുള്ള വേദനയും സഹിച്ച് എത്രയെത്ര നാളുകൾ... ഇനിയുമെത്രയെത്ര നാളുകൾ...

എന്നെ നാട്ടിലെത്തിക്കാൻ ഇക്കാക്ക ഏറെ ശ്രമിച്ചിരുന്നു. നാലഞ്ച് പ്രാവശ്യം തുംകൂറിൽ വന്നിരുന്നു. വഴക്കുപറഞ്ഞു. ഭീഷണിപ്പെടുത്തി. ഒരിക്കൽ ചില മലയാളി സുഹൃത്തുക്കളുടെ സഹായത്തോടെ എടുത്തു വണ്ടിയിൽ കയറ്റാൻ ശ്രമിച്ചു. ഞാൻ വഴങ്ങിയില്ല. ഒരിക്കൽ ഉമ്മയേയും കൂട്ടിയാണ് ഇക്കാക്ക വന്നത്. അന്ന് ഉമ്മ ഏറെനേരം കരഞ്ഞു. ഞാൻ ചെന്നില്ലങ്കിൽ മരിച്ചു കളയുമെന്നു പറഞ്ഞു. അൽപ്പം പതറിയെങ്കിലും

ഞാൻ പോയില്ല. രാജന് കിട്ടാത്ത ഒരു ജീവിതം എനിയ്ക്കും വേണ്ടെന്ന് ഞാൻ നേരത്തെ തീരുമാനിച്ചിരുന്നു. രതിയില്ലാത്ത ഒരു ജീവിതത്തെ കുറിച്ചും ഞാൻ ചിന്തിച്ചിരുന്നില്ല.

ഇപ്പോൾ അതിനെക്കുറിച്ചെല്ലാം ആലോചിക്കുമ്പോൾ ചിലപ്പോൾ ചിരിവരും. ആർക്ക് വേണ്ടിയാണോ ഞാൻ വിവാഹം വേണ്ടെന്ന് വെച്ചത് അവൾ വിവാഹം ചെയ്ത് ഒരു കുട്ടിയുടെ അമ്മയായിരിക്കുന്നു. അവൾക്ക് ഞാനാകാൻ കഴിഞ്ഞില്ല. അവളെ കുറ്റപ്പെടുത്തിയിട്ട് കാര്യമില്ല. നമ്മുടെ സമൂഹത്തിൽ ഒരു പെണ്ണിന് എത്രകാലം പിടിച്ചു നിൽക്കാൻ കഴിയും, ഒരു കാരണവും പറയാതെ, എല്ലാ വിവാഹാലോചനകളും അവൾ എതിർത്തു. കാരണമറിയുന്ന ഒരേയൊരാൾ ഒന്നും മിണ്ടാതെ. ചലന രഹിതനായി കിടന്നു. അവൾ കരഞ്ഞു, പ്രാർത്ഥിച്ചു, കാത്തിരുന്നു, ഒരുപാട് കാലം. ഒടുവിൽ അവളും തല കുനിച്ചു. ഒരു കടൽപ്പണിക്കാരന്റെ മുമ്പിൽ. അവൾക്ക് ഒട്ടുമേ ചേർച്ചയില്ലാത്ത ഒരുത്തൻ. കറുത്ത് ഉയരം കുറഞ്ഞ്, നല്ല ശരീരബലമുള്ള ഒരാളായിരുന്നു അവൻ. അവളുടെ സങ്കടക്കടലിൽ ദിവസവും വല വീശി, വീശിയെറിഞ്ഞിട്ടും സന്തോഷപ്പരലുകൾ ഒന്നുംതന്നെ കിട്ടാതെ വന്നപ്പോൾ, മദ്യത്തിന്റെ സുഖത്തിലേയ്ക്ക് അവൻ വഴുതി കൊണ്ടേയിരുന്നു. അവൾ തടയുകയോ എതിർക്കുകയോ ചെയ്തില്ല. ജീവിതം ജീവിച്ചു തീർക്കുക തന്നെയായിരുന്നു അവളും.

വീട്ടിലേക്കുള്ള കോണി കയറുമ്പോൾ ഹൃദയം വല്ലാതെ മിടിക്കാൻ തുടങ്ങി. ഒളിച്ചോട്ടത്തിന് ശേഷമുള്ള ആദ്യ വരവാണ്. ഇക്കാക്കയേയും ഒരു പ്രാവശ്യം ഉമ്മയെയും കണ്ടിരുന്നു. മറ്റാരെയും കണ്ടിരുന്നില്ല. ഞാൻ നടന്നു. ഉമ്മർട്ടിക്ക വരാന്തയിലിരുന്ന് പത്രം വായിക്കുകയായിരുന്നു. ഞാൻ സലാം പറഞ്ഞപ്പോഴാണ് അദ്ദേഹം തലയുയർത്തി നോക്കിയത്.

“റബ്ബേ ആരായിത്? നീ ഞങ്ങളെയെല്ലാം മറന്നു കളഞ്ഞല്ലോ മോനെ”. പത്രം വരാന്തയിൽ തന്നെയിട്ട്, എഴുന്നേറ്റ് വന്ന് എന്റെ ചുമൽ പിടിച്ചു കുലുക്കി കൊണ്ട് അദ്ദേഹം പറഞ്ഞു. ഞാൻ മറുപടിയൊന്നും പറഞ്ഞില്ല. ഉമ്മ എവിടെയെന്ന് ചോദിച്ചു. ഉമ്മ കിണറിനടുത്ത് അലക്കുകയായിരുന്നു. ബാഗ് വരാന്തയിൽ വെച്ച് അടുക്കള മുറ്റത്ത് കൂടി കിണറിനടുത്തേയ്ക്ക് നടന്നു. അലക്കുന്ന ശബ്ദം കേൾക്കാമായിരുന്നു. സാധാരണ സൈനുവാണ് വീട്ടിലുള്ളതെല്ലാം അലക്കിയിരുന്നത്. സൈനു വീട്ടിൽ ഇല്ലെന്ന് വരുമോ? അതോ വല്ല അസുഖവും വന്നു കിടപ്പിലായോ? ഉമ്മ ചിലപ്പോൾ ചെറിയ തുണികളെന്തെങ്കിലും അലക്കുകയായിരിക്കും. ഒരു തോർത്തുമുണ്ട്, ഒരു തട്ടം അങ്ങിനെയെന്തെങ്കിലും.

ഉമ്മ എന്നെ കണ്ടു. നനഞ്ഞ കൈ സാരിയുടെ അറ്റത്ത് തുടച്ചു. മഞ്ഞ നിറത്തിലുള്ള ഒരു വോയിൽ സാരിയാണ് ഉമ്മ ഉടുത്തിരുന്നത്. ഇളം മഞ്ഞ നിറത്തിലുള്ള ബ്ലൗസിൽ അവിടവിടെയായി വെളുത്ത പൊട്ടുകൾ പോലെ കാണപ്പെട്ടു. ഉമ്മ മെലിഞ്ഞിട്ടുണ്ട്. ഞാൻ ശ്രദ്ധിച്ചു. കണ്ണിനു ചുറ്റും കറുത്ത പാടുകൾ വീണിട്ടുണ്ട്. ചുവന്ന് തുടുത്തിരുന്ന കവിളിൽ ഇപ്പോൾ മാംസം തൂങ്ങിനിൽക്കുന്നതുപോലെ. ഉമ്മയുടെ സൗന്ദര്യമെല്ലാം പോയി. പെട്ടെന്ന് പ്രായം കൂടിയതുപോലെ. ഉമ്മ എന്റെ അടുത്തേയ്ക്ക് വന്നു. അവരുടെ അപ്പോഴും നനവ് വിടാത്ത രണ്ട് കൈകളും ചേർത്ത് പിടിച്ചു അതിൻമേൽ മുഖമമർത്തി, ഒന്നും പറയാതെ. അലക്ക് സോപ്പിന്റെ മണത്തിനിടയിലും ഉമ്മയുടെ മണം ഞാൻ തിരിച്ചറിഞ്ഞു. ഉമ്മയുടെ സ്ഥായിയായ മണം. അതിനൽപ്പം മാറ്റം വന്നിട്ടുണ്ട്. പ്രായം കൂടിയതിനാലാകാം. അതിൽ മാറ്റം വന്നിട്ടുണ്ട്. ഓരോ പ്രായത്തിലും ഓരോ മണമാണ്. പ്രായത്തിന്റെ മണം.

ഉമ്മ കരയുകയായിരുന്നു. അകത്തുനിന്ന് എളാമ്മമാർ വന്നു. അവരും കരഞ്ഞു. എന്നെയും ചേർത്ത് പിടിച്ച്. ഉമ്മർട്ടിക്ക എല്ലാം നോക്കി കാണുകയായിരുന്നു. അദ്ദേഹത്തിനും സങ്കടമുള്ളതായി തോന്നി. ഉമ്മാമ്മ കിടക്കുകയാണെന്നറിഞ്ഞു. ഈയിടെയായി കാലിന്റെ വേദന കൂടിയത്രെ. അധികസമയവും കിടപ്പിലാണ്. വാതത്തിനുള്ള കഷായം കുടിക്കുന്നുണ്ട്. ഞാൻ അകത്ത് പോയി ഉമ്മാമ്മയെ കണ്ടു. അവരും വല്ലാതെ ക്ഷണിച്ചിരുന്നു. പ്രായത്തിന്റെ ചുളിവുകൾ മുഖത്ത് പ്രകടമായിരുന്നു. കൈകളുടെ തൊലി തൂങ്ങിക്കിടന്നു. മാംസമെല്ലാം ഉരുകിത്തീർന്നതു പോലെ. "ഉമ്മാമ്മാ..." ഞാൻ പതുക്കെ വിളിച്ചു. അവർ മയക്കത്തിൽ നിന്നുണർന്നു. ഒരു നിമിഷം എന്നെ തന്നെ നോക്കി. പകലിന്റെ പാതി വെളിച്ചത്തിൽ അവരുടെ കണ്ണുകൾ തിളങ്ങി വരുന്നത് ഞാൻ കണ്ടു.

"ഉമ്മാ... ഇതാരാ വന്നതെന്ന് നോക്കിയേ". എളാമ്മയാണ് എന്നെ പരിചയപ്പെടുത്തുന്നത് പോലെ അത് പറഞ്ഞത്. അതിനു മുമ്പേ ഉമ്മാമ്മയ്ക്ക് എന്നെ മനസ്സിലായിരുന്നു. അവർ എഴുന്നേറ്റിരുന്ന് എന്നെ ചേർത്ത് പിടിച്ചു. എന്തെല്ലാമോ പുലമ്പുന്നുണ്ടായിരുന്നു. ഞാനതൊന്നും കേട്ടില്ല. കഷായത്തിന്റെയും കുഴമ്പിന്റെയും മണത്തിനിടയിൽ ഉമ്മാമ്മയുടെ മണം തിരിച്ചറിയുകയായിരുന്നു ഞാൻ. ഉമ്മാമ്മയുടെ മണം വല്ലാതെ മാറിയിട്ടുണ്ട്. പ്രായത്തിന്റെ, മരണത്തോട് അടുക്കുന്തോറുമുള്ള മണം. മണം... മരണം... മണം...

ദിവസങ്ങൾ മൂന്ന് കഴിഞ്ഞു. നാലാംനാൾ കയ്യിലുള്ള പണവുമായി രാജനെ കാണാനിറങ്ങി. ഒരു കാര്യം മാത്രമേ നിശ്ചയമുണ്ടായിരുന്നുള്ളൂ. അവനെ കിടപ്പിലാക്കിയത് ഞാനാണെന്ന കാര്യം അവൻ ആരോടും

പറഞ്ഞിരുന്നില്ല. അവന്റെ വിചിത്രസ്വഭാവത്തെക്കുറിച്ച് പലപ്പോഴും ഞാൻ ചിന്തിച്ചിട്ടുണ്ട്. ഇത്ര നല്ല ഒരു സുഹൃത്തിനെങ്ങനെയാണ് ഒരു കത്തിയുമായി വന്ന് എന്നെ കൊല്ലാൻ തോന്നിയത്? അതിനുള്ള ഉത്തരം അവനു മാത്രമേ അറിയൂ.

ഉമ്മറ വാതിൽ അടഞ്ഞു കിടക്കുകയായിരുന്നു. പുറത്താരുമുണ്ടായിരുന്നില്ല. ഒരു കോഴിയും കുറച്ച കുഞ്ഞുങ്ങളും മുറ്റത്തു കൊത്തിപ്പെറുക്കിക്കൊണ്ടിരുന്നു. കീ...കീ...കീ...കീ... കോഴിക്കുഞ്ഞുങ്ങളുടെ ശബ്ദമല്ലാതെ ഒന്നും കേൾക്കുന്നുണ്ടായിരുന്നില്ല. ഞാൻ വരാന്തയിൽ കയറി. സ്വീകരണ മുറിയുടെ വാതിൽ പാതി തുറന്നിട്ടുണ്ട്. രാജൻ അതിനകത്തായിരിക്കാം ഞാൻ ഊഹിച്ചു. മുമ്പെല്ലാം ആ വാതിൽ തുറന്നിരിക്കുമായിരുന്നു. ഞാൻ അകത്തു കയറി അവനേയും കാത്തിരുന്നിട്ടുണ്ട് പലപ്പോഴും. ആ നേരങ്ങളിലായിരുന്നല്ലോ രതി എന്നോട് അടുത്തത്.

ഞാൻ വാതിൽ പതുക്കെ തള്ളി. കറ... കറ ശബ്ദത്തോടെ അത് മുഴുവനായി തുറന്നു. വാതിൽപ്പടിയിൽ ഒരു കാൽ വെച്ച് അകത്തേയ്ക്ക് നോക്കി. രാജൻ മലർന്ന് കിടന്നു ഏതോ ഒരു പുസ്തകം വായിക്കുകയായിരുന്നു. വാതിൽ തുറക്കുന്ന ശബ്ദം കേട്ടതുകൊണ്ടാകാം അവൻ പുസ്തകം കിടക്കയിൽ വെച്ച് എന്നെ നോക്കി. ഞങ്ങൾ പരസ്പരം കണ്ടു. നീണ്ട നാലു വർഷങ്ങൾക്കു ശേഷം. അവൻ വല്ലാതെ മാറിയിരുന്നു. മുഖം രക്തം കുറഞ്ഞു വിളറിവെളുത്തതുപോലെ. നീണ്ടു ചുരുണ്ട താടിരോമങ്ങൾ കഴുത്തിലേയ്ക്കും വളർന്നിരുന്നു. കണ്ണുകൾ രണ്ടു കുഴികൾ നിന്നും പുറത്തേയ്ക്ക് തള്ളി വന്നതുപോലെ തോന്നി. അര മുതൽ കാൽപാദം വരെ ഒരു തുണി കൊണ്ട് മൂടിയിരുന്നു.

മുറിയിൽ മുമ്പുണ്ടായിരുന്ന പഠന മേശ വരാന്തയിലേക്ക് മാറ്റിയിട്ടുണ്ട്. കട്ടിലിനരികെ അവന്റെ കൈ എത്തുന്ന ദൂരത്ത് ചെറിയൊരു മേശയുണ്ടായിരുന്നു. അതിനുമുകളിൽ ഏതാനും പുസ്തകങ്ങളും മാസികകളും ഒതുക്കി വെച്ചിട്ടുണ്ട്. പിന്നെയുണ്ടായിരുന്നത് ഒരു പ്ലാസ്റ്റിക് കസേരയാണ്. അത് കട്ടിലിനരികിലേയ്ക്ക് നീക്കിയിട്ട് ഞാനതിലിരുന്നു. അപ്പോഴാണ് ഞാനോർത്തത്. അവനോട് എന്തു പറയും? അവനെ കണ്ടുമുട്ടുമ്പോൾ ആദ്യം പറയേണ്ട വാക്കുകൾ നേരത്തെ കരുതി വെക്കാതിരുന്നതിൽ നിരാശ തോന്നി. സുഖമാണോ...? ഇപ്പോൾ എങ്ങനെയുണ്ട്...? ഇത്തരം വാക്കുകൾക്കൊന്നും ഒരു പ്രസക്തിയുമില്ല. എനിയ്ക്ക് തന്നെ തോന്നി. എന്റെ വായിൽ വേറെ വാക്കുകളൊന്നും വന്നതുമില്ല. വാക്കുകൾ കിട്ടാതാകുമ്പോൾ മൗനം തന്നെയാണ് ഉത്തമം.

ഞാൻ അവന്റെ കൈ ചേർത്തുപിടിച്ചു. അവന്റെ ചുണ്ടിൽ, ദീനമായ ഒരു പുഞ്ചിരി, അടർന്നു വീഴാൻ പോകുന്നത് പോലെ.

“നീയെപ്പം വന്നു”? ഒടുവിൽ അവൻ തന്നെ തുടങ്ങി.

“ഇന്നലെ” ഞാൻ കളവ് പറഞ്ഞു. മൂന്നു നാല് ദിവസങ്ങൾക്ക് മുമ്പ് വന്നിട്ട് എന്താണിത്ര വൈകിയതെന്ന് അവനു തോന്നരുതല്ലോ. അവൻ പിന്നെയും ഓരോന്ന് ചോദിച്ചു കൊണ്ടിരുന്നു. ചിലപ്പോൾ നിസ്സാരമായ എന്തെങ്കിലും പറഞ്ഞ് അവൻ തന്നെത്താൻ ചിരിച്ചു. കുഞ്ഞിമൂസ്സയുടെ അസുഖകാര്യം പറഞ്ഞാണ് അവൻ ചിരിച്ചത്. കലാപനാളുകളിലൊരു ദിവസം. പുലർച്ചെ മൂസ കടപ്പുറത്ത് തൂറാനിരിക്കുകയായിരുന്നു. വടിവാളും വെട്ടുകത്തികളുമായി ഏതാനും പേർ അവനു നേരെ വരുന്നത് അവൻ കണ്ടു. തൂറി തീരാത്ത ചന്തിയുമായി മൂസ വീട്ടിലേയ്ക്കോടി. അതിൽ പിന്നെ മൂസയുടെ തൂറ്റൽ നിന്നിട്ടില്ല. എന്ത് വയറ്റിലെത്തിയാലും കക്കൂസിൽ പോകണം. ചിലപ്പോൾ വയറ്റിലൊന്നുമില്ലെങ്കിലും കക്കൂസിൽ പോകേണ്ടിവന്നു. ദിവസവും പത്തും ഇരുപതും പ്രാവശ്യം കക്കൂസിൽ പോയി മൂസ മടുത്തു. ഡോക്ടർമാർ ചികിത്സ അവസാനിപ്പിച്ചു. അസുഖം വയറിനല്ല മനസ്സിനാണ് അവർ അഭിപ്രായപ്പെട്ടു. അവനിപ്പോൾ പ്ലാസ്റ്റിക് സഞ്ചി ചന്തിയ്ക്ക് കെട്ടി വീട്ടിൽ തന്നെയിരിപ്പാണ്. ഇത്രയും പറഞ്ഞ് അവൻ ചിരിച്ചു. ചിരിയുടെ പൊരുൾ എനിയ്ക്ക് മനസ്സിലായി. അവൻ അഭിനയിക്കുകയായിരുന്നു. എല്ലാം ഉള്ളിലൊതുക്കിയുള്ള അഭിനയം.

അവന്റെ ചിരിയുടെ ശബ്ദം അമ്മ കേട്ടിരിക്കും. അവർ അപ്പുറത്തെങ്ങാനും നിന്ന് ഞങ്ങൾക്കരികിലേയ്ക്ക് വന്നു. ലുങ്കിയും ബ്ലൗസുമായിരുന്നു അവരുടെ വേഷം. കൈകൾ നനഞ്ഞിരുന്നു. അടുക്കളയിൽ നിന്നും വന്നതാണ്.

“നിന്നെ കാണാനേയില്ലല്ലോ? ഇവനീ കോലത്തിലായതിനുശേഷം നിന്നെ കണ്ടിട്ടേയില്ല. ബാംഗ്ലൂർ അത്രേം ദൂരെയാ?” അവരുടെ ചോദ്യത്തിൽ അല്പം ഈൗർഷ്യയുണ്ടായിരുന്നു. എനിയ്ക്കൊന്നും തോന്നിയില്ല. അവർ അത്രയല്ലേ പറഞ്ഞുള്ളൂ. ഞാൻ സമാധാനിച്ചു. മുമ്പ് ദിവസത്തിൽ ഒന്നിൽ കൂടുതൽ തവണ അവിടെ പോകുമായിരുന്നു. എന്തുകൊണ്ട് വന്നില്ലെന്ന് അവരോട് പറയാൻ പറ്റുമോ? അവരെങ്ങാൻ അറിഞ്ഞിരുന്നെങ്കിൽ എന്താകുമായിരുന്നു സ്ഥിതി. അതോർക്കാൻ തന്നെ വയ്യ.

“ആളും നേരവും നോക്കാതെ തെണ്ടി നടക്കും. എന്നിട്ട് ഓരോ ആപത്ത് വിളിച്ചുവരുത്തും. അനുഭവിക്ക്യല്ലാണ്ട് എന്തുചെയ്യും. എല്ലാം എന്റെ തലവിധി”. മുമ്പും ഇതേപോലെ അവർ പറഞ്ഞിട്ടുണ്ടാവും. എന്നെപ്പോലെ മറ്റാരെയെങ്കിലും കേൾപ്പിക്കാൻ. അവരുടെ സങ്കടവും ദേഷ്യവും എങ്ങിനെയെങ്കിലും തീർക്കണം. അതിങ്ങനെയുമാവാം. പാവം അവന്റെ എല്ലാകാര്യങ്ങളും ചെയ്തിരുന്നത് അവരാണ്. അവൻ

കിടപ്പിലായതിൽപ്പിന്നെ അവർ കടയിൽ പോയിരുന്നില്ല. സംസാരിക്കുന്നതിനിടയിൽ അവർ ഓരോന്ന് ചെയ്യുന്നുണ്ടായിരുന്നു. കിടക്കവിരി നേരെയാക്കി, അവന്റെ തല ഉയർത്തി, തലയിണ കഴുത്തിനോടു ചേർത്തുവെച്ചു. കിടക്കയുടെ അടിയിൽ തിരുകി വെച്ച ഒരു കഷ്ണം കോട്ടൺ തുണിയെടുത്ത്, രാജനെ ചുമരിന്റെ ഭാഗത്തേയ്ക്ക് ചെരിച്ചു കിടത്തി, അപ്പോൾ ഞാൻ കണ്ടു. അവന്റെ പുറം. തൊലിയടർന്ന പുറം. നിയോസ്പോറിൻ പൗഡർ വീഴ്ത്തിയ വെളുത്തപാടുകളുള്ള പുറം. നീരൊലിച്ച് വികൃതമായ അവന്റെ പുറം. ഒരു നോട്ടം കൊണ്ട് ഞാൻ മതിയാക്കി. അവിടെ നിൽക്കാൻ തോന്നിയില്ല. അമ്മ പുറം തുടച്ച് പുറത്തേയ്ക്ക് പോയപ്പോൾ ഞാൻ എഴുന്നേറ്റു. കയ്യിൽ കരുതിയ പണം അവന്റെ തലയിണയ്ക്കടിയിൽ വെച്ചു. അവൻ കാണാതെ. അവന്റെ കൈ പിടിച്ചു കുലുക്കി. പിന്നെ പുറത്തേയ്ക്കിറങ്ങി, രതിയെ കാണാൻ കഴിഞ്ഞില്ലല്ലോ എന്ന സങ്കടം ബാക്കിവെച്ചു കൊണ്ട്.

മുറിയിൽ നിന്ന് പുറത്തിറങ്ങുമ്പോൾ രതിയെ കാണുമെന്ന് കരുതിയതല്ല. അവൾ ഭർത്താവിന്റെ വീട്ടിലായിരിക്കുമെന്നാണ് വിചാരിച്ചത്. എന്നാൽ ഞാൻ അവളെ കണ്ടു. വെളുത്ത ബ്ലൗസും, വയലറ്റ് സാരിയുമുടുത്ത് വരാന്തയിൽനിന്ന് മുറ്റത്തേയ്ക്കിറങ്ങുന്ന ഭിത്തിക്കരികിലുള്ള തൂണും ചാരി അവൾ നിൽപ്പുണ്ടായിരുന്നു. എന്നെയും കാത്തു നിൽക്കുകയായിരുന്നു അവൾ. അവളും മാറിയിട്ടുണ്ട്. മുമ്പത്തെ പ്രസരിപ്പും കുസൃതിത്തരവും കാണാനേയില്ല. പാകം വന്ന ഒരു പെണ്ണായിരിക്കുന്നു അവൾ. കണ്ണുകളിൽ വിഷാദം തളം കെട്ടിയിരുന്നു. ഞാനെന്തെങ്കിലും പറഞ്ഞാൽ തുളുമ്പിപോകുമെന്ന് തോന്നി. എന്നിട്ടും ഞാൻ ചോദിച്ചു.

"നിനക്ക് സുഖം തന്നെയല്ലേ"? അവൾ മറുപടിയൊന്നും പറഞ്ഞില്ല. ഒന്നു പുഞ്ചിരിക്കുക മാത്രം ചെയ്തു.

"നിങ്ങളെ രണ്ടാളുടെ ജീവിതവും ഞാൻ നശിപ്പിച്ചു അല്ലേ"? സാരിയുടെ അറ്റം മുഖത്തോട് ചേർത്തുപിടിച്ചുകൊണ്ട് അവൾ പറഞ്ഞു. അപ്പോൾ അവൾക്കെല്ലാമറിയാം. നടന്നതെല്ലാം രാജൻ അവളോട് പറഞ്ഞിട്ടുണ്ടാവും. എനിയ്ക്കും രാജനും മാത്രം അറിയാവുന്ന രഹസ്യം മറ്റൊരാൾ കൂടി അറിഞ്ഞിരിക്കുന്നു. അവൾക്കറിയാമെന്നത് എന്റെ പുത്തൻ അറിവായിരുന്നു. ദൈവമേ ഒരു!!ോ അറിവും ഭാരമുള്ളതുതന്നെ. അതെല്ലാം സഹിക്കാൻ ഞങ്ങളെപ്പോലുള്ള പാവങ്ങൾക്ക് കഴിയുമോ?

മുറ്റത്തേയ്ക്കിറങ്ങുമ്പോൾ അവളുടെ കണ്ണുകൾ നിറയുന്നത് ഞാൻ കണ്ടു. അവളെ ആശ്വസിപ്പിക്കാൻ എനിയ്ക്ക് വാക്കുകളൊന്നുമുണ്ടായിരുന്നില്ല. എന്നെ ആശ്വസിപ്പിക്കാൻ അവൾക്കും. ഞങ്ങൾ ഒരു ജലാശയത്തിന്റെ ഇരു കരകളിലുമായിരുന്നു. മുറ്റത്ത് നിന്ന് താഴേയ്ക്കിറങ്ങുമ്പോൾ,

അവളുടെ പാതി വീർത്ത വയറിനുള്ളിൽ നിന്ന് എനിയ്ക്ക് പിറക്കേണ്ടി യിരുന്ന ഒരു കുഞ്ഞ് അലറിക്കരയുന്നുണ്ടായിരുന്നു. വഴിനീളെ, വീട്ടിലെ കുളിമുറിയിൽ, അടുക്കളയിൽ, വാതിലടച്ച കുറ്റിയിട്ട കിടപ്പ് മുറിയിൽ എവിടേയും... എവിട!!യേും... അതേ നിലവിളി ഞാൻ കേട്ടുകൊണ്ടിരുന്നു.

വർഷങ്ങൾ പലതു കഴിഞ്ഞു. നഷ്ടങ്ങളും ലാഭങ്ങളും നൽകി കാലം അതിന്റെ പ്രയാണഗതിയിൽ തന്നെയായിരുന്നു. ഞാൻ നഷ്ടപ്പെട്ടവ നായിരുന്നു. എന്റെ നഷ്ടം വലുതായിരുന്നു. ഒരിക്കലും പകരം വെക്കാൻ കഴിയാത്തത്. ഒരിക്കലും മറക്കാൻ കഴിയാത്തത്. 1985ലെ ഒരു ഡിസംബർ മാസത്തിലാണ് ഉമ്മ മരിക്കുന്നത്. വിറകുപുരയിലെ ചകിരി ക്കുള്ളിൽ നിന്നും വിഷം നിറച്ച പല്ലുകൾ ഉമ്മയുടെ കാലിൽ ആഴ്ന്നിറങ്ങി. ആദ്യം നാട്ടുവൈദ്യം ചെയ്തു. (ഇക്കാക്ക സ്ഥലത്തുണ്ടായിരുന്നെങ്കിൽ ഒരിക്കലും നാട്ടുവൈദ്യനെ കാണിക്കില്ലായിരുന്നു.) പിന്നെ ആശുപ ത്രിയിലെത്തിച്ചു. സമയം വൈകിപ്പോയെന്ന് ഡോക്ടർമാർ പറഞ്ഞു. മരുന്നുകളൊന്നും ഫലിക്കാതെ വന്നു. രക്തസമ്മർദ്ദം നിയന്ത്രിക്കാൻ കഴിയാത്തത്ര കുറഞ്ഞു കുറഞ്ഞു വന്നു. ഡിസംബർ 10ന് രാവിലെ ഉമ്മ മരിച്ചു. മരിക്കുന്നതിന്റെ തലേദിവസമാണ് ഞാൻ നാട്ടിലെത്തിയത്. മരണത്തിനു തൊട്ടുമുമ്പ് നേരിയൊരു ബോധം വന്നതു പോലെ ഉമ്മ എന്തിനോ വേണ്ടി തിരയുന്നതായി തോന്നി. അത് എന്നെയായിരു ന്നുവെന്ന് പിന്നെ മനസ്സിലായി. എന്റെ രണ്ട് കൈകളും ഉമ്മ അമർ ത്തിപ്പിടിച്ചിരുന്നു. മരിച്ച കഴിഞ്ഞിട്ടും പിടിവിട്ടില്ല. അന്ന് ഞാൻ ഏറ്റവും വെറുത്തത് എന്നെ തന്നെയായിരുന്നു. ജീവിതം എനിയ്ക്ക് വേണ്ടി മാത്രം ജീവിച്ച തീർത്ത ഉമ്മയെ വിട്ട് അന്യദേശത്ത്, പ്രത്യേകിച്ചൊരു കാരണ വുമില്ലാതെ, (അവരുടെ നോട്ടത്തിൽ) ഏകനായി, ഒറ്റപ്പെട്ട്, തികച്ചും ഒറ്റപ്പെട്ട്, കലയെ ഇടനിലക്കാർ വഴി വിപണനം ചെയ്ത്, ഉപജീവനം നടത്തി, മിച്ചമുള്ള പണം അലമാരയിൽ സൂക്ഷിച്ചുവെച്ച്, ഞായറാഴ്ച കളിൽ തുംകൂറിലെ പ്രാന്തപ്രദേശങ്ങളിലെവിടെയെങ്കിലും പഴുത്ത മുന്തിരിക്കുലകൾ നിരനിരയായി തൂങ്ങി നിൽക്കുന്നത് കണ്ടു കൊണ്ട്, ചന്തിയുരുണ്ട നാടൻ പെണ്ണുങ്ങൾ വല്ലപ്പോഴും മുമ്പിലൂടെ കടന്നു പോകുമ്പോൾ കണ്ണുകൾ ചന്തിയ്ക്ക് മുകളിൽ ലെഫ്റ്റ്... റൈറ്റ്... ലെഫ്റ്റ്... തെന്നിയകന്നുപോകുന്ന അടക്കിപ്പിടിച്ച് മോഹങ്ങൾ, നെടുവീർപ്പുകൾ, നിരാശകൾ, സങ്കടങ്ങൾ, സമയം അക്ഷരങ്ങൾ തെറ്റി വാക്കുകളടർന്നി ട്ടും, അർത്ഥം മാറാത്ത വാക്കുകൾ പോലെ എനിയ്ക്കുചുറ്റും നിശ്ചലമായി, സ്ഥിരമായി, അങ്ങിനെ അങ്ങിനെ...

മരണാനന്തര ചടങ്ങുകൾ കഴിഞ്ഞു. ഏതാനും ദിവസങ്ങൾ കൂടി വീട്ടിൽ തങ്ങി. അതിനിടയിൽ ഒരു ദിവസം രാജനെ കാണാൻ പോയി. അതെന്റെ രണ്ടാമത്തെ സന്ദർശനമായിരുന്നു. അതിനുശേഷം

ഒരിക്കലും ഞാനവനെ കണ്ടിട്ടില്ല. ഞാൻ തുംകൂറിൽ തന്നെ കഴിച്ചുകൂട്ടുക യായിരുന്നു. നാട്ടിലേക്ക് പോകുന്നതിനെക്കുറിച്ച് ആലോചിക്കുമ്പോൾ തന്നെ എന്റെ മനസ്സ് അസ്വസ്ഥമാകും. റഹ്മത്തിന്റെ (ഇക്കാക്കയുടെ മകൾ) കല്യാണത്തിനും ഞാൻ പോയിരുന്നില്ല. കുടുംബത്തിൽ നടക്കുന്ന പ്രധാന ചടങ്ങുകൾക്കൊന്നും ഞാനുണ്ടായിരുന്നില്ല. ക്രമേണ അതിൽ നിന്നെല്ലാം അവരെന്നെ ഒഴിവാക്കി. അവരെന്നെ ശരിക്കും മനസ്സിലാ ക്കിത്തുടങ്ങി. എന്തെങ്കിലും വിശേഷങ്ങളുണ്ടെങ്കിൽ അറിയിക്കും. ഞാൻ എത്തില്ലെന്ന് അറിയാം. വിശേഷങ്ങളെല്ലാം ഞാനില്ലാതെ നടന്നു പോകും. അങ്ങനെ എന്റെ നാട് ബാംഗ്ലൂരും തുംകൂറുമായി മാറി. സ്വന്തം നാടിനെ കുറിച്ചുള്ള ഓർമ്മകൾ മനസ്സിന്റെ കോണുകളിലെവിടെയോ ഞാൻ കുഴിച്ചു മൂടിയിരുന്നു.

ഒരുച്ചതിരിഞ്ഞ നേരത്താണ് ഞാൻ രാജന്റെ വീട്ടിലെത്തുന്നത്. ഉമ്മറത്ത് അവന്റെ അമ്മയുണ്ട്. അവർ മുടി ചീകുകയും ചീർപ്പിന്റെ വിടവുകളിൽ ഒളിഞ്ഞിരുന്ന പേനുകളെ തിരഞ്ഞുപിടിച്ചു കൊല്ലുകയു മായിരുന്നു. ഞാൻ അവരെ നോക്കി ഒന്ന് ചിരിച്ചു. വേഗം തന്നെ രാജൻ കിടന്ന മുറിയിലേയ്ക്ക് പോയി. അവൻ കണ്ണടച്ചു കിടക്കുകയായിരുന്നു. ഭക്ഷണം കഴിഞ്ഞുള്ള മയക്കമായിരിക്കാം. ഞാൻ കരുതി. മുറിയിൽ ഒരു ടേബിൾ ഫാൻ കറങ്ങുന്നുണ്ടായിരുന്നു. മുമ്പ് ഞാൻ വന്നപ്പോൾ അതവിടെ ഉണ്ടായിരുന്നില്ല. ഫാനിന്റെ കാറ്റിൽ അവന്റെ നീളമുള്ള മുടിയിഴകൾ, മുഖത്തേയ്ക്ക് പാറി വീണുകൊണ്ടിരുന്നു.

"രാജാ..." ഞാൻ വിളിച്ചു. അവൻ വേഗം തന്നെ കണ്ണുകൾ തുറന്നു. അവൻ ഉറങ്ങുകയായിരുന്നില്ല. ഞങ്ങൾ ഒന്നിച്ച് നടന്നിരുന്ന കാല ത്തൊന്നും പകലുറങ്ങുന്ന ശീലം അവനുണ്ടായിരുന്നില്ല. സമയം കിട്ടു മ്പോഴൊക്കെ ഞാനുറങ്ങുമായിരുന്നു.

ഞങ്ങൾ ഒരുപാട് നേരം സംസാരിച്ചിരുന്നു. ആദ്യത്തെ സന്ദർ ശനത്തിൽ ഞങ്ങൾക്കൊന്നും സംസാരിക്കാൻ കഴിഞ്ഞിരുന്നില്ല. അമ്മയുടെ വർത്തമാനവും, അവന്റെ പുറത്തെ വ്രണവും എന്നെ വേഗം തന്നെ പോകാൻ പ്രേരിപ്പിച്ചിരുന്നു. എന്റെ പെയിന്റിംഗുകളെ കുറിച്ചും, തുംകൂറിലെ താമസത്തെ കുറിച്ചുമൊക്കെ, അവൻ ചോദിച്ചു. രതിയെ കുറിച്ചു മാത്രം അവൻ ഒന്നും പറഞ്ഞില്ല. ഞാൻ ചോദിച്ചതു മില്ല. പിരിയാൻ നേരത്ത് എന്റെ കൈയിലുണ്ടായിരുന്ന പണം മുമ്പ് ചെയ്തതുപോലെ തലയിണയ്ക്കടിയിൽ വെക്കാൻ ഞാൻ ശ്രമിച്ചു. അവൻ അത് തടഞ്ഞു. മുമ്പ് ഞാൻ കൊടുത്തത് തന്നെ കുറച്ചു ബാക്കിയുണ്ടത്രെ. ഞാനതൊന്നും വകവെച്ചില്ല. പണം കിടക്കയിലിട്ട് ഞാൻ ഇറങ്ങി. പിറ്റേദിവസം തന്നെ ഞാൻ ബാംഗ്ലൂരിലേക്കുള്ള വണ്ടികയറി.

എന്റെ ആത്മഹത്യാക്കുറിപ്പ്

2008 മാർച്ച് 12

ആത്മഹത്യ അത്ര എളുപ്പമല്ലെന്നറിയാം. എങ്കിലും ചെയ്യാതെ വയ്യ. ഞാൻ തീരുമാനിച്ചു പോയി. ഇന്നലെയോ ഇന്നോ തീരുമാനിച്ചതല്ല. വർഷങ്ങൾക്കു മുമ്പ് ജുംകുറിലെ ഉറക്കമില്ലാത്ത രാത്രിയിലെപ്പോഴോ തീരുമാനിച്ചതായിരുന്നു. ഇനിയൊരു പിൻമാറ്റമില്ല. എനിയ്ക്ക് മനസ്സാക്ഷിയുണ്ട്. ഞാൻ മരിക്കണം. മറ്റൊന്നു കൊണ്ടും പരിഹരിക്കാനാകാത്തത് ഞാനെന്റെ മരണം കൊണ്ട് പരിഹരിക്കുകയാണ്. ഇതെന്റെ സംതൃപ്തിയാണ്. എന്റെ മാത്രം സംതൃപ്തി. അരുൺ കുമാറെ നിങ്ങൾ മറ്റൊരു തരത്തിലും ഇതിനെ വ്യാഖ്യാനിക്കേണ്ട. ഞാൻ വളരെ വളരെ ചെറിയൊരു കലാകാരനാണ്. പ്രതിഭാശാലിയല്ല.

ഞാനൊരു വാർത്തയറിഞ്ഞു. ഇന്ന് രാവിലെ ഇക്കാക്കയാണ് അറിയിച്ചത്. രാജൻ മരിച്ചു. ഇന്ന് പുലർച്ചെ നാല് മണിക്ക്. വാർത്തയറിഞ്ഞത് മുതൽ ഞാനും ചിന്തിക്കാൻ തുടങ്ങി, മരണത്തെക്കുറിച്ച്, നേരത്തെയെടുത്ത തീരുമാനത്തെക്കുറിച്ച്. ആ തീരുമാനം ഇതായിരുന്നു. രാജൻ എപ്പോൾ മരിക്കുന്നുവോ അന്ന് ഞാനും ജീവിതം അവസാനിപ്പിക്കും. അവന്റെ അകാലമരണത്തിന് ഞാനാണ് ഉത്തരവാദി. മരിക്കാൻ പോകുന്ന എന്റെ മരണത്തിനും ഞാൻ തന്നെയാണ് ഉത്തരവാദി.

ഇപ്പോൾ ഉച്ച നേരമാണ്. പുറത്തു നല്ല വെയിലുണ്ട്. ഫാനിന്റെ കാറ്റിനും ചൂടാണ്. ജാലകത്തിലൂടെ പുറത്തേയ്ക്ക് നോക്കുമ്പോൾ, അപ്പുറത്തുള്ള ഒറ്റ നില കെട്ടിടങ്ങൾക്ക് മുകളിൽ വായു ചൂടുപിടിച്ച് മുകളിലേയ്ക്ക് പൊങ്ങുന്നത് കാണാം. ഫാനിന്റെ കാറ്റും ചൂടും നല്ല ക്ഷീണം തോന്നുന്നുണ്ട്. ഈയിടെയായി ക്ഷീണം കൂടുതലാണ്. രക്തത്തിൽ പഞ്ചസാരയുടെ അളവ് വല്ലാതെ വർദ്ധിക്കുന്നു. ദാഹം, ക്ഷീണം ഇടയ്ക്കിടയ്ക്കുള്ള മൂത്രശങ്ക, അതിനിടയിൽ വല്ലപ്പോഴുമുള്ള ഭക്ഷണം. അതിന് സമയങ്ങളൊന്നുമില്ല. തിന്നണമെന്ന് തോന്നുമ്പോൾ വല്ലതും തിന്നും. അതും ഒരു ഭാരം തന്നെ. പണമില്ലാഞ്ഞിട്ടല്ല. പിന്നെ എന്താണ് ഇങ്ങനെ. എനിയ്ക്കറിയില്ല. എനിയ്ക്കൊന്നുമറിയില്ല. ജീവിതം ഇങ്ങിനെയൊക്കെയായി. അതിനിനി മാറ്റമില്ല.

ഞാൻ പറഞ്ഞു വന്നത് ആത്മഹത്യയെക്കുറിച്ചാണല്ലോ? അതിനെക്കുറിച്ച് തന്നെ പറയാം. എങ്ങിനെ മരിക്കണം. അത് വലിയൊരു ചോദ്യമാണ്. ഞാൻ അതേക്കുറിച്ച് പലവട്ടം ആലോചിച്ചിട്ടുണ്ട്. എളുപ്പമുള്ളതും, വേദനയില്ലാത്തതുമായ ഒരു മരണത്തെ കുറിച്ച് ചില കേട്ടറിവുകൾ എനിയ്ക്കുണ്ട്. ആ വഴിക്ക് ചില ശ്രമങ്ങളും ഞാൻ നടത്തിയിരുന്നു. സയനൈഡ് കിട്ടുക അത്ര എളുപ്പമല്ല. അങ്ങിനെ ആ ശ്രമം ഉപേക്ഷിച്ചു.

അതിനു മറ്റൊരു കാരണം കൂടിയുണ്ടായിരുന്നു. മരിക്കുമ്പോൾ മരണത്തെക്കുറിച്ച് അറിയണം. ഒന്നുമറിയാതെ, നിമിഷനേരംകൊണ്ട് ജീവൻ വെടിയുന്നത് ഒരു മരണമേയല്ല. മരിക്കുമ്പോൾ വേദനയറിയണം. വേദനയുടെ സുഖമറിയണം. ജീവനെ പിടിച്ചുനിർത്താൻ സകല ഞരമ്പുകളും, രോമകൂപങ്ങൾ വരെ ത്രസിച്ചു നിൽക്കണം. ഇഞ്ചോടിഞ്ച് പോരാടണം. ഒടുവിൽ പോരാട്ടവീര്യം തകർന്ന്, ഞരമ്പുകൾ തളർന്ന്, ഹൃദയമിടിപ്പ് നിന്ന്, ശ്വാസഗതി നിന്ന്, കണ്ണുകൾ തള്ളി മരണത്തിന് കീഴടങ്ങുമ്പോഴുള്ള സുഖവും തളർച്ചയും, ശാന്തമായ വേവലാതികളും, ഇരുട്ടിന്റെ ശീതളമായ ആശ്ലേഷവും, ഹാ !... ജീവിതം എത്ര സുന്ദരം.

വിഷം: മരണത്തിന്റെ ചർദ്ദിൽ മണത്തിൽ കാത്തു കിടപ്പുണ്ട് തീവ്ര വേദന

അതൊരു പരീക്ഷണം കൂടിയാണ്. രക്ഷപ്പെടാനുള്ള സാധ്യതകളടങ്ങിയ പരീക്ഷണം. ശർദിയുടെ ഓരിയിടൽ ശബ്ദം ആരെങ്കിലും കേൾക്കാം. ചെങ്ങ് തീർച്ചയായും കേൾക്കും. അവന്റെ ചെവിയ്ക്ക് അപാര ശക്തിയാണ്. ചെങ്ങിനെ നിങ്ങൾക്കറിയില്ലായിരിക്കാം. അവൻ എന്റെ ലോഡ്ജിലെ റൂം ബോയിയാണ്. വെളുത്ത് ഉയരം കുറഞ്ഞ്, ഇറുകിയ കണ്ണുകളും, എപ്പോഴും പുഞ്ചിരിക്കുന്ന, മംഗോളിയൻ മുഖമുള്ള അവൻ നാഗാലാന്റ്കാരനാണ്. നന്നായി ഇംഗ്ലീഷ് സംസാരിക്കും. ഭാഷയായിരുന്നു ഞങ്ങളെ കൂടുതൽ അടുപ്പിച്ചത്. ഒഴിവുസമയങ്ങളിലൊക്കെ അവൻ എന്റെ റൂമിൽ വന്നിരിക്കും. ഞങ്ങൾ ദീർഘ നേരം സംസാരിച്ചിരിക്കും. അവന്റെ സാമ്പത്തിക നില വളരെ മോശമായിരുന്നു. വൃദ്ധരായ അച്ഛനും അമ്മയും രണ്ട് സഹോദരികളുമാണ് അവനുള്ളത്. മൂത്ത സഹോദരിയെ വിവാഹം ചെയ്തിരുന്നു. അധികം വൈകാതെ അവള!!െ ഭർത്താവ് ഉപേക്ഷിച്ചു. അവളുടെ രണ്ടു കുട്ടികളും വീട്ടിലുണ്ട്. എല്ലാവരുടെയും ആശ്രയം ചെങ്ങാണ്. അവനാണെങ്കിൽ തുച്ഛമായ ശമ്പളവും. വല്ലപ്പോഴും ഞാൻ ആയിരമോ രണ്ടായിരമോ കൊടുക്കും. അപ്പോൾ അവന്റെ കണ്ണിന്റെ തിളക്കം കാണേണ്ടതു തന്നെയാണ്. ഇറുകി, പാതിയടഞ്ഞ കണ്ണുകളിൽ നന്ദിയുടെ പ്രകാശബിന്ദുക്കൾ തെളിഞ്ഞുകാണാം.

എന്നെ സഹായിക്കാൻ കിട്ടുന്ന സന്ദർഭങ്ങളൊന്നും ചെങ്ങ് പാഴാക്കാറില്ല. തുണി അലക്കുക. ഉണങ്ങിയ തുണികൾ മടക്കി എന്റെ മേശപ്പുറത്ത് കൊണ്ടുവെക്കുക. ഇതെല്ലാം സന്തോഷത്തോടെ അവൻ ചെയ്യും. ഒരിക്കൽ അവൻ വരാന്ത തുത്തുവാരുകയായിരുന്നു. അപ്പോൾ എന്റെ മുറിയിൽ നിന്നും ഒരു ഞരക്കം കേട്ടു. എനിയ്ക്ക് എന്തോ പറ്റിയിട്ടുണ്ടെന്ന് അവൻ മനസ്സിലാക്കി. അവൻ വാതിലിന് മുട്ടി.

"സർ... സർ... ആർ യൂ ഓൾ റൈറ്റ്...?" എന്റെ മറുപടി കേൾക്കാതായപ്പോൾ അവൻ പിന്നെയും പറയുന്നത് കേട്ടു.

"മേ ഐ കമിംഗ് സർ?" ചെറിയൊരു കാത്തിരിപ്പിനുശേഷം അവൻ വാതിൽ തള്ളിത്തുറന്ന് അകത്തേയ്ക്ക് കടന്നു. (മിക്കപ്പോഴും ഞാൻ വാതിലിന് കൊളുത്തിടാറില്ലെന്ന് അവനറിയാം) അവന്റെ പൊടി നിറഞ്ഞ കൈ നെറ്റിയിൽ തൊടുന്നത് ഞാനറിഞ്ഞു. പിന്നെ ധൃതിപ്പെട്ട് അവൻ താഴേയ്ക്ക് ഓടുന്നതും ഞാനറിഞ്ഞു. അഞ്ച് മിനിറ്റിനുള്ളിൽ ഒരു പാരസെറ്റാമോൾ ഗുളികയും ഒരു കട്ടൻ കാപ്പിയുമായാണ് അവൻ തിരിച്ചുവന്നത്. അവന്റെ പരിചരണമില്ലായിരുന്നുവെങ്കിൽ അന്നത്തെ പനിയിൽ ഞാൻ തകർന്നുപോകുമായിരുന്നു.

ഒടുവിൽ ഞാനൊരു തീരുമാനത്തിലെത്തുകയാണ്. തൂങ്ങി മരിക്കുക. ലോഡ്ജ് മുറിയിലെ ഫാനിൽ കയറുകൊണ്ടുള്ള കുരുക്കിട്ട് അതിൽ തലവെച്ച് മരിക്കുക. അതാണ് നല്ലതെന്നു തോന്നുന്നു. അതാകുമ്പോൾ രണ്ടോ മൂന്നോ മിനിറ്റിനുള്ളിൽ എല്ലാം കഴിയും. ഞാനാഗ്രഹിക്കുന്ന തെല്ലാം അനുഭവിക്കുകയും ചെയ്യാം. കൂടാതെ അതിന് അതിന്റേതായ ഒരു തത്വശാസ്ത്രവുമുണ്ട്. ജീവനെ ഭൂമിയ്ക്കും ആകാശത്തിനുമിടയിൽ അമ്മാനമാടുക. മനുഷ്യൻ ദൈവത്തെയും, ദൈവം മനുഷ്യനെയും വെല്ലു വിളിക്കുക. രസകരം തന്നെ. വെറുതെയല്ല. ഭരണകൂടവും നീതിപീഠവും ഇപ്പോഴും തൂക്കിക്കൊല്ലൽ തുടരുന്നത്.

ഫാൻ പഴയതാണെങ്കിലും എന്റെ ഭാരം താങ്ങാൻ ശേഷിയുണ്ടായി രിക്കും. ആദ്യം ഒന്ന് പരീക്ഷിച്ചു നോക്കണം. കഴുത്തിൽ കുരുക്കിടാതെ. പൊട്ടിവീണാൽ കാലോ കയ്യോ ഒടിയും. മരിക്കില്ല. പിന്നെ വേറെ മാർഗ്ഗം നോക്കേണ്ടിവരും. അതിനൊന്നും സമയമില്ല. എല്ലാം വേഗം തന്നെ ചെയ്യേണ്ടിയിരിക്കുന്നു. ഇന്ന് രാത്രി തന്നെ മരിക്കണം. മുന്നൊരുക്കങ്ങളൊന്നുമില്ലാതെ. അതാണ് ഉചിതമാകുക. അത് തന്നെയാണ് ശരിയും.

കഴുത്തിൽ കുരുക്കിടുന്നതിനു മുമ്പ് ഗുഹ്യഭാഗവും കക്ഷങ്ങളും ഷേവ് ചെയ്യണം. വിശദമായി ഒന്നുകൂടി കുളിക്കണം. പുതിയ വെളുത്ത് ജെട്ടി ധരിക്കണം. ജീൻസിന് പകരം പുതിയ കൈത്തറി മുണ്ടുടുക്കണം. അതാകുമ്പോൾ പോസ്റ്റ്മോർട്ടം ചെയ്യുമ്പോൾ അഴിച്ചെടുക്കാൻ എളുപ്പമായിരിക്കും. വെളുത്ത ഷർട്ടിടണം. സ്പ്രേയും പൗഡറും നല്ലതു പോലെ ഉപയോഗിക്കണം. (ശവശരീരം ചുമക്കുന്നവർക്ക് നല്ല മണം അനുഭവപ്പെടണം)

വാതിൽ കുറ്റിയിടാതെ ചാരിയിടുന്നു. (ചെങ്ങ് പതിവുപോലെ വന്ന് എന്നെ കാണണം) കിടക്കയിൽ മലർന്നു കിടന്നു രാത്രി നിശബ്ദമാകു ന്നതും കാത്ത്, ജീവിതം നടന്നുകയറിയ വഴികളത്രയും ഓർത്തുകൊണ്ട്, വ്യസനത്തോടെ, വളരെ വ്യസനത്തോടെ, കറങ്ങുന്ന ഫാനിൽ ദൃഷ്ടിയു റപ്പിച്ചുകൊണ്ട് ഒരുപാട് ഒരുപാട് ചിന്തിച്ചു കൂട്ടുകയായിരുന്നു ഞാൻ.

ഇയിടെയായി ചിന്തകൾ കൂടുകയാണ്. സ്ഥിരതയില്ലാത്ത ശിഥിലമായ ചിന്തകൾ. ഇരുട്ടിന്റെ ഏകാന്തതയിൽ അനേകം ചിന്തകൾ എവിടെ നിന്നെല്ലാമോ മനസ്സിലേയ്ക്ക് കടന്നു വരുന്നു. ഒന്നിനും ഒരു വ്യക്തത യില്ലാതെ ഒന്നിൽ പോലും ഒരു തീരുമാനത്തിലെത്താൻ കഴിയാതെ അവസാനിക്കുകയാകുന്നു. ഞാൻ തയ്യാറെടുത്തു കഴിഞ്ഞു.

കുളികഴിഞ്ഞ് മുടിയും താടിയും ചീകിയൊതുക്കി. അലമാരയിൽ നിന്നും പൗഡർ എടുത്ത് കഴുത്തിലും, കക്ഷത്തിലും, പുറത്തും നല്ലതു പോലെ പുരട്ടി. മരണത്തിന്റെ മണം വൃത്തികെട്ടതാണ്. അതിനെ മറി കടക്കാൻ ചന്ദനത്തൈലത്തിനും കഴിയില്ല. എന്നാലും ഒരു മനസ്സമാധാ നത്തിന് വേണ്ടിയാണ് പൗഡർ പൂശുന്നത്. അലക്കി മടക്കി വെച്ചിരുന്ന മുണ്ടെടുത്തു. നിസ്കരിക്കുമ്പോൾ മാത്രമേ അതുടുത്തിരുന്നുള്ളൂ. മുണ്ടിന് യോജിച്ച വെളുത്ത ഷർട്ടുണ്ടെനിയ്ക്ക്. അതാകുമ്പോൾ നല്ല ചേർച്ചയുണ്ടാ കും. ശവത്തെ കാണുമ്പോൾ ഇവനൊരു കളർസെൻസില്ലാത്തവൻ ആയിപ്പോയല്ലോയെന്ന് ആരും പറയരുത്. അല്ലെങ്കിലും മരണത്തിന്റെ മാലാഖമാർക്ക് വെളുപ്പിന്നോടാണ് കൂടുതൽ ഇഷ്ടം. ഞാൻ വെളുത്ത ഷർട്ടെടുത്തിട്ടു. ഒരു യാത്രയ്ക്ക് ഒരുങ്ങുന്നത് പോലെ എന്റെ മനസ്സ് പാകപ്പെടുകയായിരുന്നു. എനിയ്ക്ക് എന്നെ തന്നെ ഒന്ന് കാണണ മെന്ന് തോന്നി. ഞാൻ കണ്ണാടിയെടുത്തു. പൊടിപിടിച്ച് അതിന്റെ നിറം മങ്ങിയിരുന്നു. ഞാൻ അതിൽ നോക്കാറേയില്ലായിരുന്നു. കുളി കഴിഞ്ഞാൽ കണ്ണാടിയില്ലാതെ തന്നെ ഞാൻ മുടി ചീകും. വല്ലപ്പോഴും അതിൽ നോക്കിയെന്നിരിക്കും. താടിരോമങ്ങൾ എത്രമാത്രം നരച്ചിട്ടു ണ്ടെന്നറിയാൻ. നനഞ്ഞ തോർത്തെടുത്തു ഞാനത് തുടച്ചു. ഇപ്പോൾ എന്റെ മുഖം വ്യക്തമായി കാണാം. ഞാൻ എന്നെ കണ്ടു. എന്റെ മുഖം എനിയ്ക്ക് തിരിച്ചറിയാനായില്ല. ഞാൻ അത്രമാത്രം മാറിപ്പോയിരുന്നു. എനിയ്ക്കറിയാവുന്ന, ഞാൻ കണ്ടിരുന്ന ഞാനായിരുന്നില്ല കണ്ണാടിയിൽ. നെറ്റിയിൽ നീളമേറിയ ചുളിവുകൾ, പയർ വിത്തിടാൻ ചാലുകൾ കീറി യതുപോലെ കാണപ്പെട്ടു. ഒട്ടിയ കവിളുകൾക്കിടയിൽ മരണത്തിന്റെ നിഴലുകൾ ഭീമാകാരം പൂണ്ടു. കുട്ടിക്കാലത്ത് ചില്ലലമാരയ്ക്ക് മുന്നിൽനിറു ത്തി, കവിളിൽ നുള്ളി ഉപ്പ പറയുമായിരുന്നു ഞാൻ സുന്ദരനാണെന്ന്. ഞാൻ സുന്ദരനാണോ? ചിലപ്പോൾ ആയിരിക്കാം. മരണത്തിനു മുന്നിൽ അതിനെന്ത് പ്രസക്തി. അവിടെ എല്ലാവരും സമന്മാർ. ജാതിയുമില്ല. മതവുമില്ല.

കണ്ണാടി യഥാസ്ഥാനത്ത് വെച്ചു. ഞാനെഴുന്നേറ്റു. തുറന്നിട്ട ജാല കത്തിലൂടെ പുറത്തേയ്ക്ക് നോക്കി. അപ്പുറം നിരനിരയായി കിടക്കുന്ന ഇടത്തരം കോൺക്രീറ്റ് വീടുകൾ. അവയിലധികവും ഉദ്യോഗസ്ഥന്മാ രുടെതായിരുന്നു. ഒച്ചയനക്കങ്ങൾ എപ്പോഴും കുറവായിരിക്കും. അധിക

വീട്ടുകളിലും ലൈറ്റണഞ്ഞിട്ടില്ല. സമയം പന്ത്രണ്ടിനോടടുക്കുന്നു. പാതിര കഴിഞ്ഞിരിക്കുന്നു. എന്നിട്ടും ഉറങ്ങാതെ അവരെന്തു ചെയ്യുകയായിരിക്കും. നാളത്തെ കരുതലിനെ പറ്റി വേവലാതിപ്പെടുന്നതായിരിക്കാം. ആർക്കറിയാം.

മുമ്പിലത്തെ വീട്ടിൽനിന്ന് ഒരു കുട്ടിയുടെ കരച്ചിൽ കേൾക്കുന്നുണ്ട്. മുമ്പും ചിലപ്പോഴെല്ലാം അതിന്റെ കരച്ചിൽ കേട്ടിരുന്നു. അപ്പോഴൊന്നും അത് ശ്രദ്ധിച്ചിരുന്നില്ല. ഇപ്പോൾ അതിന്റെ കരച്ചിലിനോട് എനിയ്ക്ക് സഹതാപം തോന്നി. അതിന്റെ അമ്മ ഇതൊന്നും അറിയുന്നില്ലേ? കുട്ടിയെ നോക്കാതെ പോത്തിനെപ്പോലെ കിടന്നുറങ്ങുകയാണോ? പാവം അതിനു വിശക്കുന്നുണ്ടാകും. ശബ്ദം കേട്ടിട്ട് മുലകുടിമാറാത്ത ഒരു പെൺകുട്ടിയാണെന്ന് തോന്നുന്നു. ഞാനെന്തൊരു വിഡ്ഢിയാണ്. ഇത്ര ചെറുപ്രായത്തിൽ ശബ്ദം കൊണ്ടെങ്ങിനെയാണ് ആണിനെയും പെണ്ണിനെയും തിരിച്ചറിയുന്നത്. തിരിച്ചറിഞ്ഞാൽ തന്നെ ഇവിടെ അതിനെന്ത് പ്രസക്തി. ഒരു പ്രസക്തിയുമില്ല. ആണ്, പെണ്ണ്... പെണ്ണ്, ആണ്...

മേശ ഫാനിനു താഴേയ്ക്ക് നീക്കിയിട്ടു. മുറിയിലുണ്ടായിരുന്ന കസേര മേശയ്ക്കു മുകളിൽ വെച്ചു. നേരത്തെ കരുതിയിരുന്ന പ്ലാസ്റ്റിക് കയർ കയ്യിലെടുത്ത്, ആദ്യം മേശയ്ക്ക് മുകളിൽ കയറി. പിന്നെ കരുതലോടെ കസേരയ്ക്ക് മുകളിൽ കയറിനിന്നു. കസേര അൽപ്പമൊന്നിളകിയെങ്കിലും സാവധാനം നിവർന്നു നിന്നു. ഞാൻ ഫാനിൽ പിടിച്ചു. പ്ലാസ്റ്റിക് കയർ കൊണ്ട് ഫാനിൽ കുരുക്കിട്ടു. ആദ്യം അതിന് വേണ്ടത്ര ഉറപ്പുണ്ടോയെന്ന് പരിശോധിച്ചു. കുഴപ്പമില്ല. എന്റെ ഭാരം താങ്ങും. ഞാൻ ഉറപ്പുവരുത്തി. പിന്നെ എല്ലാം വേഗത്തിൽ ചെയ്യാൻ എന്റെ മനസ്സ് മന്ത്രിച്ചു. ഞാൻ കഴുത്തിൽ കുരുക്കിട്ടു. കസേര തട്ടിത്തെറിപ്പിക്കുമ്പോൾ നിലത്ത് വീണ് ശബ്ദമുണ്ടാകും. അതൊഴിവാക്കണം. അതിനെന്ത് ചെയ്യും. ഞാനാലോചിച്ചു. കിടക്കയിലേയ്ക്ക് തള്ളിയിടാം. അപ്പോൾ ശബ്ദമുണ്ടാകില്ല. കഴുത്തിൽ കുരുക്ക് മുറുകിയാൽ അതിന് കഴിഞ്ഞെന്നു വരില്ല. ഞാൻ കഴുത്തിൽ നിന്ന് കുരുക്ക് എടുക്കാതെ കയറിൽ തൂങ്ങിനിന്ന് കസേര കിടക്കയിലേയ്ക്ക് തള്ളി. ഉദ്ദേശിച്ചതുപോലെ ശബ്ദമില്ലാതെ അത് കിടക്കയിലേയ്ക്ക് തന്നെ വീണു. ആശ്വാസം. ഇപ്പോൾ ഞാൻ മരണത്തിനും ജീവിതത്തിനുമിടയിൽ തൂങ്ങിനിൽപ്പാണ്. കുരുക്കിൽ നിന്ന് കഴുത്ത് പുറത്തേക്കെടുത്താൽ ജീവിതത്തിലേയ്ക്കും, കൈ പിടുത്തം വിട്ടാൽ മരണത്തിലേയ്ക്കും ഞാൻ എത്തിപ്പെടും. ഇവിടെ ഒരു തെരഞ്ഞെടുപ്പിന്റെ ആവശ്യമില്ല. എല്ലാം തീരുമാനിക്കപ്പെട്ടതാണ്. ഒരു പിന്മാറൽ ഇനിയില്ല.

ഞാൻ കണ്ണുകൾ അടച്ചു. കൈ പിടുത്തം ഒഴിവാക്കി. ക്രക്... ഒരു ശബ്ദം കേട്ടു. കഴുത്തിൽ എന്തോ ഒടിഞ്ഞതോ, ഞെരിഞ്ഞതോ ആണ്. എന്താണെന്ന് കൃത്യമായി പറയാൻ കഴിയില്ല. അതോടൊപ്പം ശ്വാസവും നിലച്ചു. ഒരിറ്റ് ശ്വാസത്തിനുവേണ്ടി ഞാൻ വല്ലാതെ പരിശ്രമിക്കുന്നുണ്ട്. തൊണ്ട കുഴി ആരോ അടച്ചതു പോലെ. ഇത്തിരി വായുവും അകത്തേയ്ക്കോ, പുറത്തേയ്ക്കോ കടന്നില്ല. അടഞ്ഞ കണ്ണുകൾ ഞാനറിയാതെ തുറന്നു പോയി. എത്ര ശ്രമിച്ചിട്ടും കൺപോളകൾ അടയുന്നില്ല. കണ്ണുകൾ സാധാരണത്തേതിലും വലുതായതു പോലെ. കൈകൾ ഉയർത്തി എങ്ങിനെയെങ്കിലും കയറിൽ പിടിക്കണമെന്നുണ്ട്. കൈകൾ അനക്കാൻ കഴിയുന്നില്ല. വിരലുകൾ മാത്രം ചലിപ്പിക്കാൻ കഴിയുന്നുണ്ട്. അതുകൊണ്ട് പ്രയോജനമൊന്നുമില്ല. രണ്ട് തുടകളിലും ഒന്ന് ചൊറിയാം. അതുതന്നെ ഒരേ സ്ഥാനത്ത് മാത്രം.

എനിയ്ക്ക് ദേഷ്യവും സങ്കടവും വന്നു. മറ്റാരോടുമല്ല. എന്നോടുതന്നെ. ഇങ്ങിനെയൊരു തീരുമാനം എടുത്തിരുന്നില്ലെങ്കിൽ ഒരിറ്റ് ശ്വാസത്തിനു വേണ്ടി ഞാൻ ഇങ്ങിനെ കഷ്ടപ്പെടില്ലായിരുന്നു. എനിയ്ക്ക് വല്ലാത്ത ശ്വാസംമുട്ടൽ അനുഭവപ്പെട്ടു.കണ്ണുകൾ തുറന്നാണെങ്കിലും ഒന്നും കാണാൻ കഴിയുന്നില്ല.ചെവിയ്ക്കുള്ളിൽ നിന്ന് ഹൃദയത്തിന്റെ സ്പന്ദനം ഇപ്പോഴും കേൾക്കാം. അത് കുറഞ്ഞു കുറഞ്ഞു വരുന്നുണ്ട്. അതൊന്നു വേഗത്തിൽ നിലച്ചെങ്കിൽ! ഞാൻ ആഗ്രഹിച്ചു.

“നാശം”. മൂത്രമൊഴിച്ചു പോയല്ലോ. ദൈവമേ ഒന്നും എന്റെ നിയന്ത്രണത്തിൽ നിൽക്കുന്നില്ലല്ലോ. മൂത്രമൊഴിക്കാൻ വിചാരിച്ചതല്ല. എന്നിട്ടും ഒഴിച്ചു. രണ്ടു കാലുകളിലൂടെയും ഇളം ചൂടോടെ അത് താഴേയ്ക്ക് ഒഴുകുന്നുണ്ട്. തുള്ളികളായി അത് താഴേയ്ക്ക് വീഴുന്ന ശബ്ദവും കേൾക്കാം. ഓർമ്മകൾ ഉണ്ടായിരുന്ന കാലം മുതൽ ഇങ്ങനെ മൂത്രമൊഴിച്ചിട്ടില്ല. കുട്ടിക്കാലത്ത് മൂത്രം ദൂരേയ്ക്ക് തെറിപ്പിക്കാൻ ഞങ്ങൾ മത്സരിക്കുമായിരുന്നു. ഒരിക്കൽ ഞാനും രാജനും വീതിയുള്ള ഞങ്ങളുടെ ഇടവഴിയിൽ വെച്ച് ഒരു മത്സരം നടത്തിയിരുന്നു. ഇടവഴിയുടെ ഒരു ഭാഗത്തുനിന്നും മറുഭാഗത്തേയ്ക്ക് ആർക്കാണ് മൂത്രം തോൽപ്പിക്കാൻ കഴിയുക. എന്റെ മൂത്രം നേരെയും, പിന്നെ മഴവില്ല് പോലെ വളഞ്ഞും അപ്പുറത്തെ മതിലിൻമേൽ തട്ടി. ഞാൻ ജയിച്ചു. മൂത്രം തന്നെയാണ് എന്റെ ബലമെന്നു തോന്നുന്നു. അത് പോയിക്കഴിഞ്ഞപ്പോൾ വല്ലാത്ത ക്ഷീണം. ഒപ്പം നാണവും. ഒരു പെണ്ണിനെ പോലെ ഞാൻ ലജ്ജാലുവാകുകയാണോ? ഇനി ലജ്ജിച്ചിട്ട് കാര്യമില്ല. എല്ലാം കഴിഞ്ഞു.

“പ്റേ...” എന്താണൊരു ശബ്ദം. അതെന്റെ ചന്തിക്കടിയിലൂടെയാണല്ലോ പുറത്തേയ്ക്ക് വന്നത്. ദൈവമേ ഇത് മറ്റേതിനുമുമ്പുള്ള സൈറനാണല്ലോ. അതും കൂടിയായാൽ ഭംഗിയായി. നാറുന്ന ശവത്തെ ആരാണ്

തൊടുക? തൊട്ടാൽ തന്നെ അവരെന്നെ ശപിക്കില്ലേ? തീർച്ചയായും ശപിക്കും.

"ഈ തന്തയില്ലാത്തവന് മരിക്കാൻ വേറൊരു മാർഗ്ഗവുമില്ലായിരുന്നോ. നാശം മനുഷ്യനെ മെനക്കെടുത്താൻ..." പോലീസുകാരുടെ തെറി ഇപ്പോഴേ എനിയ്ക്ക് ഊഹിക്കാം. അല്ലെങ്കിലും എല്ലാം ഊഹമാണല്ലോ. ഊഹമില്ലെങ്കിൽ എന്ത് പുതുമ.

പറഞ്ഞതുപോലെ മറ്റവൻ പുറത്ത് ചാടിയിട്ടുണ്ട്. ഉച്ചയ്ക്ക് തിന്ന പുലാവിന്റെ ചീഞ്ഞളിഞ്ഞ ഗന്ധം മൂക്കിലേയ്ക്ക് അടിച്ചു കയറുന്നുണ്ട്. ഇപ്പോഴെങ്ങാനും ചെങ്ങ് വന്നിരുന്നെങ്കിൽ അവൻ മൂക്ക് പൊത്തും. ഞാനും മൂക്ക് പൊത്തുമായിരുന്നു. എന്റെ കൈകൾ ഉയർത്താൻ കഴിഞ്ഞിരുന്നെങ്കിൽ. ഇപ്പോൾ സഹിക്കുക തന്നെ. ടോയ്‌ലറ്റിന് പുറത്ത് നമ്മൾ അങ്ങിനെയാണ്. സ്വന്തം വിസർജ്ജ്യത്തേയും തള്ളിപ്പറയും.

നിമിഷങ്ങൾ പലതു കഴിഞ്ഞു. ഞാൻ, ഒരു എളിയ കലാകാരൻ കഴുത്തിൽ കുരുങ്ങിക്കിടക്കുന്ന കയറുമായി, ഈ ശവപ്പെട്ടി പോലുള്ള മുറിയിൽ, ആകാശത്തിനും ഭൂമിയ്ക്കുമിടയിൽ മരണത്തിനെയും കാത്ത്, സാവധാനം ഇളകിയാടിക്കൊണ്ടിരിക്കുകയാണ്. എനിയ്ക്കിപ്പോൾ കേൾക്കാവുന്നത് ഒരേയൊരു ശബ്ദം മാത്രമാണ്. കൊതുകുകളുടെ ശബ്ദം. അവ എന്റെ തലയ്ക്കു ചുറ്റും വട്ടമിട്ടു പറക്കുന്നുണ്ട്. അവയ്ക്കും വിവേകമുണ്ട്. എന്റെ കൈകൾ ചലിപ്പിക്കാൻ കഴിയില്ലെന്ന് അവയ്ക്കറിയാം. അൽപ്പംകൂടി കഴിഞ്ഞാൽ രക്തം കട്ടയാകും. ഊറ്റികുടിക്കാൻ കഴിയില്ല. നോക്കണേ കൊതുകിന്റെ ബുദ്ധി.

ഒരു കൊതുക് എന്റെ വലതു കവിളിൽ കടിച്ചിട്ടുണ്ട്. അതിന്റെ സൂചി പോലുള്ള കൊക്ക് രക്തധമനികളിലേയ്ക്ക് ആഴ്ന്നിറങ്ങുന്നത് ഞാനറിയുന്നുണ്ട്. ഇപ്പോഴത്തെ കൊതുക് കടിച്ചാൽ ഭയങ്കര വേദനയാണ്. പല പല രോഗങ്ങളും പടരുകയും ചെയ്യും. രോഗത്തെ എനിയ്ക്ക് പേടിയില്ല. ഞാനെന്തിന് പേടിക്കണം. ഏതാനും നിമിഷങ്ങൾ കഴിഞ്ഞാൽ ഞാൻ ശവമാകും. പിന്നെയെന്ത് രോഗം. ഹ...ഹ...ഹ... എനിയ്ക്ക് ചിരി വരുന്നുണ്ട്. എങ്കിലും ചിരിക്കാൻ കഴിയുന്നില്ല.

കൊതുകുകൾ പിന്നെയും കടിക്കുന്നുണ്ട്. സുഖകരമായ പ്രാണവേദനയിൽ ഞാനതൊന്നും ഗൗനിക്കുന്നില്ല. എനിയ്ക്കൊരു പ്രാർത്ഥനയേയുള്ളൂ. മരണത്തിന്റെ വാതിലുകൾ എനിയ്ക്കു മുന്നിൽ വേഗത്തിൽ തുറന്നു കിട്ടുക.വൈകുന്തോറും രക്ഷപ്പെടാനുള്ള സാധ്യതയുണ്ട്. ആരെങ്കിലും അവിചാരിതമായി മുറിയിലേയ്ക്ക് കടന്നു വന്നാലോ? (അത് മിക്കവാറും ചെങ്ങായിരിക്കും) തീർച്ചയായും എന്നെയുമെടുത്തോണ്ട് അവൻ താഴേയ്ക്ക് ഓടും. ജീവനക്കാർക്കെല്ലാം എന്നെ നല്ലതുപോലെ അറിയാം.

എന്റെ ജീവൻ രക്ഷിക്കാൻ അവർ പരമാവധി ശ്രമിക്കും. നല്ലൊരു ഡോക്ടറുടെ മുമ്പിലാണ് എത്തിപ്പെടുന്നതെങ്കിൽ ഞാൻ ജീവിതത്തിലേയ്ക്ക് തിരിച്ചുവന്നേക്കാം. പിന്നീടൊരിക്കലും ഞാൻ മരണത്തെ സ്വയം വരിക്കില്ല.

ഇപ്പോൾ ശരിയ്ക്കുള്ള പ്രാണവേദന ഞാനറിയുന്നുണ്ട്. എവിടെയാണ് വേദനയെന്ന് കൃത്യമായി അറിയില്ല. കാതുകളിലും, കണ്ണുകളിലുമുണ്ട്. തലയ്ക്കുള്ളിലും നെഞ്ചിനുള്ളിലും ആ വേദനയുണ്ട്. എല്ലായിടത്തും വേദന മാത്രം. കഠിനമായ വേദനകൾ. ഈ വേദനകൾക്കെല്ലാം ഒരു സുഖമുണ്ട്. അത് പറയാതെ വയ്യ. ഒരു പ്രസവവേദന പോലെ. കുട്ടിയെ പുറന്തള്ളുന്ന വേദനയിലും അമ്മ അനുഭവിക്കുന്ന സുഖം. അതുതന്നെയാണ് ഞാനും അനുഭവിക്കുന്നത്. എന്റെ പ്രാണനെ പുറംതള്ളുന്ന സുഖം. ഇപ്പോൾ വേദന കുറഞ്ഞിട്ടുണ്ട്. അത് ഹൃദയത്തിനുള്ളിൽ മാത്രമായി ചുരുങ്ങിയതുപോലെ.

ആകാശം വെളുത്തു. പ്രകാശത്തിന്റെ വെളുപ്പ് പോലെ വെളുത്തു. ഞാൻ വെളുത്ത ആകാശത്തിലൂടെ സാവധാനം പറക്കുകയാണ്. ഭാരം തീരെയില്ലാത്ത ഒരു ബലൂൺ പോലെ. കൈകൾ പോലും ചലിപ്പിക്കാതെ ഞാൻ പൊങ്ങിക്കൊണ്ടിരിക്കുകയാണ്. ചുറ്റിലും വെളിച്ചത്തിന്റെ നിറമല്ലാതെ ഒന്നും കാണാനില്ല. ഒരു ശബ്ദവും കേൾക്കാനുമില്ല. മനസ്സ് മരവിക്കുന്ന നിശബ്ദമായ ശൂന്യത. അധിക നേരമൊന്നും അത് നീണ്ടുനിന്നില്ല. നിറങ്ങൾ അങ്ങിനെയാണല്ലോ? അതിന് സ്ഥായിയായ ഒരു സ്വഭാവമില്ല. ഏതുനേരവും അതിന്റെ സ്വഭാവം മാറാം. ചിലപ്പോൾ പച്ച നീലയോ ചുവപ്പ് വയലറ്റോ ആകാം. അതിനു സമയം വേണമെന്നില്ല. നിമിഷങ്ങൾ മതിയായെന്ന് വരാം.

ആകാശം വീണ്ടും നിറം മാറി. അത് പച്ചയായി. കടും പച്ച നിറം. സാവധാനം പച്ചയുടെ കാഠിന്യം കുറഞ്ഞു വരുന്നുണ്ട്. ഇപ്പോൾ നേർത്ത പച്ചനിറമായിട്ടുണ്ട്. എനിയ്ക്ക് പലതും കാണാൻ കഴിയുന്നുണ്ട്. ഇതുവരെയും കാണാൻ കഴിയാത്ത പല ജീവികളേയും ഞാൻ കാണുന്നുണ്ട്. അവയിൽ ചിലതിന് അനേകം കാലുകളുണ്ട്. കാലുകൾ നിലത്തുറപ്പിക്കാതെ ആകാശത്തിൽ അവ ഒഴുകിനടക്കുന്നു, അപ്പൂപ്പൻതാടി പോലെ. ചിലതിന്റെ ശരീരം നിറയെ കൂർത്ത മുള്ളുകൾ കാണുന്നുണ്ട്. അത് കാണുമ്പോൾ ആവണക്കിൻ കുരുവാണ് എനിയ്ക്ക് ഓർമ്മ വരുന്നത്. വേറെ ചിലതിന് കൊതുകിന്റെ സൂചി പോലുള്ള കൊമ്പുകളാണുള്ളത്. ദൈവമേ... ഇതെല്ലാം എവിടെ നിന്ന് വരുന്നു? അന്തരീക്ഷത്തിൽ സൂക്ഷ്മജീവികളല്ലാതെ വേറെന്തെങ്കിലുമുണ്ടോ? എന്റെ അറിവ് പാഠപുസ്തകങ്ങളാണ്. ഇനി ബാക്ടീരിയകളും വൈറസുകളുമായിരിക്കുമോ? അതുതന്നെയാകാനാണ് സാധ്യത. മനസ്സ് ഒരു

സൂഫിവര്യന്റേതു പോലെയാകുമ്പോൾ ചിലപ്പോൾ അതിനപ്പുറമുള്ളതും കാണാൻ കഴിഞ്ഞേക്കും.

എന്റെ തൊലിപ്പുറത്ത് അനേകായിരം ജീവികളെ ഞാൻ കാണുന്നുണ്ട്. അവയുടെ ശബ്ദവും ഞാൻ കേൾക്കുന്നുണ്ട്. വൃത്തികെട്ട മുരളൽ ശബ്ദം. അവറ്റകളെ കാണുന്നതുതന്നെ അറപ്പുളവാക്കുന്നു. ശർദ്ദിക്കാൻ വരുന്നതുപോലെ. വൃത്തികെട്ട ജന്തുക്കൾ. എന്റെ ജീവൻ പോകാൻ കാത്തിരിക്കുകയാണ് അവറ്റകൾ. തിന്നുതീർത്തു മണ്ണാക്കുവാൻ. ജീവൻ പോയില്ലെങ്കിൽ രോഗിയാക്കി വിശപ്പടക്കാൻ. ഇങ്ങിനെയെല്ലാം എനിയ്ക്ക് ചിന്തിക്കാം. ഇതൊന്നും പ്രതിരോധിക്കാൻ എനിയ്ക്ക് കഴിയില്ല. കാരണം ഞാനില്ലാതാവുകയാണ്. എന്റെ അറിവുകളും ഓർമ്മകളും ഇല്ലാതാവുന്നു. എന്റെ ചിന്തകളും, ഞാൻ തന്നെയും ഇല്ലാതാകുന്നു. ദുർബലമായ ഒരു കയറൂഞ്ഞാലിൽ ഞാൻ ആടുകയാണ്. ഒന്നോ രണ്ടോ നിമിഷങ്ങൾക്കുള്ളിൽ ഈ കയർ പൊട്ടും. ഞാൻ മുകളിലേയ്ക്ക്... മുകളിലേയ്ക്ക്... ഇനിയും മുകളിലേയ്ക്ക്...

കുറിപ്പ് ഇവിടെ അവസാനിപ്പിക്കുന്നു. നാളെ രാത്രി 12 മണിക്ക് മുമ്പേ എനിയ്ക്ക് ആത്മഹത്യ ചെയ്യേണ്ടതാണ്.

പിൻകുറിപ്പ് :

ഷെൽഫിൽ ഒരു പൊതിയുണ്ട്. അതിൽ കുറച്ചു പണവും ഒര!!ഴെത്തുമുണ്ട്. എഴുത്തിൽ പറയുന്നതുപോലെ നിങ്ങൾ ചെയ്യുമെന്ന് പ്രതീക്ഷിക്കുന്നു.

എന്ന് സ്നേഹത്തോടെ സക്കീർ അഹമ്മദ്

വായന നീണ്ടുപോയി. നേരം വെളുക്കാൻ ഇനി അധിക സമയമില്ല. ചുറ്റുമുള്ള വില്ലകളെല്ലാം ഇരുട്ടിൽ ഉറങ്ങിക്കിടന്നു. ദൂരെയെവിടെയോ ഒരു പട്ടി നിർത്താതെ കുരയ്ക്കുന്നുണ്ട്. ഇനി കവിതയേയും കൂട്ടി പുറത്തേയ്ക്കിറങ്ങുക ബുദ്ധിയല്ല. അരുൺ കുമാർ ചിന്തിച്ചു. നേരം പുലരട്ടെ. അതുവരെ ഇവിടെത്തന്നെ തങ്ങാം. കവിതയും അങ്ങിനെതന്നെയാണ് ചിന്തിച്ചത്. അവൾ കട്ടിലിൽ നീണ്ടുനിവർന്നു കിടന്നു. ഇത്രനേരവും ഇരിക്കുകയായിരുന്നല്ലോ. കിടന്നപ്പോൾ നല്ല ആശ്വാസം. അപ്പോൾ തന്നെ ഉറങ്ങിപ്പോകുമെന്ന് തോന്നി ക്ഷീണം കൊണ്ടാകാം. വായനയും ഒരധ്വാനമാണല്ലോ? അവൾ വിചാരിച്ചു.

അരുൺ കുമാർ സക്കീർ ഭായ് സൂചിപ്പിച്ച പൊതി തിരയുകയാണ്. അതിനുള്ളിലെ എഴുത്തിനെക്കുറിച്ചായിരുന്നു അവരുടെ ജിജ്ഞാസ മുഴുവൻ. സക്കീർ ഭായിക്ക് ചെയ്തുതീർക്കാൻ എന്തോ ബാക്കിയുണ്ട്. മരിക്കുന്നതിനുമുമ്പ് അത് സാധിച്ചിരിക്കില്ല. അത് ചെയ്യേണ്ട ഉത്തരവാദിത്വം തനിയ്ക്കായിരിക്കും. എന്തായാലും താനത് ചെയ്യും.

അതെന്താണെന്നറിയട്ടെ. അവൻ ഷെൽഫിനുള്ളിലെ ഓരോ വസ്തുവും പരിശോധിക്കുകയാണ്. ഒടുവിൽ പൊതി കണ്ടെത്തി. പണത്തോടൊപ്പമുണ്ടായിരുന്ന കടലാസെടുത്ത് അവൻ നിവർത്തി. അതിൽ ഇങ്ങിനെ എഴുതിയിരുന്നു.

സ്നേഹത്തോടെ അരുൺ കുമാറിനും കവിതയ്ക്കും,

ഈ പണം രാജന്റെ വീട്ടിലെത്തിക്കുക. രതിയേയോ അമ്മയേയോ ഏൽപ്പിക്കുക. ഒരു പങ്ക് രതിക്കുള്ളതാണെന്ന് പ്രത്യേകം പറയുക. വഴി നിങ്ങൾക്ക് മനസ്സിലായിട്ടുണ്ടാവുമല്ലോ? നിങ്ങൾ എല്ലാം ഭംഗിയായി ചെയ്യുമെന്ന് എനിയ്ക്ക് വിശ്വാസമുണ്ട്. എന്ന് സക്കീർ അഹമ്മദ്

ഒരാഴ്ച കഴിഞ്ഞു. അരുൺ കുമാറും കവിതയും നാട്ടിലേയ്ക്ക് തിരിച്ചു. സക്കീർ ഭായിയുടെ ആഗ്രഹം നിറവേറ്റാൻ. കൂട്ടത്തിൽ അദ്ദേഹത്തിന്റെ വീടും കാണണം. പറ്റുമെങ്കിൽ രതിചേച്ചിയുമായി സംസാരിക്കണം. സക്കീർ ഭായിയുടെ വിയോഗം അവർ അറിഞ്ഞിട്ടുണ്ടാകും. ഇല്ലെങ്കിൽ അതറിയിക്കേണ്ട നിയോഗം തങ്ങളുടേതായിരിക്കും. അവർ കരുതി. മരണംവരെ അവരോടുള്ള സ്നേഹം മനസ്സിൽ കാത്തു സൂക്ഷിച്ചിരുന്നെന്നും പറയണം. അത് കേൾക്കുമ്പോൾ അവർ സങ്കടപ്പെട്ടേക്കാം. എങ്കിലും പറയാതിരുന്നു കൂടാ. അത് ആ വലിയ മനുഷ്യനോട് ചെയ്യുന്ന തെറ്റായിരിക്കും. അവർക്ക് തോന്നി.

സൈദാർപള്ളി സ്റ്റോപ്പിൽ ബസ്സിറങ്ങുമ്പോൾ ഒരു കാര്യത്തെക്കുറിച്ചായിരുന്നു അരുൺ കുമാറും കവിതയും ചിന്തിച്ചിരുന്നത്. ആദ്യം ആരുടെ വീട്ടിൽ പോകണം? സക്കീർ ഭായിയുടേയോ, രാജേട്ടന്റേയോ? അടുത്തുള്ളത് ഭായിയുടെ വീടാണ്. രാജേട്ടന്റെ വീടെത്തണമെങ്കിൽ വാടിയ്ക്കൽ വരെ നടക്കണം.

"ആദ്യം രതി ചേച്ചിയെ കാണാം. തിരികെ വരുമ്പോൾ ഭായിയുടെ വീട്ടിലും കയറാം". കവിത അഭിപ്രായപ്പെട്ടു. അതായിരിക്കും നല്ലത്, അരുൺ കുമാറിനും തോന്നി.

അവർ അവിടെയെത്തുമ്പോൾ അഞ്ചെട്ടു പേർ വരാന്തയിലും മുറ്റത്തുമായി കസേരകളിലിരിപ്പുണ്ട്. മരിച്ച് ഇത്രയും ദിവസങ്ങളായിട്ടും ബന്ധുക്കളാരും പോയില്ലേന്നോ? അവർക്ക് സംശയമായി. ചിലപ്പോൾ മരിച്ച ദിവസങ്ങൾ കഴിഞ്ഞതിനു ശേഷമുള്ള എന്തെങ്കിലും ചടങ്ങായിരിക്കും. 41 ദിവസം കഴിഞ്ഞു നടക്കുന്ന ചടങ്ങുണ്ട്. ഒരുപക്ഷേ അതായിരിക്കാം. അവർ ഊഹിച്ചു

മുറ്റത്ത് ഏതാനും കസേരകൾ ഒഴിഞ്ഞു കിടപ്പുണ്ട്. മുകളിൽ വലിച്ചുകെട്ടിയ പ്ലാസ്റ്റിക് ഷീറ്റ് കസേരകളിൽ ഇരുണ്ട നിഴലുകൾ വീഴ്ത്തി. മരണത്തിന്റെ ദുഃഖം ആളുകളുടെ മുഖങ്ങളിലും നിഴൽ വീഴ്ത്തിയിട്ടുണ്ട്.

അരുൺ കുമാറും കവിതയും ഒരു നിമിഷം അവിടെത്തന്നെ നിന്നു. അവർ അവിടെ അപരിചിതർ ആയിരുന്നു. ആർക്കും അവരെ അറിയില്ല. എല്ലാവരും അവരെത്തന്നെ നോക്കുകയായിരുന്നു.

"ഇരിക്ക്യാ..." കൂട്ടത്തിൽ പ്രായമുള്ള ഒരാൾ പറഞ്ഞു. അരുൺ കുമാർ മുറ്റത്തുള്ള ഒരു കസേരയിൽ ഇരുന്നു. ആരാണ്? എവിടെനിന്ന് വരുന്നു? എന്നൊക്കെ ചോദ്യങ്ങളുണ്ടാകും. അപ്പോൾ എന്ത് മറുപടി പറയും? ഒന്നും ആലോചിച്ചുറപ്പിച്ചിട്ടില്ല. ചോദിക്കട്ടെ അപ്പോൾ എന്തെങ്കിലും മറുപടി പറയാം. അവർ തീരുമാനിച്ചു.

"മോളകത്തേയ്ക്ക് പൊയ്ക്കോ". വൃദ്ധൻ കവിതയോട് പറഞ്ഞു. അവൾ അകത്തേയ്ക്ക് പോയി.

അരുൺ കുമാർ ഊഹിച്ചതു പോലെ വൃദ്ധൻ പലതും ചോദിച്ചു. സക്കീർ ഭായിയുടെ സുഹൃത്താണെന്നും അവിടെ വന്നപ്പോൾ ഇവിടെ വരെ വന്നതാണെന്നും പറഞ്ഞു. വൃദ്ധന് വിശ്വാസം വന്നത് പോലെ തോന്നി. അകത്ത് കവിത രതി ചേച്ചിയെ കണ്ടെത്തി. മധ്യവയസ്കയായ, സുന്ദരിയായ ഒരു സ്ത്രീ. ഈ പ്രായത്തിലുള്ള രതി അവളുടെ മനസ്സിൽ ഉണ്ടായിരുന്നില്ല. അവളുടെ മനസ്സിൽ പഴയ പ്രീ ഡിഗ്രിക്കാരി പെൺകുട്ടിയായിരുന്നു രതി. അവളുടെ പ്രായത്തിലുള്ള പല രതിമാരേയും അവൾ കണ്ടിട്ടുണ്ട്. എന്നാൽ ഇത്രയും പ്രായത്തിലുള്ള ഒരു രതിയെ ആദ്യമായി കാണുകയാണ്. ഒരിക്കലും പുതുമ മാറാത്ത പേരാണ് അതെന്ന് അവൾക്ക് തോന്നി.

സക്കീർ ഭായിയുടെ കുറിപ്പിലെ കൗമാരക്കാരിയായ രതി അവളുടെ മനസ്സിലുണ്ട്. കാലം അവരിൽ ഒരുപാട് മാറ്റം വരുത്തിയിട്ടുണ്ട്. ശരീരത്തിന് തടി വെച്ചിട്ടുണ്ട്. വെളുപ്പ് ഇരുണ്ട നിറമായി മാറിയിട്ടുണ്ട്. കണ്ണുകളിൽ സക്കീർ ഭായി പറഞ്ഞതു പോലുള്ള കുസൃതിത്തരമില്ല. നിസ്സംഗമായ പ്രതീക്ഷയറ്റ കണ്ണുകൾ. ആർക്കോ വേണ്ടി ജീവിക്കുന്നതുപോലെ.

ഒരത്യാവശ്യ കാര്യം പറയാനുണ്ടെന്ന് പറഞ്ഞ് കവിത രതിയെ പിൻമുറ്റത്തേയ്ക്ക് കൂട്ടിക്കൊണ്ടുവന്നു. അവൾ അരുൺ കുമാറിനെയും പിന്നിലേയ്ക്ക് വിളിച്ചു. അവർ സക്കീർ ഭായിയെക്കുറിച്ചും സക്കീർ ഭായിക്ക് ചേച്ചിയോടുണ്ടായിരുന്ന സ്നേഹത്തെ പറ്റിയുമെല്ലാം പറഞ്ഞു. ഒടുവിൽ അദ്ദേഹത്തിന്റെ ആത്മഹത്യയെക്കുറിച്ചും പറഞ്ഞു. അവരുടെ കണ്ണുകൾ നിറയുന്നത് അരുൺ കുമാറും കവിതയും കണ്ടു. പറയേണ്ടതില്ലായിരുന്നു. അവർക്ക് തോന്നി.

"ഞാനറിഞ്ഞിരുന്നു". അവർ പറഞ്ഞു. അപ്പോൾ മരണവാർത്ത എങ്ങിനെയോ അവർ അറിഞ്ഞിരിക്കുന്നു. അതു നന്നായി ദുഃഖ വാർത്ത ആദ്യം അറിയിച്ചവർ തങ്ങളല്ലല്ലോ.

പണം കൊടുത്ത് പോരാൻ ഇറങ്ങുമ്പോൾ അവർ അരുൺ കുമാറി ന്റേയും കവിതയുടേയും കൈകൾ ചേർത്തുപ്പിടിച്ചു.

"ജീവിതത്തിൽ ഒര!!യോരു പുരുഷനെയാണ് ഞാൻ സ്നേഹിച്ചത്. അത് നിങ്ങളുടെ സക്കീർ ഭായിയാണ്. വർഷങ്ങൾ ഒരുപാട് കഴിഞ്ഞു. എന്നിട്ടും എന്റെ മനസ്സിൽ ഇപ്പോഴും അദ്ദേഹമാണ്. അദ്ദേഹത്തെ കിട്ടാനുള്ള ഭാഗ്യം എനിയ്ക്കുണ്ടായില്ല. അതെന്റെ വിധി. ഞങ്ങൾക്കിട യിൽ ജാതിയും മതവുമുണ്ടായിരുന്നു. ജാതിയും മതവുമില്ലാത്ത ഒരു ലോകമുണ്ടാകാൻ നിങ്ങളൊക്കെ ശ്രമിക്കുക". പറഞ്ഞു കഴിയുമ്പോഴേ യ്ക്കും അവർ കരഞ്ഞു തുടങ്ങിയിരുന്നു. പിന്നെ അധികനേരം അവിടെ നിൽക്കാൻ കഴിഞ്ഞില്ല. അരുൺ കുമാറും കവിതയും അവിടെ നിന്ന് ഇറങ്ങി.

സക്കീർ ഭായിയുടെ വീട്ടിൽ നിന്നും അവർ വേഗം മടങ്ങി. കൗമാരകാ ലത്ത് സക്കീർ ഭായി കറങ്ങി നടന്നിരുന്ന സ്ഥലങ്ങളിൽ ചിലതെല്ലാം കാണണം. അവർ കടപ്പുറത്തേയ്ക്ക് നടന്നു. വർഷങ്ങൾ പത്തുമുപ്പത് കഴിഞ്ഞെങ്കിലും എല്ലാം സക്കീർ ഭായ് എഴുതിയതുപോലെ. വലിയ മാറ്റങ്ങളൊന്നും വന്നിട്ടില്ല. കടപ്പുറവും, ചുറ്റുവട്ടവും അങ്ങിനെയാണ്. മാറ്റം എളുപ്പത്തിലൊന്നും കടന്നു വരില്ല.

ഇപ്പോൾ ഗോപാൽപേട്ട കടപ്പുറത്തുനിന്നും വടക്കോട്ടേയ്ക്ക് അവർ നടക്കുകയാണ്. കാറ്റിൽ കവിതയുടെ ചുരിദാർ ഷാൾ പാറിക്കൊണ്ടി രുന്നു. അത് കഴുത്തിൽ ഒതുക്കി വെയ്ക്കാൻ അവൾ വല്ലാതെ പാടുപെ ടുന്നുണ്ടായിരുന്നു. കടൽ അവൾക്കെന്നും കൗതുകമായിരുന്നു. ഒന്നോ രണ്ടോ പ്രാവശ്യമേ അവൾ ബീച്ചിലൂടെ നടന്നിട്ടുള്ളൂ. അതും യു പി ക്ലാസിൽ പഠിക്കുമ്പോൾ. എസ്കർഷന് മറ്റു കുട്ടികളോടൊപ്പം അവളും പോയിരുന്നു. കാപ്പാട് ബീച്ച് അന്നാണ് അവൾ കണ്ടത്. മുതിർന്നതിനു ശേഷം ആദ്യമായി കടൽ കാണുകയാണ്. അരുൺ കുമാറിന് കടൽ സുപരിചിതമായിരുന്നു. കടലിന് സമീപമാണ് അവന്റെ വീട്. അമ്മയുടെ തറവാട് കടലിനോടു വളരെയടുത്തായിരുന്നു. കുട്ടിക്കാലത്ത് ഇരിങ്ങൽ കടപ്പുറത്ത് അവൻ കളിച്ചു നടന്നിട്ടുണ്ട്.

സക്കീർ ഭായ് കുറിപ്പിൽ സൂചിപ്പിച്ചിരുന്ന ഞണ്ടുകളെ അവർ കണ്ടു. കാലുകൾക്കിടയിലൂടെ ഓടുകയും നിമിഷങ്ങൾക്കകം നനഞ്ഞ മണ്ണി ലെവിടെയോ മറയുകയും ചെയ്തു. അവയിലൊന്നിനെയെങ്കിലും പിടിക്ക ണമെന്നുണ്ടായിരുന്നു കവിതയ്ക്ക്. വെറുതെ ഒരു കൗതുകത്തിന്. അവൾ ക്കതിന് കഴിഞ്ഞില്ല. ഞണ്ടുകളെപ്പോലെ തിരമാലകളും അവരുടെ കാലുകൾക്കിടയിലൂടെ വരികയും പോവുകയും ചെയ്തുകൊണ്ടിരുന്നു. കാലിനടിയിലെ പൂഴിമണൽ തിരമാലകൾ കാർന്നു കൊണ്ടുപോകു മ്പോൾ മറിഞ്ഞു വീഴുമോയെന്ന് കവിത ഭയപ്പെട്ടു.

നടന്നുനടന്ന് സെന്റ് ജോസഫ് സ്കൂളിന്നടുത്തുവരെ അവരെത്തി. ചർച്ചിനു താഴെയുള്ള പാറക്കൂട്ടങ്ങൾക്കടുത്തായി അവർ നിന്നു. സക്കീർ ഭായിയും ആത്മ സുഹൃത്തും വഴി പിരിഞ്ഞത് അവിടെ വെച്ചായിരുന്നു. അവർ ഓർത്തു. രണ്ടു പേർ പരസ്പരം സ്നേഹിച്ചതിന് രണ്ട് കുടുംബ ങ്ങൾക്ക് വലിയ വില നൽകേണ്ടി വന്നു. ഒരാൾ നാടും വീടും ഉപേക്ഷിച്ചു. മറ്റൊരാൾ മരണംവരെ കിടപ്പിലായി. എന്നാണ് ഇതെല്ലാം അവസാ നിക്കുക? സ്നേഹിക്കുന്നവർക്കൊന്നിക്കാനുള്ള കാലം എന്നാണ് വന്നെത്തുക? അവർ ആലോചിക്കുകയായിരുന്നു.

കോട്ടയുടെ വടക്കു ഭാഗത്ത് കൂടി അവർ മുനിസിപ്പൽ സ്റ്റേഡിയ ത്തിലേയ്ക്കിറങ്ങി. സ്റ്റേഡിയം വിജനമായിരുന്നു. അതിന്റെ മധ്യത്തിൽ കവിതയുടെ ഷാൾ വിരിച്ച് അതിനു മുകളിൽ അവർ ഇരുന്നു. അവർക്ക് മുകളിൽ ആകാശത്തിന്റെ കിഴക്കേ വക്കിലേയ്ക്ക് രണ്ടു പക്ഷികൾ പറന്നു.

മൈതാനത്തിന് മുകളിൽ വെയിൽ മങ്ങി. സൂര്യന്റെ അവസാന രശ്മികളും സ്റ്റേഡിയം പള്ളിയുടെ മിനാരങ്ങൾക്കിടയിൽ മറഞ്ഞു. അവർ, അരുൺ കുമാറും കവിതയും തിരിച്ചുപോകാനുള്ള തിടുക്കങ്ങളൊ ന്നുമില്ലാതെ വിരിച്ചിട്ട ഷാളിന് മുകളിൽ മലർന്നു കിടന്ന് തങ്ങൾക്ക് പ്രിയപ്പെട്ട സക്കീർ ഭായിയെ മാത്രം ഓർത്തുകൊണ്ടിരുന്നു. അപ്പോൾ ആകാശത്തിന്റെ പടിഞ്ഞാറെ ചെരിവിൽ കടലിൽ മറഞ്ഞ സൂര്യന് മുകളിലായി രണ്ടു നക്ഷത്രങ്ങൾ കാണായി. അവ കണ്ണിറുക്കി കാണി ച്ചതുപോലെ അരുൺ കുമാറിനും കവിതയ്ക്കും തോന്നി.

www.ingramcontent.com/pod-product-compliance
Lightning Source LLC
LaVergne TN
LVHW102036051026
849518LV00014B/1994
9789355172273